வனநாயகன்

மலேசிய நாட்கள்

வனநாயகன்

மலேசிய நாட்கள்

ஆரூர் பாஸ்கர்

கிழக்கு

வனநாயகன்: மலேசிய நாட்கள்
VanaNayagan: Malaysia Naatkal
Aroor Baskar ©

First Edition: December 2016
304 Pages
Printed in India.

ISBN 978-81-8493-677-3
Kizhakku - 957

Kizhakku Pathippagam
177/103, First Floor,
Ambal's Building, Lloyds Road,
Royapettah, Chennai - 600 014.
Ph: +91-44-4200-9603

Email : support@nhm.in
Website : www.nhm.in

kizhakkupathippagam
kizhakku_nhm

Author's Email: aarurbass@gmail.com

Kizhakku Pathippagam is an imprint of New Horizon Media Private Limited.

நன்றி

மனத்துக்கு நெருக்கமான மலேசியாவைக் கதைக்கள மாகக்கொண்டு ஒரு புதினம் எழுதும் எனது நெடுநாளைய எண்ணம் இன்று 'வனநாயகன்-மலேசிய நாட்கள்' மூலம் சாத்தியமாகிருப்பது மகிழ்ச்சி.

எழுத்தில் என்னை உற்சாகமூட்டி எனது ஆர்வத்தை வளர்த்தெடுத்த நண்பர் பதிவர் நியூயார்க் பரதேசிக்கும், எழுத்தாளர் சொக்கனுக்கும் நன்றிகள் பல. புதினத்தில் மலேசியா தொடர்பான தகவல்களில் எனது சில சந்தேகங்களை தெளிவுபடுத்தி துணைபுரிந்த மலேசிய சகோதரி மங்கள கௌரிக்கும், சகோதரி யோகி சந்துருவிற்கும் எனது மனம் நிறைந்த நன்றியைத் தெரிவித்துக் கொள்கிறேன்.

இதை செம்மையாக வெளியிடும் கிழக்கு பதிப்பகத் திற்கும், நண்பர் ஹரண் பிரசன்னாவுக்கும், என்னையும் எழுத்தையும் நேசித்து தொடர்ந்து ஊக்கமளிக்கும் மனைவி சங்கீதாவுக்கும், மகள்கள் அமிர்தா, சுவேதாவுக்கும் எனது அன்பும் நன்றிகளும்.

அன்போடு,

ஆரூர் பாஸ்கர் ஜூபிடர், ஃபுளோரிடா

30 டிசம்பர் 2016

1

சைபர் ஜெயா, கோலாலம்பூர் :

சனிக்கிழமை. அதிகாலை 4 மணியைத் தாண்டி சில நிமிடங்களாயிருந்தன. மரங்கள் சூழ அரையிருளில் புதைந்திருந்தது அந்த நான்கடுக்கு கண்ணாடிக் கட்டடம்.தலை குனிந்த நெட்டை மரங்களாய் நின்றிருந்த மஞ்சள் நியான் விளக்குகள் இருளை விரட்ட முயற்சித்துக் கொண்டிருந்தன. அது கோலாலம்பூரைத் தலைமையிடமாகக் கொண்டு செயல்படும் கேபிபி (KBB) வங்கியின் ஐடி எனப்படும் தகவல் தொழில் நுட்பப் பிரிவின் தலைமையகம்.

அதன் தரைத்தளத்திருந்த நீண்ட விசாலமான அந்தக் கான்ஃபிரன்ஸ் அறையில் தொலை பேசி நிசப்தத்தைக் கிழித்தபடி அலறியது. நான் அதன் ஸ்பீக்கருக்கு உயிர் கொடுத்தேன். எதிர் முனையில் கரகரப்பான ஆண் குரல். அது மலேசிய மொழியான பாஹாசா மலேசியா என ஊகித்துவிட்டேன்.

‘கேன் யூ ஸ்பீக் இன் இங்கிலிஸ்?’

தடுமாற்றத்துடன் ‘எ ப்ராப்ளம்’ என்றது மறுமுனை.

நான் இந்த நேரத்தில் கண்டிப்பாக எதிர்பார்க்காத பதில். ஏசி அறையிலும் எனக்கு வியர்க்கத்தொடங்கியது.

'வாட் இஸ் த ப்ராப்ளம்?'

'ஐ டோண்ட் நோ லா.' என்றது உடைந்த ஆங்கிலத்தில் வித்தியாசமான மலாய் உச்சரிப்பில்.

'ஹோ கேன் ஐ ஹெல்ப் யூ?' என்றேன் அவசரமாக.

பதில் ஏதும் சொல்லாமல் அந்தக் குரல் மலாய் மொழியில தொடர்ந்து மூச்சுவிடாமல் ஏதோ படபடத்துக் கொண்டிருந்தது. நான் கடைசியாக கேட்ட கேள்வியை மறுபடியும் கேட்டேன். பதிலாக அதே தடதட.

மொழி தெரியாத ஒருவனிடம் ஃபோனில் எப்படி பேசுவது எனப் புரியாமல் தடுமாறி, ஏதோ முயற்சிசெய்து கடைசியில் நான் பொறுமை யிழந்தவனாய் 'உங்கள் பிரச்சனையை பற்றி இ-மெயில் அனுப்ப முடியுமா?' என்றேன்.

அடுத்த வினாடி பதிலேதும் சொல்லாமல் இணைப்புத் துண்டிக்கப் பட்டது.

இந்த விடியல் காலையில் கர்மசிரத்தையாக இப்படி ஆங்கிலம் தெரியாதவனிடம் மன்றாடிக் கொண்டிருக்கும் என் பெயர் சுதாங்கன். சுருக்கமாக சுதா. வயது இருபத்தெட்டு. கல்யாணம் ஆகவில்லை. பிழைப்புக்காக திரை கடல் ஓடி திரவியம் தேட தமிழ்நாட்டின் காவேரிக் கரையிலிருந்து மலேசியா வந்திருக்கிறேன். மலேசியாவின் தலைநகர் கோலாலம்பூரில்தான் வேலை, ஜாகை எல்லாம்.

என் அப்பா பதினெட்டாவது வயதில் காலமாகி விட்டார். உயிரோடு இருக்கும் வரை சொந்த வியாபாரம் செய்வதாகச் சொல்லி இருந்த கொஞ்சம் சொத்தையும் அழித்துவிட்டார். இப்போது ஊரில் பெரிதாகசொல்லிக் கொள்ளும்படி சொத்து பத்து எதுவும் இல்லை. பன்னிரெண்டாம் வகுப்பு படிக்கும் ஒரு தங்கையும், கல்லூரி முடித்துவிட்டு கவர்மெண்ட் வேலைக்கு தயாராகும் ஒரு தம்பியும் இருக்கிறார்கள். அம்மாவின் அழுத்ததால் (புலம்பலால் என்றும் சொல்லாம்) நான் எந்த சிபாரிசுமில்லாமல் முதல் தர வரிசைக் கல்லூரியில் முதுநிலை வணிக நிர்வாகம் எனும் எம்.பி.ஏ. படித்தேன்.

வேலை கிடைத்த பின் தமிழக தலைநகரில் வங்கித் துறையில் ஆறு வருடங்கள். இப்போது இங்கே கான்ராக்டர் (ஆர்பென் ஐடி) வழியாக மலேசியாவின் புகழ்பெற்ற கேபிபி வங்கியில் தொழில் நுட்ப ஆலோசகனாக இருக்கிறேன். நான் இங்கே வேலை பார்த்தாலும் தங்கையின் கல்யாணத்துக்குப் பிறகுதான் எனக்கு என்று அம்மா ஜாதகம் கேட்கிறவர்களிடம் கறாராகச் சொல்லிவிட்டாள்.

ஜாதகம் என்றதும் எனக்கு இந்தக் கேபிபி-உத்தமன் வங்கிகளின் பேங்க் மெர்ஜர் எனும் வங்கி இணைவு நினைவுக்கு வருகிறது. அதற்கு முன் கேபிபி, உத்தமன் வங்கிகளைப் பற்றி உங்களுக்கு கொஞ்சம் சொல்லிவிடுகிறேன்.

கேபிபி (KBB) மலேசியாவின் மூன்றாவது பெரிய வங்கி. அதற்கு மொத்தமாக 20,000 முழுநேர ஊழியர்கள். மலேசியாவில் 200 பெரிய கிளைகள் 400 சில்லறை கிளைகள்.

பெரியமீன் சின்ன மீனை விழுங்குவது போல இந்தக் கேபிபி வங்கி, உத்தமன் வங்கியை தன்னுடன் இணைத்துக் கொள்கிறது.

உத்தமன் வங்கி கேபிபியுடன் ஓப்பிடுகையில் அளவில் பெரிதில்லை. 3,500 முழு நேர ஊழியர்கள், 300 பகுதி நேர ஊழியர்கள். நாடு முழுவதுமாக சில நூறு கிளைகள்.

நிதி நன்மைகளுக்காக இரு வங்கிகளும் இணைகின்றன என்பது நாளிதழ்களின் ஒற்றைவரிச் செய்தி போல் இருந்தாலும் அது ஒரு நீண்ட நெடியப் பயணம்.

பொதுவாக காதல் கல்யாணங்கள் பிரச்சனையில்லை. அண்ணலும் நோக்கினான் அவளும் நோக்கினாள். அதிகபட்சமாக பீச், சினிமா எனச் சுற்றி கடைசியில் கல்யாணத்தில் முடியும். ஆனால், நிச்சயிக்கப்பட்ட கல்யாணங்களில்தான் ஜாதகப் பொருத்தம், தோஷம், குடும்பப் பின்னணி என பல முஸ்தீபுகள்.

ஒரு விதத்தில் கேபிபி-உத்தமன் வங்கி இணைவும் அதுபோலத்தான்.

கேபிபி உத்தமன் வங்கியின் நிதிநிலைமை, கடன் சுமைகள், பழைய ஒப்பந்தங்கள், நிலுவையிலுள்ள வழக்குகள் என பல சிக்கலான விஷயங்களைக் கிளறி ஆய்வு செய்த பின்பே அதனை இணைத்துக் கொள்ள முடிவு செய்தது.

இணைப்புக்கான ஐடி வேலைகள் கடந்த ஒரு வருடமாக நடந்து கொண்டிருந்தன. இப்படி பல நூறு பேர் பல மாதங்கள் ஒருங்கிணைந்து உழைத்து வேலை செய்த வங்கி இணைப்பின் கடைசி நாளான இன்றுதான் ‘டி-டே’.

அது என்ன டி-டே? இரண்டாம் உலகப்போரில் நேசநாடுகள் ஜெர்மனியைத் தாக்கிய அந்த முக்கியத்துவம் வாய்ந்த நாளை ‘டி-டே’ என்பார்கள். அதுபோல இரண்டு வங்கிகளும் இணையும் இந்த முக்கிய நாளையும் நாங்கள் ‘டி-டே’ என்கிறோம்.

போரில் இராணுவக் கட்டுப்பாட்டு மையங்கள் போர் நடவடிக்கைகளைக் கண்காணித்து போரை முன்னேடுத்துச் செல்வது போல, வங்கி இணைப்பின் தொழில்நுட்ப வேலைகள் அனைத்தும் இங்கிருந்துதான் கண்காணிக்கப்படுகின்றன. 'கமாண்ட் சென்டர்' எனும் கட்டளை மையத்தின் 'கமாண்டர் இன்சார்ஜ்' நான். அது ஏதோ மிலிட்டரி ஜெனரல் பதவிபோல தோன்றினாலும், இங்கிருந்து தொழில் நுட்பம் சம்பந்தமான எல்லா வேலைகளையும் மேற்பார்வை செய்யும் முக்கிய பொறுப்பு என்னுடையது.

குறிப்பாக சொல்வதென்றால் இரு வங்கிகளின் நிரந்தரப் பணியாளர்களின் வங்கி இணைப்புக்கான நடவடிக்கைகளைக் கண்காணித்து உயர் அதிகாரிகளுக்குத் தகவல் அனுப்புவது. எனக்கு இங்கே ஏறக்குறைய இருபது பேர் வேலை செய்கிறார்கள். பெரும்பாலானவர்கள் இந்தியாவிலிருந்து வந்து வேலைசெய்யும் சாஃப்ட்வேர் இன்ஜினியர்கள்.

நான் தூக்கத்தைக் கட்டுப்படுத்திக்கொண்டு மேஜையிலிருந்த கணினி திரையை சில நிமிடங்கள் உற்றுப் பார்த்துக்கொண்டிருந்தபோதுதான் என்னுடைய 'தேடல்' தொடங்கியது.

கணினி ஒரு புதிய இ-மெயில் வந்ததை அவசரமாக அறிவித்தது. ஒருவித பதற்றத்துடன் அதில் இணைக்கப்பட்டிருந்த டாக்குமெண்டைத் திறந்தேன். அது ஃபோனில் பேசிய அந்த மலாய்க்கார ஆசாமி அனுப்பியது. 'தெட் வாஸ் ஜஸ்ட் எ கம்ப்யூட்டர் அவுட்புட்'. அது எந்தவிதத்திலும் எனக்கு பிரயோஜனப்படப் போவதில்லை.

முகூர்த்த நேரத்தில் மணவறைக்கு வரவேண்டிய கல்யாண மாப்பிள்ளை வரும் வழியில் டிராஃபிக்கில் சிக்கிக்கொண்டதொரு தருணம்.

'முக்கியமான வேலைய ஒண்ணும் தெரியாதவன்கிட்ட குடுத்து உசிர எடுக்குறானுங்க, நான்சென்ஸ்' வாய்விட்டுப் புலம்பினேன்.

யோசனையுடன் எழுந்து நின்றபடி அறையை கண்களால் அளந்தேன். இடதுபக்கச் சுவரில் சிவப்பு எல்யிடி கடிகாரம் 04: 10: 52 என்றது.

கடிகாரத்துக்குக் கீழே சுவரை ஒட்டி நான்கு நாற்காலிகளை ஒன்றாகச் சேர்த்து படுக்கையாக்கி கால்களை ஒடுக்கியபடிப் படுத்து தூங்கிக் கொண்டிருப்பது ரவி. எனது அறை நண்பன்.ஏறக்குறைய என் வயதிருக்கும் இல்லை இரண்டு வயது கம்மியாக இருக்கலாம். பேச்சினூடே மூச்சுக்கு மூணு முறை 'மச்சி' போட்டுப் பேசும் மெட்ராஸ் தமிழன்.

முறையாகப் பார்த்தால் இந்த ரவி எனக்கு உதவிசெய்ய வேண்டியவன். எழுப்பி விஷயத்தைச் சொன்னேன். கண்களைக் கசக்கியபடி

எழுந்தவன், கிண்டலடிப்பவன் போல், ‘மச்சி நாம ஏன் மலாயில பேசக்கூடாது?’ என்றான்.

‘‘யாருக்குத் தெரியும். ஏன் நீ பேசுறீயா?’’

‘‘தெரிமா காசி. இது எப்படி இருக்கு?’’ எனச் சொல்லிச் சிரித்தான்.

அது நன்றி என்பதன் மலாய் வார்த்தை. ரவிவைப்போல மலாய் மொழியில் ஓரிரு வார்த்தைகளை விளையாட்டாகத் தெரிந்து வைத்திருந்ததைத் தாண்டி வேறு பெரிதான பரிட்சயமில்லை. கடந்த சில நிமிடங்கள் வரை அதற்காக நான் பெரிதாக வருத்தப் பட்டதில்லை. இங்கே ஆட்சி மொழி மலாய் மொழியாக இருந்தாலும், ஆங்கிலம் அங்கீகரிக்கப்பட்ட மொழி என்பதால் மலாய் மொழியை தெரிந்துக் கொள்ள வேண்டிய தேவை எங்களுக்கு ஏற்படவில்லை. அது மட்டுமல்லாமல் இந்தியா போல மலேசியாவும் பிரிட்டனின் முன்னாள் காலனி என்பதால் கீழ்மட்டத்தைத் தவிர பெரும்பாலும் எல்லா இடங்களிலும் வெகுவாக ஆங்கிலம் வியாபித்திருந்தது.

‘‘பீ சீரியஸ் ரவி. இது அக்டிவிட்டி×43 ரிலேடட். ரொம்ப முக்கியமானது.’’

‘‘அது பேங்க் ஏ.டி.எம். சம்பந்தப்பட்டதுல?’’

‘கரெக்ட், முதல் வேலையா அந்த மாஸ்டர் ப்ளான்ல 43வது கட்டத்துல சிவப்பு ஸ்டிக்கரை ஒட்டு’ என்றேன்.

அறையின் வலதுபக்கச் சுவரில் ஒட்டப்பட்டிருந்த பெரிய காகித போஸ்டர்தான் ‘மாஸ்டர் ப்ளான்’. அதன் தலைப்பில் ‘கேபிபி - உத்தமன் வங்கி இணைப்புக் கட்டளை மையம்’ என ஆங்கிலத்தில் கொட்டை எழுத்தில் எழுதப்பட்டிருந்தது. அதில் சொல்லப்பட்ட விஷயங்களை இம்மி பிசகாமல் செய்வதுதான் கமாண்ட் சென்டரின் இலக்கு.

மாஸ்டர் பிளானில் வங்கி இணைப்புக்கான பல்வேறு தொழில்நுட்ப செயல்பாடுகள் ஒன்று, இரண்டு என வரிசைக்கிரமமாக சதுர, செவ்வக வடிவமான கட்டங்களில் குறிப்பிடப்பட்டிருந்தன. அதில் பெரும் பான்மையானவை சரியான நேரத்தில் முடிந்ததைக் குறிக்கும் வகையில் அந்தக் கட்டங்களின் மேல் வட்டவடிவ பச்சை நிற ஸ்டிக்கர் ஒட்டியிருந்தார்கள்.

ரவி எண் நாற்பத்திமூன்று (×43) என்றிருந்த கட்டத்தில் சிவப்புத் திலகமிட்டான்.

இந்த நிகழ்வு என் வாழ்க்கையை ஆழமாக பாதிக்கப் போகிறது என்பது எனக்கு அப்போது தெரியவில்லை.

''சுதா, இது நாலு மணிக்கு ஆரம்பிக்க வேண்டியதுல்ல?' '

''ம், காலையில நாலு மணிக்கு ஆரம்பிச்சு சரியா பத்து மணிக்கு முடியணும்.''

''அதான் நடக்கலையே, இப்ப என்ன பிரச்சனையாகும்?''

''நியூட்டனோட மூன்றாவது விதிதான். ஒவ்வோரு வினைக்கும் எதிர் வினை உண்டு. உடனடியாக இந்தப் பிரச்சனையை சரி செஞ்சு ஆரம்பிக் காட்டி, அதை டிபன்டாயிருக்கற எல்லா வேலையும் லேட்டாகும்.

முக்கியமா, உத்தமன் பேங்க் கஸ்டமர்களின் பழைய ஏ.டி.எம் கார்டு அப்புறம் அதுக்கு பதிலாக நாம அவங்க வீட்டுக்கு அனுப்பின புது ஏ.டி.எம் கார்டும் இனி வேலை செய்யாது...''

''அம்போதானா, ஏ.டி.எம். கார்டுலாம் ஓர்க் ஆகாதா?''

''எப்படி ஆகும்?'' ஃபோனில் பேசிய அந்த மலாய் ஆசாமி கஸ்டமர் களுக்கு அனுப்புன புதிய ரகசிய எண்களை (பாஸ்வேர்டை) கேபிபியின் ஐடி சிஸ்டத்தில் தரவேற்றம் (அப்லோட்) செய்யணுமே.''

''அதுல என்ன பிரச்சனை அவனுக்கு, மாஸ்டர் பிளானில் இருக்கும் எல்லா அக்டிவிடீஸையும் ரெண்டு நாட்களுக்கு முன்னாடிதானே ஒண்ணுக்கு ரெண்டு தடவை டெஸ்ட் செஞ்சோம். அப்போ கஸ்டமர்ஸ் கதி?'

''நாளைக்கு பணம் எடுக்க வர்ற லட்சக்கணக்கான உத்தமன் பேங்கோட கஸ்டமர்ஸ் டென்ஷன் ஆயிடுவாங்க. தெருவில இறங்கி போராடவும் தயங்கமாட்டாங்க. அப்பறமென்ன, மீடியாவுக்கு தீனி போட்டது போலதான்'' என்றேன்.

''இப்ப மொழி தெரியாத ஆசாமியிடம் பேசி, எதையாவது சீக்கிரமா பண்ணு...' என்றான் அவசரமாக.

நான் ஒரு துரித முடிவெடுக்கும் நிலையிலிருந்தேன். பல மில்லியன் ரிங்கிட்கள் பரிவர்த்தனையாகும் இந்த நிகழ்வில் ஏதேனும் சிறு தவறு நிகழ்ந்தாலும் அதற்கான விலையை நாங்கள் நிச்சயமாக தரவேண்டும்.

''பேங்க் எக்ஸிகியூட்டிவ்ஸ்க்கெல்லாம் ஸ்டேடஸ் ரிப்போர்ட் அனுப்பணும். அதுக்கு முன்னாடி அந்த எமர்ஜென்ஸி நம்பரை ஒருதடவை கால் பண்ணிப்பாறேன்.''

ரவி தொலைபேசியில் முயற்சித்தான். ''ஒரு பயலும் எடுக்க மாட்றானே'' இங்கே எழுத முடியாத சில வார்த்தைகளால் மலாய் ஆசாமியை அர்ச்சித்தான்.

இது போன்றதொரு இக்கட்டான சூழ்நிலையில் துரிதமான தகவல் பரிமாற்றம் மிக முக்கியம். பதற்றத்தைக் கட்டுப்படுத்திக்கொண்டு தற்போதைய நிலவரத்தை விளக்கி அனைவருக்கும் இ-மெயிலில் தகவல் அனுப்பிவைத்தேன். இடைநிலை மேலாளர்கள் முதல் வி.பி வரையிலான உயரதிகாரிகள் என ஏறக்குறைய நானூறு பேருக்கு அது சென்று சேர்ந்திருக்கும்.

'ரவி ஒரு ஐடியா, மாஸ்டர் பிளானில் இருக்கற அக்டிவிட்டீஸ் இந்த பில்டிங்லதான நடக்குது. அங்கே போய் ஒரு தடவை பார்த்துவிட்டு வந்தால் என்ன?''

''எதுக்கு பிரச்சனை, நமக்கு இதெல்லாம் தேவையா?'' என்றான் யோசனையாக.

''டெக்னிக்கலா, நாம இதை செய்யத் தேவையில்லைதான். இருந்தாலும் ஒரு ட்ரை பண்ணலாமே?''

ஒத்துக்கொண்டான். ''நீ இங்கேயே இருந்து ஃபோன் வந்தா எடு, நான் போய் பாத்துட்டு வந்துறேன்'' என்றேன்.

''ஓகே'' என்றான் நம்பிக்கையுடன்.

கான்ஃபரன்ஸ் அறையை விட்டு வெளியே வந்தால் வலது பக்கம் வரவேற்பறை. கண்ணாடியால் தடுக்கப்பட்டிருந்தது. சீருடை செக்யூரிட்டி தன் தொப்பியைக் கழற்றி காவல் வைத்துவிட்டு டேபிளில் தலை சாய்த்து நிம்மதியாக தூங்கிக் கொண்டிருந்தார். அங்கிருந்த லிஃப்ட்டில் தனியாகப் போக யோசனையாயிருந்தது. இடப் புறமிருந்த படிக்கட்டில் ஏறினேன். காரிடாரில் அங்கொன்றும் இங்கொன்றுமாக ஒன்றிரண்டு விளக்குகள் மட்டும் சோகையாக. எங்கும் பூரண அமைதி. நடக்கையில் என்னுடைய ஷூ சத்தம் படிக்கட்டுச் சுவர்களில் பட்டு பயங்கரமாக எதிரொலித்தது.

நான்காவது தளத்தில் தொழுகை ஹாலுக்கு அடுத்து இருந்தது அந்த அறை. கண்ணாடிக் கதவின் வழி உள்ளே எட்டிப்பார்த்தேன். மங்கலான வெளிச்சம். தூரத்தில் ஒரு கணினி உறங்காமல் பச்சை வண்ணத்தில் ஒளிர்ந்து கொண்டிருந்தது. நம்பிக்கையோடு கண்ணாடிக் கதவைத் தள்ளினேன். பூட்டியிருந்தது. கண்ணாடியை லேசாகத் தட்டினேன். பலனில்லை. சற்று பலமாகவே தட்டிப்பார்த்தேன். பதிலில்லை.

'எங்க போனான் இவன் இந்த நேரத்தில?' என நினைத்தபடி, மலாய் ஆசாமிக்கு எனது செல்ஃபோனில் ஃபோன் செய்தேன். உள்ளே மேஜை மேலிருந்த ஒரு செல்ஃபோன் ஒளிர்ந்து அடங்கியது. ஃபோனை வைத்துவிட்டு எங்கே போயிருப்பான்? குழப்பமாக இருந்தது. அந்தத் தளத்தின் மறுகோடியிலிருந்த டேட்டா சென்டரின் கதவைத் திறந்து யாரோ வெளியே எட்டிப் பார்ப்பது போலிருந்தது. ஆனால், முகம் சரியாகத் தெரியவில்லை. இந்த நேரத்தில் அங்கே யாராக இருக்கும் யோசனையாக இருந்தது. தனியாக போய் பார்க்கவும் பயமாயிருந்தது.

அந்த நொடி எனது செல்ஃபோன் சிணுங்கியது, உயிர் கொடுத்தேன். ரவி.

''ஃபோன் எதாவது வந்துச்சா?''

''இல்லையே, அங்க யாராவது இருக்காங்களா?'' என்றான்.

''இங்க யாரும் இருக்கற மாதிரி தெரியல. இரு, நான் கீழே வர்றேன்''.

கீழே வந்து கடைசி முயற்சியாகத் தூங்கிக்கொண்டிருந்த செக்யூரிட்டியை உதவிக்கு எழுப்பிக்கொண்டு மறுபடியும் மேலே போய்ப்பார்த்தேன். இப்போது அறையின் உள்ளே நிழல் நடமாட்டம். மற்றபடி மௌனம். மௌனத்தைத் தவிர வேறில்லை. யோசனையோடு சுற்றிப் பார்த்தேன். காரிடர் லைட்டுகள் அப்பாவியாக மஞ்சள் ஒளியை கசியவிட்டு கொண்டிருந்தன. இந்த அதிகாலை நிகழ்வுகள் விசித்திரமாயிருந்தன. ஏறக்குறைய பத்து நிமிடங்கள் காத்திருந்து விட்டு கீழே வந்துவிட்டோம்.

''ஆளக் காணோமா? சரியான கிறுக்குப் பயலா இருப்பானா?'' என்றான் ரவி சந்தேகமாக.

கைகளைப் பிசையும் தருணம். நான் தாமதிக்கும் ஒவ்வொரு நொடியும் பெரும் ஆபத்தில் முடியக்கூடும். அவனை பொறுமையாக இருக்கும்படி கையமர்த்திவிட்டு, உடனடியாக எனது சீஃப்க்கு ஃபோன் செய்து எழுப்பி விவரத்தைச் சொன்னேன்.

எனது சீஃப் லட்சுமணன். சுருக்கமாக லட்சு. மலேசியத் தமிழர். அவர் 'படம் வெளியாயிட்டா பா?' என்றால் 'படம் ரிலீசாயிட்டா?' என்று அர்த்தம். 'என் காடியில போலாம்பா' என்றால் 'என்னோட மெர்சிடிஸ் காரில் போகலாம்' என்று அர்த்தம். அது போல அவர் 'வெளிச்சம் தட்டிவிடப்பா' என்றால் 'லைட்டைப் போடு 'என நாம் புரிந்துக் கொள்ளவேண்டும். பவர்ஃபுல்லான ஆசாமி. தூக்கக் கலக்கத்துடன் ஃபோனை எடுத்தவர். 'டோண்ட் ஒர்ரி மேன்! வீ வில் சால்வ் இட்!' என்றார்.' எமர்ஜென்சி ஃபோனையும் யாரும் எடுக்கலை, சோ பேங்க்

மேனேஜர்ஸை வைச்சு ஒரு ஃபோன் கான்பிரன்ஸ் வேணா ஏற்பாடு செய்யவா?' என்றேன். அதெல்லாம் வேண்டாம் என்றவர் உதவிக்கு க்வான் லீயை உடனே அனுப்பிவைப்பதாக உறுதியளித்தார்.

க்வான் லீ- எங்களுக்கு சுருக்கமாக லீ. தலைமை அலுவலகத்தில் ஓரிரு முறை சந்தித்திருக்கிறேன். அவன் பிறப்பில் சீனன். வளர்ப்பால் சிங்கப்பூர்காரன். சற்று சுருங்கிய கண்கள். சீனர்களுக்கே உரிய மஞ்சள் நிறம். மெலிதான மூக்குக்கண்ணாடி. சராசரி உயரம். அவனுக்கு உள்ளூர் மொழிகள் அத்துப்படி அதனால் பெரிதாக பிரச்சனை இல்லை.

இந்தச் செயல்திட்டத்தைப் பொறுத்தவரை லீ எனக்கு வழிகாட்டி. வேலையில் ஏதேனும் உள்ளூர் அரசியல் அல்லது தீர்க்கமுடியாத சிக்கல் எனும் பட்சத்தில் மட்டுமே அவனை அணுகுவேன். மற்றபடி இங்கே நானே ராஜா, நானே மந்திரி. எனக்கு வங்கியின் செயல்பாடுகள் பற்றிய அனுபவமும் வங்கி இணைப்பு பற்றிய அடிப்படை புரிதலும் இருப்பதால் பெரிய சிரமம் எதுவும் இல்லை இதுவரை.

நான் நேற்று காலை ஒன்பது மணிக்கு அலுவலகத்துக்கு வந்தவன் . ஒரு க்ஷணம் கூட உறங்கவில்லை. என் கண்கள் தூக்கத்துக்குக் கெஞ்சின. கட்டுப்படுத்திக் கொண்டேன்.

மலாய் ஆசாமிக்கு மறுபடியும் தொடர்புகொள்ள முயற்சித்துத் தோற்றேன். அடுத்த ஒரு மணி நேரத்தில் லீ அங்கிருந்தான். மணி காலை ஆறாகியிருந்தது.

''குட்மார்னிங்.''

''மேன், வான்ட் எ கப் ஆஃப் காஃபி?'' என அட்டகாசமாய் சிரித்தபடி கையிலிருந்த ஸ்டார் பக்ஸ் காஃபியை நீட்டினான்.

''நோ தேங்ஸ்'' அவசரமாக மறுத்து நடந்த விஷயங்களைச் சொன்னேன்.

பொறுமையாகக் கேட்டவன் ''நீங்க கிளம்புங்க, நான் பாத்துகிறேன் என்றான்'' ஆங்கிலத்தில்.

''ஆர் யூ ஸ்யூர்?''

''கோ அஹேட்!''

''நோ, யூ கால் ஹிம் நவ்'' என்றேன். லீ தனது செல்ஃபோனிலிருந்து மலாய் ஆசாமிக்கு ஃபோன் செய்தான். நான் அவன் முகத்தை கேள்விகளோடு உற்றுப் பார்த்துக்கொண்டிருந்தேன். சில நிமிடங்கள் ஏதோ மலாயில் பேசிக் கொண்டிருந்தவனின் முகம் சட்டேன மலர்ந்தது.

ஃபோனில் பேசியபடியே வெற்றி என்பதுபோல கட்டை விரலை உயர்த்தினான்.

ஃபோனை வைத்தவன், ''எஸ், ஹீ ஸ்டார்ட்டட் த ஒர்க். மொழிப் பிரச்சனையால் இப்போ இரண்டு மணி நேரம் தாமதம்'' என்றான்.

''லீ, நல்ல வேளை நீ வந்த.''

''சுதா, நீங்க கிளம்புங்க. ஐ வில் டேக் கேர். நீங்கதான் தூங்காம உட்காந்திருக்கீங்க.''

''மாஸ்டர் பிளானில 43க்கு மஞ்சள் ஸ்டிக்கரை மறக்காம ஒட்டிடு.''

''அப்பறமா இந்த மலாய் ஆசாமி விவகாரத்தை தீவிரமா விசாரி, ஐ ஹெவ் சம் டவுட்'' என்றேன்.

எனக்கு நிம்மதியாய் இருந்தது.மற்றவர்களுக்கு மின்னஞ்சலில் தகவல் அனுப்பிவிட்டு செல்ஃபோனில் கேபை அழைத்தேன். இங்கே டாக்ஸியை ''டாக்ஸி'' என்றால் மேலும் கீழும் பார்க்கிறார்கள். அதனால் நான் அன்றிலிருந்து 'கேப்'க்கு மாறிவிட்டேன்.

திரும்ப தூங்கிப்போயிருந்த ரவிவை எழுப்பிக்கொண்டு வராந்தாவைத் தாண்டி வெளியே வந்தபோது வெளியே விடியத் தொடங்கியிருந்தது. கிழக்கே இளஞ்சூரியன் சோம்பல் முறிக்க, பறவைகள் தங்களின் அன்றாடக் கடமைக்குத் தயாராகிக் கொண்டிருந்தன. மரத்தடியில் லீயின் சிவப்புநிற போர்சே 356 கார் கம்பீரமாக நின்று கொண்டிருந்தது. இங்கே மலேசியர்களின் சமூக அந்தஸ்து - கார்கள். கார்கள். கார்கள். போர்சே, பி.எம்.டபிள்.யூ, மெரிசிடிஸ், ஆடிக்கள் இங்கே சாலைகளில் சாதரணமாய் ஓடி விளையாடும்.

கேபியின் ஐடி தலைமையகம் இருக்கும் இந்த இடம் சைபர் ஜெயா. மலேசியாவின் சிறப்புப் பொருளாதார மண்டலத்தில் இருக்கும் சின்ன நகரம். இங்கிருந்து தலைநகர் கோலாலம்பூர் சுமார் 20 கி.மீ.'மல்டி மீடியா சூப்பர் காரிடர்' (MSC) என்ற பெயரில் வெளிநாட்டு முதலீடுகளை ஈர்த்து 2020 ல் மலேசியாவை தன்னிகரற்ற நவீன நாடாக மாற்ற சிறப்புச் சலுகைகளுடன் திட்டமிட்டு நிர்மாணிக்கப்பட்ட நகரம்.

கடந்த பத்து வருடங்களுக்கு முன்பு வரை ரப்பர் தோட்டங்களாகவும், பாம்ஆயில் எனும் செம்பனை மரங்களாகவும் இருந்த இந்த தோட்டப்புறம் முன்பு முழுவதுமாக இந்தியர்கள் வாழ்ந்த இடமாம். இன்று அதிவிரைவாய் நவீன குடியிருப்புகளாகவும், தொழில் வளாகங்களாகவும் மாறிக்கொண்டிருக்கிறது.

சிவப்பு காரின் குறுக்கு நெடுக்காக வெள்ளை பெயிண்ட் அடித்த காரின் கதவில் சாய்ந்தபடி நின்றுகொண்டிருந்தார் அந்த டிரைவர்.

''ஆயியே சாப்'' என்றார்.

''ஹாய்! எப்படி இருக்கீங்க?''

சிங் டிரைவராக எனக்கு சில மாதங்களாகப் பழக்கம். அவர் நல்ல உயரம்,முறுக்கு மீசை, தாடி டர்பன் என ஆஜானுபாகுவான உடம்பு. சுமாராக ஐம்பது வயது இருக்கலாம். வெள்ளைச் சட்டை அணிந்து இன் பண்ணியிருந்தார். கதவைத் திறந்துவிட்டார்.

மலேசியாவில் மிகச்சொற்பமான எண்ணிக்கையில்தான் சிங் டிரைவர்களைப் பார்த்திருக்கிறேன். பெரும்பாலும் இங்கே பாகிஸ்தான் அல்லது இந்தோனேசிய டிரைவர்கள்தான்.

''உங்க ஊர் பெங்களூருதான?'' என்றார் மறதியாய் சிங் இந்தியில்.

''இல்லை மெட்ராஸ்'' என்றேன்.

''ஓ மதராசி, எஸ் எஸ்'' என லேசாகச் சிரித்தார்.

மெட்ராஸ் என்பதை சென்னை என்று ஒரே இரவில் பெயர் மாற்றம் செய்துவிட்டார்கள். ஆனால் எனக்கும் ஏனோ மெட்ராஸ் என்ற பெயர் ஆழமாய் எங்கோ பதிந்துவிட்டது.

சிங் பிறந்து வளர்ந்தது எல்லாம் இங்குதான்.இரண்டு தலைமுறைக்கு முன்பு பிரிட்டிஷ் காலத்தில் இந்தியாவிலிருந்து இராணுவப் பணிக்காக இங்கு வந்தவர்களாம். நேர்மையான மனிதர். பாலிவுட் படங்களையும் நடிகர்களைப் பற்றியும் மிக ஆர்வமாய் பேசிக் கொண்டிருப்பார். அப்படிப் பேசும்போது அவர் கண்களில் ஒரு புத்தொளி தோன்றி மறையும்.

சமயங்களில் பழைய இந்தி மெலடிப் பாடல்களையும் அழகாக குரலெடுத்துப் பாடுவார். நான் தூர்தர்ஷன் பார்த்து இந்தி கற்றுக்கொண்டு சுமாராகப் பேசுபவன். அதனால் அவர் பாடுவதை முழுதாக அனுபவிக்க முடியாவிட்டாலும் அது ரசிக்கும்படியாக இருக்கும். பழைய இந்தி படப்பாடல்கள் பேச்சுவழக்கு போலில்லாமல் மிகவும் கவித்துவமாக இருப்பதாக நினைக்கிறேன்.

அவர் பாடுவதில் மட்டுமல்லாமல் கதை சொல்வதிலும் சூரர். அவரிடம் எப்போதும் எல்லாவற்றுக்கும் ஏதாவது ஒரு கதை இருக்கும். கதை என்றால் கற்பனையில் சொல்பவரில்லை. எல்லாம் சொந்த அனுபவங்கள். அவர் மலேசியா, இந்தோனேசியா, சிங்கப்பூர் என பல நாட்டுத் தண்ணீர் குடித்தவர். அவரிடம் கதைகளுக்கு என்றுமே பஞ்சமேயில்லை. அவர் கிழக்கு மலேசியக் காடுகளில் மரம் வெட்டு மிடங்களில் டிரக் டிரைவர், கேப் டிரைவர் எனச் சுற்றி பல தரப்பு

மக்களுடன் பழகியவர். தனது அனுபவங்களை உணர்ச்சிபூர்வமாக கேட்பவர்களை ஈர்க்கும் வகையில் விவரித்துச் சொல்வதில் வல்லவர்.

புதுக்காரின் டயர் நிறத்தில் பளிச்சிட்ட ரப்பர் நெடுஞ்சாலையில் சிங் சீரான வேகத்தில் நகரை நோக்கி காரை செலுத்தத் தொடங்கினார். ரவி ஜன்னலோரம் சாய்ந்தபடி தன் தூக்கத்தைத் தொடர்ந்தான்.

தூரத்தில் நகர அடுக்குமாடி கட்டடக் கூட்டத்துக்கு நடுவே லேசான பனி மூட்டத்தில் கோலாலம்பூர் இரட்டைக் கோபுரங்கள் தனியாக கம்பீரமாய் தெரிந்தது. கார் ரேடியோ எஃஎம் மில் பாலிவுட் இந்திப் பாட்டு மெலிதாக வழிந்தோடிக் கொண்டிருந்தது.

ஊரில் இருக்கும்போது நான் முதல் சம்பளத்தில் எனக்காக வாங்கியது டூ இன் ஒன் ரேடியோ என்றால் நீங்கள் நம்பிதான் ஆகவேண்டும். ஆமாம், அந்த அளவுக்கு நான் ரேடியோ பைத்தியம். அப்போது திருவல்லிக்கேணி மேன்சனில் தங்கியிருந்தேன். அதை பக்கத்து அறை நண்பர்கள் எல்லாம் ஆச்சர்யமுடன் பார்த்தார்கள். முதல் சம்பளத்தில் தண்ணி அடிக்காமல் இவன் ஏன் ரேடியோ வாங்குகிறான் என அவர்கள் நினைத்திருக்கக்கூடும்.

ஏனோ நான் எல்லா இளைஞர்களையும் போலில்லை. மிகவும் மனத்தில் வாழ்பவன். கல்லூரி முதலாண்டில் எல்லோரும் இயற்பியல், பொருளாதாரம் என்று விருப்பப்பாடமாகப் படித்தபோது நான் தமிழ் இலக்கியம் படித்தேன். வேலைக்கு வந்து மெட்ராஸில் மற்றவர்கள் சினிமா, டிராமா என்று சுற்றும்போது நான் கிடாரைத் தூக்கிக்கொண்டு புறநகரில் இருந்த மியூசிக் டீச்சர் வீட்டுக்குப் போய்க்கொண்டிருந்தேன். அப்புறம் திடுமென ஒரு வருடத்தில் கராத்தே. அதில் மஞ்சள் பெல்ட் வரை சென்றேன்.

கார் நான்கு வழி புறவழிச்சாலையைத் தாண்டி நகருக்குள் வந்து ஒரு போக்குவரத்து சிக்னலில் நின்றது. நல்ல வேளை அலுவலக நேரமில்லாததால் சாலையில் ஒன்றிரண்டு ஸ்கூட்டர்களைத் தவிர அவ்வளவு நெருக்கடியில்லை. அந்த ஸ்கூட்டர்கள் எனக்கு தமிழ்நாட்டு பஜாஜ் 80களை ஞாபகப்படுத்தின.

போக்குவரத்து சிக்னலில் ஒளிரும் சிவப்பைப் பார்த்ததும், நடவடிக்கை எண் 43 நினைவுக்கு வந்துபோனது. இதுவரை லீ என்னை தொடர்புகொள்ளவில்லை. அவன் இதில் தேர்ந்தவன். தேவைப் பட்டால் மலாயில் பேசி பிரச்சனையைத் தீர்த்திடுவான். வீட்டுக்குப் போய் ஒருமுறை பேசி உறுதி செய்துகொள்ளலாம் என நினைத்துக் கொண்டேன்.

எனது செல்ஃபோன் சிணுங்கியது. அது சம்பத்திடம் இருந்து வந்த அழைப்பு. சம்பத் ஆர்பெனின் முக்கிய பொறுப்பிலிருக்கும் உயர் அதிகாரி. தமிழ்நாட்டுக்காரர்.

''குட்மார்னிங் சம்பத்.''

''குட்மார்னிங்பா, வேலை எல்லாம் எப்படிப்பா போயிட்ருக்கு?.''

என்றார் சம்பிரதாயமாக. எனது பதிலுக்கு எதிர்பாராமல்,

'இன்னைக்கு காலையில ஏதோ பிரச்சனைபோல? இப்பதான் லட்சு ஃபோன் பண்ணி சொன்னார்.''

''ஆமா கொஞ்சம் டிலே. ஆனால் பிரச்சனையில்லை. இப்போ, கமாண்ட் சென்டரில் லீ இருக்கான்.''

''ஆல்ரைட். நீ எதுக்கும் கண்டிப்பா மண்டே போய் லட்சுவ ஹெட் ஆபிஸில போய் பாரு.''

''என்ன விஷயமா...?''

''நான் இப்ப அவசரமா ஏர்போர்ட் போறேன். அப்புறம் பேசலாம்பா...''

எனச் சொல்லி இணைப்பைத் துண்டித்தார். நான் மலேசியாவுக்கு வேலைக்கு வரக் காரணமே சம்பத்தான். ஊரில் வேலை செய்யும்போது பழைய நிறுவனத்தில் பழக்கம். போன வருடம் ஒருநாள் மலேசியாவில் கூடுதல் சம்பளத்தில் நல்ல வாய்ப்பு இருப்பதாக மெயில் அனுப்பியிருந்தார். அப்புறம் ஃபோனில் பேசிப் பேசி ஒருவழியாக நான் இங்கு வந்து சேர்ந்தேன்.

இப்போது உடனடியாக லட்சுவைப் பார்க்க வேண்டியதன் அவசியம் என்னவாக இருக்கும் என எனக்குப் புரியவில்லை.லட்சு கம்பெனியின் உயர் அதிகாரிகளில் ஒருவர். மிகவும் அதிகாரம் படைத்தவர். சுருக்கமாகச் சொல்வதென்றால் அவரை எதிர்த்துக்கொண்டால் வேலை போய்விடும் என்பது மட்டும் சத்தியம். அடைக்க வேண்டிய குடும்பக் கடன் அப்புறம் உடன் பிறந்தவர்களின் படிப்பு. எனக்கு கண்டிப்பாக இப்போது வேலையை விடமுடியாது. வீட்டில் என் சம்பளம் முழுமையும் தேவையாக இருக்கிறது.

கார் எங்கள் அப்பார்ட்மெண்ட் வாசலில் வந்து நின்றது. ரவி தூக்கம் கலைந்து சிங்கிடம் ஏதோ பேசிக்கொண்டிருந்தான். நான் யோசனை யோடு வீட்டின் உள்ளே தனியாக நுழைந்தேன்.

2

முதல் நாள் இரவில் கண்விழித்ததால் இன்றைய பகல் பொழுது பெரும்பாலும் தூக்கத்திலேயே கழிந்தது. லீக்கு ஒரு முறை ஃபோன் செய்து பேசினேன். பிரச்சனை ஒன்றுமில்லை என்றான்.

அறையை விட்டு எழுந்து வெளியே வந்தேன். எனது அபார்ட்மெண்ட் அமைப்பை இங்கே சொல்லவேண்டும். மூன்று படுக்கை அறைகள் கொண்ட பெரிய அபார்ட்மெண்ட். வாசலில் நுழைந்ததும் ஒரு ஓட்டமான பெரிய ஹால். வெள்ளை நிற டைல்ஸை முக்கோணமாய் ஒட்டியிருந்தார்கள், அது ஹாலின் அளவை இன்னும் சற்று விசாலமாகக் காட்டியது. அதை ஒட்டியபடி வலதுபக்கம் சமையலறை, அதைத் தாண்டி இரண்டு படுக்கை அறைகள். அது போல ஹாலின் இடதுபக்கம் பெரிய படுக்கையறை.

எல்லா அறைகளிலும் பெரிய ஜன்னல்கள் வைத்து காற்றோட்டமாகவும் வெளிச்ச மாகவும் இருந்தது. ஹாலுக்கும் பால்கனிக்கும் இடையே பெரிய கண்ணாடிக் கதவு. அதனால் ஹாலின் வழியாகவே அழகான லேக்வியூ கிடைத்தது. அதைத் தாண்டி அபார்ட் மெண்டில் ஏ.சி, வாஷிங்மெஷின், டிவி, ஃபிரிஜ், ஃபர்னிச்சர்கள் போன்ற சகலவசதிகளுடன்.

இந்த அப்பார்ட்மெண்டில் என்னையும் ரவியையும் சேர்த்து மொத்தமாக நான்கு பேர் இருக்கிறோம்.

வெளியே சூரியன் விடை பெற்றிருந்தான். அபார்ட்மென்டில் என்னைத் தவிர யாருமில்லை. இன்று சனிக்கிழமை மாலை - எல்லோரும் யாருடைய வீட்டிலாவது குடியோடு சீட்டுக் கச்சேரிக்கு ஒன்றாக கூடியிருப்பார்கள் என ஊகித்தேன்.

சாப்பாட்டு மேஜையில் மதியம் செய்த உணவு இருந்தது. எடுத்து மைக்ரோவில் சுட வைத்துக் கொண்டிருந்தபோது செல்ஃபோன் ஒற்றை குரலெலுப்பி குறுஞ்செய்தி என்றது. அது சுஜாதாவிடமிருந்து. நான் அவளுக்கு செல்லமாக வைத்த பெயர் சுஜா.

சுஜா எனக்கு கடந்த ஆறுமாதங்களாக பழக்கம். ஆரக்கிள் கான்ஃபரன்ஸ் போனபோது அறிமுகமானாள். இங்கே தொழில்நுட்ப கான்ஃபரன்ஸுக்குப் போவது என்பது உற்சாகமாக திருவிழாவுக்குப் போவதுபோல. சமீபத்திய தொழில்நுட்ப வரவுகள், புதிய மென்பொருட்கள், சிறப்பு விருந்தினர்களின் உரை, ஆராய்ச்சி கட்டுரைகள், பரஸ்பர அறிமுகங்கள்,அதைத் தாண்டி மார்க்கெட்டிங் செய்யும் ஸ்டால்கள், வகை வகையான உணவுகள் என பல கொண்டாட்டங்கள். எல்லாவற்றுக்கும் மேலாக யுவதிகள்.

யுவதிகள், யுவதிகள். நிறைய யுவதிகள். இளமை பொங்கிட. கல்யாண மாகாத என்னைப் போன்ற ஒருவனுக்கு வேறென்ன வேண்டும்?.

அன்று அவள் ஒரு ஸ்டாலில் தன் நண்பியுடன் சிரித்தபடி நின்று கொண்டிருந்தாள். வசீகரமான மலேசிய தமிழ்ப்பெண். கலகலப் பானவள், கலையான முகம், அழகான கண்கள், லிப்ஸ்டிக் உதடு. நெற்றியில் நம் கண்களை உறுத்தாத சிறிய பொட்டு. கொஞ்சம் தமிழகச் சாயல் தெரிந்தது. அலுவலக உடையிலும் நளினமாக இருந்தாள்.

நிறம் கூட மாநிறம் எனக்குப் பிடித்த மாதிரி. அவளைப் பார்த்த வினாடி என் மண்டைக்குள் மணியடித்தது. அறிமுகமாகாத பெண்களிடம் பேசுவதில் நான் அசகாய சூரனில்லை. ஆனால் ஏதோ ஒன்று அவளைப் பார்த்தவுடன் என்னை அவளை நோக்கி இழுத்தது.

ஒரு அசட்டு தைரியத்தில், சட்டென அருகில் சென்று அக்மார்க் தொடக்க உரையான ''உங்களை எங்கேயோ பார்த்த மாதிரி இருக்கே?'' என ஆங்கிலத்தில் கேட்டுச் சிரித்தேன்.

''நிஜம்மா?'' என்றபடி ஆச்சர்யம் வழியப் பார்த்தவள் பதிலுக்குச் சிரித்தாள்.

எனக்கு ஜில்லென்றிருந்தது.

''என் பேர் சுதாங்கன், ப்ளீஸ் டு மீட் யூ.''

''ஐ ம் சுஜாதா, நைஸ் மீட்டிங் யூ''

அவளுக்கு புரிந்திருக்க வேண்டும்.பரஸ்பரம் அறிமுகம் செய்து கொண்டோம். லண்டனை தலைமையிடமாகக் கொண்டு செயல்படும் பாரம்பரியம் மிக்க பிரிட்டிஷ் கன்சல்டிங் கம்பெனியின் கோலாலம்பூர் கிளையில் வேலை செய்கிறாளாம். அப்பா ஜோகூர்பருவில் கல்லூரி புரபசர். அண்ணன் லண்டனில் டாக்டராம். சிறிது நேரம் பொதுவாக மலேசிய தட்பவெப்பம் பற்றி பேசிக் கொண்டிருந்தோம். கடைசியில் அவளது பிசினஸ் கார்டை வாங்கிக்கொண்டு விடைபெற்றேன்.

உடன் வந்திருந்த நண்பர்கள் ஆச்சர்யத்தில் வாயடைத்துப் போனார்கள்.

''என்னடா பேசி ஜாதகத்தையே வாங்கிட்டு வந்துட்ட போல?, இவன் போற வேகத்துல இன்னைக்கு கல்யாணம் பண்ணி, நாளைக்கே பிள்ளைய கைல கொடுத்துடுவான்போல'' எனக் கிண்டலடித்து சிரித்தார்கள்.

''மச்சி, உனக்கு தைரியம் ஜாஸ்தி. ஆனா இது வெளிநாடு கொஞ்சம் ஜாக்கிரதை'' என்றான் ரவி கரிசனத்துடன்.

கான்ஃபரன்ஸ் முடிந்தும் ஒருவாரத்திற்கு அவள் நினைவாகவே இருந்தேன். பார்த்த எல்லா அழகான பெண்களும் அவளை நினைவு படுத்தினார்கள்.

அவளை தொடர்பு கொள்ளலாம் என நினைத்தேன். பிசினஸ் கார்டில் அவளின் தொடர்புகள் இருந்தன. ஆனாலும் கொஞ்சம் தயக்கமாக, இல்லை பயமாக இருந்தது. கடவுளின் மீது பாரத்தைப் போட்டு ஒருநாள் 'ஹாய், நலம் நலமறிய ஆவல்' எனத் தொடங்கி நான்கு வரியில் ஒரு சம்பர்தாய மெயில் அனுப்பிவைத்தேன். மறக்காமல் 'டியர்' என விளித்து 'வித் லவ்' எனக் கையெழுத்திட்டிருந்தேன். அதற்கு எந்த பதிலுமில்லை. நான் சுத்தமாக மறந்துவிட்டிருந்தேன். எதிர்பாராத ஒரு சுபயோக சுபதினத்தில் ஒற்றை வரி பதிலெழுதி யிருந்தாள்.

நான் சுஜாவை விரும்புகிறேனா? அவளையே கல்யாணம் செய்து கொண்டு இங்கேயே இருந்துவிடுவேனா? எனக்குத் தெரியவில்லை. ஆனால்,அவளை எனக்குப் பிடித்திருக்கிறது. மனதுவிட்டு அவளோடு பேசத் துடிக்கிறேன். அவளை நினைக்கையில் எனக்கு மனதில் பல பட்டாம்பூச்சிகள். சமயங்களில் அவள் மலேசியாவில் பிறந்ததே

எனக்காகதானோ என்றுகூட யோசித்திருக்கிறேன். ''சுஜா-சுதா'' என பெயர் பொருத்தம் கூட ரைமிங்காக வருவது தற்செயலில்லை என்றே நினைக்கிறேன்.

குடும்பக் கடன், தம்பி தங்கைகளைக் கரை சேர்க்கவேண்டும் என்பதைத் தாண்டி மலேசியாவில் இன்னும் சில வருடங்கள் நான் தொடர நினைப்பதற்கு சுஜாவும் ஒரு காரணம் என்பதில் கொஞ்சம் உண்மையிருக்கிறது. அதுபோல் இந்த தேசத்தின் மேல் எனக்கு ஏதோ ஒரு இனம் புரியாத நேசம் இருப்பதையும் நான் உங்களிடம் ஒத்துக் கொள்ளத்தான் வேண்டும்.

வீட்டு நினைப்பு வந்தது.அம்மாவுக்கு இது மாதிரியான காதல் கல்யாணங்களில் பெரிதாக ஒன்றும் உடன்பாடு இருக்கப் போவதில்லை. ஆனால் அவளை எனக்குக் குறை சொல்லத் தோன வில்லை. அவள் போன தலைமுறை, அவள் காலம் வேறு.

ஆனால் அவள் தைரியசாலி. சொந்தங்கள் எல்லோரும் சுத்தமாக கைவிட்டபோதும் கலங்காமல் எங்களை வளர்த்து ஆளாக்கி யிருக்கிறாள். வீட்டில் வரவு செலவுகூட அம்மாதான். அப்பா தவறியதி லிருந்து எல்லா கணக்கு வழக்குகளையும் அவள்தான் பார்த்துக் கொள்கிறாள்.இந்த வருடம் வங்கிக் கடனில் இருக்கும் சொந்த வீட்டுக் கடனை அடைக்கப்போவதாக ஃபோனில் சொன்னாள்.

''போன வாரம் சிதம்பரம் பெரிம்மா வந்திருந்தாடா, உன்ன ரொம்ப விசாரிச்சா...''

''நா கஷ்டப்பட்டதுக்கு பலனா, நீ இன்னைக்கு நல்ல நிலமைக்கு வந்திருக்கன்னு அவ சந்தோஷப்பட்டா'' எனப் பெருமை பொங்க பேசினாள்.

அவள் அடுத்த மாத சம்பளத்திற்கு இப்போதே ஏதோ ஒரு திட்டம் வைத்திருப்பாள். தங்கையின் பள்ளிப் படிப்பே முடியவில்லை அதற்குள் அவளுக்கு நகை சேர்ப்பதைப் பற்றி பேசத் தொடங்கிவிட்டாள்.

''சுதா, உன்னோட தங்கச்சிய ஒரு டிகிரியாவது படிக்க வச்சு நல்ல இடத்துல கட்டி குடுக்கனும்டா. நம்ம ஜாதியில கைநிறைய சம்பாதிக்ற மாப்ளைனா, குறைஞ்சது ஐம்பது பவுனாவது வேணுமேடா.''

'ம்' போட்டு கேட்டுக் கொண்டிருந்தேன். இன்னும் கண்டிப்பாக இரண்டு மூன்று வருடங்களுக்கு மலேசிய ரிங்கிட்டில் சம்பளம் சம்பாதித்து இந்தியப் பணத்தில் செலவு செய்யவேண்டுமெனத் தோன்றியது. நான் வெளிநாடு போகிறேன் என்றபோது முதலில் அம்மா பெரிதாக வரவேற்கவில்லை. பிறகு ஏதோ நினைத்தவளாய்

''சரி, நாலு இடத்தை பாத்து வெளி உலகத்தை தெரிஞ்சுகிட்டுதான் வாயேன். இந்த வயசுல போகாம எந்த வயசுல போகப்போற'' என அனுப்பிவைத்தாள்.

அம்மாவைப் பற்றி நினைக்கும்போது டிரைவர் சிங் சொன்ன ஒரு கதை எனக்கு ஞாபகத்திற்கு வருகிறது.

ஒருமுறை கிழக்கு மலேசிய மழைக்காடுகளைப் பற்றி பேசிக் கொண்டிருந்தபோது, ''ப்ரோ, வனநாயகன் அல்லது வனமனிதன்னு சொல்ற ஓராங் ஊத்தான் (உராங் உட்டான்) குரங்குகளை தெரியுமா?'' என்றார் சிங்.

''டிஸ்கவரி சேனலில் பார்த்திருக்கிறேன்'' என்றேன்.

''இந்தியாவுல இந்தக் குரங்குகளை பாக்கமுடியுமா தெரியலை. ஆனால், அதுங்க பூர்வீகமே மலேசியா, இந்தோனேசியாதான். இவ்வளவு ஏதுக்கு? 'ஓராங் ஊத்தான்'' அப்படீங்கிற பேரே மலாய் வார்த்தைதான். ஓராங்-மனிதன், ஊத்தான்-காடு. இங்கிலீசுகாரங்கதான் அதை 'உராங் உட்டான் ஆக்கிட்டானுங்க' என்றவர் செந்நிறத்தில் இருக்கும் வாலில்லாத மனிதக்குரங்குகள் பற்றிய பழங்குடி மக்களின் கதையை சொல்லத் தொடங்கினார். ''கதைப்படி முதியவள் ஒருத்தி மிதமிஞ்சி நல்லவனாக வளர்ந்துவிட்ட தன் பேரன் இந்த உலகில் வாழத் தகுதியற்றுவிட்டதாக நினைக்கிறாள். அவன் எப்படி இந்த உலகத்தில் பிழைப்பான் எனும் பயம் அவளுக்கு வந்துவிட்டது. அதனால், செந்நிற ரோம அங்கியொன்றைக் கொடுத்து அவனைக் காட்டுக்கு வாழ அனுப்புகிறாள். அந்தப் பேரன் செந்நிற ரோமத்தோடு ஓராங் ஊத்தான் குரங்காக நிரந்தரமாக காடுகளில் இன்னமும் வாழ்வதாக நம்புகிறார்களாம். அந்த அளவுக்கு பழங்குடியினருக்கு இந்த குரங்குகள் நெருக்கம்'' என்றார்.

இயற்கையிலே மிருகங்களின் மேல் பிரியம் கொண்ட நான் ஏனோ இந்தக் கதையால் ஈர்க்கப்பட்டேன். இந்த கேஎல் (இங்கே கோலாலம்பூர் என்பதைச் சுருக்கமாக கேஎல் என்கிறார்கள்) எனும் காங்கிரீட் வனத்துக்கு அம்மா இந்தியாவிலிருந்து அனுப்பி வைத்த வனநாயகனாக என்னைக் கற்பனை செய்து கொண்டேன். இந்தக் குரங்கு நிரந்தரமாக இங்கே செட்டில் ஆகிவிடுமா? உறுதியாகத் தெரியவில்லை.

வேலை பற்றிய ஞாபகம் வந்தது. லட்சு என்ன விஷயமாக வரச் சொல்லியிருப்பார் எனப் பிடிபடவில்லை. அடுத்த பிராஜக்ட் பற்றி பேசவா இல்லை இந்தோனேசியா ப்ராஜக்ட் ஒன்று வருவதாக பேசினார்களே? அது பற்றியா தெரியவில்லை. இந்தோனேசியா

போகச் சொன்னால் விருப்பமில்லை எனச் சொல்லலாம் என நினைக்கிறேன். சம்பத் கூட அதைப் பற்றி நல்லவிதமாகச் சொல்ல வில்லையே?. அங்கே செலவு செய்ய கட்டுக்கட்டாக பணத்தைத் தூக்கவேண்டும் என்று சொன்னாரே? அடுத்து ஒரு வங்கி மெர்ஜர் வருவதாக சொன்னார்களே?. மனத்துக்குள் குறுக்கும் நெடுக்குமாய் பல எண்ணங்கள் ஓடி அலை கழித்தன.

தலைவலிப்பது போலிருந்தது. கேஸ் அடுப்பில் பால் இளஞ்சூட்டுடன் இருந்தது. சர்க்கரையையும் டீத் தூளையும் போட்டு கொதிக்கவைத்து வடிகட்டி குடித்தேன். வெளியே இருட்டியிருந்தது.

திடீரென யாரோ வாசல் கதவைத் தட்டும் சத்தம் கேட்டது. யாராயிருக்கும் என்ற யோசனையோடு போய் திறந்தேன். வெளியே ஜே.கரிகாலன். சுருக்கமாக ஜே.கே நின்று கொண்டிருந்தான். ஜே.கே எங்கள் குடியிருப்பில் இன்னொரு அபார்ட்மெண்டில் தங்கி யிருக்கிறான். என்னைப்போல் அல்லாமல் ஆர்பெனின் தலைமை அலுவலகத்தில் வேலை செய்கிறான். வட மெட்ராஸில் பிறந்து வளர்ந்தவன். அதுவும் லோக்கல் மெட்ராஸ். உயரம் ஆறு அடி. நல்ல வாட்டசாட்டமான உடம்பு. கல்லூரியில் படிக்கும்போது 'மிஸ்டர் மெட்ராஸ்' பட்டம் வாங்கினானாம்.

பார்ப்பவர்களிடமெல்லாம் ஜே.கே ஓயாமல் தன்னைப் பற்றி சொல்லிப் புலம்பிக் கொண்டிருக்கும் ஒரு கதையை உங்களிடமும் சொல்லிவிடுகிறேன். அவன் ஊரில் இருந்த சமயத்தில் ஒரு கட்சிக் கல்யாணத்துக்கு மாநிலத்தின் பெரிய நாற்காலியில் பலமுறை அமர்ந்த அந்தப் பெரியவர் வந்திருக்கிறார். அந்தச் சந்தர்ப்பத்தில் இவனுக்கு அவருடைய கார் கதவைத் திறந்துவிடும் அதிர்ஷ்டம் கிடைத் திருக்கிறது. வெள்ளை வேட்டிச் சட்டையில் ஆஜானுபாகுவாக இருந்த இவனைப் பார்த்து மலைத்த அவர் அந்த நொடி என்ன நினைத்தாரோ ''உறுப்பினராகி கட்சிப் பணி செய்யேம்பா'' என ஒற்றை வரியில் சொல்லிவிட்டு டக்கென காரில் ஏறி போய் விட்டாராம். அப்படி அதிர்ஷ்டமாகக் கிடைத்த ஒரு நல்ல வாய்ப்பை நழுவவிட்டதாக புலம்பிக்கொண்டிருப்பான்.

இந்த ஜேகேவைப் போல் தலைமை அலுவலகத்தில் இருப்பவர்கள் பெரும்பாலும் சம்பத்தின் பள்ளி நண்பர்கள் அல்லது தெரிந்தவர் களுக்கு வேண்டியவர்கள். அப்படி சிபாரிசில் வந்தவர்களில் ஒன்றிரண்டு பேரைத் தவிர்த்து மற்றவர்களின் தகுதி, திறமை குறித்து எனக்கு ஒரு நல்லதொரு அபிப்ராயம் இல்லை. ஜே.கே அந்த வகையைச் சார்ந்தவன்.

சிறிய கட்டம் போட்ட லுங்கி. மஞ்சள் நிற ஸ்போர்ட்ஸ் பனியன். வித்தியாசமாக மேல் துண்டை துப்பட்டாவாகப் போட்டிருந்தான். இந்த நேரத்தில் அவன் இங்கு வந்தது எனக்கு ஆச்சர்யம்தான். எதுவும் பேசாமல் விறுவிறுவென வந்து ஹாலில் சுதந்திரமாக தரையில் உட்கார்ந்தான். நான் சோபாவில் உட்கார்ந்தேன். அவன் கண்கள் நன்றாகச் சிவந்து போதை தெரிந்தது. முகத்தில் வியர்வைத் துளிகள்.

என்னை நேராக சில நொடிகள் பார்த்துக் கொண்டிருந்தவன் ''உங்கிட்ட ஒண்ணு கேக்கணும்'' என்றான்.

''என்ன?''

திடீரென, ''என்ன மயிருக்கு அவகிட்ட நீ பேசுற?'' என்றபடி குரலை உயர்த்தினான்.

''நீ சொல்றது எனக்கு புரியல.''

''ஏய், நீ புரியாத மாதிரி நடிக்காத.''

''நீ சொல்றது நிஜமா எனக்கு எதுவும் புரியல. என்ன இதெல்லாம்?'' என்றேன் அதட்டலாக

''எனக்கு எல்லாம் தெரியும். சொல்லு, என்ன மயி... அவகிட்ட நீ பேசுற?'' என்றான் சற்று அழுத்தமாக.

சம்பந்தமில்லாமல் குடித்துவிட்டு உளரும் அவன்மேல் எனக்குக் கோபம் வந்தது.

''உனக்கு என்ன வேணும் இப்ப? ராத்திரில இங்க வந்து உளறிகிட்டு...''

''...த்தா, நீ அன்னைக்கு 'வீணா' கிட்ட பேசவேயில்லன்னு சத்தியம் பண்ணு.''

இப்போதே சத்தியம் செய் என்பதுபோல் வலது கையை முன்னால் நீட்டினான்.

''யாரு வீணா? சம்பத் ரிபரல்ல வந்து சேந்துதே அந்தப் பொண்ணா?''

''அவதான். நானும் கொஞ்ச நாளா பாத்துக்கிட்டிருக்கேன். வாரவாரம் மெயின் ஆபிஸ் வர்றப்பல்லாம் அவகிட்ட பேசுற. முதல்ல கடலை போடுறத நீ நிறுத்து என்ன...''

''அதுக்கு என்ன இப்போ?. ஷி இஸ் ஜஸ்ட்ட கொலிக்'' என்றேன் எரிச்சலுடன்.

''கொலிக்கா? மயிரு...''

மிரட்டும் தொனியில்,

''...த்தா, அந்த ஜிகுனாவெல்லாம் எங்கையில வேணாம். தெரியுதா? 'வீணா' சம்பத்தோட ஆளு சரியா. தேவையில்லாம நீ லைன கிராஸ் பண்ணாத.''

சீ! இப்படியெல்லாம் ஒருத்தன் பேசுவானா?. எனக்கு தன்மானம் ரீரெனச் சுட்டது.

''அத சொல்ல நீ யாரு?'' எனக் கோபத்தில் கத்தினேன்.

''அவருதான்டி போன வாரமே என்னன்ட சொல்ல சொன்னாரு'' என்ற அவனுடைய பதிலை காதில் வாங்காமல் என் அறைக்குள் சென்று கதவை அடைத்தேன் சத்தமாக.

3

திங்கள் கிழமை. இன்றுதான் இரு வங்கிகளும் அதிகாரபூர்வமாய் இணைந்த பின் வங்கியின் முதல் வேலைநாள். வார விடுமுறையில் என்னை யாரும் ஃபோனில் தொடர்பு கொள்ளவில்லை. அதனால் 'நோ நியூஸ் இஸ் எ குட் நியூஸ்' என ஆங்கிலத்தில் சொல்வதுபோல, பிரச்சனை எதுவும் பெரிதாக இருக்கவில்லை போலும்.

அன்று வழக்கத்துக்கு மாறாக அலுவலகம் வெறிச்சோடி அமைதியாக இருப்பது போலத் தோன்றியது. உள்ளே நுழைந்ததும் விஷேச வீட்டில் உறவுகள் கலைந்த பின்னான வெறுமையை நான் உணர்ந்தேன்.

லீ கான்ஃபரன்ஸ் அறையில் அமர்ந்திருந் தான்.

''குட்மார்னிங், வாட்ஸ் அப் லீ?''

என்றபடி நான் உடனடியாக சனிக்கிழமை விவரத்துக்கு தாவினேன். நடவடிக்கை ×43 ஐப் பற்றி அறிந்துகொள்ளும் ஆர்வத்துடன் இருந்தேன்.

சிரித்தபடியே ''கவலைப்படும்படி ஒன்று மில்லை. மலாய் மொழி உதவியது.'' பட் யூ நோ ஒன் திங். சீம்ஸ் லைக் ஹீ நோஸ் இங்கிலீஸ்'' என்றான்.

''இங்கிலீஸ் தெரிஞ்சுதுனா ஏன் பேசலை?''

''ஐ டோன்ட் நோ. ஐ ம் எ கான்ட்ராக்டர். லைக் யூ. இத பத்தி நீ என்னதான் நினைக்குற?'' என்றான்.

''அநியாயத்துக்கு ஓர் அளவே இல்லையா? கண்டிப்பாக அதை என்ன ஏதுன்னு தீர விசாரிக்கணும், லெட் மீ திங் அபவுட் இட்.''

அவனுக்கு அது போதுமான பதிலாக இருந்தது.

''டூ பேங்க்ஸ் பிகம் ஒன் நவ். கங்ராஜுலேசன்ஸ் ஃபார் த குட் வொர்க்!' எனக் கைகுலுக்கினான்.

''அப்புறம், நிறைய இ-மெயில் வந்துருக்குது போய் பாரு'' என்றான் உற்சாகமாய்.

லேப்டாப்பில் விண்டோஸ் உயிர்த்தெழும் வரை பொறுமையாகக் காத்திருந்து பின் அன்றைய இ-மெயில்களை பார்க்கத் தொடங்கினேன். பெரும்பாலும் சம்பிரதாயமான வாழ்த்துகள். பல உயர் அதிகாரிகள் வங்கி இணைவைப் பாராட்டி, வாழ்த்தி செய்தி அனுப்பியிருந்தார்கள். கேபிபி வங்கியின் வருங்கால சேர்மன்கூட வாழ்த்தி எழுதியிருந்தார். கூடவே இரண்டு வங்கியின் தொழில்நுட்ப ஊழியர்களுக்கும் விருந்து தரப்போவதாக அறிவித்திருந்தார். என் குழுவிற்கு என தனியாக இதுவரை யாரும் வாழ்த்து அனுப்பவில்லை. சம்பத்தோ, லட்சுவோ பின்பு எங்கள் நிறுவனத்தின் சார்பில் அனுப்பக்கூடும். நிரந்தர பணியாளர்களுக்குக் கிடைக்கும் அங்கீகாரம் ஏனோ எங்களைப் போன்ற கான்ட்ராக்டர்களுக்குக் கிடைப்பதில்லை.

இனி இந்த நிகழ்வை விவரித்து பொருளாதாரம், சந்தை, நிதி சம்பந்தப்பட்ட பத்திரிகைகளும், நாளேடுகளும் கண்டிப்பாக முதல் பக்கத்தில் வெளியிடுவார்கள். நிபுணர் கருத்து என எவரேனும் இணைப்பு குறித்து பொருளாதாரப் பார்வையில் சாதக, பாதகங்களை விவரித்து வரும் நாட்களில் எழுதக்கூடும்.

மனதுக்கு நிறைவாக இருந்தது. கடந்த ஆறு மாதங்களாக உழைத்த உழைப்பு வீண் போகவில்லை. அம்மாவுக்குச் சொன்னால் சந்தோஷப் படுவாள்.

எங்களுக்கு ஏறக்குறைய கடந்த ஆறுமாதங்களாக இந்த கான்ஃபரன்ஸ் அறையே அலுவலகமாயிருந்தது. ஐம்பது பேர் அமரும் இடவசதியுடன் சகல தொழில்நுட்ப வசதிகளும் இருந்ததால் அது பெரிய சிரமமாயிருக்கவில்லை. இதுவரை வங்கி இணைப்பு தொடர்பாக எழும் எந்தவொரு தொழில்நுட்ப பிரச்சனைகளுக்கும்,

அதற்கு தேவையான உதவிகளுக்கும் முதலில் அணுகும் தொடர்பு மையமாக நாங்கள் இருந்தோம். அந்தப் பிரச்சனைகளுக்குத் தீர்வுகாண சரியான நபரை அல்லது துறையை அணுகி அவர்களிடம் பணியை ஒப்படைப்பது எங்களின் முதன்மையான வேலையாயிருந்தது.

எனது குழுவில் உள்ள அனைவருக்கும் வங்கியின் பல்வேறு துறைகளில் பணிசெய்த முன்அனுபவம் இருந்ததால் இது எங்களுக்கு சாத்தியமானது. வங்கி இணைவுக்குப் பின் இன்னும் இரண்டு மாதத்திற்கு எங்கள் உதவி தேவை எனச் சொல்லியிருக்கிறார்கள்.

''சுதா டிரீட் எப்ப?'' என உரிமையுடன் பின்னால் இருந்து தோளைத் தொட்டான் ரவி.

''ட்ரீட்டா?''

''ஆமா, இவ்ளோ பெரிய ப்ராஜக்ட் முடிச்சிருக்கோம், ட்ரீட் இல்லாமலா?'' அவனுடன் உடனிருந்த மற்றவர்களும் சேர்ந்து கொண்டனர்.

''கண்டிப்பா சரக்கு வேணும் ஆமா''

''சரக்கா?''

''ஆமா, உங்களாண்ட கேக்காம...?'' என்றது ஒரு குரல்.

''அதேல்லாம் வேண்டாம்.''

'' உங்கள யாரு குடிக்கச் சொன்னா... எங்களுக்கு வாங்கிக் குடுங்க'' என்றான் ஒருவன் உரிமையுடன்.

''வாங்க டேட்டா சென்டரை சுத்தி பாத்துடலாம்'' என்றபடி அங்கு வந்தான் லீ.

கான்ட்ராக்டர்களான நாங்களும் வங்கியின் டேட்டா சென்டரைப் பார்வையிட பல மாதங்களாக கேட்டுக்கொண்டிருந்தோம். டி-டேவிற்குப் பின் அதைச் சுற்றிக்காட்ட ஒருவழியாக ஒத்துக் கொண்டார்கள்.

''மறந்தே போயாச்சு, வாங்க போகலாம்...'' என்றபடி அங்கிருந்து ரவி நகர்ந்தான்.

நான்காவது தளத்தில்தான் கே.பி.பி வங்கியின் எல்லா அதிமுக்கிய கணினிகளும் இயங்குகின்றன. வங்கியில் வெகு சிலர் மட்டும் அனுமதிக்கப்படும் கெடுபிடியாக தணிக்கைகள் நிறைந்த மிகவும் பாதுகாக்கப்பட்ட இடம். இந்த டேட்டா சென்டர் வாசலில்தான் டி-டே அன்று ஒரு மர்ம உருவத்தைப் பார்த்தது நினைவுக்கு வந்தது.

டேட்டா சென்டரில் எங்களுக்காக ஒரு வழிகாட்டி காத்துக் கொண்டிருந்தார். அவர் ஒரு மலேசியத் தமிழர். ''நீங்க ஊரா?'' என்று கேட்டு சிநேகமாக புன்னகைத்தார்.

பாதுகாக்கப்பட்ட அந்த அறைக்குள் அதிதீவிர பரிசீலனைக்குப்பின் உள்ளே அனுமதித்தார்கள். அந்தக் குளிரூட்டப்பட்ட கண்ணாடி அறையின் உள்ளே நுழைந்தோம். குளிர்ந்தது. உள்ளே வரிசை வரிசையாக ஆளுயரத்திற்கு பல கறுப்பு நிற ரேக்குகளை (Racks) பார்க்க முடிந்தது. ஒவ்வொரு ரேக்கின் உள்ளேயும் வரிசையாக கணினிகள் அடுக்கப்பட்டிருக்கிறதாம்.

அவர் எங்களுக்காக ஒரு ரேக்கைத் திறந்தார், பீரோபோல இருந்த அதனுள் பல அடுக்குகள். தட்டுக்கு இரண்டு வீதம் ஒரு ரேக்குக்கு இருபது கணினிகள் இயங்கிக் கொண்டிருந்தன. அவற்றின் இயக்கம் உறக்கத்தில் மூச்சுபோல சீரான தாளகதியில் இருந்தது.

''இங்க இது மாதிரி எத்தனை ரேக்கு இருக்கு?'' என்றான் லீ ஆர்வமாய்.

''வீணாக மண்டைய போட்டு உடைக்க தேவையில்லை. இங்க மொத்தமா 2000 சர்வர்கள். அதுல 100 மிட்ரேன்ஞ் கம்ப்யூட்டர்கள், 4 மெயின் பிரேம் கம்ப்யூட்டர்கள் மிச்சமெல்லாம் சர்வர்கள்'' என்றார்.

''உங்களுக்கே தெரியுமே, பர்சனல் கம்ப்யூட்டர்னா நம்மளபோல சாதாரண மக்கள் வீட்ல உபயோகப்படுத்துறது.'' ''மெயின் பிரேம் கம்ப்யூட்டர் பத்தி யாருக்காவது தெரியுமா?'' எனப் பொதுவாகக் கேட்டார்.

''நான் கேள்விப்பட்டுருக்கேனே, ஒரு சிறிய அளவு அறைபோல பெரிசாக இருக்கும். நிறைய வேலைகளை அதி விரைவாக முடிக்கும். அப்புறம், அதை அதிக விலை குடுத்து பெருநிறுவனங்கள் மட்டும் வாங்கமுடியும்னு. ஆனா அது என்ன மிட்ரேன்ஞ்?'' என்றான் ரவி.

''கிரேட். நீங்க சொன்ன மெயின் பிரேமிற்கும் பர்சனல் கம்ப்யூட்டருக்கும் இடைப்பட்டதுதான் மிட்ரேன்ஞ்னு சொல்றது'' என்றார்.

''அப்ப இரண்டுங் கெட்டானு சொல்லுங்க'' என காதில் ரவி கிசுகிசுத்தான்.

நான் சுய நினைவு வந்தவனாய் சிரித்து வைத்தேன். அவர்கள் பேசிக் கொண்டிருக்கும்போது எனக்கு இன்று மாலை லட்சுவை சந்திப்பது பற்றி யோசித்துக் கொண்டிருந்தேன்.

''ஒரு முக்கியமான ஒரு விஷயத்த நீங்க கேக்கவே இல்லையே?'' என்றார்.

''என்னது!?''

''இத்தன கம்ப்யூட்டருக்கும் மானிட்டர்ஸ் இல்ல கவனிச்சீங்களா?''

''அட ஆமா இல்ல''

''இதேல்லாம் சர்வர் தானே. தேவைபடும்போது மட்டும் மானிட்டர இணைச்சுப்போம். தேவையில்லாமல் எப்போதும் மானிட்டரை இணைத்திருந்தால் அது வீண்தானே?'' என அவரே அந்தக் கேள்விக்கு பதிலும் சொன்னார்.

''அப்புறம் இந்த பேங்க்கோட மூளையே இந்த டேட்டா சென்டர்தான். இங்கதான் லட்சக்கணக்கான எங்க வாடிக்கையாளர்களோட எல்லா ஃபைனான்சியல் விவகாரமும் இங்க கம்ப்யூட்டர்ல இருக்கு.' என்றவர் பயர்வால் (Firewall) எனப்படும் பாதுகாப்பு தொழில்நுட்பம் பற்றிச் சொன்னார். பின்பு டேட்டா சென்டருக்கு இரவு பகலாக தரப்படும் பாதுகாப்பு ஏற்பாடுகளைப் பற்றி விவரிக்கத் தொடங்கினார்.

''இதற்கான மின்சாரம் கூட ஒரே சப்ஸ்டேஷனில் இருந்து வரவைக்காமல் இரண்டு வேறு சப் ஸ்டேஷனில் இருந்து கொடுத்திருக்கிறோம். அப்படி இரண்டிலும் மின்சாரம் தடைபட்டாலும் பேக்கப்பாக நாங்கள் பேட்டரி வசதி வைத்திருக்கிறோம். நெட்வொர்க் எனும் இணைய கட்டமைப்பும் அப்படிதான்'' எனும் கூடுதல் தகவலையும் சொன்னார்.

புயல், மழை, வெள்ளம், தீ போன்ற இயற்கைப் பேரிடர்களின் போது

இந்தத் தகவல்கள் அழியாமல் பாதுகாக்க ஆபத்துக்கால நடவடிக்கையாக இதற்கு இணையாக மற்றொரு டேட்டா சென்டர் இருப்பதாக சொல்லிக்கொண்டிருந்தபோது ஃபோன் வந்தது. நான் வெளியே வந்தேன்.

லட்சுவின் காரியதரிசி அழைத்திருந்தாள்.

''உங்களை லட்சு சார் அவசரமா பாக்கணும்னு சொன்னாரே.''

''ஹௌ அபோட் ஈவினிங்?''

அவள் விடுவதாயில்லை. ''சீம்ஸ் டுபி வெரி அர்ஜன்ட், நீங்க முதல்ல வந்து பாருங்க'' என இணைப்பைத் துண்டித்தாள். எப்போதும் வழிந்தபடி பேசும் அவளின் குரலில் இன்று ஒரு அன்னியத்தை உணர்ந்தேன்.

ரவியிடம் அவசர வேலையாக செல்வதாகச் சொல்லிவிட்டு டிரைவரை அழைத்துக்கொண்டு தலைமை அலுவலகத்துக்கு விரைந்தேன்.

கோலாலம்பூரில் அண்ணாந்து பார்க்க வைக்கும் கண்ணாடி, உலோகக் கலவையில் குளித்திருந்த ஆயிரக்கணக்கான அடுக்குமாடிக் கட்டடங்களில் ஒன்றின் இருபதாவது மாடியில்தான் எங்கள் அலுவலகம். ஒரு தளத்தை முழுவதுமாக வளைத்துப் போட்டிருந் தார்கள். அதுவும் நகரின் மையத்தில். அங்கிருந்து,நகரின் அடையாள மான இரட்டைக் கோபுரங்கள்கூட நடந்துவிடும் தூரம்தான்.

அணிசேரா நாடுகளின் கூட்டத்திற்காக (Non & Aligned Movement, NAM) கோலாலம்பூருக்கு வந்த இந்தியப் பிரதமர் வாஜ்பாயையும் இன்னொரு சந்தர்ப்பத்தில் குடியரசுத் தலைவர் அப்துல் கலாமையும் பார்த்ததுக் கூட அங்கிருந்துதான். ''இந்தியாவுலயே இவங்கள பாக்கல, இங்க வந்து என்ன பெரிசா பாக்கப்போறோம்'' என ரவி தன் இருக்கையிலிருந்து எழுந்துகூட வரவில்லை. ஏனோ அது ஒரு வரலாற்று முக்கியத்துவம் வாய்ந்த நிகழ்வு என அவனுக்குப் புரியவில்லை.

மதிய சூரியன் கருணையின்றி சுட்டுக் கொண்டிருந்தான். கட்டடத்தின் வலப்புறமிருந்த பெரிய செயற்கை நீரூற்று பொங்கியபடி வெயிலைத் துரத்த முயன்று தோற்றுக்கொண்டிருந்தது. இடப்புறம் மலேசிய தேசியக் கொடியுடன், மாநில மற்றும் இன்னபிற கொடிகள் சேர்ந்து காற்றில் மெல்ல அசைந்து கொண்டிருந்தன.

நான் கீழ்த் தளத்தில் நடமாடிக் கொண்டிருந்த நவநாகரிக மங்கைகளை கவனிக்க நேரமின்றி லிஃப்ட்டில் நுழைந்தேன். எனக்கு ஏ.சியிலும் ஏனோ வியர்த்தது.

''ஹீ இஸ் டூ பிஸி டுடே. லைக் டு ஹேவ் சம் காபி?'' என்று என்னை வரவேற்பறையில் உட்கார வைத்து, பதினைந்து நிமிடத்துக்குப் பின் உள்ளே அனுமதித்தார்கள்.

லட்சு அறை பெரிதாக இருந்தது. தெலுங்கு கதாநாயகன்போல் ஆளை அடிக்கும் நீல நிறச் சட்டை. சிவப்பு நிற டை கட்டிக் கொண்டிருந்தார். உயர்ந்தரக தோல்நாற்காலியில் சுழன்று கொண்டிருந்தார்.என்னை எதிர்பார்த்திருந்தவர்போல் எழுந்து நின்று வரவேற்றுக் கைகுலுக்கினார்.

''என்னப்பா, பிராஜெக்ட் எப்படி போகுது?.''

''நல்லபடியா முடிஞ்சுது சார்.''

''ஆமாவா?, நல்லபடியாவா? நான் வேறமாதிரியில்ல கேள்விப் பட்டேன்.''

''என்ன மாதிரி?.''

சற்று தயங்கியவர். ''சரி விஷயத்துக்கு வருவோம். சனிக்கிழமை என்ன நடந்தது?''

நான் ஒன்றுவிடாமல் சொல்லித் தீர்த்தேன்.

பொறுமையாகக் கேட்டுக்கொண்டவர், மேஜை மேலிருந்த ஒரு வெள்ளைநிற ஆபிஸ் கவரை எடுத்துக் கொடுத்தார். வாங்கிக் கொண்டேன்.

''டுடே இஸ் த லாஸ்ட் டே ஃபார் யூ ஹியர்.''

''அந்தக் கவர்ல எக்ஸ்பீரியன்ஸ் லெட்டரோட ஒருமாச சம்பளம் இருக்கு, அதோட மெட்ராஸ்க்கு ரிட்டன் டிக்கெட்டும் இருக்கு''

''சார்...'' நான் அதிர்ச்சியில் உறைந்தேன்.

''என்ன சார் இப்படி திடீர்ன்னு?''

முகத்தில் எந்தவித உணர்ச்சியும் காட்டாமல், ''சனிக்கிழமை விஷயத்த நீ சரியா ஹேண்டில் பண்ணலனு நாங்க ஃபீல் பண்றோம்.''

''உண்மையை பூரா தெரிஞ்சுக்காம எப்படி இந்த முடிவுக்கு வந்தீங்க?''

''என்ன?''

''இங்க அபிசியல் லாங்வேஜ் இங்கிலீஸ் தானே, அப்ப எப்படி சார் நான் மலாய் பேசணும்னு நீங்க எதிர்பாக்றீங்க?

அது மட்டுமில்லாம அன்னைக்கு நடந்த சம்பவங்களை அலசி அதற்கான உண்மையான மூலக் காரணங்களை தெரிஞ்சுக்கணும்.''

''தெரிஞ்சு?''

''ஒரு நிறுவனமாக கேபிபி கத்துக்க வேண்டிய பாடங்களை நாமதான் அவங்களுக்கு எடுத்துச் சொல்லணும் சார்.''

''நாட் நெசஸரி. தேவையான பாடத்தையெல்லாம் நாங்க கத்துகிட்டோம்.''

என்னை அவசரப்படுத்தி வரச்சொன்னதன் காரணம் புரிந்தது.

''இது நெறிமுறைகளை மீறிய விஷயமா இருக்கு''

''லட்சு சற்று நிமிர்ந்து உட்கார்ந்து, இது பிஸினஸ் முடிவுப்பா. இதுக்கு மேல நான் ஒண்ணும் சொல்றதுக்கில்ல...''

''உன்னோட வேலைய இனிமே லீ பாத்துபான். அந்த மெட்ராஸ் டிக்கெட் ஒரு மாசம் வேலீட் எப்பவேணாலும் புக் பண்ணிட்டு கிளம்பு'' என்றார் தீர்மானமாய்.

''சாரி லா, மறக்காம போறப்ப ஐடி கார்ட குடுத்துட்டு போ, ஆல் த பெஸ்ட்!''

என் பதிலுக்குக் காத்திராமல் அறையை விட்டு வெளியேறினார். என் கேள்விகள் அங்கே வெறும் கேள்விகளாக மட்டும் அந்தரத்தில் குரூரமாய் தொங்கிக் கொண்டிருந்தன. நான் நிராயுதபாணியாக உணர்ந்தேன்.

4

காலை மணி ஆறாகியிருந்தது. காலை வழக்கம்போல் இல்லாமல் மந்தமாக மேக மூட்டங்களுடன் இருந்தது. நான் காலையிலே எழுந்துவிடும் ஜாதி. அதுமட்டு மில்லாமல் நேற்று லட்சுவிடம் ஃபைனல் செட்டில்மெண்டை வாங்கி வந்ததிலிருந்து மனசே சரியில்லை. எந்த ஒரு பின்புல ஆய்வு மின்றி அனுப்பியது ஆற்றாமையாயிருந்தது. தேவையான சமயத்தில் பயன்படுத்தி பிழியப் பட்டு தூக்கியெறியப்பட்டதைப் போல இருந்தது.

''டுடே இஸ் த லாஸ்ட் டே ஃபார் யூ ஹியர்'' எவ்வளவு எளிதாகச் சொல்லிவிட்டார்? உழைப்பு, விசுவாசம் என்பதெல்லாம் இவர் களுக்கு கெட்ட வார்த்தைகளோ என நினைக்கத்தோன்றுகிறது. கல்லூரியில் படிக்கும்போதே பகுதி நேர ஆசிரியராக கணினி பயிற்சி மையத்தில் முதன்முறையாக வேலை பார்க்கத் தொடங்கியது முதல் இதுவரை என்னை யாரும் வேலையிலிருந்து நீக்கியதில்லை. என்னதான் ஆனாலும், நம்மை வேலையிலிருந்து தூக்கும் அதிகாரத்தை மட்டும் யாருக்கும் தந்துவிடக் கூடாது என நினைத்திருந்தேனோ அந்த விபரீதம் நேற்று நடந்துவிட்டது. நேற்று எனக்கு வேலையில்லை எனச்

சொன்னவர்கள் அதோடு விடாமல் என்னுடைய திறமையைக் குறை சொல்லி நீக்கியது மனதுக்கு பாரமாக இருந்தது. இனி நான் வேறு வேலை தேடிக்கொண்டாலும்,மிஞ்சிய வாழ்நாளெல்லாம் வேலையிலிருந்து நீக்கப்பட்டவன் எனும் முத்திரையோடு திரியும் அவலம் நேர்ந்துவிட்டது வருத்தமாயிருந்தது.

நான் வெளியூர் போக காலையில் அலாரமெல்லாம் தனியாக வைக்கத் தேவையில்லை. இரவு படுக்கும் முன் காலை விழிக்கவேண்டிய நேரத்தை மனதுக்குள் ஒருமுறை நினைத்துக்கொண்டால் போதும். சரியான நேரத்திற்கு மனது உடலை எழுப்பிவிடும்.

சமயங்களில் 'டே நீ அலாரத்துக்கே அலாரம்டா' என்றுகூட வீட்டில் கேலி செய்வார்கள். சனி, ஞாயிறு போன்ற விடுமுறை நாட்களில் கூட எனக்கு ஏனோ படுக்கையில் புரண்டு கொண்டிருக்க பிடிப்பதில்லை. சின்னவயதிலிருந்து அப்படியே பழகிவிட்டது. காலையில் படுக்கையில் இருந்து கண் விழித்தால் உடனே எழுந்து அடுத்த வேலைகளைப் பார்க்கத் தொடங்கிவிடுவேன். ரொம்ப இயந்திரத்தனத்துடன் இருக்கிறேனோ? வாழ்க்கையை அனுபவிக்கத் தெரியவில்லையோ என்றுகூட சமயங்களில் நினைப்பதுண்டு. ஆனால் வாரவிடுமுறை நாட்களில் வாய்ப்பிருந்தால் மதியம் நன்றாக வயிற்றை நிரப்பிவிட்டு ஒரு மணி நேரம் தூங்கி எழுவேன். அந்த சுகமே அலாதி.

சமயங்களில் ரெண்டுங்கெட்டானாக விடிகாலை இரண்டு மணி, மூன்று மணிக்கு விழித்தால் என்னதான் செய்வது. அதுவும் நான்கு பேருடன் சேர்ந்து தங்கி இருக்கிற இடத்தில்?. பேசாமல் புரண்டு புரண்டு படுத்துக்கொண்டிருப்பேன். அப்போது சின்னவயதில் பாட்டி சொல்லிக் கொடுத்ததுபோல மனதில் ஒன்று, இரண்டு முதலில் எண்ணிப் பார்ப்பேன். இல்லை முடிந்தால் நூறிலிருந்து தலைகீழாக எண்ணுவேன். இப்படிதான் ஒருமுறை பத்தாயிரம் வரை எண்ணியும் தூக்கம் பிடிக்காமல் கடைசியில் தண்ணீரைக் குடித்துவிட்டு வந்து படுத்தேன்.

அதிகாலையில் விழித்துக்கொண்டால்? பேசாமல் ஹாலுக்கு வந்து விளக்கைப் போட்டு புத்தகங்களை எடுத்து வாசிக்கத் தொடங்கி விடுவேன். வீட்டில் இருந்தால் அம்மா ''ஏன்டா பேய் மாதிரி விடிய காலம்பற எந்திருச்சி உட்காந்திருக்க?'' என கோபித்துக் கொள்வாள். இங்கே ''மாப்ள, நீ படிப்பாளிடா. நாங்கல்லாம் படிக்கிறதையெல்லாம் காலேஜோட விட்டாச்சு'' என ரவி கிண்டலடிப்பான்.

ஆனால் வாசிப்புக்கும் வயதிற்கும் எந்தவித சம்பந்தமும் இருப்பதாக எனக்குத் தெரியவில்லை. சிறுவயதிலிருந்து புத்தகங்கள்தான் எனது உலகம். அப்பா நிறைய புத்தகங்கள் வாசிக்கக்கூடியவர்தான். ஆனால்,

அம்மா தினமும் செய்தித்தாளோடு நிறுத்திக் கொள்வாள். எனக்கு வாசிப்புப் பழக்கம் அப்பாவிடமிருந்து வந்திருக்க வேண்டுமென நினைக்கிறேன். நான் வாசிப்பதில் இந்தமாதிரியாக புத்தகங்கள்தான் என எந்தவொரு வரைமுறையும் பெரிதாக வைத்துக்கொள்வதில்லை.

வாசித்துக் கொண்டிருந்த பக்கத்திற்கு அடையாளம் வைத்து மூடி வைத்துவிட்டு உறைந்து கிடந்த லேப்டாப்புக்கு உயிர் கொடுத்தேன். சிறிதுநேரம் இணையத்தில் மேய்ந்துவிட்டு இ-மெயில் பெட்டியைத் திறந்தேன்.

மின்னஞ்சலில் அவள் சிரித்தாள். அவள்? ஓவியா - எனது இணைய சிநேகிதி.

எனது ரகசிய சிநேகிதி. ரகசிய சிநேகிதி என்பதை சுருக்கமாக 'ரசி' என்றுகூட சொல்லலாமே என நினைத்ததுண்டு. அவள் கடந்த இரண்டு வருடங்களாகதான் இணையத்தில் பழக்கம். ஓவியா என்ற பெயரைக் கேட்டவுடன் தமிழ்ப் பெண் என நீங்கள் ஊகித்துக்கொண்டால் அதற்கு நான் பொறுப்பல்ல. காரணம் அவள் நார்த் இண்டியன். அப்படிதான் அறிமுகம் செய்துகொண்டாள். பம்பாயில் கிராஃபிக்ஸ் டிஸைனராக வேலை செய்கிறாளாம். என்னைவிட இரண்டு வயது குறைந்தவள். ஆரம்பத்தில் சேட் ரூமில் அறிமுகமாகி இப்போது மின்னஞ்சலில் தொடர்கிறோம்.

அவளிடம் சுதா என்றால், யார் என்றுதான் கேட்பாள். ஏனென்றால் அவள் வேறொரு புனை பெயரில்தான் என்னைத் தெரிந்திருக்கிறாள்.

இந்தியாவில் இருக்கும்போது ஒருநாள் ரொம்ப வற்புறுத்தி அவளுடைய எண்ணை வாங்கி ஒரு ஆர்வத்தில் ஃபோன் செய்தேன். இணைப்பு துண்டிக்கப்படும் சமயத்தில் மறுமுனை உயிர் பெற்றது.

''ஹலோ, ஓவியா?...'' என்றேன் தயங்கியபடி

''தும் கெவுன் ஹே?'' அதட்டலான ஆண்குரல்

எனக்குத் தெரிந்த அரைகுறை இந்தியில் அவளின் நண்பன் என்றேன். சிறிது நேர மௌனத்துக்குப் பின் ''ஹலோ?'' என்றாள் அவள்.

கொஞ்சலான குரல் கத்ரி கோபால்நாத் சாக்ஸஃபோனில் பின்னணி வாசித்தது போலிருந்தது. அவளிடம் பேசிவிட்டு எஸ்டிடி பூத்தின் கண்ணாடி கூண்டிலிருந்து விடுபட்டு நான் வெளியே வந்தபோது தொப்பலாக வியர்த்திருந்தது. எனது பர்ஸுக்கும்தான். சுமார் 30 நிமிடங்களுக்கு இருநூறு ரூபாய். மெட்ராஸிலிருந்து எங்களுடைய ஊருக்கு ஐம்பது ரூபாய் டிக்கெட் இருந்தபோது அவளிடம் பேச

பாம்பே காலுக்கு இருநூறு கொடுத்தது கொஞ்சம் ஓவர் எனத் தோன்றியது.

அப்புறம் ஒருமுறை குஜராத் பூகம்பத்துக்குப் பின் பதறியடித்துக் கொண்டு ஃபோன் செய்தேன். அவளுக்கு ஒன்றும் பெரிதாக பிரச்சனையில்லை என்றாள்.

ஓவியா இப்படித்தான் இரண்டு மாதங்களுக்கு முன் ஒரு மெயில் அனுப்பி இருந்தாள். நான் பதில் அனுப்பியிருந்தேன். அதற்கு அவளிடமிருந்து பதில் இல்லை. இதைப்போல கடந்த ஒரு வருடத்தில் அவள் மெயில் அனுப்புவாள். நான் பதில் அனுப்புவேன். அதற்கு பதில் எதுவும் இருக்காது. சில மாதங்கள் கழித்து மீண்டும் ஒரு மெயில் வரும்.

இன்று..

'ஹே எப்படி இருக்க?, நான் ரொம்ப பிஸிபா. ஸாரி.

அப்புறம் தயவுசெய்து பேபின்னு சொல்லி இ-மெயில்ல எழுதாத. நாம ஜஸ்ட் ஃப்ரண்ட்ஸ்தான். ஓகே வா? பை!

வித் லவ்-' என இரண்டு வரியில் முடித்திருந்தாள். எழுதுவதில் சிக்கனத்தை அவளிடம்தான் கற்றுக்கொள்ள வேண்டும். இரண்டு வரி, அதிகம் போனால் நான்கு வரி எழுதுவாள். ஆனால் சிக்கனமாக எழுதினாலும் அர்த்தபுஷ்டியோடு எழுதுவாள்.

கடந்த முறை நான் மலேசியா வந்ததைப் பற்றி அவளுக்கு எழுதியிருந்தேன். இன்று வேலை பறிபோன வருத்தத்தை ஒற்றை வரியில் எழுதி இ-மெயில் செய்தேன். மனசு சற்று லேசானதுபோல இருந்தது. எங்கள் உறவு அந்தக்காலத்து பேனா நண்பர்கள் போலதான் தொடர்ந்து கொண்டிருக்கிறது இதுவரை. பார்க்கலாம்...

இந்தச் சமயத்தில் வெளிக்காற்றைக் கொஞ்சம் சுவாசிக்கத் தோன்றியது.

வெளியே நன்றாக விடிந்திருந்தது. வளாகத்தின் உள்ளேயே நடக்கத் தொடங்கினேன்.

கோலாலம்பூரின் புறநகரிலுள்ள இந்தக் குடியிருப்பில் தனித்தனியாக ஒத்தாற்போல மொத்தமாக ஐம்பது வீடுகள். ஒவ்வொரு வீட்டிலும் மேலும் கீழுமாக இரண்டு தளங்கள். தளத்திற்கு இரண்டு அபார்ட்மென்ட்கள். நாங்கள் இருப்பது மேல் தளத்தில்.

வீடுகளைச் சுற்றி மரங்கள் அதை ஒட்டியபடி தனியான கார் பார்க்கிங் வசதி வேறு. குடியிருப்பின் உள்ளேயே கிளப் ஹவுஸ். ஜிம், நீச்சல்

குளம். அதுமட்டுமில்லாமல் பெரியவர்கள் விளையாட ஸ்குவாஷ், சிறியவர்களுக்கு பூங்கா போன்ற இத்யாதிகள். இதன் வாடகை மட்டுமே பல ஆயிரம் ரிங்கிட்கள் இருக்கும். இந்தக் குடியிருப்பில் பெரும்பாலும் சீனர்களை மட்டுமே பார்க்க முடிகிறது. ஓரிரு மலாய்க்கார குடும்பங்கள்தவிர இதுவரை எந்தத் தமிழ் குடும்பங் களையும் இங்கே பார்த்ததில்லை.

'செராஸ் எனும் இந்த ஊரின் பெயரே பழந்தமிழகத்தை ஆண்ட மூவேந்தர்களில் ஒருவரான சேரர்' களைக் குறிப்பது என சுஜா ஒருமுறை சொன்னது ஞாபகம் வந்தது. அப்படி இருக்கும் பட்சத்தில் இப்போது இங்கே தமிழர்களை அதிகம் பார்க்க முடியவில்லை என்பது நகைமுரணாக இருந்தது.

வேடிக்கை பார்த்தபடி நடக்கத் தொடங்கினேன். ஒரு வீட்டில் பாப் சங்கீதம் அதிர்ந்து கொண்டிருந்தது. அடுத்த வீட்டின் வாசல் நிலைப் படியில் சிவப்பு வண்ணத்தில் சைனீஸ் டிராகன் படத்தை மாவிலைத் தோரணம்போல தொங்கவிட்டிருந்தனர். அடுத்த வீட்டில் வாசலின் தொங்கிக்கொண்டிருந்த வெங்கல சைனீஸ் மணி ஒன்று காற்றில் ஒலியெழுப்பிக் கொண்டிருந்தது. என்னதான் இவர்கள் செதுக்கி செதுக்கி வீடுகளை ஒரே மாதிரி கட்டினாலும் வீட்டின் உள்ளிருக்கும் மனிதர்கள் வேறு வேறுதானே என நினைத்துக் கொண்டேன்.

சாலையில் ஒரு சீனச் சிறுமி சைக்கிளில்.இரட்டை ஜடை. பிங்க் நிற உடை. அதே நிறத்தில் தலைக்கு ஹெல்மேட் அணிந்தபடி சென்றாள்.

எங்கள் நிறுவனம் இங்கே மூன்று கெஸ்ட் ஹவுஸ்களை வாடகைக்கு எடுத்து எங்களை தங்க வைத்திருக்கிறார்கள். அபார்ட்மெண்ட் வாடகையாக மாதம் ஒரு குறிப்பிட்ட தொகையை பிடித்துக் கொள்கிறார்கள்.

கொஞ்சம் நில்லுங்கள். எங்கள் நிறுவனம் என்றா சொன்னேன்? ஆர்பென் என்னை வேலையைவிட்டு நீக்கியபின் அப்படிச் சொல்வது சரியாக இருக்காது.

எனக்கு வேலை பறிபோய்விட்டது என்பதை இன்னமும் என்னால் நம்ப முடியவில்லை. மனது பாரமாக இருந்தது. நான் இந்த ஊரைப் பற்றியும் தெருக்களைப்பற்றியும் தெரிந்து கொள்ளத் தொடங்கிய சமயத்தில் இது எதிர்பார்க்காத ஒன்று. அதை இன்னமும் வீட்டுக்குச் சொல்லாமல் இருப்பது வேறு மனத்தை உறுத்தியது. நான் அனுப்பப் போகும் சம்பளப் பணத்தை வைத்து அம்மா என்னவெல்லாம் திட்டம் போட்டிருக்கிறாளோ? தெரியவில்லை. என் குடும்ப நிலையை நினைத்தபோது மனம் அரற்றியது.

இன்றிலிருந்து சரியாக ஒரு மாதத்தில் நான் எங்கே என்ன செய்து கொண்டிருப்பேன் என சரியாக ஊகிக்கமுடியாத நிலையில் இருக்கிறேன்.

இனி வரும் நாட்கள் முன்பு போலில்லாமல் முற்றிலும் வேறாகத்தான் இருக்கும் எனத் தெளிவானது. என்னை வேலையை விட்டு தூக்கியவர்களின் முன் நான் ஜெயித்துக் காட்டவேண்டும் என நினைத்தேன். இதே மலேசியாவில் வேறு வேலையில் சேர்ந்து இவர்கள் முன் நிமிர்ந்து நிற்கவேண்டும் என உறுதி எடுத்துக் கொண்டேன்.

கிளப் ஹவுஸை எட்டிப்பார்க்கலாம் எனத் தோன்றியது. கிளப் ஹவுஸ் ஜிம்முக்கு மேலே முதல் தளத்தில் இருந்தது. படிக்கட்டுகளை இரண்டாய் தாவி கடந்து உள்ளே பிரவேசித்தேன். கிளப் ஹவுஸ் நான்கு சுவர்களுக்குள் இல்லாமல் திறந்தபடி பால்கனிபோல் அமைக்கப்பட்டிருந்தது. அங்கிருந்து பார்த்தால் கீழே நீச்சல் குளம் தெளிவாகத் தெரிந்தது. உள்ளே நான்கு வட்ட வடிவ மேஜைகளைச் சுற்றி நாற்காலிகள். சுவரோரம் மூலைக்கொன்றாய் தொட்டியில் செயற்கை மரங்கள். மேலே மின்விசிறி வியர்க்காமல் சுழன்று கொண்டிருந்தது. தூரத்தில் ஒரு இளம்பெண் நீச்சல் குளத்துக்கு வருவது தெரிந்தது.

மேஜையில் ஆங்கில நாளேடான 'ஸ்டார்' கிடந்தது. ஸ்டாரில் வேலை வாய்ப்புச் செய்திகளைக் கவனித்தேன். அதில் உள்ளூர் ஐடி வேலை வாய்ப்பு மட்டுமில்லாமல் சிங்கப்பூர் விளம்பரங்களும் வந்திருந்தன. மலேசியாவில் வேலைக்கு முயற்சி செய்யும் அதே நேரத்தில் சிங்கப்பூர் வேலைகளுக்கு விண்ணப்பித்தால் என்ன என்ற ஒரு திடீர் எண்ணம் தோன்றியது.

சிங்கப்பூர் வேலைக்கு என்னிடம் விசா இல்லாவிட்டாலும் ஒரு முயற்சி செய்து பார்க்கலாமே. என்னுடைய உடனடித் தேவை ஒரு வெளிநாட்டு வேலை, அது சிங்கப்பூராக இருந்தால் என்ன இல்லை மலேசியாவாக இருந்தால் என்ன. அது மட்டுமில்லாமல் இவர்கள் கண்ணில்படாமல் வேறு கண்காணாத இடத்துக்குப் போவதும் ஒரு விதத்தில் நல்லதாகப் பட்டது. விவரங்களைக் குறித்துக் கொண்டேன்.

இதுவரை சிங்கப்பூரில் எனக்குத் தெரிந்தவர்கள் யாரும் இல்லை. ஆனால் மலேசியாவை ஒப்பிடுகையில் அங்கே நல்ல சம்பளம், நிறைய தமிழர்கள் இருக்கிறார்கள் எனக் கேள்விப்பட்டிருக்கிறேன். தமிழ் ஆட்சிமொழியாக இருக்கும் ஒரு சிலநாடுகளில் சிங்கப்பூரும் ஒன்று என எங்கோ படித்ததும் நினைவுக்கு வந்தது. சிங்கப்பூர் கரன்ஸி மலேசிய ரிங்கிட்டை விட மதிப்பு அதிகம் என்ற உண்மையும் மனதில் நமைச்சலைத் தந்தது. அந்த இ-மெயில் முகவரிகளை செல்ஃபோனில்

குறித்துக்கொண்டேன். இது எவ்வளவு தூரம் சாத்தியம் என்று தெரியவில்லை. முதலில் கல்லை விட்டெறிவோம். அது விழுகின்ற இடத்தை பிறகு பார்ப்போம்.

அந்த நாளிதழில் வரி விளம்பரங்கள், வியாபார வாய்ப்புகளைத் தாண்டி கடைசிப் பக்கத்தில் இருந்த 'நண்பர்கள் தேவை' விளம்பரங்களையும் நான் கவனிக்கத் தவறவில்லை. அதில் ஆண், பெண் என இருபாலரும் தங்களின் வயது, இனம், உடல் அமைப்பு, ஆர்வம் போன்றவற்றை குறிப்பிட்டு எதிர்பாலினத்தைத் தேடிக் கொண்டிருந்தனர். சில பெண்கள் தொடர்புக்கு வெளிப்படையாக தங்களின் இ-மெயில் முகவரிகளையும், தொலைபேசி எண்களையும் கொடுத்திருந்தனர்.

ஒரு 57 வயது சீனப் பெண் - நாய்களை விரும்பும் தனக்கான கணவனைத் தேடிக் கொண்டிருந்தார். ஏற்கெனவே விவாகரத்து ஆனவராம். இரவில் அழைக்கவேண்டிய எண்ணையும் தந்திருந்தார்.

ஒரு 22 வயது மலாய்ப் பெண்-பிடித்த இசை யானி. பொழுதுபோக்கு-படிப்பது. பிடித்தது- செல்ல நாயுடன் விளையாடுவது. பிடிக்காதது-மிருகவதை (கரப்பான் பூச்சிகளைத் தவிர). திருமணத்தில் பெரிதாக நம்பிக்கை இல்லை. உடனடியாக ஆத்மார்த்தமான ஒரு ஆண் நண்பர் தேவை எனக் குறிப்பிட்டிருந்தார்.

''என்ன மச்சி, டேட்டிங்கா?'' என்றபடி நாற்காலியில் அமர்ந்தான் ரவி.

சிரித்தபடி ''முதல்ல நான் வேலைய தேடிக்கிறேன்'' என்றேன்.

''வேலையா? வெளியவா தேடுற?'' என்றான் ஆச்சர்யத்துடன்.

''ம்!''

''சீரியஸா? ஏன் எங்களோடயெல்லாம் உனக்கு வேலை செய்ய புடிக்கலையா?''

''ஐ ம் அவுட் ஆஃப் ஜாப்''

அதிர்ச்சியாக, ''நிஜமா?, இது சம்பத்துக்கு தெரியுமா? அவருதான நம்மள இங்க வர வச்சாரு''

''அவருக்கு தெரியாம எப்படி நடக்கும். நான் வெளிய வேலை தேடலாம்னு இருக்கேன்.''

வேலை பறிபோனதைக் கேட்டபின் ரவியின் முகத்தில் ஒரு மாற்றம் எனக்குத் தெரிந்தது. அவனுடைய பேச்சில் செயற்கை சரளத் தன்மை,

பரிதாபம் இருப்பதாய் தோன்றியது. இப்படி நான் இன்னும் எத்தனை பேரிடம் வேலை பறிபோனதைச் சொல்லவேண்டுமோ தெரிய வில்லை. அதைவிடக் கொடுமை ஏன் பறிபோனது என விளக்கம் தருவது. ஒருவிதத்தில் நான் சிறுமைப்படுத்தப்பட்டதாக நினைத்தேன்.

''ஊருக்குப் போக டிக்கெட் தந்துருக்காங்கல்ல?''

''ஆனா, இப்போதைக்கு என்னால ஊருக்கு போகமுடியாது ரவி. வீட்ல பணம் தேவைப்படுது. இன்னும் இரண்டு மூணு வருஷத்துக்கு சம்பாதிச்சு பணம் சேர்க்கணும்.''

சிறிது மௌனம். அவன் கண்கள் என் கண்களை ஒரு நொடி சந்தித்து விலகிச் சென்றது.

''ஒவ்வொருத்தங்களுக்கும் ஒரு பிரச்சனை. நீ எதுக்கும் சம்பத் கையில பேசிப்பாரு, ஆல் த பெஸ்ட் மச்சி'' என்றபடி சகஜ நிலைக்கு வந்தான்.

நான் மெலிதாக சிரித்தபடி அங்கிருந்து கிளம்பும் முன்

''இந்த நியூச பாத்தியா?'' என ஸ்டாரின் மூன்றாவது பக்கத்தைக் காட்டினான் ரவி.

'மெகா மெர்ஜர்' எனத் தலைப்பிடப்பட்டிருந்த அந்தச் செய்தி...

> கோலாலம்பூர் : பல பில்லியன் ரிக்கிட்டுகள் மதிப்புடையதும் மலேசியாவின் மூன்றாவது பெரிய வங்கியுமான கேபிபி...
>
> இந்த மெர்ஜரின் பல தொழில்நுட்ப சவால்களை தீர்க்கமான செயல்திட்டத்தாலும் கூட்டு முயற்சியாலும் வென்று வெற்றி கண்டதாக மெர்ஜரின் தொழில்நுட்ப ஆலோசகரான க்வான் லீ தெரிவித்தார்.

என முடிந்தது.

5

முன்பொரு நாள் ஆபிஸின் ஒரு பரபரப்பான வேலை நாளில் சுஜா 'பேசுவோம்' என ஒற்றை வரியில் மெயில் அனுப்பியிருந்தாள். ஆனால், அவள் என்னை பேசச் சொல்கிறாளா இல்லை அவள் பேசப் போகிறாளா என்பதில் குழப்பமிருந்தது.

யோசனையோடு இரண்டுநாள் கழித்து 'ஹவ் ஆர் யூ?' என குறுஞ்செய்தி அனுப்பினேன். அவளே ஃபோனில் அழைத்திருந்தாள். ஃபோனை எடுத்த வேகத்தில், ''ஹெய், நீ இந்த வீக் எண்ட் ஃப்ரீயா?'' என்றாள். பிஸியாக இருந்தாலும் இல்லை என்றா சொல்லப்போகிறேன்.

''ஃபிரிதான்!''

''அப்ப சனிக்கிழமை ஈவினிங் பிரிக்பீல்ட்ஸில் மீட் பண்ணலாம்.''

அந்த சனிக்கிழமையை ஆர்வத்தோடு எதிர்பார்த்து கஷ்டப்பட்டு வார நாட்களை நகர்த்தினேன். மனதுக்குள் ஒரு இனம் புரியாத எதிர்பார்ப்பு.

அவளைப் பார்க்கப் போகும்போது பிரிக்பீல்ட்ஸில் இருக்கும் கோபியையும் எட்டிப்பார்க்கலாம் எனத்திட்டமிட்டேன். கோபி எனக்கு கல்லூரியில் வகுப்புத்

தோழன். ரவியோ வேறு யாரோ கேட்டால் 'காலேஜ் ஃபிரண்டு வீட்டுக்கு போறேன்'ன்னு மனசு அறிந்து உண்மையை சொல்லிவிடலாம் இல்லையா. அதுமட்டுமில்லாமல் 'உள்ளூர் ஆட்களிடம் எல்லை தாண்டாமல் பழகுங்கப்பா!' என சம்பத் வேறு முன்னமே எச்சரிக்கை செய்திருந்தார். அதனால் இந்தமாதிரியான விஷயங்கள் அவர் காதுக்கு தேவையில்லாமல் போகவேண்டாமே.

அப்புறம் இந்த வீட்டில் என்னைத் தவிர மற்ற எல்லோரும் கடைக்கு, வீட்டுக்கு பேச, படம் பார்க்க, ஷாப்பிங் மால் என எங்கு சென்றாலும் ஒன்றாக சேர்ந்தே போகிறார்கள். அதுபோல ஒன்றாகவே சினிமாவுக்குப் போவது, தண்ணி அடிப்பது, சீட்டாடுவது, ஜிம்முக்கு, நீச்சல் குளத்துக்கு, டிஸ்கோதேக்குப் போவது பின் செலவான தொகையைப் பிரித்துக் கொள்வது என தங்கள் கல்லூரி வாழ்க்கையை வேலை செய்ய வந்த இடத்திலும் தொடர்ந்தார்கள்.

'ஆட் மேன் அவுட்' என ஆங்கிலத்தில் சொல்வதுபோல நான் மட்டும் தனியாகத் தெரிந்தேன்.

இப்படி வேலை செய்வது, ஊருக்குப் பணம் அனுப்புவது எனும் வட்டத்தைத் தாண்டி அவர்களால் வேறேதும் யோசிக்க முடிய வில்லையா இல்லை யோசிக்க விருப்பமில்லையா தெரியவில்லை. நானோ அதற்கு எதிர்மறையாக அந்த வட்டத்தைத் தாண்டி வெளியே வர முடிந்தவரை முயன்றேன்.

'கம் ஆன் கைஸ், சம் டைம்ஸ் ஐ நீட் மை ஸ்பேஸ்.'

அலுவலகத்துக்கு வெளியே உள்ளூர் நண்பர்கள் சிலரை அறிமுகம் செய்துகொண்டேன். அப்படிதான் டிரைவர் சிங், சுஜாவையெல்லாம் பழக்கப்படுத்திக்கொண்டேன். நாட்டு நடப்புக்கு உள்ளூர் செய்தித்தாள்கள், டிவி.இப்படி ஏதோ ஒரு வகையில் என்னைச் சுற்றியுள்ள புதிய உலகின் மனிதர்களை அவர்களின் உலகைப் பற்றி அறிந்துகொள்ள விழைந்தேன்.

'துங்கு அப்துல் ரஹ்மான் தலைமையில் பல்லாயிரக்கணக்கான மக்கள் மெர்டேக்கா (சுதந்திரம்) என உணர்ச்சிபூர்வமாக குரலெழுப்பி தங்களின் சுதந்திர நாளை வரவேற்றார்கள்' என மலேசியா பற்றி பள்ளியில் படித்த ஞாபகம் இருந்தது.

அந்தத் தாக்கத்தால் மலேசியா வந்த இரண்டாவது வாரத்தில் ஓடோடிப் போய் புகழ்பெற்ற அந்த நிகழ்வு நடந்த மெர்டேக்கா சதுக்கத்தைப் போய்ப் பார்த்தேன். அங்கிருந்த புல்வெளியில் நான் நடக்கையில் 'மெர்டேக்கா' எனும் குரல் என்னுள் ஓங்கி ஒலித்து

ஒருவித அதிர்வையும் எழுச்சியையும் ஏற்படுத்தியது. இது போன்ற நுண்ணுணர்வுகளையெல்லாம் ரவியோ அல்லது உடனிருப்பவர்களோ கண்டிப்பாக புரிந்துகொள்ளப் போவதில்லை. ஆனால் கண்டிப்பாக கேலி செய்வார்கள் என்று மட்டும் புரிந்தது.

இப்படிதான் சில மாதங்களுக்கு முன் ரவியிடம்,

''இன்னைக்கு சாயங்காலம் ஏதாச்சும் வேலை இருக்கா?''ன்னு கேட்டேன்.

''இல்லை.''

''அப்ப சைனீஸ் நியு இயர் பாக்க போலாமா?, டிராகன் டான்ஸ் பார்திருக்கிறீயா?''

''ஆமா, அதையெல்லாம் யாருடா பாக்குறது சின்ன பசங்க மாதிரி, வேணா நீ போ. அப்படியே முடிஞ்சா ஒரு சைனீஸ் ஃபிகர புடிச்சு கல்யாணம் பண்ணி பூமி புத்திரனாயிடு'' என்றான் நக்கலாய்.

''நாம ஆக முடியாது ரவி. ஏன்னா மலாய்காரங்களும், மலேசியாவின் பூர்வக் குடிகள் மட்டுந்தான் பூமி புத்திரர்கள்'' என்றேன் சீரியசாக.

''அவங்களுக்கு மட்டும்தான் அரசாங்கம் நிறைய சலுகை தருதுபோல'

''பரவாயில்லயே, உனக்கும் கொஞ்சம் நாட்டு நடப்பு தெரியுது.''

'ஏதோ ஒண்ணு. தப்பா நினைச்சுக்காத மச்சி, நான் வரல' என்றான்.

சுஜா இன்று வரச்சொன்ன பிரிக்பீல்ட்ஸ் நான் இருக்கும் இடத்திலிருந்து நேர் எதிரான திசையிலிருந்தது. இரண்டு ரயில் மாறி போய்ச் சேர்ந்தேன். கோபியிடம் முன்பே ஃபோனில் வழி கேட்டிருந்ததால் பெரிதாக சிரமம் இருக்கவில்லை.

''கே. எல் சென்ட்ரல் ஸ்டேஷன்ல இறங்கி வெளிய வந்து ரோட்ட கிராஸ் பண்ணி வலதுபுறம் திரும்பிட்டு ஃபோன் பண்ணு. அங்க இருந்து வழி சொல்றேன்.''

நான் ஸ்டேஷனைவிட்டு வெளியே வந்தபோது சூரியன் உச்சிக்கு செல்ல தயாராகிக் கொண்டிருந்தான். 'செலாமாட் டத்தாங் கெ லிட்டில் இந்தியா...' என மலாயிலும் 'லிட்டில் இந்தியா உங்களை வரவேற்கிறது' என தமிழிலும் எழுதப்பட்டிருந்த பெயர்ப் பலகை வரவேற்றது.

நான் இருப்பது மலேசியா என்கிற எண்ணம் மறந்து, தமிழ்நாட்டை நினைவுபடுத்துவதுபோல சாலை ஓர பிளாட்பாரத்தில் பூக்கடைகள்,

அண்ணாச்சி மளிகைக்கடைகள், துணிக்கடைகள், புதுத்தமிழ்ப்பட சிடி, டிவிடிகள். தமிழ் பெயர்ப் பலகைகள், அலங்கார வளைவுகள், மாக்கோலங்கள், கடைகளிலிருந்து கசியும் தமிழ்ப்பாடல்கள் என அந்த இடம் களைகட்டியிருந்தது.

ஒரு உணவகத்தில் பரோட்டா மாஸ்டர் ஒருவர் பரபரப்பாக உலோகக் கரண்டியை தோசைக் கல்லில் தட்டி 'டண் டண்' சத்தமெழுப்பிக் கொண்டிருந்தார். அங்கிருந்து வந்த குருமா மணம் பசியைத் தூண்டியது.

இத்தனை நாள் இங்கே வரத் தவறிவிட்டோமே என நினைத்தபடி கோபிக்கு ஃபோன் செய்து வழி கேட்டுக்கொண்டேன். வழியில் சாலை ஓரமிருந்த துணிக் கடைகளையும், தள்ளுவண்டியில் சோளம் விற்றவர்களையும் வேடிக்கை பார்த்தபடி சென்றேன். அடுக்கிவைத்த தீப்பெட்டிகளைப் போலிருந்த அந்த உயரக்கட்டடத்தின் பன்னிரண்டாவது மாடியில் அவன் இருந்தான்.

வாசலில் இருந்த பச்சை சீருடை மலேசிய செக்ருயூரிட்டியை உதாசீனப்படுத்திவிட்டு லிஃப்டில் சென்றேன். கோபி கதவைத் திறந்தான். கல்லூரி முடிந்தபின் இப்போதுதான் முதன்முறை பார்க்கிறேன். ஆறு வருடத்து செழுமை அவன் உடம்பில் நன்றாகத் தெரிந்தது. முடி மண்டிக்கிடந்த மார்பில் பளபளக்கும் தங்க மைனர் செயின், கையில் பிரெஸ்லெட் சகிதமாக வரவேற்றான். நுழையும் போதே சின்னக் கல்யாண வீடுபோல கிடந்த அத்தனை ஜோடி செருப்புகளும் ஷூக்களும் வரவேற்றன.

உள்ளே சோபாவில் மூட்டையாய் துவைத்த துணிகள். நடு ஹாலில் அயர்ன் போர்டு, மூலையில் காலியான பீர் பாட்டில்கள் என வீடு கலைந்து கிடந்தது. டிவிடியில் 'காக்க காக்கா' சூரியாவும் ஜோதிகாவும் 'ஒன்றா இரண்டா?' எனக் கேட்டுக்கொண்டிருந்தனர். பதில் சொல்ல யாருமில்லாமல்.

''ஸாரிடா இட்ச மெஸ்'' என சோபாவில் கிடந்த துணிகளைத் தள்ளிவிட்டு உட்காரச் சொன்னான்.

மறுத்துவிட்டு வீட்டின் பின்புற பால்கனியை எட்டிப் பார்த்தேன். வெளியே நெடுஞ்சாலையில் வாகனங்கள் இடைவெளியின்றி பூச்சிகளாய் பறந்தபடியிருந்தன. அத்தனை உயரத்திலிருந்து கீழே நகரும் உலகைப் பார்க்க விந்தையாயிருந்தது.

''சிங்கப்பூர் ஹைவேடா... விடிய விடிய காருங்க போயிட்டே இருக்கும் பெரிய தொல்லை'' என்றான்.

''முதல்ல இதுக்கு ஒரு பதில் சொல்லு''

''என்ன, வந்ததும் வராததுமா? காலேஜ் மாதிரி கேள்வியெல்லாம்?'' என்றான் சிரித்தபடி.

''எதுக்கு இந்த ஊருக்கு பிரிக்பீல்ட்ஸ்னு பேரு வந்தது?''

''அதான் பேருலே இருக்கே?''

''பிரிக்-னா இங்லீஸில் செங்கல்; பீல்ட்ஸ்-னா திடல்கள். தமிழ்ல சொல்றதுனா செங்கல் திடல்கள். பிரிட்டீஷ் காலத்துல ஒரு பெரிய தீ விபத்தில் பெரும்பாலான கோலாலம்பூர் சேதமானதால எல்லா புதுக் கட்டடங்களும் செங்கல்லதான் கட்டணும்னு உத்தரவு போட்டாங்கலாம். அப்போ இங்க நிறைய செங்கல்கள் செஞ்சு கோலாலம்பூர் முழுமையும் விநியோகம் செய்தாங்களாம். அதான் அந்தப் பேரு.''

''தட் மேக் சென்ஸ்.''

ஃபர்னிச்சர் செய்யப்பட்ட அந்த அபார்ட்மெண்டை இன்னொருவனுடன் பகிர்ந்துகொள்கிறானாம். அவன் மலேசிய பிரதமர் மகாதீர் முகமதுவின் இரண்டாவது மகனுக்குச் சொந்தமான ஒரு நிறுவனத்துக்காக வந்திருக்கிறானாம். அவர்கள் தங்கள் ஐடி ப்ராஜெக்ட்டுகளை மெட்ராஸுக்கு அவுட்சோர்ஸ் செய்திருக்கிறார்களாம்.

மலேசியாவில் முக்கால்வாசி பிஸினஸ் அரசியல் பின்புலத்தோடுதான் நடக்குமென சம்பத் ஒருமுறை சொன்னது நினைவுக்கு வந்தது.

பேச்சு கோபியின் மலேசிய மோட்டார் வாகன அலுவலகத்துக்கு செய்யும் வேலை பற்றி திரும்பியது.

''எதுக்கு அந்தப் புது பிராஜக்ட பண்றானுங்கனு தெரியலடா.''

''ஆபிசரா இருக்குற எவனோ காசு வாங்கிட்டு இதை சாங்ஷன் பண்ணிட்டான்போல.''

''நமக்கு என்ன கவலை, மாசமானா சம்பளம் வந்தா போதும். ப்ராஜெக்ட் முடிஞ்சா இந்தியாவுக்கு பேக்அப். அவ்ளோதான்'' என்றான்.

இந்தியாவை தலைமையிடமாகக் கொண்டு செயல்படும் கம்பெனிகளில் அந்த சௌகர்யம் இருக்கிறதென்பது உண்மைதான் என நினைத்துக்கொண்டேன்.

''கையில இருந்த ஒரு நல்ல வேலையை விட்டு இங்க ஒரு லோக்கல் கம்பெனியில் வந்து ஜாயின் பண்ணிட்டியே, நம்பிக்கையான

இடமா?'' என்றான்.

ஆர்பென் பற்றியும் சம்பத் பற்றியும் சொன்னேன். அவன் பதிலேதும் சொல்லவில்லை.

மாலையில் விடாப்பிடியாக ஸ்குவாஷ் விளையாட கூட்டிச் சென்றான். டென்னிஸ் கோர்ட் போல் இல்லாமல் சிறியதாக ஒரு அறைக்குள் இருந்தது. கண்ணாடியாலான தடுப்பைத் தாண்டி உள்ளே சென்றோம். இரண்டு பேர் சேர்ந்து எதிரே இருந்த கான்கிரீட் சுவரில் பந்தை அடித்து ஆடும் ஆட்டம் அது.

ஸ்குவாஷ் பந்து டென்னிஸ் பந்துபோல இல்லாமல் சிறியதாக கறுப்பு நிறத்தில் இருந்தது. அதில் மஞ்சள் நிறப் புள்ளி ஒன்று இருந்தது.

''கோபி, இது என்ன மஞ்சள் புள்ளி?''

''அது நம்பள மாதிரி பிகினரா ஆடுறவங்களுக்கு.''

''அந்தப் புள்ளிகளோட கலரும் எண்ணிக்கையும் பந்தோட துள்ளும் திறனை குறிக்கும்.''

''துள்ளுறதுனா?''

''அதான்டா பவுன்ஸிங். அப்புறம் இரட்டை மஞ்சள் புள்ளி புரபசனல்ஸுக்கு.''

அந்த ஸ்குவாஷ் பேட் கூட டென்னிஸ் பேட் போலில்லாமல் கொஞ்சம் சிறியதாக இருந்தது. விதிகளைச் சொல்லிக் கொடுத்தான். ஆரம்பத்தில் கொஞ்சம் திணறினேன். ஆனால் மோசமில்லை.

அரை மணிநேரம் விளையாடியிருப்போம். சுஜாவிடமிருந்து ஃபோன் வந்தது.

''சரி நான் கிளம்பறேன்டா, வேலை இருக்கு.''

வெளியே வந்த வெகுநேரத்திற்கு பந்துகள் சுவரில் மோதும் 'தம் தம்' மெனும் சத்தம் விடாமல் என் காதில் ஒலித்துக்கொண்டிருந்தது.

அவள் ஸ்டேஷனுக்கு எதிரே ஒரு உணவு விடுதியின் வாசலில் நிற்பதாகச் சொல்லியிருந்தாள். முதல் முறையாக ஒரு பெண்ணை தனியாக வெளியே சந்திக்கப் போகிறேன். நெஞ்சுக்குள் திக் திக்.

அவள் சொன்ன இடத்துக்குப் போனபோது அங்கே யாருமில்லை. யோசனையோடு ஒருமுறை சுற்றிப்பார்த்துவிட்டு ஃபோன் செய்தேன். பக்கத்திலிருந்த துணிக் கடையின் வெளியே தொங்கவிடப்பட்டிருந்த துணிகளை விலக்கியபடி வெளியே வந்தாள். அவளுடன் இன்னொரு

பெண். நண்பியாக இருக்கக்கூடும். ''நான் பத்மா!'' என சிரித்தபடி தன்னை அறிமுகம் செய்து கொண்டாள். சுஜா தனியாக வருவாள் என நினைத்திருந்த நான், அவளை அங்கு எதிர்பார்க்கவில்லை.

பத்மா கறுப்பு நிற ஜீன்ஸ், வெள்ளைநிற டாப்ஸ் அணிந்திருந்தாள். எடுப்பான லிப்ஸ்டிக். ஒன்றிரண்டு எக்ஸப்சன் தவிர்த்து ஏறக்குறைய மேலே சொன்னவைதான் பெரும்பாலும் மலேசியத் தமிழ்ப் பெண்களின் தேசிய உடையாக இருந்தது.

அவள் அழகாக இருந்தாலும் பயணத்தின் எக்ஸ்ட்ரா லக்கேஜாக எனக்குத் தோன்றினாள். சுஜா புன்னகையுடன் முன்னால் வந்து மென்மையாக கை கொடுத்தாள்.

சுஜா சிவப்பு நிற பார்டர் வைத்த அடர் பச்சை நிற சுடிதாரில் ஹோம்லி யாக தெரிந்தாள். முடியை சற்று சாய்வாக வகிடெடுத்து பின்னாமல் முன்னால் எடுத்து விட்டிருந்தாள். ஒழுங்கு செய்யப்பட்டிருந்த மெல்லிய புருவங்களுக்கு மத்தியில் ஸ்டிக்கர் பொட்டு. கண்டிப்பாக அழகு நிலையம் போகும் முகம் எனத் தெரிந்தது.

மேஜையில் எனக்கு நேரெதிரே அவள் அமர்ந்தாள். பொதுவாக பேசிக் கொண்டிருந்தோம். பத்மா எங்களைப் பேசவிட்டு சும்மா இருந்தாள்.

ரொட்டி சனாய், தேதாரேக் எல்லோருக்கும் ஆர்டர் செய்தேன்.

''மலேசியா ஃபுட் பழகிட்டீங்கபோல.''

''இது என்ன பெரிய விஷயம். எங்க ஊரு வீச்சு பரோட்டா- இங்க ரொட்டி சனாய். டீ தான் இங்க தேதாரேக் இல்ல தேத்தண்ணி.''

''வெரி குட் லா.''

''நீ இங்க இருக்குறனா இந்த ஊர் ஹிஸ்டரி, கல்ச்சர் அப்புறம் ஃபுட் பத்தியும் தெரிஞ்சுக்கணும் என்றாள்.'' கண்டிப்பாக.

''ம், என்ன வித்தியாசம்... எங்க ஊர்ல சாப்பிட்டு முடிச்சிட்டு டீ குடிப்போம். இங்க சாப்டறப்பவே டீ குடிக்கிறீங்க.''

''ஆமாவா?''

சூடான பரோட்டாவும், உயர கிளாஸில் டீயும் வந்தது.

''சாப்பிடுங்க.''

அவள் நளினமாக உதட்டில் படாமல் சாப்பிடும் அழகை ரசித்தேன்.

''அப்புறம் இன்னொரு வித்தியாசம் - நாங்க இங்க பேசறப்போ வரிக்கு வரி லா சேத்துக்குவோம்'' எனச் சொல்லி சிரித்தாள்.

''ஆமாவா?'' என்றேன். அது இங்கே தமிழர்கள் அதிகம் புழங்கும் வார்த்தை எனத் தெரிந்தே அப்படிக் கேட்டேன்.

அவள் புரிந்தவள்போல சிரித்தாள். என்னுடைய நண்பர்களைப் பற்றி விசாரித்தவள் பின்பு, 'நீ வீட்டுல கம்ப்யூட்டர் பாவிக்கிறீயா?' என்றாள்.

அவள் பாவித்தல் என்ற தமிழ் வார்த்தையை பயன்படுத்துதல் என்ற முறையில் சொல்கிறாள் எனப் புரிந்தது.

''ம், லேப்டாப் வச்சிருக்கேன். ஆனால் நெட்தான் ஆமை வேகம்'' என்றேன்.

என்னைவிட வயது குறைவான அவள் என்னை ஒருமையில் அழைத்தது சற்று நெருடலாக இருந்தது. மலேசியாவில் பிறந்து வளர்ந்த பெண்ணிடம் இது போன்ற கட்டுப்பெட்டித் தனங்களை எதிர்பார்ப்பது நியாயமில்லை எனத் தோன்றியது.

ஆனால் அம்மா இதையெல்லாம் எப்படி எடுத்துக்கொள்வாள் எனத் தெரியவில்லை.

''நீ மலாய் கத்துக்க வேண்டியதுதானே?''

''நான் டக்கென ஏன் நீ சொல்லித்தர போறியா?'' என்றேன் துடுக்காக.

''ஏன் சொல்லி குடுத்தா போச்சு!!''

பத்மா அங்கிருந்த பணிப்பெண்ணை ''அக்கா தண்ணி குடுங்க'' எனக் கேட்டு வாங்கிக் குடித்தாள். பின், சிணுங்கிய தன் செல்ஃபோனை ஆன் செய்தபடி எழுந்து வெளியே போனாள்.

இந்தத் தருணத்தை எதிர்பார்த்திருந்தவள் போல, சுஜா கொஞ்சம் முன்னால் வந்து என் குடும்பத்தைப் பற்றி விசாரித்தாள்.

விட்டால் சுஜா இங்கே கதாகாலபட்சம் நடத்துவாள் என நினைத்து பட்டென ''இந்த டிரஸ் உனக்கு நல்லா இருக்கு!!'' என சொல்லிச் சிரித்தேன்.

''அவ்ளோதானா?''

''ஏன், நீ கூடதான் இந்த டிரஸில அழகா இருக்க'' என்றேன் யோசிக்காமல்.

வெட்கப்பட்டதுபோல சிரித்தவள். 'சீ...' என்றாள்.

நம்மூரில் ஒருபையன் முதலில் ஒரு பெண்ணை கேலி செய்துதான் அவளிடம் பேசவே தொடங்குகிறான். ஆனால் எனது அனுபவத்தில்

ஒரு பெண்ணின் மனதில் இடம் பிடிக்க முதலில் செய்யவேண்டியது அவர்களை வாயார புகழ்வதுதான்.

அவள் தாழ்ந்த குரலில் ''ஒங்க வீட்டுல லவ் மேரேஜ் ஓகேவாலா?''

''ஏன் கேக்குற?'' என்றேன் அப்பாவியாக.

'சும்மாதான் ஊர்பக்கம் அத ஒத்துக்க மாட்டாங்கன்னு சொல்லுவாங்க.'

''ஒனக்கு இங்கேயே செட்டில் ஆகுற பிளானா?'' எனத் தொடர்ந்தாள்.

நான் மையமாக தலையாட்டி வைத்தேன். அவளிடம் அடுத்த கேள்வியைக் கேட்கலாமா என நினைக்கையில் அவசரமாக திரும்பி வந்த பத்மா, ''வீட்டுக்கு போகணும்லா, அவரு காடியில வந்திருக்காரு'' என்றாள்.

சுஜா எழுந்துகொண்டாள். எங்கள் சந்திப்பு இவ்வளவு சுருக்கமாக முடிந்ததற்கு பத்மாவை சபித்தேன்.

ஏதோ ஞாபகம் வந்தவளாய் திரும்பி வந்த பத்மா, ''அடுத்த முறை ஓங் கூட்டாளியோடு வா. வெளியே போலாம் என்ன?...'' என கள்ளச்சிரிப் போடு சொல்லிச் சென்றாள். அது எனக்குச் சற்று உறுத்தலாக இருந்தது.

நான் ஹோட்டலிலிருந்து பில் கொடுத்துவிட்டு வெளியே வரும்போது இருட்டியிருந்தது. நிமிர்ந்து மேலே பார்த்தேன். முழு நிலா பிரகாசமாய் ஒளிரத் தொடங்கியிருந்தது.

6

படுக்கையறைக் கட்டிலில் தலையணையை சுவரில் சரித்து அதில் சாய்ந்தபடி வெளியே பார்த்துக் கொண்டிருந்தேன்.ஜன்னல் வழியாக காலையிலிருந்து என் உலகம் செவ்வகமாயிருந்தது.

இத்தனை வருடங்கள் தொடர்ச்சியாக வேலை பார்த்துவிட்டு திடீரென வேலை யில்லாமல் வீட்டில் இருப்பது ஓடும் ரயிலில் இருந்து இறங்கியது போலிருந்தது. நின்று நிதானிக்க வேண்டியிருக்கிறது. வீட்டில் எல்லோரும் அலுவலகத்துக்கு பரபரப்பாக கிளம்பும் நேரத்தில் நான் குறுக்கே நெடுக்கே நடக்க வேண்டாம் என அறைக்குள் முடங்கிக் கிடக்கிறேன்.

காலையிலிருந்து இதுவரை ஆறு கம்பெனி களுக்கு பயோடேட்டாவை இ-மெயிலில் அனுப்பிவிட்டேன். எல்லாமே இடைத்தரகர் களாக செயல்படுபவர்களின் கன்ஸல்டன்ட் வழியாகத்தான். இங்கே மிக அபூர்வமாக தான் வெளிநாட்டினரை நிரந்தர ஊழியராக எடுத்துக் கொள்கிறார்கள். அந்த ஆறில் ஒன்று சிங்கப்பூர் வாய்ப்பு. பார்க்கலாம்.

வீட்டுக்கு காலிங் கார்டில் ஃபோன் செய்தேன். எங்கள் வீட்டில் இணைப்பு

இல்லாததால் முதலில் பக்கத்து வீட்டுக்கு பேச வேண்டும். அவர்கள் போய் அம்மாவை வரச் சொல்லுவார்கள்.

''நான் உங்களுக்கு வீணா சிரமம் தர்றேன்.''

''அதேல்லாம் ஒண்ணுமில்ல சுதா, நீ எப்ப வேணும்னாலும் கூப்பிடு பிரச்சனையில்லை'' என்பார்கள்.

ஆனால் எனக்குதான் அடுத்தவர்களை தேவையில்லாமல் தொந்தரவு செய்வதாகத் தோணும். தம்பி ஃபோனுக்கு இப்போதுதான் எக்ஸ்சேஞ்சில் பதிவு செய்து வைத்திருக்கிறான். அதிர்ஷ்டமிருந்தால் இன்னும் இரண்டு வருடங்களில் வந்துவிடும் எனச் சொன்னார்களாம்.

அதிர்ஷ்டம் - அது எனக்கு கண்டிப்பாக இல்லை எனத் தோன்றுகிறது. இருந்தால் எனக்கு மட்டும் இப்படி வேலை பறிபோயிருக்குமா என்ன? 'என்ன பெரிய அதிர்ஷ்டம். நல்ல நேரம் வந்தா தொட்ட தெல்லாம் துலங்கும். தவுட்ட தொட்டாகூட தங்கமாகும்' என்பாள் அம்மா.

நான் நல்ல நேரத்துக்கெல்லாம் காத்திருப்பவனில்லை. இப்போது நடந்ததை நினைத்துக் கொண்டிருப்பதில் பிரயோஜனமில்லை. இனி அடுத்து நடக்கவேண்டியதைப் பார்க்கவேண்டும். நான் முதல்முறை இந்தியாவிலிருந்து வேலைக்கு வரும்போது இவர்கள் கைக்காசை செலவழித்து விமான டிக்கெட் எடுத்து வரச் சொன்னபோதே உஷாராகி இருந்திருக்க வேண்டும். தப்பு செய்துவிட்டேன். அவர்கள் தருவதாகச் சொன்ன 4500 ரிங்கிட் எனக்கு பெரிய தொகையாகத் தெரிந்தது. அப்போது நான் இந்திய மதிப்பில் வாங்கிக்கொண்டிருந்த சம்பளத்தைப்போல ஏறக்குறைய நான்கு மடங்கு. அதுபோல, புதிய விஷயங்களை முயன்று பார்க்கும் வயசுதானே எனக் கிளம்பி விட்டேன். ஆனால், இப்போது பாதிக்கப்பட்டவன் நான். இனிமேலாவது சற்று முன்னெச்சரிக்கையாக இருக்கவேண்டும் என நினைத்துக் கொண்டேன்.

இப்போது பண்ணை வேலைபோல எந்த ஒரு முகாந்திரமும் இல்லாமல் வேலையைவிட்டு நிறுத்திவிட்டார்கள். நல்ல மனுஷன் என நான் நம்பிவந்த சம்பத்தும் இப்போது எங்கிருக்கிறார் எனத் தெரியவில்லை.

'முதல்ல மலேசியா வாப்பா, மிச்சத்தை எல்லாம் அப்புறம் பேசிக்கலாம்.

ஆர்பென்-ஐடி ஒரு நல்ல ஸ்டார்ட் அப். உன்னைப்போல திறமையான ஆட்கள் நிறைய இங்கே தேவை. கண்டிப்பாக இதுக்காக பின்னால நீ

வருத்தப்பட தேவையிருக்காது' என விரும்பி அழைத்தவரை நான் பெரிதும் நம்பினேன். பாம்பாட்டியாக அவர் வாசித்த மகுடிக்கு மயங்கிவிட்டேன் என இப்போது வெளியே சொல்வதில் எனக்கு வெட்கம் ஒன்றும் பெரிதாக இல்லை.

'இவருக்கு தெரியாத விஷயங்கள் இந்த உலகத்தில் இருக்கிறதா?' என கேட்பவர்கள் ஆச்சர்யப்படும் வகையில் சம்பத் பேசக்கூடியவர். ஆணோ பெண்ணோ அவர்களுடன் பேசி ஏதோ ஒரு மையப் புள்ளியில் சந்தித்துவிடும் திறமை அவரிடம் இருக்கிறது. இப்படிதான் இந்தியாவில் பழைய கம்பெனியில் வேலை செய்யும் இடத்தில் பாம்பேயிலிருந்து ஒரு பெண் உயரதிகாரி ஆடிட்டிங்கிற்காக சமயங்களில் வந்துபோய்க் கொண்டிருந்தார். நல்ல ஆரிய நிறம். நெஞ்சை நிமிர்ந்தியபடி, ஹை ஹீல்ஸில் அசால்டாய் நடந்து கொண்டிருப்பார். யாரிடமும் ரொம்ப அதிகம் பேசமாட்டார். மிகவும் கெடுபிடியானவர். அவர் முகத்தில் லேசான புன்னகையைக்கூட பார்த்த நினைவில்லை. Stiff upper lip என ஆங்கிலத்தில் சொல்வார் களே அந்த வகையறா. அவருடைய மீட்டிங்கிற்குக்கூட மேனேஜர்கள் நடுங்கியபடிதான் நுழைவார்கள். அவர் புகைக்கும் பழக்கமுள்ளவர். சம்பத் அவரைப் புகைபிடிக்குமிடத்தில் புகை நண்பராக்கிக் கொண்டார். அந்த நெருக்கம் இருவரும் மணிக்கணக்கில் புகைத்தபடி இந்தியில் பெரிதாகச் சத்தமிட்டு சிரித்துச் சிரித்து பேசிக் கொண்டிருப்பது வரை வளர்ந்தது. அதன் உச்சமாக ஒரு நாள் கம்பெனி மீட்டிங்கில் ''சம்பத்தைப்போல நான் தென்னிந்தியர்கள் யாரும் இந்தியை அவ்வளவு நேர்த்தியாக பேசிக் கேட்டதில்லை, சம்பத்திற்காகவாது நான் இனி அடிக்கடி மெட்ராஸ் வரவேண்டும், கிரேட்'' எனச் சொல்லி அனைவரையும் அவர் ஆச்சர்யப்படுத்தினார். அதற்குப் பிறகு அங்கே சம்பத்தின் மதிப்பு ஒரு படி மேலே உயர்ந்தது என்பதைச் சொல்லவா வேண்டும்.

நான் வேலை பறிபோன விஷயமாக இது வரை நான்கு ஐந்து முறை அவருக்கு ஃபோன் செய்தும் கூட எடுத்துப் பேசவில்லை. இப்போ தெல்லாம் அவர் மிக பிஸியாகிவிட்டாரா இல்லை அப்படிக் காட்டிக் கொள்கிறாரா தெரியவில்லை. நான் நினைப்பதுபோல் சம்பத்தை அவ்வளவு எளிதில் ஃபோனில் பிடித்துவிட முடியாது என்பது எனக்குத் தெரிந்தே இருந்தது. சமயங்களில் 'பதினைந்து முறை ஃபோன் செய்தேன் சம்பத் எடுக்கவேயில்லை' என உடன் வேலை செய்பவர்கள் குறையாகச் சொல்லக் கேட்டிருக்கிறேன். அதே வேலையை இவ்வளவு சீக்கிரத்தில் என்னிடம் காட்டுவார் என நான் எதிர்பார்க்கவில்லை.

கடைசியில் டி-டே சம்பவத்தில் எனது பக்கத்து நியாயங்களை விலாவாரியாக எழுதி அவருக்கு மெயில் அனுப்பியிருக்கிறேன். இதுவரை அதற்கும் எந்த பதிலுமில்லை. நேரில் பார்த்தால் கண்டிப்பாக ஜேகே விஷயத்தையும் அவர் கண்ணைப் பார்த்துக் கேட்டுவிட வேண்டும்.

உண்மையில் ஜேகே சொல்வதுபோல வீணாவுக்கும் இவருக்கும் வேறு ஏதேனும் சம்பந்தம் இருக்குமோ? அதனால் என் வேலையை பறித்துவிட்டார்களா? தெரியவில்லை.

சில வாரங்களுக்கு முன் நடந்த ஒரு சம்பவம் ஞாபகத்துக்கு வந்தது. ஹெச். ஆர். கேட்டுக்கொண்டதால் நான் அப்போது ஆர்பென்-ஐடியில் வேலை செய்பவர்களின் படிப்பு மற்றும் எக்ஸ்பிரியன்ஸ் சர்டிபிகேட்டுகளைச் சரிபார்த்துக் கொண்டிருந்தேன்.

அப்போது வீணாவின் கல்லூரிப் படிப்புக்கும்,முன் அனுபவத்திற்கும், தற்போதைய வேலைக்கும் சம்பந்தம் இல்லை என தெரியவந்தது. அவளைப் பார்க்க வரச் சொல்லியிருந்தேன். வந்திருந்தாள்.

சர்டிபிகேட்டில் பிறந்தநாள் பார்த்து வைத்திருந்தேன். ஆனால் , நேரில் பார்ப்பதற்கு சின்னப் பெண்ணாகத் தெரிந்தாள். உயரமும் அதிகமில்லை. சுருட்டை முடி. குடும்பப்பாங்கான களையான முகம். மெலிதான லிப்ஸ்டிக். பார்ப்பவர்களுக்கு தன் குடும்பத்தில் ஒருத்தி போல் நினைக்கும் முகபாவம்.

பயந்தபடியே பேசினாள். அவளுடைய ஆங்கில உச்சரிப்பில் இந்தி வாடை அடித்தது.சற்று அதிர்ந்து பேசினால் அழுதுவிடுவாள் எனத் தோன்றியதால் நான் பெரிதாக எதுவும் விசாரிக்கவில்லை.

அவள் சம்பத்தின் சிபாரிசு என்பதால் ஹெச் ஆரில் சொல்லாமல் முதலில் அவரிடம் சொன்னேன். அதுமட்டுமல்லாமல் அவளுக்கு தற்போதைய வேலையில் வேறு எந்த முன் அனுபவமும் இல்லை.

‘எங்கிட்ட சொல்லிட்டல்ல, நான் பாத்துகுறேன்பா.’

‘இந்த விஷயத்தை இத்தோட விடு.’

‘இதபத்தி வெளியபோய் தேவையில்லாம பேசிகிட்டு இருக்காத’ என்று இறுதியாய் சொன்னார்.

ஃபோனில் அம்மா. ‘‘ஹலோ!’’

‘‘சாப்டியா, அங்க மணி என்ன இப்போ?’’

இந்தக் கேள்வியை அம்மா என்னிடம் எத்தனையாவது தடவை கேட்கிறாள் எனத் தெரியவில்லை. நாங்கள் மலேசியாவில் இந்திய நேரத்திலிருந்து இரண்டரை மணிநேரம் முன்கூட்டி இருப்போம் என்பதை எத்தனையோ முறை சொல்லிவிட்டேன். ஆனாலும் அம்மா எனது நேரத்தைக் கேட்பதை வழக்கமாக வைத்திருக்கிறாள்.

வழக்கமான விசாரிப்புகளுக்குப் பிறகு...

வேலை போன விஷயத்தை நேரடியாகச் சொல்லாமல் ''நான் இங்கயே வேற வேலை மாறாலாம்னு யோசிக்கிறேன்'' என மெல்லத் தொடங்கினேன்.

''ஏன், இப்ப வேலை பாக்குற இடத்துலதான் நல்ல சம்பளம் தர்ராங்களேபா?''

''ம்ம், யோசிச்சுகிட்டுருக்கேன்'' என மழுப்பினேன்.

''அப்புறம், தம்பி என்ட்ரன்ஸ் கோர்ஸ் சேரணும்னு பணம் கேட்டான்பா'' என்றாள் தணிவாக.

''சரிம்மா, நான் அப்புறம் பேசுறேன்''.

புது வேலை கிடைத்தவுடன் பணம் சேர்த்து எப்படியாவது அம்மாவையும் குடும்பத்தையும் ஒரு முறையாவது இங்கே அழைத்து வந்து சுற்றிக் காட்டவேண்டும் என நினைத்துக்கொண்டேன்.

ஆனால் அம்மா, ''எதுக்குப்பா உனக்கு வீண்செலவு, அந்தப் பணத்துக்கு ஏதாவது நகைவாங்கி சேக்கலாம்'' என்பாள். அவளை சமாதானப்படுத்தி அழைத்துவருவது அவ்வளவு எளிதல்ல என எனக்குத் தெரிந்தே இருந்தது.

வெளியிலிருந்து அபார்ட்மென்ட் கதவைப் பூட்டிச் செல்லும் சத்தம் கேட்டது. கையிலிருந்த லேப்டாப்பை வைத்துவிட்டு எழுந்து வெளியே வந்தேன். மணி ஒன்பதுதான் ஆகியிருந்தது. ஏனோ பகல்பொழுது நீண்டு கொண்டிருப்பதுபோல எனக்குத் தெரிந்தது. இதுவரை மேகமூட்டமாயிருந்த வானம் இப்போது நன்றாக கறுத்திருந்தது. ஹாலில் இருக்கும் பெரிய கண்ணாடிக் கதவைத் திறந்து நான் பால்கனிக்குப் போவதற்குள் நல்ல மழை சடசடவென பிடித்துக் கொண்டது. மழைக்காலங்களைத் தாண்டி இங்கே ஏதோ ஒரு விதத்தில் வருடம் முழுமையும் மழை பெய்துவிடுகிறது. மழை பெய்து ஓய்ந்த சில நிமிடங்களில் அந்த மழை பெய்ததற்கான எந்தவிதச் சுவடுமின்றி சாலைகள் பளிச்சென அடுத்த மழைக்கு தயாராகிவிடுவது ஆச்சர்யமாயிருக்கும்.

பால்கனி தடுப்புக்கம்பியைப் பிடித்துக்கொண்டு வெளியே வெறித்து பார்த்துக் கொண்டிருந்தேன். மழை நின்று நிதானமாக பெய்யத் தொடங்கியிருந்தது. எதிரே ஏரியைத் தாண்டி கண்ணுக்கெட்டிய தூரம் வரை மரங்கள் பச்சை கம்பளம் போல் மங்கலாய் தெரிந்தது. அதனூடே காளான்களாய் அங்கொன்றும் இங்கொன்றுமாய் ஒன்றிரண்டு கான்கிரீட் கட்டடங்கள் முளைத்திருந்தன. சாரலோடு குளிர்க்காற்று முகத்தில் அடிக்கத்தொடங்கியது. இந்த உலகத்தில் அலுக்காத விஷயங்கள் எனும் பட்டியல் ஒன்று இருக்குமானால் அதில் கடலை ரசிப்பதுபோல கண்டிப்பாக மழையை ரசிப்பதுவும் இருக்கும் என நம்புகிறேன்.

அப்போது இடதுபுறமிருந்த அபார்ட்மென்ட் பால்கனியில் நின்று கொண்டிருந்த அந்த இந்தோனேசியச் சிறுமியை கவனித்தேன். அவள் மங்கலான பச்சை நிறத்தில் மேல்சட்டையும் பாவாடையும் அணிந்திருந்தாள். உயரம் அதிகமில்லை. வயது பன்னிரண்டு இல்லை பதிமூன்று இருக்கலாம்.

அவளை ஓரிரு முறை வயதான சீனத் தம்பதிகளுடன் வெளியே பார்த்திருக்கிறேன். இந்தோனேசியாவிலிருந்து வந்து தங்கி வேலை பார்க்கிறாள்போல. அவள் முகத்தில் எப்போதும் ஏழ்மை தெரியும். வெறும் கழுத்து, காதுகளில் பிளாஸ்டிக் தோடு என முகம் வெளிறி ஒருவித சோகத்தோடு இருப்பாள். சின்னவயதில் குடும்பத்தைப் பிரிந்து வெகுதூரம் வந்துவிட்ட சோகமாயிருக்கும் என நினைத்துக் கொள்வேன்.

அவள் பால்கனியில் நின்றபடி மகிழ்ச்சியாக மழை நீரைத் தன் இரு கைகளாலும் பிடித்து விளையாடிக் கொண்டிருந்தாள். இடி இடித்து மின்னலுடன் மழை நீண்ட அடர் கம்பிகளாய் மேலிருந்து இறங்கிக் கொண்டிருந்தது. நான் அவளையே உற்றுப் பார்த்தபடி நின்றிருந்தேன். அவள் வழக்கத்துக்கு மாறாக முகத்தில் சோகத்தின் சாயல் துளிகூட இல்லாமல் இருந்தாள். அவள் குதூகலத்துடன் தன் உள்ளங்கையில் வழிந்த மழைநீரை மறு கையில் ஆசை தீர மாற்றி மாற்றி ஊற்றி விளையாடிக் கொண்டிருந்தாள்.

என்றோ பெய்யும் ஒரு மழை அந்தச் சிறுமிக்கான சந்தோஷத்தை கொண்டுவந்து சேர்த்துவிடுவதாய் எனக்குப்பட்டது. அப்போது வெட்டிய மின்னல் ஒளியில் அவள் முகம் சுடராய் பிரகாசித்தது.

7

கல்லூரி நண்பன் கோபியின் ஞாபகம் வந்தது. கூப்பிட்டு வேலை போன விஷயத்தைச் சொன்னேன்.

''என்னடா நம்பிக்கையான இடம்னு கையில இருந்த வேலைய விட்டுட்டு இங்க வந்த?'' என அதிர்ந்தான்.

நான் நேரடியாகவே கேட்டேன். ''சரி அதை விடு, இப்போ உங்க கம்பெனியில் ஏதாவது வாய்ப்பிருக்குமா?''

''நோ. இங்க மலேசியாவுல நேரடியா ஆள் எடுக்க மாட்டாங்க. நீ இந்தியா போறதுன்னா சொல்லு. பாக்கலாம். ஆனால், அப்படியே நீ போனாலும் மலேசியா வேலை கண்டிப்பா இருக்கும்னு சொல்ல முடியாது. ஃபர்ஸ்ட் நீ கன்ஸல்டன்ட் வழியாவே ட்ரை பண்ணிப் பாரு'' என ஆலோசனை சொன்னான்.

நான் எதிர்பார்க்கவில்லை. வேலை விஷயத்தில் முதல் தோல்வியை ருசித்தேன். கசந்தது.

காலை பதினொரு மணிவாக்கில் சிங்கப்பூரி லிருந்து ஃபோன் வந்தது. அங்கிருந்து செயல் படும் ஒரு வங்கியிலிருந்து என அறிமுகம் செய்து கொண்டார்கள். என்னுடைய பயோ டேட்டா ஒரு கன்சல்டிங் கம்பெனி மூலம் அவர்களுக்குக் கிடைத்ததாம்.

அந்த வங்கியின் நிரந்தர ஊழியர்களான ஒரு தமிழரும், ஒரு சீனரும் ஃபோனில் இன்டர்வியூ செய்தார்கள். ''டெல் மி அபவுட் யுவர் செல்ப்'' என வழக்கமாக தொடங்கி சுமார் பதினைந்து நிமிடங்கள் என்னுடைய வங்கி அனுபவங்களைப் பற்றி கேட்டார்கள். பின் லலிதாவின் 'பாட்டுக்கு பாட்டு' போல இருவரும் போட்டி போட்டு மாறி மாறி கேள்வி கேட்டுத் துளைத்தெடுத்தனர். நல்ல வேளையாக புதிய வேலை தேடுவதற்கான காரணத்தை அவர்கள் கேட்கவில்லை. ஒரு வேளை கேட்டிருந்தால் என்னிடம் தயாராக பதிலில்லை என்பதே உண்மை. எனக்கு இன்டெர்வியூ திருப்திகரமாய் அமைந்தது. நம்பிக்கை யிருக்கிறது. ஓரிரு நாட்களில் அழைத்து முடிவு சொல்வார்களாம்.

என்னைப் பொறுத்தவரை இன்டர்வியூ என்பது 'எட்டுக் கால் பூச்சிக்கு எத்தனை கால்கள்?' எனக் கேட்பதல்ல. அதாவது சம்பந்தப்பட்ட நபருக்கு ஒரு விஷயம் தெரியுமா தெரியாதா என்பதைவிட, ஒருவர் தனக்குத் தெரிந்த விஷயத்தை எப்படி சிந்தித்து நடைமுறைக்கு பயன் படுத்துகிறார் என்பதைத் தெரிந்து கொள்வதாக இருக்கவேண்டும்.

நான் இன்டர்வியூ டேபிளின் இரண்டு பக்கங்களிலும் அமர்ந்திருக் கிறேன். அதனால் இன்டர்வியூவை எதிர்கொள்வதில் பெரிய சிரமங்களில்லை.

இந்தியாவில் பழைய நிறுவனத்தில் இருக்கும்போது ஹெச். ஆரிலிருந்து வார இறுதி இன்டர்வியூக்காக அழைப்பார்கள்.

பயோடேட்டாக்களை ஒரு கட்டாகக் கட்டி கையில் கொடுத்து விடுவார்கள்.

'சார் இதுல 30 ரெஸ்யூம்ஸ் இருக்கு, இன்னைக்கு எப்படியாவது பத்து பேரையாவது செலக்ட் பண்ணுங்க' என சமயத்தில் அழுத்தம் தருவார்கள்.

ஒருமுறை 'சார் இப்ப முன்ன மாதிரி வேலையில்லா திண்டாட்டம் கிடையாது. திறமையில்லா திண்டாட்டம்தான்' என்றார்.

உண்மையில் அது சத்தியமான ஒரு வார்த்தை என்பதை ஓரிரு இன்டர்வியூவிலேயே தெரிந்துகொண்டேன்.

பல சமயங்களில் கல்லூரியிலிருந்து புதிதாக பட்டப்படிப்பு முடித்து வெளியே வரும் பொறியியல் மாணவர்களில் பாதிப் பேர் தேறுவதில்லை. அவர்களுக்கான தேர்வுகளில் நல்ல மதிப்பெண் களைத் தாண்டி பொது அறிவு, துறை சார்ந்த அறிவு, கம்யூனிகேஷன் எனப்படும் தகவல் பரிமாற்றத்திலும் அவர்கள் சிறப்பாயிருக்க வேண்டும்.

அதுபோல பணி முன்அனுபவமிருப்பவர்கள் கூட தங்களின் அன்றாட அலுவல்களைத் தாண்டி தங்களை புதுப்பித்துக் கொண்டிருந்தால் மட்டுமே வாய்ப்பு.

என்னைப் பொறுத்தவரை இன்டர்வியூ என்பது ஒருவகையான தேடல். வேலைதேடுபவர்கள், வேலைதருபவர்கள் என இருவருமே தங்கள் வழிகளில் தேடிக் கொண்டேயிருக்கிறார்கள். அந்தத் தேடல் சரியான ஒரு புள்ளியில் ஒருமிக்கும்போதுதான் ஒரு இன்டர்வியூ வெற்றி பெறுகிறது.

தகுதி மற்றும் வெற்றி பெறும் ஆர்வத்துடன் சோர்வடையாமல் ஏதோ ஒரு வழியில் தங்களை புதுப்பித்துக் கொண்டவர்கள் மட்டுமே அந்தத் தேடலில் ஜெயிப்பார்கள். எனக்கு 'கண்டிப்பாக ஜெயிப்பேன்!' என்ற அந்த நம்பிக்கை இருக்கிறது.

மதியம் ரவியிடமிருந்து ஃபோன் வந்தது.

''மச்சி எங்க வீட்லதான இருக்கே?''

''ம்,சொல்லு.''

''இன்னைக்கு சாயங்காலம் 6 மணிக்கு இஸ்தானாவுக்கு வந்துடு.''

''என்ன விஷயம்?''

''சம்பத் ஃபோன் பண்ணிருந்தாரு, ஏதோ மீட்டிங்காம். உன் கையிலயும் சொல்ல சொன்னாரு.''

என்னுடைய மெயிலுக்கு பதில் எழுத நேரமில்லாத அல்லது மனமில்லாத சம்பத் எதற்கு இப்போது வரச் சொல்லியிருப்பார் என யோசனையாக இருந்தது. நேரில் பார்த்து வேலை விஷயமாகப் பேசும்போது ஜேகே விஷயத்தையும் பேசினால் மரியாதையாக இருக்குமா? அவன் பேச்சை எந்த அளவுக்கு நம்புவது? ஏனோ அந்தச் சம்பவத்தை மனத்திலிருந்து சுத்தமாக அழிக்க முடியவில்லை.

மாலையில் டிரெயின் பிடித்து இஸ்தானாவுக்குப் போனேன்.

ரெஸ்டாரண்ட் இஸ்தானா பெரிய நட்சத்திர விடுதியில்லை. சுமார் ரகம்தான். வசதிகளிலும், கவனிப்பிலும் மலேசியத்தரத்திற்கு கொஞ்சம் சுமாராக இருந்தாலும் ரொம்ப மோசமில்லை.

முன்பெல்லாம் மாலையில் இங்கே கூடிதான் அன்றைய அலுவலக நிகழ்வுகள், தமிழ்நாட்டு அரசியல், நாட்டு நடப்பு எனப் பேசுவோம். தமிழ்நாட்டை விட்டு வெளியேயிருந்த எங்களுடைய டீக்கடை இந்த இஸ்தானாதான்.

விடுதி சாலையிலிருந்து கொஞ்சம் உள்ளடங்கியபடி காம்பவுண்ட் எதுவும் இல்லாமல் மரங்கள் சூழ இருந்தது. இரவு நேரங்களில் பார் வசதி இருப்பதால் சமயங்களில் வெள்ளைக்கார டூரிஸ்டுகளையும் பார்க்கலாம். நாங்கள் வாடிக்கையாகப் போவதால் அங்கே வேலை செய்பவர்கள் நல்ல சிநேகமாய் பழகுவார்கள். ஒரு சில தமிழ்நாட்டு சிப்பந்திகளின் பெயர் சொல்லுமளவுக்குத் தெரிந்து வைத்திருந்தோம்.

உள்ளே வலது கோடியில் ரவியின் தலை தெரிந்தது. கூடவே மேஜையில் ஐந்து பேர். அதில் ஜேகே இல்லை என்பதை நான் கவனிக்கத் தவறவில்லை.

''சம்பத் வரல?''

''அவர் என்னைக்கு சொன்ன நேரத்துக்கு வந்துருக்காரு? நம்ம பசங்களே இன்னும் பதினஞ்சுபேர் வர வேண்டியிருக்கு.''

''அப்பறம் வேலையெல்லாம் சீரியஸா தேட ஆரம்பிச்சுட்டியா?''

நான் சிரித்து வைத்தேன்.

''இன்டர்வியூ கேள்வியெல்லாம் எங்களுக்கும் சொல்லி ஹெல்பு பண்ணு மச்சி, பின்னாடி உதவும்.''

இதில் எந்த அளவுக்கு கிண்டல் இருக்கிறது என என்னால் கணிக்க முடியவில்லை. அவர்களிடம் வம்பிழுக்கும் நோக்கத்தில்,

''கேள்விதான, சரி இந்தக் கேள்விக்கு யாராவது பதில் தெரிஞ்சால் சொல்லுங்க'' என்றேன் பொதுவாக.

''எடை பாக்குற மெஷின் உதவியில்லாம எப்படி யானையோட எடையை கண்டுபிடிக்கலாம்?''

கேள்வியைக் கேட்டு ஒரு நிமிடம் திகைத்த ரவி ''நக்கலா? போகாத ஊருக்கு நீ வழி சொல்லு. இதெல்லாம் ஒரு கேள்வியா?'' என்றான்.

உண்மையில் ஆர்கிமிடிஸ் தத்துவத்தின் அடிப்படை தெரிந்தால் இதற்கான பதிலை எளிதாக சொல்லலாம்.

ரவியிடம் எப்படி அதைப் புரிய வைப்பது என நினைக்கையில் சம்பத் அங்கு வந்து சேர்ந்திருந்தார்.

சம்பத் - ''எப்படிப்பா இருக்கீங்க?'' என உற்சாகமாய் சிரித்தபடி அனைவரிடமும் கைகுலுக்கினார். ஒவ்வொரு கைகுலுக்கலுக்குப் பின்பும் தனது வலது கையை நெஞ்சில் ஒற்றிக் கொண்டார். இங்கே பெரும்பாலான மலேசியர்களும் அதுபோல செய்வதை

கவனித்திருக்கிறேன். ஒரு வேளை உள்ளப்பூர்வமாக பழகுகிறேன் என்ற அர்த்தமாக இருக்குமோ என நினைத்துக்கொண்டேன். சம்பத் ரோமில் ரோமனாக இருத்தலின் அவசியத்தை தெரிந்தவராயிற்றே எனத் தோன்றியது.

சாப்பாட்டு மேஜையின் ஒருகோடியில் சம்பத்தும் எதிர்கோடியில் நானும் உட்கார்ந்திருந்தோம். எனது இடப்பக்கத்தில் வீணாவும், வலதுபக்கத்தில் ரவியும் இருந்தார்கள்.

நான் நாசி கோரேங்கும், லெசியும் ஆர்டர் செய்தேன். ரவி நாசிக் பிரியாணி ஆர்டர் செய்தான்.

''வந்த இடத்திலயும் இந்தியன் ஸ்டைல் தானா?'' என்றாள் வீணா சிரித்தபடி ஆங்கிலத்தில்.

''வெஜிடேரியனுக்கு இவ்ளோதான் சாய்ஸ்'' என்றேன்.

''இங்க எனக்கு சாப்டறது பிரச்சனை இல்லை அதோட அர்த்தம் புரிஞ்சுக்கிறதுதான் தலைவலி'' என்றான் ரகு.

''இதென்ன பிரமாதம், ஃப்ரைட் ரைஸ் தான் இங்க நாசி கோரேங். 'நாசி' னா மலாய் மொழியில் சோறுனு அர்த்தம்'' என்றேன்.

''நான் மலேசிய நேஷனல் ஃபுட் ஆர்டர் பண்றேன்'' என்றபடி நுனி நாக்கில்-நாசி லெமாக்'' என்றாள் வீணா.

''தட் இஸ் நத்திங் பட், தேங்காய் சாதம் - நெத்திலி கருவாடு'' என ஸ்டைலாய் சொல்லிச் சிரித்தாள்.

முதல் முறை என்னிடம் அப்படி பயந்தபடி பேசியவள் நன்றாக முன்னேறிவிட்டாள் என நினைத்துக்கொண்டேன்.

சம்பத் வீணாவையும் என்னையும் கவனித்துக் கொண்டிருப்பதாய் உள்ளுணர்வு சொன்னது.

''மச்சி, நான் உடம்பு கலர் மெயின்டெய்ன் பண்ணணும், மாதுளை ஜூஸ் ஆர்டர் செய்றேன்'' என்றான் ரவி.

ஜேகே வம்பிழுப்பதுபோல் கிண்டலாக, ''ஒண்ணு சொல்லு, ஜூஸ்க்கும் உடம்பு கலருக்கும் என்ன சம்பந்தம்?'' என்றான்

ரவி சிரித்தபடி ''தட் இஸ் சயன்ஸ் ஜேகே!, தட் இஸ் சயன்ஸ்!'' என மேஜர் சுந்தராஜன் போல் இருமுறை சொன்னான்.

''அது என்ன சயின்ஸ்?'' என்றேன் சந்தேகமாக.

''நல்ல விஷயத்தை சொன்னா கேட்டுக்கோங்க. அதை விட்டுட்டு அறிவியலை ரொம்ப ஆராயக் கூடாது சரியா'' என நழுவினான் ரவி.

அனைவருக்கும் வாழையிலை போட்ட வட்டவடிவ செப்புத் தட்டுகளில் உணவும், கனமான செப்பு டம்ளரில் குளிர்ந்த தண்ணீரும் வந்தது.

சம்பத் பேசத் தொடங்கினார்.

''இரண்டு விஷயத்துக்காக நான் உங்கள வரச் சொன்னேன்.''

''உங்களுக்கெல்லாம் தெரிஞ்சிருக்கும் சுதாவுக்கு இங்க ஆபிஸ்ல கொஞ்சம் பிரச்சனைனு...''

''அதனால அவரு இந்த மாசம் ஊருக்கு போறாப்ல''

என்றபோது அனைவரின் கண்களும் என்னை பரிதாபமாகப் பார்ப்பதுபோல தெரிந்தது.

சிறிது நேரம் அங்கே மௌனம் நிலவியது. சம்பத் அந்த இடைவெளியை வேண்டுமென்றே ஏற்படுத்தினாரா எனத் தெரியவில்லை.

''இவங்க பண்றது ரொம்ப அநியாயமா இருக்கு. எந்தவொரு வார்னிங்கும் இல்லை. உடனே வேலையவிட்டு போன்னா நாம எங்க போறது?'' என்றான் ரவி ஆதங்கத்துடன்.

''நாம இருக்குறது உள்ளூரா? வெளிநாடு வேற'' என்றது மற்றொரு குரல்.

''அவங்க நினைச்சா எதவேணா எடுத்து நம்ம மூஞ்சில வீசுவாங்களா?'' இன்னோரு குரல்.

''இரண்டு வருஷ கான்ராக்ட்க்குதான சம்பத் இங்க வந்தோம்'' என்றான் ஒருவன்.

சம்பத் சாந்தப்படுத்துவதுபோல் கொஞ்சம் குரலை உயர்த்தி ''நாம இங்க பொழைக்க வந்திருக்கோம். அதனால அவங்க சொல்றத கேட்டுட்டு போவோம். ஒத்த சீட்டுக்காக மொத்த ஆட்டத்தையும் இழந்துரக் கூடாதுப்பா. விட்டுப் பிடிப்போம்.''

இப்படி அவர் சொன்னதன் அர்த்தம் மற்றவர்களுக்குப் புரிந்திருக்குமா தெரியவில்லை. ஆனால் எனக்குத் தெளிவாகப் புரிந்தது.

சம்பத் தொடர்ந்தார்.

''நான் சுதாவுக்காக பேசி ஃப்ரீயா ரிட்டன் டிக்கெட்டும், ஒரு மாச சம்பளமும் தர சொல்லியிருக்கேன். ஊருக்கு போறவர கெஸ்ட்

அவுஸ்லயே தங்கிக்கட்டும் பிரச்சனையில்லை. அவங்களுக்கு வேற பிரஷர். நான் பேசாட்டி அதுவும் குடுத்துருக்க மாட்டானுங்க.''

அடுத்த கேள்விக்கு இடமில்லாதபடி

''இரண்டாவது, இங்கேயே இன்னொரு பேங்க் மெர்ஜர் ப்ராஜெக்ட் வருது. அதனால மத்த எல்லாருக்கும் இன்னமும் ஒரு வருச எக்ஸ்டன்சன் வாங்கிரலாம்பா.''

அதன்பின் யாரும் எதுவும் பேசவில்லை. தங்களின் வேலைக்கு உத்தரவாதமிருக்கிறது பிரச்சனையில்லை என்பது தெரிந்ததும் அவர்கள் ஆசுவாசமாகி நிம்மதியாக உணர்ந்திருப்பார்கள் என நினைக்கிறேன். சம்பத்துக்கு எந்தச் செய்தியை முன், பின் சொல்ல வேண்டும் எனும் சூட்சுமம் துல்லியமாகத் தெரிந்திருக்கிறது என்பது புரிந்தது. இங்கே யாரும் யாருக்காகவும் கொடிபிடிக்கப் போவதில்லை. அவரவர் தட்டில் சாப்பாடு நிறைவது போதுமானதாயிருக்கிறது.

''ஐ ம் நாட் டோட்டலீ கன்விண்ஸ்ட், என்னோட மெயிலை பாத்தீங்களா?...'' என்றேன் தயங்கியபடி.

''டோண்ட் ஒரி, நீ தேவையில்லாம மனசபோட்டு குழப்பிக்காத. ஒரு மாசம் ஊர சுத்தி பாத்துட்டு இந்தியா கிளம்புற வழியப்பாருப்பா.'' என எளிதாகக் கடந்தார்.

இந்தச் சூழலில், நான் உள்ளூரில் வேலை தேடுவதை அவர் கண்டிப்பாக விரும்பப் போவதில்லை என்பது சம்பத்தின் குரலில் தெரிந்தது. கையில் ஒரு வேலை கிடைத்தபின் இவரிடம் சொல்லுவது சரி எனப்பட்டது.

எதேர்சையாக வீணாவை கவனித்தேன். அவள் மௌனமாய் மெல்லிய புன்னகையோடு ஆரஞ்சு ஜூஸை உறிஞ்சிக்கொண்டிருந்தாள். நான் கண்ஜாடையால் கிளம்புகிறேன் என்று அவளிடம் சொல்லிவிட்டு எழுந்தேன்.

8

சம்பத்தின் பார்ட்டி முடிந்து அபார்ட்மெண்ட் வர இரவு பத்து மணிக்கு மேலாகிவிட்டது. ஐந்து பேராக சேர்ந்து கேப் பிடித்து வந்து சேர்ந்தோம். வீட்டுக்கு வந்து மொபைலுக்கு சார்ஜ் செய்யும் போதுதான் அந்த குறுஞ்செய்தியைக் கவனித்தேன். சாரா 'ஒரு முக்கியமான விஷயமாக நாளை பார்க்க முடியுமா?' எனக் கேட்டிருந்தாள்.

சாரா போல ஒரு அழகான பெண் அழைத்தால் வேண்டாம் என்று சொல்ல யாருக்கு மனது வரும். மற்ற நேரமாயிருந்தால் தயங்காமல் 'சரி' என்றிருப்பேன். ஆனால் வேலை தேடிக் கொண்டிருக்கும் இந்த நேரத்தில் அவளைப் பார்ப்பதா? மனம் சஞ்சலப்பட்டது.

எனக்கு இப்போதைய உடனடித் தேவை இங்கே ஒரு வேலை, அதற்கு தேவை தொடர்பு. எப்படித் தெரியும் யார் மூலமாக நமக்கு வேலை தேடி வருமென்று? அது சாரா ரூபத்தில் வந்தால்? 'சரி!' என பதிலனுப்பினேன்.

சாரா எனக்கு அறிமுகமானது டிரைவர் சிங் மூலமாக. ஒருநாள், கேபில் வரும்போது

''அடுத்த வாரம் நவராத்திரிக்கு கோலாலம்பூரில் நடக்கும் ஸ்பெஷல் தாண்டியாவுக்கு வர்றீங்களா?'' என்றார்.

சினிமாவில் மட்டும் 'தாண்டியா' பார்த்திருந்த நான் உடனே சரி என்றேன். வழக்கம்போல் மற்றவர்கள் ஒதுங்கிக் கொண்டனர். நம்மூர் கோலாட்டத்தின் வண்ணமயமான வடக்கத்திய வடிவம் என்ற எதிர்பார்ப்புடன் அந்த நிகழ்ச்சிக்குச் சென்றிருந்தேன். நல்ல வேளை ஏமாற்றவில்லை.

டிரைவர் சிங் சாராவுடன் வந்திருந்தார்.

''ஸி இஸ் மை ஃபிரண்ட், வெரி மச் இண்ட்ரஸ்டட் இன் இண்டியன் கல்சர்'' என அவளை எனக்கு அறிமுகப்படுத்தினார். இத்தனை பெரிய மனிதர் ஒரு இளம் பெண்ணை தன்னுடைய நண்பியாக அறிமுகம் செய்து வைத்தது எனக்கு புது அனுபவமாக இருந்தது.

பதிலுக்கு சாரா விளையாட்டாய் ''இவர்தான் என்னுடைய பாய் ஃபிரண்ட்'' என சிங்கை கைகாட்டி பெரிதாக சிரித்தாள்.

தைரியமான பெண்ணாகத் தெரிந்தாள். நிகழ்ச்சி உற்சாகத்தில் அன்று அவளிடம் அதிகம் பேச வாய்ப்பு இல்லாமல் போனது.

அறைக்குள் எட்டிப் பார்த்த ரவி ''என்ன நைட்டுல செல்லை நோண்டிகிட்டுருக்க?''

''பேசாம, படுத்து தூங்கு மச்சி! அதான் சம்பத் தெளிவா சொல்லிட்டாரே. ஊருக்கு போய் முதல்ல வேலையை தேடு அடுத்து ஒரு நல்ல பொண்ணா பாத்து கல்யாணம் பண்ற வழியப் பாரு. லைஃப் செட்டில்ட்.''

இப்போது அவனிடம் செட்டில்ட் என்றால் உனது அகராதியில் என்ன அர்த்தம் என விவாதிக்கும் மனநிலையில் நான் கண்டிப்பாக இல்லை. சிரித்து வைத்தேன்.

அவன் தொடர்ந்தான். ''செட்டில் ஆக, மலேசியாவை விட அமேரிக்காதான் பெஸ்ட் மச்சி. அப்படியே வேலை பாக்குற பொண்ணா பாத்துட்டால் சூப்பர்'' என்றான்.

''இதெல்லாம் உனக்கு யார் சொன்னா?''

''என்னோட ஹவுஸ் ஓனரோட பெரிய பையன் அமெரிக்காவிலதான் இருக்கான். போய் நாலு வருஷத்திலேயே க்ரீன் கார்டு வாங்கிட்டான். சொந்த வீடு. ஃபைவ் பெட்ரூம். இண்டிபெண்டன்ட் ஹவுஸ், இரண்டு கார் கெரேஜ் ஹவுஸ் வித் ஸ்விமிங் பூல். நல்ல வசதி.

ஃபோட்டோஸ் கூட கொண்டு வந்து காட்டினான் மச்சி. இப்போ அவனோட ஒய்ஃபுக்கும் அங்கேயே வேலை வாங்கி குடுத்துட்டான். எல்லாம் டாலர்ஸ் மச்சி.

கொடுத்து வைச்சவன் இல்ல? அங்கெல்லாம் வாரம் ஒரு தடவை சமையல் செஞ்சு ஃப்ரிஜில் வைச்சுடுவாங்கலாம். வேணும்போது மைக்ரோவேவ்ல அப்பப்ப சுட வெச்சு சாப்பிடுவாங்கலாம்.வீக் எண்டுல ஊர் சுத்த கிளம்பிடுவாங்கலாம். நான் சொல்றத சொல்லிட்டேன். அப்பறம் உன் பாடு.''

மூச்சு விடாமல் அமெரிக்க புராணம் பாடினான்.

''சரி, நாங்க இப்போ சரக்கு பார்டிக்கு போறோம். கதவ வெளிய இருந்து பூட்டிடு போறேன்.''

''ராத்திரி திரும்ப வந்துடுவீங்கல்ல?''

''வராம?''

''அப்படியே லைட்ட ஆஃப் பண்ணிட்டு போயிடு.''

நான் லேப்டாப்பை ஆன் செய்தேன். அதிசயமாக ஓவியா உடனே பதில் அனுப்பியிருந்தாள். ஆனால் வழக்கம்போல பிஸி புராணம் பாடியிருந்தாள்.

'உனது புது வேலை கிடைக்க எனது வாழ்த்துகள். ஹே! உன் நல்ல மனசுக்கு எல்லாமே நல்லதாக நடக்கும்.சோ டோண்ட் ஒர்ரி.

அப்புறம் வீட்டில் கெஸ்ட் வர்றதால சில நாட்களுக்கு இ-மெயில் பண்ணமுடியாது. ஸாரி.'

இந்த முறை வித்தியாசமாக 'பாசத்துடன்' என முடித்திருந்தாள். எனக்கு எதுவும் பதிலெழுதத் தோன்றவில்லை. லேப்டாப்பை மூடிவிட்டு படுக்கையில் விழுந்தேன்.

'இங்க பொழைக்க வந்திருக்கோம். அதனால அவங்க சொல்றத கேட்டுட்டு போவோம்' எனும் சம்பத்தின் வார்த்தைகள் திரும்பத் திரும்ப காதில் ஒலித்துக் கொண்டிருந்தது.

'கரிஸ்மா' என்று ஆங்கிலத்தில் சொல்வார்கள் - ஒருவித பல முகத் தன்மை - அது சம்பத்திடம் இருக்கிறது. கடின உழைப்பாளி கூட. ஆனால், இன்றைய நிகழ்வுக்கு பின் அவரைப் பற்றி என்னுள் இருந்த நல்லவர் பிம்பம் கொஞ்சம் மங்கலாகி இருந்தது. அவருக்கு தனியாக பேச இரண்டு நிமிஷம் இல்லாமல் போய்விட்டதா என்ன? இல்லை

பேச விருப்பமில்லை என எடுத்துக்கொள்வதா? திட்டமிட்டு என்னைத் தவிர்ப்பது போலிருந்தது. குழப்பமே மிஞ்சியது.

சாராவைப் பற்றி யோசித்தேன். அவள் பேசவேண்டிய முக்கிய விஷயம் என்னவாக இருக்கும்? என்னிடம் அந்தரங்கமாக பேசவோ? இப்படி ஏதேதோ நினைவுகளின் பிடியில் தத்தளித்து கடைசியில் உறங்கிப்போனேன்.

காலையில் டிவியில் நடிகர் விக்ரம் 'ஓ' போட்டுக் கொண்டிருந்தார். ரவி ஹாலிலிருந்த டைனிங் டேபிளில் வைத்து காய்கறி நறுக்கிக் கொண்டிருந்தான். ரவி அதில் வரும் கதாநாயகி கிரணின் வெறியன். அவன் புண்ணியத்தில் வீட்டில் எல்லோரும் 'ஜெமினி' படத்தை டிவிடியில் இதுவரை கண்டிப்பாக நூறு தடவைக்கு மேல் பார்த்திருப் போம். அந்தப் படம் பார்த்து நடந்த ஒரு நல்ல விஷயமென்றால் விக்ரமின் உடம்பால் கவரப்பட்டு நான் தொடர்ச்சியாக ஜிம்முக்குப் போவதுதான். அதையும் கெடுப்பதுபோல ஒருநாள் ரவி ''ரொம்ப உடம்ப பில்டு பண்ணாத மச்சி பொண்ணுங்களுக்கு புடிக்காது'' என ஜாதகம் சொன்னான். ''ஆமா, நான் வெஜிடேரின் சாப்பிட்டு, ஜிம்முக்கு போய் அர்னால்டு ஆகப்போறேன்'' என அவன் வாயை அடைத்தேன்.

''சுதா, இன்னைக்கு வெஜ்பிரியாணி, ஃப்ரிஜ்ல இருந்து தக்காளிய கொஞ்சம் எடுத்துக்குடு ப்ளிஸ்!'' என்றான் ரவி.

''வெஜ்ஜா? ஆச்சர்யமா இருக்கு?''

வீட்டில் வார இறுதியில் சமையல் இலாகாவின் முழுப்பொறுப்பு ரவிதான். தோளில் ஒரு துண்டைப் போட்டபடி ஓடியாடி சமைப்பான். அதுபோல யாரையும் எதிர்பார்க்காமல் தானே மார்க்கெட்டுக்கு போய் மளிகை சாமான்களையும் வாங்கி வந்துவிடுவான். வார இறுதியில் இவன் இவ்வளவு ஆர்வமாயிருக்க இன்னொரு காரணம் அசைவம். சிக்கன், மட்டன் என எதாவது ஒன்றை வாங்கி வந்து மணக்க மணக்க பிரியாணி அல்லது குழம்பு செய்வான். வீட்டில் நான் ஒருவன்தான் சைவன் என்பதால் என் பாடு திண்டாட்டம்தான். சமயங்களில் போனால் போகிறது என எனக்காக எதாவது தனியாக செய்வான். பெரும்பாலும் நான் வெளியேதான் சாப்பிட வேண்டியிருக்கும். சமயங்களில் சமைத்தது மிஞ்சிவிட்டால் இரவு நேரத்தில் கடையில் பரோட்டா அல்லது இட்லி வாங்கி வந்து மீதமிருக்கும் கோழிக் குழம்பை ஊற்றி அதகலப்படுத்துவார்கள். ஒரு நாள் மதியம் பெரிய நண்டு வாங்கி வந்து சமைக்கிறேன் பேர்வழி என அதன் கால்களைப் பிய்த்து, மஞ்சள், மசாலா என வீட்டை அலங்கோலம் பண்ணினார்கள்.

நான் பின்னங்கால் பிடரியிலடிக்க வெளியே சாப்பிட ஓடினேன். ஒருமுறை ஏதோ ''அமேரிக்கன் ஸ்டைல்'' என தோலுரித்த முழுக் கோழியை வாங்கிவந்து அப்படியே குக்கரில் வைத்து... இதற்கு மேல் அதற்கான செய்முறை விளக்கத்தை நீங்கள் ஏதோ ஒரு நல்ல வெப் சைட்டில் பார்த்துக்கொள்வது உங்களுக்கு நல்லது.

நான் சமையலில் ரவியைப்போல பெரிய வித்தகனில்லை. இங்கே வந்தபிறகுதான் வெறும் சாதமும் ரசமும் வைக்கக் கற்றுக் கொண்டிருக்கிறேன். வீட்டில் வளர்ப்பு அப்படி. அப்பாவுக்கு சொந்தமாக ஒரு பால் கூட காய்ச்சத் தெரியாது. அதுவும் அந்த நாட்களில் வீட்டில் விறகு அடுப்பு. ஒருமுறை அம்மா இல்லாதபோது அப்பா புகை வாடையுடன் எனக்கு பால் காய்ச்சிக் கொடுத்தது நன்றாக நினைவில் இருக்கிறது. வீட்டில் சமையல் பெரும்பாலும் அம்மாதான். அவள் இல்லாத பட்சத்தில் தங்கை பார்த்துக் கொள்வாள். அவள் ரசம் என்று சமைப்பது அம்மா வைக்கும் சாம்பார் போல இருக்கும்.எனக்கு வேறு வழி? நான் ஏதாவது உதவிக்குப் போனால் கூட ''ஆம்பள பிள்ளைக்கு அடுப்பங்கரையில என்ன வேலை? போ நாங்க பாத்துகிறோம்'' என விரட்டிவிடுவார்கள்.

என் வீட்டில் சுத்த சைவம். நான் பிறந்ததிலிருந்து அசைவம் சாப்பிட்டதேயில்லை. இங்கு வரும் வரை பட்டை, லவங்கம், கசகசா போன்ற மசாலா சாமான்களை நான் முகர்ந்து பார்த்தது கூட கிடையாது. நான் சின்ன வயதில் அநியாயத்திற்கு ஒல்லியாக இருப்பேனாம். யாரோ சொன்னார்கள் என பச்சை நாட்டு முட்டையை வாங்கி ஒரு கிளாஸில் ஊற்றிக் குடிக்கச் சொன்னார்கள். அந்த வீச்சம் தாங்காமல் நான் வாந்தியே எடுத்துவிட்டேன்.

இங்கே சைவம், அசைவத்துக்கு ஒரே பாத்திரம்தான். அம்மாவால் இதையெல்லாம் கண்டிப்பாக ஏற்றுக்கொள்ள முடியாது. அவள் முனியாண்டி விலாஸ் பெயரை சாலையில் பார்த்தால் எதிர்ப்புறம் கடந்து விடுபவள். அது அவள் உலகம்.

''என்ன மாப்ள இன்னைக்கு சமையல்?'' என்றபடி அங்கு வந்தான் ஜேகே.

''ஒரு சேன்ஜ்சுக்காக வெஜ்'' என்றான் ரவி.

''ஐயேய...''

''நீதான் சுத்த நான்வெஜ் ஆச்சேடா?''

''அப்படிலாம் ஒண்ணுமில்ல. நான் பாடி பில்ட் பண்றப்ப, சாப்பாட்டுல என்னா கட்டுப்பாடுங்கற. தினமும் அளவு சாப்பாடு தான். முட்டையில இருக்குற மஞ்ச கருவை கூட தூக்கி வீசிட சொல்லு

வாங்க. அப்படி வளந்த உடம்பு இது. இப்ப பாரு உடம்பை எப்படி இருக்கு?''

என்றபடி தனது இடதுமார்பை ஒருமுறை வலதுகையால் 'சப்' எனப் பெரிதாக சத்தம் வரும்படி தட்டிக்கொண்டான்.

என்னைப் பார்த்து ''என்ன சுதா நேத்து நைட்டு சரக்கு பார்டிக்கு உன்ன காணும்?'' என்றான்.

வீணா சம்பவத்துக்குப் பிறகு ஏனோ அவனிடம் முகம் கொடுத்துப் பேசத் தோன்றவில்லை.

இப்படிதான் ஒருமுறை சனிக்கிழமை இரவு அவர்கள் ஒன்றாகக்கூடி 'தீர்த்தம்' சாப்பிடும் இடத்துக்குப் போயிருந்தேன். அந்த வீட்டின் ஹாலில் விளக்கை அணைத்துவிட்டு மங்கிய இருளில் தரையில் வட்டமாக அமர்ந்திருந்தனர். நடுவில் கண்ணாடி டம்ளர்கள், மது புட்டிகள். கூடவே கடலை, முந்திரிப் பருப்பு, சிப்ஸ், சிக்கன் பிரியாணி மற்றும் வறுத்த கோழித் துண்டங்கள். சத்தமாக சிரித்துப் பேசி படம் பார்த்தபடி குடித்துக் கொண்டிருந்தனர்.

''வாங்க நல்லவரே, நலந்தானா?'' என ஒருவன் சிரித்தபடி கிண்டலாய் வரவேற்றான்.

நான் சோபாவில் உட்கார்ந்து கடலையைக் கொறித்தபடி டிவி பார்க்கத் தொடங்கினேன். நள்ளிரவைத் தாண்டும் வரை என்னென்னவோ பேசிக்கொண்டிருந்தனர். இரண்டு மூன்று ரவுண்டுக்குப்பின் தங்களுக்கான ரிஷப்சனிஸ்டின் உதட்டுச் சிரிப்பை அளந்தனர். பின் பேச்சு மெல்ல என்னை நோக்கித் திரும்பியது.

''என்ன மச்சி டல்லா இருக்கே?'' என்றான் ரவி.

''என்னனு தெரியல ரெண்டு நாளா ஒரே சளி.''

''பிராந்திய எடுத்துக் குடி, சளி போயி சந்தோஷமா இருப்பே'' என்றான் ஜேகே.

''அதல்லாம் வேணாம்.''

''ஒரு மூடி குடிச்சா, ஒண்ணும் ஆகாது.''

நான் மறுத்தேன்.

''பரவாயில்லை, இன்னைக்கு சனிக்கிழமை நல்ல நாளுதான் குடிக்க ஆரம்பி'' என்றான் கிண்டலாய்.''

அதைத் தொடர்ந்து ''ஏய், சும்மா குடி'' என ஓரிரு வற்புறுத்தும் குரல்கள்.

ஒரு கட்டத்தில் ஜேகே போதையில் குழறியபடி ''நீ இப்ப குடிக்கறத நாங்க பாக்கணும், சரியா'' என்றபடி இடதுகையில் கோப்பையை ஏந்தியபடி எச்சில் கையோடு எழுந்தவன் தடுமாறி கீழே விழுந்தான். எதிரே இருந்த கண்ணாடி பாட்டில் உடைந்து சிதறி உடல் முழுவதும் உணவு அப்பி ரசாபாசம் நிகழ்ந்துவிட்டது. இதெல்லாம் சில வினாடிகளில் முடிந்துவிட்டது. விருட்டென்று எழுந்து நான் அங்கிருந்து வந்துவிட்டேன். அதுதான் நான் அவர்கள் விரித்த மதுக்கடைக்குப் போன கடைசி தடவை.

★

மாலை சாரா கோர்ட்டு மலை பிள்ளையார் கோயிலுக்கு வரச் சொல்லியிருந்தாள். முதன் முதலில் தனியாக வரச் சொல்கிறாள். அதுவே ஆச்சர்யம். அதுவும் கோயிலுக்கு வரச் சொன்னது மேலும் ஆச்சர்யமாக இருந்தது. சிங் அவளை மலாய்ப் பெண் என அறிமுகப்படுத்தியிருந்தார். அப்துல்காதருக்கும் அமாவாசைக்கும் உள்ள சம்பந்தம்போல, சாராவுக்கும் பிள்ளையார் கோயிலுக்கும் என்ன சம்பந்தம் என யோசிக்கையில் வித்தியாசமாக இருந்தது. டிரெயின் பிடித்து கடைகளில் வழி விசாரித்து ஒரு வழியாக கோயிலுக்குப் போய்ச் சேர்ந்தேன்.

தமிழகத்தின் பெரிய கோயில்களின் முன்பிரகாரம் அளவிற்குதான் முழுக் கோயிலும் இருந்தது. கோபுரங்கள் கூட அதிக உயரமில்லை. ஆனால் மிகவும் சக்திவாய்ந்த பிள்ளையாராம். இந்தக் கோயிலைப் பற்றி நிறைய கேள்விப்பட்டிருக்கிறேன். இது முச்சந்தி முனையில் இருப்பதால் இன்னமும் விசேஷமாம். விநாயகர் சதுர்த்தியன்று சுத்து வட்டாரத்தில் போக்குவரத்து ஸ்தம்பித்துவிடுமளவுக்கு கூட்டம் அலைமோதுமாம்.

அவள் வருவதற்கு முழுசாக அரைமணி நேரமிருந்ததால் கோயிலினுள் நுழைந்தேன். உள்ளே கூட்டம் அதிகமில்லை. ஊதுபத்தியுடன் சேர்ந்த ஒரு தெய்வீகமணம். விபூதி அலங்காரத்துடன் சாமி தரிசனம். பிராகாரத்தைச் சுற்றிவிட்டு வெளியே வந்தபோது அவள் வாசலில் நின்றுகொண்டிருந்தாள்.

அவள் குளிர்கண்ணாடியைக் கழற்றாமல் தூரத்திலிருந்து உற்சாகமாய் கைகாட்டினாள். நான் சந்தேகத்தோடு ஒருமுறை சுற்றும் முற்றும் பார்த்துவிட்டு அது எனக்குதான் என உறுதிசெய்து கொண்டேன்.

எனக்கு பெண்களிடம் அவ்வளவு பரிச்சயம் கிடையாது. கல்லூரியில் படிக்கும்போது ரெக்கார்டு நோட்டு வரைவதற்காக சில பெண்களிடம் பழகியிருந்தேன். அதைத் தாண்டி எவரிடமும் நெருங்கிப்

பழகியதில்லை. அதுவும் இஸ்லாமியப் பெண்களிடம்? கண்டிப்பாக இல்லை. அவள் 'நமஸ்தே!' எனச் சொல்லி இரு கைகளைக் கூப்பி சற்று குனிந்து வணக்கம் சொன்னது எனக்கு என்னமோ போலிருந்தது. யார் இந்த பைத்தியக்காரத்தனங்களை இவர்களுக்கு சொல்லித்தருவது என மனத்துக்குள் நினைத்துக் கொண்டேன்.

தமிழ்நாட்டு மக்கள் உணவு, உடை, நடை பாவனைகளில் மெல்ல மேற்கு நோக்கி நகரும் இந்தக் காலகட்டத்தில் நமது பண்பாடு என வெளிநாட்டவர்கள் செய்யும் இது போன்ற செய்கைகள் எனக்கு ஏனோ ரசிக்கும்படியில்லை.

முதல் முறை சிங்குடன் வெளியே சென்றபோது அவளை அவ்வளவு நெருக்கத்தில் கவனிக்க முடியவில்லை. அவள் நல்ல நிறமாக இருந்தாள். ஒல்லியான உடல்வாகு. அப்பழுக்கில்லாத முகம். சீரான பல்வரிசை. மெல்லிய லிப்ஸ்டிக், திருத்தப்பட்ட இமைகள். ஏதோ ஒரு இந்தி நடிகையை ஞாபகப்படுத்தினாள். அவள் அடித்திருந்த மல்லிகை பெர்ஃபியூம் நறுமணம் நெருக்கத்தில் சுகந்தமாயிருந்தது.

ஆனால், வெளிநாட்டில் அதுவும் ஒரு இஸ்லாமியப் பெண்ணிடம் பழகும்போது எச்சரிக்கை தேவை என உள்மனம் சொன்னது.

அவள் தன் அலை அலையான கேசத்தைக் கோதியபடியே, நலம் விசாரித்தாள். பியூட்டி பார்லர் கேசம் அவள் விரல் சொன்னபடி கேட்டது.

''வா, இங்க ஒரு சூப்பரான இந்தியன் கடை இருக்கு இன்ட்ரொடியூஸ் பண்றேன். எனக்கு இங்க உள்ள இந்தியச் சூழல் பிடிக்கும். அதுக்குதான் இங்க வரச்சொன்னேன்'' என்றாள் ஆங்கிலத்தில்.

நாங்கள் பேசியபடியே நடந்தோம். நான் மனத்தில் பட்டதைக் கேட்டேன்.

''நீ மத்த முஸ்லிம் பொண்ணுங்கபோல தலையை மறைக்க மாட்டீயா?''

''தலையை மறைக்கிறதா? ஓ, நீ ஹிஜாப்* போடுறதைச் சொல்றியா?''

''அது பெண்கள் முழுசா முடியையும் கழுத்தையும் மறைக்கப் போடுறதத் தாண்டி நிறைய விஷயங்கள் இருக்கு.

ஹிஜாப் என்பது பாரம்பரியமாக முஸ்லிம் பெண்கள் தங்கள் குடும்பத்திற்கு வெளியே ஆண்களின் முன்னிலையில் அணியும் ஒரு முக்காடு.

பட் தெட் டிபண்ட்ஸ். அது அவங்க குடும்பத்தைப் பொருத்தது.''

என்பதை அவள் சொன்னவிதம், இதைப் பற்றி மேலே வேறு எதுவும் கேட்காதே என்றதாகப் பட்டது. நேரடியாக நான் விஷயத்துக்கு வந்தேன்.

''எதுக்கு என்னை கோயிலுக்கு வரச் சொன்ன?'' என்றேன்.

''ஏன், உனக்கு கோயில் புடிக்கலையா?''

''அப்படி, இல்லை.''

''அப்புறம்? இதை ஏன் கோர்டு மலை பிள்ளையார்னு சொல்றாங்க தெரியுமா?''

நான் விழித்தேன். ''முன்னடி இந்தக் கோயிலுக்கு பக்கத்துலதான் ஹைகோர்ட் இருந்தது. அதான்'' என்றாள்.

கோயிலை ஒட்டியிருந்தது அந்தச் சிறிய இந்திய ரெஸ்டாரண்ட். வெளியே தமிழிலும் ஆங்கிலத்திலும் பெயர்ப் பலகை. கசியும் ராஜா பாடல்கள். நுழைந்ததும் உள்ளே ஃபிரேம் செய்யப்பட்ட மலேசிய அரசகுடும்பத்து ஃபோட்டோ. லவண்டர் ஊதுபத்தி மணம்.

நான் தேத்தாரே ஆர்டர் செய்தேன். அவள் மசால் தோசையும் க்ரீன் டீயும் ஆர்டர் செய்தாள். வெள்ளை பீங்கான் தட்டுகளில் உணவு பரிமாறிய தமிழ் சிப்பந்திகள் மலாய்ப் பெண்ணுடன் வந்த என்னை வித்தியாசமாகப் பார்ப்பதாக உணர்ந்தேன்.

நான் லோக்கல் இல்லை என்பதை இவர்கள் பார்த்தவுடன் கண்டு பிடித்திருப்பார்கள். இங்கே மட்டும் என்ன வாழ்கிறதாம், தமிழ்நாட்டு சிப்பந்திகள் இல்லாத இந்திய உணவகங்களே இல்லை என்ற நிலைதானே என நினைத்துக் கொண்டேன்.

எந்தவிதத் தயக்கமுமின்றி அவள் பேசத் தொடங்கினாள். எடுத்தவுடன் ''இந்தியாவுல கல்யாணத்துக்கு பிறகு பெண்கள் மங்கல்சூத்ரா போட்டுவாங்கல்ல? என்றாள் சம்பந்தமில்லாமல்'' நானும் அதைப் பற்றி மேலே வேறு எதுவும் கேட்காதே என்பதுபோல், நான் 'ம்' என்றேன் ஆர்வமில்லாமல்.

இந்தியாவைப் பற்றி, தாஜ்மகால் பற்றி ஆர்வமுடன் நிறைய கேட்டுத் தெரிந்து கொண்டாள்.

நாம் எளிதாக கடந்துசெல்லும் பல விஷயங்கள் வெளிநாட்டவர் களின் கண்களில் வித்தியாசமாய்ப் படுவதை ஓரளவு புரிந்துக் கொள்ள

முடிந்தது. ''இந்தியா பெரிய நாடுல்ல? என மலைத்தவள் ஒரு தடவை யாவது போகணும், கூட சிங்கும் வர்றேனு சொல்லியிருக்காரு'' என்றாள் பரவசத்துடன்.

மலேய பல்கலைக்கழகத்தில் ஊடகத்துறையில் பட்டம் பெற்றிருக் கிறாளாம். இந்தியாவின் ஜவஹர்லால் நேரு பல்கலைக்கழகம் போல் புகழ்பெற்ற ஒரு பல்கலைக் கழகத்தில் படிக்க கொடுத்துவைத்திருக்க வேண்டும் என நான் நினைத்துக் கொண்டேன்.

தான் மலேசியாவில் ஜர்னலிஸ்டாக வேலை செய்வதன் சிரமங்களை சொல்லிக் கொண்டிருந்தாள்.

''என்னோடநேரமோ என்னமோ, நான் போற இடமெல்லாம் பிரச்சனைதான்.'' என்றாள் சிரித்தபடி.

முதன்முதலில் ஒரு சீன தினசரியில் வேலை செய்தாளாம்.அதன் பங்குகளை ஆளுங்கட்சியினர் முழுமையாக வாங்கப்போக, அதற்கு மைனாரிட்டியான சீனர்கள் மத்தியில் கடுமையான எதிர்ப்பாம். பத்திரிகை சுதந்திரம் பறிக்கப்படுவதாக நாடு முழுவதுமுள்ள கட்சி சார்பற்ற சீன சங்கங்களும் வெகுஜன சீனர்களும் அந்தத் தினசரியை புறக்கணித்தார்களாம். நிறைய குழப்பத்திற்குப்பின் கையகப்படுத்தும் முயற்சி கைவிடப்பட்டதாம்.

''அடுத்து நான் உள்ளூர் பத்திரிகை வேண்டாம்னு ஏசியா வீக் ன்ற ஒரு அமெரிக்கப் பத்திரிகையில சேர்ந்தேன். கொஞ்ச நாள்ல அங்கேயும் வந்தது பிரச்சனை. 'இஸ்லாமிய தீவிரவாதமும் மலேசியாவும்' அப்படினு ஒரு கட்டுரையை அவங்க வெளியிட அதை 3 மாசத்துக்கு முடக்கிட்டாங்க.

அங்கபோன பின்னாடிதான் தெரியுது, உள்ளூர் பத்திரிகையை விட வெளிநாட்டு பத்திரிகைகளை அரசாங்கம் அநியாயத்துக்கு கண்காணிக் கிறாங்கனு. கேட்டால், 'மேற்குலக பத்திரிகைகளின் ஏகாதிபத்தியம் கூடாதாம். என்ன பண்றது, இங்கே மொத்த மீடியாவே அரசியல் கட்சிகளோட கையில் இல்ல கண்காணிப்பில் இருந்தால் பத்திரிகை தர்மத்தை எதிர்பார்க்க முடியுமா என்ன?''

''அதான், இப்போ இன்வஸ்டிகேடிவ் ஜர்னலிஸ்ட் பக்கம் போயிருக்கேன். சேலஞ்சிங்கா இருக்கு.''

நான் அவள் பேசுவதைப் பார்த்துக் கொண்டிருந்தேன். ஜர்னலிஸ்ட், ஜர்னலிசம் என்பதெல்லாம் எனக்குப் புதிதாக இருந்தது. எனக்கு சுத்தமாக சம்பந்தமில்லாத துறை. டிவியில் ஈராக் மீதான அமெரிக்கத் தாக்குதல் பற்றிய செய்தித்தொகுப்பு ஓடிக் கொண்டிருந்தது.

''அமெரிக்கன்ஸ்க்கு வேறு வேலையே இல்லையா? ஏன் இந்த உலக போலீஸ் வேலை செய்கிறார்கள்'' என்ற தொனியில் அவள் பேசினாள்.

''எவ்ளோ அப்பாவி மக்கள் சாகுறாங்க பாரு!''

மௌனம்.

சட்டென, ''நீ அமெரிக்காவுக்கு வேலை செய்ய போவியா?'' என்றாள்.

ஒரு நிமிடம் யோசித்து ''ஐ டோண்ட் திங்க் சோ'' என்றேன்.

அழகாக இருக்கிறாள், அழகாகப் பேசுகிறாள். அதே சமயத்தில் கொஞ்சம் யோசிக்கவும் செய்கிறாள் எனத் தோன்றியது.

''அப்புறம், ஒரு முக்கியமான விஷயம்.''

''சொல்லு.''

''நீ கேபிபி பேங்க்லதான வேல செய்றே? என்னோட கரண்ட் ப்ராஜெக்ட்டுக்கு எனக்கு கொஞ்சம் முக்கியமான தகவல் தேவைப்படுது...''

''மெயில் மீ ப்ளீஸ்!'' என்றபடி, அத்தனை நேரமும் பேசிக் கொண்டிருந்தவளின் முகத்தைப் பார்த்தபடியிருந்த என் கையில் தன் விசிட்டிங் கார்டைத் திணித்தாள்.

அதிமுக்கியமான ஒன்றின் ஆரம்பம் அது எனத் தெரியாமல் தன்னிச்சையாக வாங்கி வைத்துக்கொண்டேன்.

சாப்பிட்டு முடித்திருந்தோம். நான் நிறைய தண்ணீர் குடித்திருப்பேன் போல, எழுந்து பாத்ரூம் போய்விட்டுத் திரும்பியபோது, அவள் டிரைவர் சிங்குடன் அவசரமாக அங்கிருந்து வெளியேறிக் கொண்டிருந்தாள். அவளிடம் புதுவேலை பற்றி பேசவேண்டியது நிரம்ப தாமதமாக நினைவுக்கு வந்தது.

எனக்கு ஆச்சர்யமாக இருந்தது. திடீரென சிங் எங்கிருந்து வந்தார்? ஏன் வந்தார்? ஏன் சாரா என்னிடம் சொல்லிக் கொள்ளாமல் அவருடன் போனாள்? நான் திகைத்து நின்றேன்.

9

வேலை பார்த்துக் கொண்டிருந்தபோது, காலை வேளையில் எங்கள் வீடு அதீத பரபரப் பாயிருக்கும். அவசர அவசரமாய் ஷேவ் செய்து, குளித்து, கடைசி நேரத்தில் அயர்ன் செய்பவர்கள். அவசரமாக ஷூ பாலிஷ் செய்பவர்கள். காபி, டீ, பிரட் என இருப்பதை நெருப்புக்கோழி போல் பரக்க பரக்க விழுங்கிவிட்டு கிளம்பி ஓடுபவர்கள் என ஒரு திரைப்படத்தை அதிவேகத்தில் ஓடவிட்டு பார்ப்பது போலிருக்கும்.

அன்று நான் காலையிலேயே குளித்து அலுவலகத்துக்கு தயாராகிவிட்டேன். கோலாலம்பூர் தலைமையகத்தில் வேலை செய்பவர்கள் சாவகாசமாக எழுந்து கிளம்பி டிரெய்ன் பிடித்து போகலாம். ஆனால் கிளையண்ட் லொக்கேசன் போகும் நாங்கள் சரியான நேரத்தில் அங்கிருக்க வேண்டும்.

கைக்கடிகாரத்தில் மணி பார்த்தேன் மணி 8:00 எனக்காட்டியது. அபார்ட்மென்டின் மேலிருந்து ஜன்னல் வழியாக கீழே பார்த்தேன்.

காலை வெயிலில் பளபளத்த வெள்ளை டொயோட்டா குவாலிஸ் ரதம் போல் தயாராய் காத்துக் கொண்டிருந்தது.

நான் அணிந்திருந்த பேண்டுக்குப் பொருத்த மான நீல நிற டையை அலமாரியிலிருந்து

எடுத்து கட்டிக்கொண்டேன். நான் வங்கியின் தொழில் நுட்பப் பிரிவின் ஆலோசகராக இருப்பதால் தினமும் டை கட்டிக்கொண்டுதான் ஆபீஸுக்குப் போக வேண்டும். வந்த புதிதில் டை கட்டத் தெரியாமல் சிலர் தடவிக்கொண்டிருந்தபோது சம்பத் தான் அவர்களுக்கு உதவி செய்தார்.

''டை கட்றது என்னப்பா பெரிய பிரமாதம். வா, நான் சொல்லி தர்ரேன்... முதல்ல சிங்கில் நாட்டில் ஆரம்பிக்கலாம்...'' என ஒவ்வொருவருக்கும் நான்கு, ஐந்து முறை பொறுமையாக டை கட்டக் கற்றுக்கொடுத்தார்.

''நம்ப ஊர்னா இதெல்லாம் தேவை இல்ல. ஆனா இந்த ஊர்ல டையெல்லாம் கட்டுனாதான் மதிப்பானுங்க. திறமை எந்த அளவுக்கு முக்கியமோ அதுபோல நம்ம பிரசன்டேசனும் அதே அளவுக்கு முக்கியம்.''

என்றபடி ரவிக்கு டை கட்டிவிட்டவர், ''இப்பதாம்பா நீ ஜம்முன்னு இருக்க. போ, இப்படியே போய் படம் காட்டு...'' என அவன் முதுகில் லேசாக தட்டிக் கொடுத்தார்.

ஆரம்பத்தில் டை கட்டுவது மலேசிய வெயிலுக்கு புழுக்கமாக இருந்தாலும் ஓரிரு வாரங்களில் அது பழகிவிட்டது.

ஷு போட்ட பின் கண்ணாடியில் ஒருமுறை முகத்தைப் பார்த்துக் கொண்டேன். டை கட்டிய பின் முகத்தில் கம்பீரமும் எனக்குள் ஒருவித தன்னம்பிக்கையும் வந்ததாகத் தோன்றியது.

டோயோடா குவாலிஸில் நான் முதல் ஆளாக டிரைவரின் இடதுபுறமுள்ள இருக்கையில் அமர்ந்தேன்.

''குட்மார்னிங்.''

டிரைவர் பச்சை வண்ணச் சீருடையில் குளிர்கண்ணாடி அணிந்திருந்தார்.

கொஞ்ச நேரத்தில் ஒவ்வொருவராக வந்து சேர்ந்தார்கள். கடைசியாக ரவி ஷுவையும் டையையும் கையில் தூக்கிக்கொண்டு ஓடி வருவது பின்புறக் கண்ணாடியில் தெரிந்தது.

பெரும்பாலும் ரவிதான் கடைசியாக வந்து காரில் ஏறுவான். கேட்டால்

''மச்சி, மனுஷன்னா எல்லா விஷயத்திலயும் பர்ஃபெக்டா இருக்கக் கூடாது.''

அதோடு விடாமல் ''உன்ன மாதிரி எல்லாரும் பர்ஃபெக்டா இருந்தா, யாருதான் லேட்டா வர்றது சொல்லு'' எனப் பேசி மடக்குவான்.

அலுவலகத்தில் டிரைவர் குவாலிஸை நிறுத்தும்போது ஒரு இளம் பெண் பி.எம்.டபில்யூ காரிலிருந்து இறங்கினாள். அவள் நீல நிற ஜீன்ஸ் அணிந்து, வெளிர் நிற டீஷர்ட், குளிர்கண்ணாடியும் அணிந்த படி நளினமாக இறங்கினாள். எல்லா அம்சங்களுடன் இருந்த அவளுக்கு அதிகபட்சம் வயது இருபத்திரண்டு இருக்கலாம். அங்கே துப்புரவுப் பெண்ணாக வேலை செய்பவள்.

''மச்சி இங்க கக்கூஸ் கழுவறவ கூட சூப்பர் ஃபிகரா, பி.எம்.டபிள்யூவுல வந்து இறங்குறாபாரு. மச்சம்டா.''

என தமிழில் சிரித்தபடி ஆதங்கத்துடன் சற்று சத்தமாகவே சொன்னான்.

''புலம்பி என்ன பண்றது, வந்து சேரு'' என்றபடி மீட்டிங் அறைக்கு ஓடினேன்.

இரண்டாவது தளத்திலிருந்த மீட்டிங் அறையில் நுழைந்தபோது மணி சரியாக ஒன்பது. அறை நிறைந்திருந்தது. செல்ஃபோனை எடுத்து டேபிளின் மேலே வைத்துவிட்டு மீட்டிங்கை துவங்கினேன். இங்கே இப்படிதான் பலர் அடுத்தவர்களை கவர்வதற்காகவே விலையுயர்ந்த செல்ஃபோன்களை வாங்கி மீட்டிங்கின்போது டேபிளில் காட்சிப் படுத்துகிறார்கள். சம்பத் இங்கே வந்து இறங்கியபின் சொன்ன பல விஷயங்களில் இதுவும் ஒன்று. ''கொஞ்சம் கூடுதலாக பணம் போட்டு நல்ல செல்ஃபோனை வாங்கிக்கோ, நீ இங்க ஒரு கன்ஸல்டன்ட். அதனால ஒரு கெத்த மெயின்டைன் பண்ணணும் சரியா?'' என்றவர் வங்கியின் உயரதிகாரி ஒருவர் தங்க ஃபிரேம் போட்ட செல்ஃபோன் வைத்திருப்பதாக கூடுதல் தகவல் சொன்னார்.

ரவியும் மற்றவர்களும் தண்ணீர் குடித்துவிட்டு ஆசுவாசப்படுத்திக் கொண்டு உள்ளே நுழைந்தனர். கல்லூரி போலில்லாமல் அலுவலகங் களில் இவர்களால் லேட்டாக நுழைய முடிகிறது என நினைத்துக் கொண்டேன்.

இணைய வேண்டிய இரண்டு வங்கிகளின் ஊழியர்களையும் மொத்தம் பன்னிரண்டு குழுக்களாகப் பிரித்திருந்தோம். இரண்டு வாரங்களுக்கு ஒருமுறை நடக்கும் இந்த மீட்டிங்கில் ஒவ்வொரு லீடரும் தங்களின் செயல்பாடுகளை விவரிப்பார்கள். சமயங்களில் சண்டையும் பிடிப்பார்கள். அவர்களுக்குள் பஞ்சாயத்து செய்வதும் அடியேன் வேலைதான்.

மீட்டிங் முழுமையும் கடமையே கண்ணாக டிஜிட்டல் ஒலிப்பதிவுக் கருவியில் ஒலிப்பதிவு செய்துகொண்டிருந்தான் ரவி.

''மீட்டிங் நோட்ஸை டைப் பண்ணி அனுப்பிடு ரவி.''

''சாயந்தரம் தர்றேனே?''

''சரி, எதாவது டவுட்னா என்னை கேளு.''

''இனிமே ரெண்டு மணி நேரம் ஒக்காந்து இதை ரீபிளே பண்ணி பண்ணி கேக்கணும். இந்த சீனர்கள் மூக்கால பேசற இங்லீஸைசை யெல்லாம் நான் கெஸ் பண்ணி எழுதணும், கடவுளே!''

''ஏன், குரங்கா வேசம் போட்டுட்டு, யோகா செய்யற பிளானாக்கும்'' எனச் சொல்லி சிரித்தேன்.

இரண்டு வங்கிகளும் இணைந்தபின் இருக்கும் பொதுவான ஒரு இ-மெயில் சர்வரைப் பகிர்ந்துகொள்ளப் போகிறார்கள். அது தொடர் பான இ-மெயில் கட்டுப்பாடுகளை ஒரு டாக்குமெண்டில் குறிப்பு அனுப்பியிருந்தார்கள். அதைப் படித்துவிட்டு என்னை அனை வருக்கும் பகிரச் சொல்லியிருந்தார்கள். படித்தேன். விநோதமா யிருந்தது. 'ஹவ் ஆர் யூ, 'ஒரே ஒரு முத்தம் கொடு!', 'நீ அழாதே, 'தெரியாதவரை முத்தமிடாதே!', போன்ற 500க்கு மேற்பட்ட ஆங்கிலத் தலைப்பில் வரும் இ-மெயில்கள் யாருக்கும் போகாமல் தானாகவே அழிக்கப்பட்டுவிடுமாம். அருவெப்பான, வெறுக்கத்தக்க தலைப்பு களைத் தாண்டி இது மாதிரியான சாதாரண தலைப்புகளுக்குள்ள கட்டுப்பாட்டுகளைப் படித்தபோது எனக்கு சிரிக்கத் தோன்றியது. ரவியைக் கூப்பிட்டு காட்டினேன். படித்தவன் பெரிதாகச் சிரித்தான்

''என்னது 'புஷ்சும் பின்லேடனும்' அப்படினு சேர்த்து எழுதக்கூடாதா? 'ஓ! சரிதான். அப்புறம்' இரவு முழுக்க காதல்' ன்னு எழுதக்கூடாதா? என்றவன் கடைசியாக ''இந்த அநியாயத்தை பாத்தியா? 'எனது ஆசை முத்தங்கள்'' அப்படினு எழுதக்கூடாதாம் அக்கிரமமாக இருக்கே'' எனச் சொல்லி சிரித்துக் கொண்டிருந்தான்.

அப்போது அங்கு வந்தவர் ஒரு சீனர்.

''இங்க சுதா-ன்றது?''

''நான்தான் சொல்லுங்க.''

அவர் முகம் மலர்ந்தது. ''ஓ! நீங்கதானா'' என்று என் கையைப் பற்றி குலுக்கி ''சின்னவரா இருக்கீங்களே?'' என்றார் ஆங்கிலத்தில்.

''நைஸ் மீட்டிங் யூ!''

பதிலுக்குச் சிரித்தேன்.

''நான் பேங்க்ல புதுசா சேர்ந்த ஆடிட்டர். மெர்ஜர் பத்தின தகவல்களுக்கு உங்கள பாக்கனும்னு சொன்னாங்க.''

''கண்டிப்பா, பேசலாமே.''

''இப்ப நாங்க லஞ்சுக்கு போற நேரமாச்சு, வந்து பாக்கலாமா?''

''லஞ்சுக்கா? எங்க போறிங்க?.''

''பக்கத்துல தான், காரில் பத்து நிமிஷம்'' என்றேன்.

''எனக்கும் இந்த ஊர் புதுசு, நானும் கூட சேர்ந்து வரலாமா?''

நான் ஆச்சர்யத்துடன், ''ஓ! அப்படியா தாராளமா'' என்றேன்.

'கம்போங் கறி ஹவுஸ்' போர்ட் எங்களை அன்புடன் வரவேற்றது. மதிய வேளைகளில் இந்தியச் சாப்பாட்டை நாங்கள் குறைவில்லாமல் சாப்பிட வரும் இடம். பிளாஸ்டிக் மேஜைகள். இரும்பு நாற்காலிகள். சுமாராக இருபது பேர் உட்கார வசதி செய்திருந்தார்கள். வரவேற்பறையில் இருந்த புடவை கட்டிய தமிழ்ப் பெண்மணி சிநேகமாய் சிரித்து வரவேற்றார். உள்ளே நுழைந்ததும் மீனும், கறியும் சேர்ந்த ஒரு வாடை மூக்கைத் துளைத்தது.

''போர்டிலே கம்போங்னு போட்டுருக்கே'' என பேச்சைத் தொடங்கினேன்.

''மலாயில் கம்போங்-ன்னா கிராமம். அதனால இது கிராமத்து ரெஸ்டாரண்ட்'' எனச் சொல்லி பெரிதாகச் சிரித்தார்.

நானும் அவரும் மேஜையில் எதிரெதிரே அமர்ந்தோம். எனக்கு சைவ உணவு ஆர்டர் செய்வது சிரமமாயிருக்கவில்லை. ஆடிட்டர் 'நான்வெஜ்' என்றதும் ஒரு பெரிய வட்டமான எவர்சில்வர் தட்டைக் கொண்டுவந்தார்கள். அதில் பொறித்த மீன், கோழி, மட்டன் வகையறாக்களை சிறு சிறு தட்டில் வைத்திருந்தனர். ஆடிட்டர் ஒத்தையா இரட்டையா போடாமல் சிரித்தபடி தனக்கு மட்டன் வேண்டுமென ஒன்றைக் கைகாட்டினார்.

''இது என்ன தெரியுமா?''

''விண்டலோ (Vindaloo) இண்டியன் ஐயிட்டம்,. ஐ லைக் இண்டியன் ஃபுட்!'. சற்று இடைவெளி விட்டு 'வெரி மச்!' என நாக்கில் சப்பு கொட்டியபடிச் சொன்னார்.

வாரத்தில் ஒருநாள் அவர் மனைவி இந்திய உணவை வீட்டில் சமைத்து விடுவாராம். பின்பு நாட்டுநடப்பு, இந்தியா பற்றி இருவரும் பொதுவாக பேசிக் கொண்டிருந்தோம்.

ஷாருக்கானைப் பற்றி மிகுந்த ஆர்வத்துடன் விசாரித்தார். பாலிவுட் படங்களை விரும்பிப் பார்ப்பாராம். குறிப்பாக நடனங்களை. குடும்பத்துடன் ரசிப்பாராம்.

இங்கே கடல்கடந்த ஒரு நாட்டில் இருந்தபடி, வாயில் நுழையாத ஷாருக்கான், சஞ்சய் லீலா பன்சாலி போன்ற இந்தியப் பெயர்களை அவர் உச்சரிப்பது எனக்கு ஆச்சர்யமாக இருந்தது. பாலிவுட் எனும் இந்திப் படங்களின் சர்வதேச வீச்சு எனக்கு அன்று புரிந்தது.

மலேசியப் பல்கலைக் கழகத்தில் லிங்குவிஸ்டிக் எனும் மொழி ஆராய்ச்சி செய்யும் அவரது மகள் பற்றி பேச்சு திரும்பியது. மலேசிய மொழியில் இந்திய மொழிகளின் தாக்கம் பற்றி ஆய்வு செய்கிறாளாம்.

குறிப்பாக பழைய மலாய் மொழியில் சமஸ்கிருதத்தின் தாக்கம் அதிகமாம். இன்றும் மலாய் மொழியில் நிறைய சமஸ்கிருத, தமிழ் வார்த்தைகள் பழக்கத்தில் இருக்கின்றனவாம். ''வீ யூஸ் தெம் டெய்லி லா'' என்றார்.

எலும்புத் துண்டை வாயில் ரசித்து சுவைத்தபடியே,

''யூ நோ, த வேர்ட் 'பூமி-புத்ரா'? அது தமிழும் சமஸ்கிருதமும் சேர்ந்தது தானே?'' என்றார் சிரித்தபடி.

''வீ ஆர் வெரி மச் ரிலேடட்!'' என்றார் உற்சாகம் பொங்க. இந்தியாவின் மேல் ஒரு சீனர் இவ்வளவு ஈடுபாட்டுடன் இருந்தது. எனக்கே ஆச்சர்யமாக இருந்தது அன்று மதியம் மூன்று மணிவாக்கில் சில டாக்குமெண்டுகளை பார்த்துக் கொண்டிருந்தேன். அவை இஸ்லாமிய வங்கி முறைமை சம்பந்தப்பட்டது. மலேசியா போன்ற இஸ்லாமிய நாடுகளில் வழக்கமான வங்கிமுறையுடன் இஸ்லாமிய வங்கி முறைமை அல்லது இஸ்லாமிக் பேங்கிங் எனும் முறையையும் கையாள்கிறார்கள்.அது கொடுக்கல் வாங்கலில் வட்டி கூடாது, மது, சூது கூடாது போன்ற பல இஸ்லாமிய அடிப்படை வழிமுறைகளைப் பின்பற்றிச் செயல்படுகிறது. இஸ்லாமிய நாடுகளில் மட்டும் செல்லு படியாகும் அந்தப் பயன்பாட்டை அறிந்து கொள்வதில் எனக்கு அவ்வளவாக ஆர்வமில்லை. அப்போது வங்கியின் ஒரு உயரதிகாரியிடமிருந்து அந்த மெயில் வந்தது. லட்சு, சம்பத் போன்ற ஆர்பெனின் பெரிய தலைகளையும், வங்கியின் சில உயரதிகாரி களையும் நகலில் வைத்து இப்படி அனுப்பியிருந்தார்.

'எனக்கு கிடைத்த தகவலின்படி நீங்கள் எங்கள் வங்கி ஊழியர்களை அவர்களின் உயரதிகாரிகளின் அனுமதி பெறாமல் மீட்டிங்க்கு அழைத்துச் செல்வது முறையற்ற செயல்' என்ற ரீதியில் சென்றது.

எனக்கு தூக்கிவாரிப் போட்டது. இன்று வந்த புதிய ஆடிட்டரை லஞ்சுக்கு கூட்டிச் சென்றதை வைத்து இவர்கள் அரசியல் செய்கிறார்கள் என்று புரிந்தது.

ஒரு நிமிடம் கூசித்தான் போனேன். ஏன் சிலர் இப்படி கேவலமாக நடந்து கொள்கிறார்கள்? நான் அவரை சாதாரணமாக வெளியே கூட்டிச் சென்றதில் என்ன தப்பு இருக்கமுடியும்? அதுவும் அவராக லஞ்சுக்கு வருவதாகச் சொன்னார். அப்படி வந்தவருடன் நான் எதுவும் அலுவலக விஷயங்களும் பேசவில்லையே... அலுவலக அரசியலின் உச்சமாகத் தோன்றியது. என் மனம் பரபரத்தது. அவரை வைத்து யாரேனும் காய் நகர்த்துகிறார்களோ என்றுகூட சந்தேகித்தேன். அப்படிச் செய்யும் கறுப்பு ஆடு யாராக இருக்கக்கூடும்? நிறைய யோசிக்க வேண்டியிருந்தது.

எனக்கு லட்சு அனுப்பிய பதில் இ-மெயில் - அந்தப் புதிய ஆடிட்டர் விவகாரத்தில் நான் முன் அனுமதி வாங்கியிருக்கலாம் என்கிற ரீதியில் இருந்தது. 'இருக்குற பிரச்சனையில இவரு வேற!' என மனதுக்குள் சலித்தபடி நான்' அடுத்த முறை சந்திக்கும்போது பேசலாம்' என பதிலனுப்பி வைத்தேன்.

இதே அதிகாரியிடம் கடந்தவாரம் இது போன்றதொரு வேறு பிரச்சனை. எனது டீமில் ஒருவன் அனுப்பிய மின்னஞ்சலில் இருந்த சிறு தவறை பெரிதாக்கிவிட்டார். அதை நூற்றுக்கணக்கானவர் களுக்குத் தெரியும் வகையில் கடுமையான பதில் அனுப்பி சண்டைக்கு வந்துவிட்டார். என் டீமில் இருப்பவர்கள் உடனே கோபப்பட்டு திரும்ப பதில் அனுப்ப சங்கிலித் தொடராக சுமார் 20 மெயில்களுக்குப் பின்பே அந்த விவகாரம் ஓய்ந்தது. ஒரு ஃபோன்காலில் முடிக்க வேண்டிய சாதாரண விஷயங்களை பூதாகரமாக்கிக் கொண்டிருக்கிறார்.

என்னைப் பிடிக்காத சிலர் என்னைச் சுற்றி இருப்பதாக உணர்ந்தேன். பின்பு உணர்ச்சி வசப்படாமல் நிதானமாக யோசித்து அவருக்கு விளக்கம் அளிக்கும் வகையில் அந்த ஆடிட்டர் கடிதத்துக்கு பதில் அனுப்பினேன். அப்படியும் எனக்கு மனசு ஆறவில்லை. என்ன அக்கிரமமாக இருக்கிறது? எனக்கு அதன் பிறகு உருப்படியாக வேலை எதுவும் செய்யத் தோன்றவில்லை. மாலை வரை சும்மா உட்கார்ந்து இருந்துவிட்டு கிளம்பிவந்தேன்.

10

காலையில் குறுஞ்செய்தி வந்ததாக செல்ஃபோன் மெல்லக் கூவியது. 'எப்படியிருக்கே?' என்பதை அப்படியே சுஜா ஆங்கிலத்தில் தட்டச்சு செய்து அனுப்பி யிருந்தாள். இங்கு வந்த பிறகுதான் தமிழ் வார்த்தைகளை அப்படியே ஆங்கிலத்தில் படிக்கவும், எழுதி அனுப்பவும் கற்றுக் கொண்டேன். ஆரம்பத்தில் அப்படி எழுத்துக் கூட்டிப் படிப்பது கொஞ்சம் கஷ்டமாக இருந்தாலும் பின்பு பழகிக் கொண்டேன். அதுபோல தெரிந்துகொண்ட இன்னொரு விஷயம் - இங்கே பெண்கள் ஃபோன் செய்து சில நிமிடங்கள் பேசுவதைக் காட்டிலும் 'படபட' வெனத் தட்டி குறுஞ்செய்தி மூலம் மணிக்கணக்கில் உரையாட விரும்புவதை. நான் அவளுக்கு விவரங்களைச் சொல்லாமல் 'பிஸி' யாக இருப்பதாக பதில் அனுப்பி வைத்தேன். ஒரு புது வேலையைத் தேடிக்கொண்ட பின் அவளுக்கு சொல்லிக் கொள்ளலாம் என நினைத்திருந்தேன்.

அடுத்து மலேசியத் தமிழ் ஐடி கன்ஸல்டன்ட் ஒருவர் ஃபோன் செய்து ஒரு புத்ரஜெயா இன்டர்வியூ பற்றி சொன்னார். ''சம்பளம்?''

''இன்டர்வியூ கிளியர் பண்ணுங்க. இப்போ நீங்க வாங்குற சம்பளத்துக்கு இணையாக தர முயற்சிசெய்வோம்'' என்றார்.

நான் அழுத்திக் கேட்டபோது, ''நீங்க முதல்ல வாங்க சார் பாத்துக்கு வோம்'' என்றார் நெருக்கமுடன். எனக்கு ஏனோ சம்பந்தமில்லாமல் சம்பத்தின் நினைவு வந்துபோனது.

அவர்கள் இன்டர்வியூக்கு வரச் சொன்ன இடம் புத்ரஜெயாவில் இருந்தது. நான் தங்கியிருந்த இடத்திலிருந்து கொஞ்சம் தூரம். விசாரித்தவரை நேரடியாக டிரெயின் எதுவும் இருக்கவில்லை. வேலை நாள் என்பதால் வீட்டில் வேறு யாருமில்லை. இவர்கள் வேறு சம்பந்த மில்லாமல் மதிய நேரத்தில் வரச் சொல்லியிருந்தார்கள். தெரிந்தவராக இருக்கட்டுமே என டிரைவர் சிங்கை ஃபோனில் பிடிக்க முயன்றேன். முடியவில்லை. நான் வேறுவழியில்லாமல் கேப் ஒன்றை புக்செய்ய நினைத்தபோது அவரே ஃபோன் செய்து வருவதாகச் சொன்னார்.

நாங்கள் பெரும்பாலும் எல்லோரும் ஒன்றாகச் சேர்ந்து வெளியே போவதால் கேப் புக் செய்து போவதே வசதியாக இருக்கிறது. 'மச்சி ஒரு இடத்துக்கு போனமா, வந்தமான்னு இருக்கணும், அதுக்கு கேப்தான் லாயக்கு' என்பான் ரவி. வாடகைப்பணத்தை நாங்கள் பகிர்ந்து கொடுப்பதால் செலவு ஒன்றும் பெரிதாக இருக்கப் போவதில்லை. தனியாக ஒருவர் டிரெயின் பிடித்து போவதற்கும் அதற்கும் பெரிய வித்தியாசம் இருக்கப்போவதில்லை. உடன் இருக்கும் ஒருவன் இதுபோன்ற வரவு செலவுகளை மிகச் சரியாக வைத்திருப்பான். அவனிடம் ஒரு சென் வரை கணக்கு கறாராய் இருக்கும். 'எப்படி இப்படி எல்லாம்?' என நக்கலாய் கேட்டால், 'டேய் செட்டி கணக்குல கெட்டடா!' என்பான் பெருமை பொங்க. சில விஷயங்களில் எப்படிதான் சிலருக்கு ஆர்வம் வருகிறதோ. புரியவில்லை.

கார் நகரின் பரபரப்பான ஜனசந்தடிக்குள் கலந்து ஒரு துளியானது. மேலே சூரியன் கருணையின்றி பொசுக்கிக்கொண்டிருந்தான். காரின் பின்சீட்டில் ஏசியையும் தாண்டி எனக்கு கசகசப்பாயிருந்தது. வெளியே தலைசுற்ற வைக்கும் உயரக் கட்டடங்கள், பாம்புகளைப்போல் வளைந்து நெளிந்த நீண்ட சாலைகள், வித்தியாசமான வடிவமைப்பில் பெரிய பாலங்கள், மேலே ஓடும் சாலையோர ஒற்றை தண்டவாள மோனோ ரயில், கீழே ஓடும் இரட்டை தண்டவாள எல்ஆர்டி ரயில், சாலையோர ஒற்றை மரங்கள், எப்போதாவது சப்தமிட்டபடி சற்று தாழப்பறக்கும் ஒன்றிரண்டு இரும்புப் பறவைகள் என காட்சிகளாய் ஓடிக்கொண்டேயிருந்தன.

எந்தவொரு பிரக்ஞையுமின்றி கோடுகளாய் நீண்ட அந்த நெடிய முடிவிலா நகரத்து சாலைகளில் மக்கள் சாரைசாரையாய் பயணித்துக் கொண்டேயிருந்தார்கள். அவர்கள் எதற்காகவோ, யாருக்காகவோ,

எங்கேயோ, எதையோ தேடி போய்க் கொண்டேயிருக்கிறார்கள். நான் இப்போது வேலை தேடிப் போவதுபோல.

அவர்கள் ஒரே சீராய் பரபரப்பு ஏதுமின்றி, நிதானமாக பயணிப்பதாகப் பட்டது. அவர்கள் தங்கள் விருப்பப்படி ஏதோ ஒரு வாகனத்தில் பயணித்தாலும் அவர்களின் இலக்கு ஏனோ ஒன்றாகத்தான் இருக்கிறது. அது தங்களுக்கான இலக்கை அடைவதுதான்.

இந்த நகரத்து விந்தைகளை வியந்துகொண்டிருக்கையில் சிங் மெதுவாக பேச்சு கொடுத்தார்.

''ப்ரோ , மோனோ ரயில் விவகாரத்தை பேப்பர்ல பாத்தீங்களா?''

''இல்லையே, என்ன விஷயம்?''

''கேஎல்லின் அதிகப்படியான டிராஃபிக்கை கட்டுப்படுத்த ரோட்டுக்கு மேலேயே பாலம் கட்டி இந்த மோனோ ரயிலை விட்டாங்க.போன வருஷம் டெஸ்ட் செஞ்சபோது அதிலிருந்து ஒரு சக்கரம் கழண்டு மேலிருந்து கீழே விழுந்துட்டு...''

''ஐயோ, என்ன ஆச்சு?''

''ரோட்டுல நடந்துபோன ஒருத்தர் தலையில அடிபட்டுபோச்சு. நல்ல வேலை ஆளு பிழைச்சுட்டான். அடிபட்ட ஆளு ஒரு பத்திரிகைகாரன். சும்மா இருப்பானா? பக்கம் பக்கமா எழுதி ஊரெல்லாம் ஒரே பேச்சா இருந்துச்சு.

இப்ப அந்த ஆளு தனக்கு அஞ்சு மில்லியன் நஷ்டஈடு வேணும்னு கேஸ் போட்டிருக்கான். பாப்போம். இதுவே சாதாரண ஆளுக்கு நடந்திருந்தால் ஒரு விபத்து''னு பேப்பர்ல ஒரு ஓரத்துல போட்டுட்டு போயிடுவானுங்கன்'. என்றவரின் குரலில் ஒரு ஆதங்கம் இருந்தது.

''சின்ன சின்ன விஷயத்தையெல்லாம் ஊதி பெரிசு பண்றவனுங்க. முக்கியமான விஷயத்தையெல்லாம் கண்டுக்க மாட்டானுங்க.''

''என்ன சொல்ல வறீங்க?''

''ஒண்ணுமில்லை, தினம் தினம் எத்தனை லட்சம் மரங்களை வெட்டி விக்றானுங்க. அதை கேக்க ஆளில்லை. எவ்வளவு மரங்கள் தெரியுமா கணக்கு வழக்கில்லாம. அநியாயம்...''

''வெட்டி?''

''வெட்டி-ஜப்பான், அமெரிக்கானு பல வெளிநாடுகளுக்கு அனுப்புறானுங்க. அரசாங்கத்துக்கு முக்கிய வருமானமே இதுல

இருந்துதானே. அப்புறம் என்ன செய்வானுங்க. அரசியல்வாதிகள் காசு காசுன்னு மரத்தை வெட்டி நாட்டை குட்டிச் சுவராக்குறானுங்க. இருபது வஷசத்துக்கு முன்னாடி நான் பாத்த மலேசியா இல்லை இது.

எவ்வளவோ இயற்கை வளம் அழிஞ்சுபோச்சு தெரியுமா? பிரிட்டிஷ் காலத்துல மரத்தை வெட்டி ரப்பர் தோட்டம் போட்டாங்க, சுதந்திரத்துக்கு அப்புறம் பாமாயிலுக்கு செம்பனை. இப்போ நேரடியாக மர வியாபாரம். இதுல பேப்பர் மில்ஸ் வேற. இப்படியே காடுக அழிஞ்சுகிட்டே இருக்கு. தினமும் டன் டன்னா கப்பல்ல ஏத்தி அனுப்புறானுங்க. நான் சரவாக்ல இருந்தேனே. என் கண்ணுக்கு முன்னாடியே நடந்தது, இப்பவும் நடந்துகிட்டுதான் இருக்கு.'' அவர் குரலில் ஒரு கையாலாகாத தனம் தொனித்தது.

''அரசாங்கம்?''

என் முகத்தைத் திரும்பிப் பார்த்துவிட்டு தொடர்ந்தார்.

''அரசாங்கமா? எல்லாம் அவங்க சப்போர்டோட தான். அனுமதி வாங்கி பாதி, அப்புறம் சட்டவிரோதமா பாதி வெட்டுவானுங்க. முதல்மந்திரியோட பையனே மரம் வெட்டி விக்குற பிசினஸ் செஞ்சா என்ன பண்றது? எல்லா லெவல்லையும் லஞ்சம். எல்லாம் பல நூறு வருஷ மரங்கள். நல்ல உயரம். சில மரங்க நூறு அடியைத் தாண்டும்.''

''குளோபல் வார்மிங்னு சொல்றாங்களே?''

''என்னா குளோபல் வார்மிங்கோ. பாவம், மரங்களோட சேந்து அங்க இருக்குற மிருகங்கள் எல்லாமே அழியுதுங்க. மரங்களை வெட்டும் போது சமயத்துல மேலே இருக்குற ஓராங் ஊத்தான் குரங்குங்க 'சொத்' 'சொத்'துனு விழுந்து சாகும் பாருங்க. பாக்கவே கண்றாவியா இருக்கும். ஒரு கட்டத்துல என்னால முடியல, குடும்பத்தை இங்க விட்டுட்டு எத்தனை நாள் நான் இங்கேயும், அங்கேயும் அலைவேன். வந்துட்டேன். உடம்பும் முன்னாடி மாதிரி இல்லை. தொடர்ச்சியா இரண்டு நாள் தங்குறதெல்லாம் முடியல. என்னோட ஒய்ஃப்க்கும் மூச்சுத் திணறல் ப்ராப்ளம் வேற.''

''அவங்க உடம்புக்கு என்ன?''

''மூச்சு திணறல். 97ல இங்கெல்லாம் புகை மூட்டம் வந்தது தெரியுமா? அதுலேருந்து அவளுக்கு பிரச்சனைதான்.''

''புகை மூட்டமா?''

''அதை பத்தி அப்போ உலகம் பூரா பேசுனாங்களே பிரதர்?'' என்றவர் , இந்தோனேஷியாவில் பற்றி எரிந்த காட்டுத்தீயினால் எழும்பிய

கரும்புகை அருகில் உள்ள மலேசியா, சிங்கப்பூர் பகுதிகளைக் கடுமையாக பாதித்ததாகவும் அதன் எதிரொலியாக இன்றும் பலர் மூச்சுத் திணறல் மற்றும் இருமலால் அவதிப்பட்டு வருவதையும் வருத்தத்தோடு சொன்னார்.

எனக்கான இடம் வந்திருந்தது. பணத்தைக் கொடுத்து அவரை அனுப்பிவைத்தேன்.

புத்ரஜெயா நல்ல விசாலமாக இருந்தது. பரவலான அலுவலகக் கட்டடங்கள். நடுவில் ஓர் அழகிய மசூதி, பிரதமர் அலுவலகம், தேசிய, மாநிலக் கொடிகள் ஏற்றப்பட்ட ஒரு பெரிய மைதானம் இருந்தது.

ஆனால் நான் இன்டர்வியூ சென்ற அந்த அலுவலகம் எதிர்பார்த்ததை விட சிறியதாக ஆடம்பரமில்லாமல் இருந்தது. கண்ணாடிக் கதவைத் திறந்துகொண்டு உள்ளே நுழைந்தேன். வரவேற்பறையில் ஒரு சீனர். நான் உள்ளே நுழைந்தபோது அவர் டெலிஃபோனில் பேசிக் கொண்டிருந்தார். என்னை உட்கார சமிக்ஞை செய்தார். அவரின் மேஜை சுத்தமாக இருந்தது. ஓரத்தில் வெள்ளை புத்தர் கண்களை மூடியபடி இருந்தார். கூடவே சைனீஸ் மூங்கில் செடி ஒரு சிறிய தொட்டியில் இருந்தது. அவருக்கு என்ன கோபமோ சம்பிரதாயத்துக்குக் கூட புன்னகைக்கவில்லை. இதற்காகதான் வரவேற்பறையில் பெண்களை அமர்த்துகிறார்கள் என நினைத்துக்கொண்டேன்.

அவரிடம் வந்த விஷயத்தைச் சொன்னேன். எந்த ஒரு உணர்ச்சியையும் காட்டாமல் ஒரு பேப்பரை எடுத்துக் கொடுத்துவிட்டு இடப்புறமிருந்த அறையை நோக்கி கைகாட்டினார்.

அந்த அறையில் நுழைந்த பின்புதான் அங்கு டெவலப்பர் வேலைக்கான எழுத்துத் தேர்வு நடந்துகொண்டிருப்பது தெரியவந்தது. அதில் பெரும்பாலானவர்கள் இந்தியாவிலிருந்து வந்தவர்கள், அவர்கள் முகங்களில் இந்த வேலை கிடைத்துவிடாதா என்பதுபோலொரு தவிப்பு, ஒருவித ஏக்கம் இருப்பதாகப்பட்டது. நான் வெளியே வந்து சீனரிடம் நான் வந்திருப்பது மேனேஜர் பதவிக்கு என விளக்கினேன். எழுந்து உள்ளே சென்றவர் எனது சொந்தத் தகவல்களை ஒரு விண்ணப்பத்தில் வாங்கிக்கொண்டார். ஏறக்குறைய முப்பது நிமிடங்கள் எனது பொறுமையை சோதித்தவர்கள் கடைசியாக ஒரு சீனரை அனுப்பினார்கள்.

அவர் கைகுலுக்கி வலதுபுறமிருந்த அறைக்குள் இயந்திரத்தனமாக அழைத்துச் சென்றார். ஒல்லியான தேகத்துடன் சூட் அணிந்திருந்த அந்த இளைஞருக்கு கண்கள் கூர்மையாக இருந்தன. கண்ணாடிப்

போட்டிருந்த இன்னொருவர் இன்றோ நாளையோ ஓய்வு பெரும் வயதிலிருந்தார். என்னைப் பார்வையால் அளந்துவிட முயற்சி செய்தபடியே என்னுடைய இந்திய, மலேசிய வேலை அனுபவங் களை கேட்டுக் கொண்டார்கள்.

வயதானவர் கேள்விகளால் மேலாண்மையை தலைகீழாய்க் கவிழ்த்து போட்டு குடைந்தார். ஒரு மணி நேரத்திற்குப் பின் நிறைவடைந்தவர் போல் லேசாகப் புன்னகைத்து

''நைஸ். வீ லைக் யூ'' என்றார். முடிவை கூடிய விரைவில் சொல்கிறோம் என்றார்கள்.

வெளியே வந்தபோது இன்டர்வியூ சம்பந்தமாக சிங்கப்பூர் கம்பெனியி லிருந்து ஃபோன் செய்தார்கள்.

எடுத்ததும் ''ஹலோ?'' எனச் சொல்லாமல், ''திஸ் இஸ் சுதா'' என பெயரைச் சொல்லி அறிமுகம் செய்துகொண்டு உரையாடலைத் தொடர்ந்தேன். இது இங்கு வந்தபின் கற்றுக்கொண்டதுதான். ''உனக்குன்னு ஃபோன் பண்றவங்ககிட்ட எதுக்கு முதலில் உன் பேரை சொல்லணும். சொல்லு? என்று ரவி கூட சமயங்களில் கிண்டல் செய்வான்.

''யூ ஆர் செலக்டட். பட், விசா இஸ் த பிராளம். இப்போதைக்கு உங்களிடம் சிங்கப்பூர் விசா இல்லை. அதனால, வேற ஆப்பர்சுனிட்டி வந்தா சொல்றோம். சாரி'' என்றது அந்தப் பெண் குரல்.

''புது விசா அப்ளை செய்யலாமே?''

''செய்யலாம் தான். இப்போதைக்கு ஆகாது. பேப்பர் ஒர்க் முடிச்சு, அப்ளை பண்ணினாலும் மூணு இல்ல நாலு வாரம் குறைஞ்சது ஆகும்.''

சில மாதங்களுக்கு முன் நான் எடுத்து வைத்திருந்த சிங்கப்பூர் விசா பற்றி சொன்னேன்.

''அந்த டூரிஸ்ட் விசாவை டெம்பரரியாகக் கூட வேலை செய்ய யூஸ் பண்ண முடியாது.''

''ஹௌ கேன் யூ ஹெல்ப் மீ?''

''நோ ,அதை தேவைப்பட்டால் இன்டர்வியூவுக்கு சிங்கப்பூர் வர வேணா யூஸ் பண்ணிக்கலாம்.''

எனக்கு வேலை அவசரத் தேவையாக இருந்தது. ஆனாலும் அவளிடம் வேலை கேட்டு கெஞ்சத் தயாராயில்லை.

''தேங்க்ஸ்.''

''சாரி. வி வில் கால் யூ'' என்றார்கள். எனக்கு ஏமாற்றமாயிருந்தது.

யோசனையோடு அங்கிருந்த மரத்தடி நிழலில் கிடந்த சிமெண்ட் பெஞ்சில் போய் உட்கார்ந்தேன். சற்றுமுன் அவர்கள் சொன்னதை மனதுக்குள் நினைத்துப் பார்த்தேன். விசாவால் சிங்கப்பூர் கம்பெனி கனவு கலைந்தது.

விசா நடைமுறைகளை அவர்கள் முன்பே தெளிவுபடுத்தி யிருக்கலாமே? எதற்கு இன்டர்வியூ முடித்துவிட்டு கடைசியில் சொல்லவேண்டும்? ஆனால், அதுவும் ஒருவகையில் நல்லதுதான். இவர்கள் மூலமாக ஒரு இன்டர்வியூ ஒத்திகை பார்த்தோமே என நினைத்துக் கொண்டேன். ஆனால், இந்த புத்ரஜெயா வேலை கண்டிப்பாக கிடைக்கும் எனும் நம்பிக்கை இருக்கிறது.

''ஹே!'' எனும் குரல் கேட்டு பின்னால் திரும்பினேன்.

அங்கே பத்மா சிநேகத்துடன் சிரித்தபடி நின்று கொண்டிருந்தாள்.

''ஹலோ, என்ன இந்தப் பக்கம்?'' என்றாள் உற்சாகமாய்.

''இல்ல ஒரு வேலை விஷயமா...''

பெஞ்சில் கிடந்த இலைகளைக் கீழே தள்ளிவிட்டு சற்று தள்ளி அமர்ந்தாள்.

''எங்க ஆபிஸ் இங்கதான் இருக்கு''

நான் வேலை தேடுவதை இவள் கண்டிப்பாக சுஜாவுக்கு சொல்லி விடுவாள் எனத் தெரிந்தும் விஷயத்தைச் சொன்னேன்.

''ஓ அவங்களா, அது ஒரு சைனீஸ் கன்சல்டன்ஸி. அவனுங்ககிட்டயா சேரப்போற? அவங்க இன்னொரு கிளையண்டுக்குள்ள உன்னை கான்ட்ராக்ட்ல விடுவாங்க.''

''அதாவது நான் இரண்டு கைமாறி தான் வேலை செய்யணும்?''

''ம்ம், இரண்டுபேருமே ஒன் சம்பளத்தில் கமிஷன் வாங்கிப்பாங்க.''

''அப்புறம், இங்க வேலை மாறினால், உனக்கெல்லாம் புது விசா வேற வாங்கணும் இல்ல?''

''அதை பத்தி இன்டர்வியூவுக்கு அப்புறம் பேசலாம்னு கான்ட்ராக்டர் சொன்னார்.''

‘‘ஆமாவா.’’

‘‘நீ இங்கயே பிஆர். (Permanent Residency) இல்ல சிட்டிசன் ஆயிட்டா, அந்தப் பிரச்சனையெல்லாம் இல்ல.’’

அவளிடம் நிரந்தர குடியுரிமை பற்றி விசாரிக்கும் மனநிலையில் நான் இல்லை.

அவளே தொடர்ந்தாள். ‘‘இது மாதிரியான பிரச்சனை உனக்கு மட்டுமில்ல எங்க ஊருக்காரங்களுக்கும் உண்டு.’’

‘‘மலேசியாவில் பிறந்து வளர்ந்த நீங்களெல்லாம் மலேசிய சிட்டிசன் தான, அப்புறம் என்ன பிரச்சனை?.’’

‘‘விசா பிரச்சனை இல்லை. ஐ.சி பிரச்சன இருக்கு.’’

‘‘ஐ.சி யா?’’

‘‘ம். அடையாள அட்டை.’’

‘‘இங்க மலாய் சிட்டிசன்களுக்குள்ளயே சிவப்பு ஐ.சி, நீல ஐ.சின்னு இரண்டு இருக்கு. பிரிட்டிஷ் சுதந்திரத்திற்கு பின் ‘பிரஜாவுரிமை’ எனும் அடையாள பத்திரம் வைத்திருந்தவர்களுக்கு அரசாங்கம் நீல அடையாள அட்டை கொடுத்தது. அப்போ ஐ.சி விடுபட்டுப்போன பல இந்தியர்கள் இன்னமும் மலேசிய குடிமக்களாக அங்கீகரிக்கப்படாமல் சிவப்பு ஐ.சியில இருக்காங்க. சிவப்பு ஐ.சி இருந்தா இங்க ஓட்டுகூட போட முடியாத நிலமை தான்.’’

‘‘பல நூறு வருஷமா இங்க இருக்குறவங்களுக்கே இந்த நிலைமையா?’’ என்றேன் ஆச்சர்யமாக.

‘‘ம், அது மட்டுமில்ல. மத்திய அரசும் மாநில அரசும் வழங்கும் எந்த உதவிக்கும் சிவப்பு ஐ.சிக்காரர்கள் தகுதியானவர்கள் இல்லை. அவங்க கல்யாணத்துக்குப் பிறகு பிறக்கிற பசங்களோட நிலமை இன்னமும் மோசம். நீல ஐ.சிக்குதான் எல்லாத்துலயும் முன்னுரிமை. அது இருந்தால்தான் முதல்ல அரசுப் பள்ளியில் சேத்துப்பாங்க. அப்புறம் வேலை வாய்ப்புக்கும் நீல ஐ.சி. வேண்டும். நல்லவேளை, எனக்கெல்லாம் நீல ஐ.சி. இருக்கு. பிரச்சன இல்ல.’’ என்றபோது அவள் முகத்தில் பெருத்த நிம்மதி தெரிந்தது.

‘‘அப்புறம், நீ எப்போ ஜாப் ஜாயின் பண்றே?’’ என்றாள்.

‘‘இனிமேல் தான், தெரியும்.’’

‘‘ஒனக்கு கம்பெனி புடிச்சிருக்கா?’’

''அங்க வேலைபாக்குற சைனீஸ் யாரும் சரியா முகம் கொடுத்து பேசலையே...'' என்றேன் சந்தேகத்தோடு.

நான் தொடர்ந்தேன். ''நான் சொல்றேன்னு தப்பா நினைக்காத. அவன் என்னையும் சேர்த்து அங்க இருக்குற தமிழ்காரங்களை ஏதோ செகண்ட் கிளாஸ் சிட்டிசனை பாக்குறதுபோல பாக்குறாங்களே...'' என மனதில் பட்டதைச் சொன்னேன்.

என் முகத்தை ஒரு நிமிடம் உற்றுப் பார்த்தவள். ''முதல்ல ஒண்ணு தெரிஞ்சுக்கோ. இது ஒங்க தமிழ்நாடு இல்ல.''

''இங்க நிறைய அரசியல் இருக்கு.''

''அரசியலா?''

''ஆமாம், இன அரசியல்.''

''இங்க மக்கள் தொகையில லோக்கல் மலாய், சீனர்களுக்கு அப்பறம்தான் இந்தியர்கள். நாம மைனாரிட்டி. 7 சதவீதம் இருப்போம். முதல்ல இங்க மலாய்காரர்களுக்குதான் ஜாப், லோன், எஜுகேசன் எல்லாத்துலயும் முன்னுரிமை. இரண்டாவது சீனர்கள். அவங்க பெரும்பாலும் பிஸினஸ் பண்ணுவாங்க. இல்ல கம்பெனியில பெரிய பெரிய பொசிஷன்ல இருப்பாங்க. மூணாவதாதான் இந்தியர்கள். அதில முக்காவாசி பேர் தோட்ட வேலைக்காக பிரிட்டிஷ் காலத்துல தமிழ்நாட்டிலிருந்து இங்க வந்தவங்க. வசதி வாய்ப்புகள் இல்லாத தால முழுசா முன்னேறாதவங்க.''

''அது போன ஜெனரேசன்தானே. நீயெல்லாம் படிச்சு வரலையா?''

''அதெல்லாம் ரொம்ப குறைவு. அப்படியே வந்தாலும், வேலை செய்யவந்த இடத்துலயும் பாலிடிக்ஸ் பண்ணி நம்மள வளரவிட மாட்டாங்க. தமிழக இந்தியர்களை வந்தேறிகளாக பார்க்கும் மனப்பான்மை இன்னும் சில இடங்களில் போகலை.''

ஆர்பென் ஐடியில் கூட லட்சுவைத் தவிர வேறு யாரும் இந்தியர்கள் இல்லை என்பது நினைவுக்கு வந்தது.

''எங்களுக்கு இங்க நிறைய பிரச்சனைலா. அத பத்தி பேசுனா நாள் முழுக்க பேசிக்கிட்டே இருக்கலாம்.''

அரசபுரசலாக நான் இதைக் கேள்விப்பட்டிருந்தாலும் இன்று அவள் மூலமாக உறுதியானது.

''உங்க ஊருல இந்தப் பிரச்சன இல்லயில்ல?'' என்றாள் அப்பாவியாக.

அவளுக்கு எந்த மாதிரியான பதில் சொல்வது எனப்புரியவில்லை. மௌனமாக இருந்தேன்.

'கவலைப்படாதலா. ஒனக்காக நான் சாமிகிட்ட வேண்டிக்கிறேன். எவ்ரிதிங் வில் பி ஆல் ரைட்.' என்றபோது அவள் கண்கள் பனிந்தன.

எங்கள் கண்கள் ஒன்றையொன்று சந்தித்து மெதுவாக விலகின. பரிவாகப் பேசிய அவளின் கரத்தை ஒரு கணம் கைகளில் ஏந்திக் கொண்டால் சற்று ஆதரவாய் இருக்கும்போலத் தோன்றியது. அது காமத்தை மீறியதொரு உணர்ச்சியாய் இருந்தது.

''மத்தவங்களுக்காக நாம வேண்டிகிட்டா, நமக்காக சாமிகிட்ட வேண்டத் தேவையில்லையாம்'' என்றேன் அமைதியாக.

அவள் கண்களை மறுபடியும் சந்திக்க மனமின்றி நான் இலக்கின்றி எங்கோ வெறித்துப் பார்த்துக்கொண்டிருந்தேன். மெலிதான காற்று எங்களை வருடிச்சென்றது. நான் ஒரு பெரும் சுழலில் சிக்கிய துரும்பாய் உணர்ந்தேன். ஆயாசமாய் இருந்தது. ''சரி நான் கிளம்புறேன்'' என எழுந்தேன்.

11

புத்ர ஜெயா இன்டர்வியூ முடித்து வீட்டுக்கு வரும்போது இருட்டியிருந்தது. ரவி அரக்கப் பரக்க வெளியே கிளம்பிக் கொண்டிருந்தான்.

''மச்சி, சீக்கிரம் ரெடியாகி வா, கிளப்புக்கு போலாம்.''

''இல்ல ரவி டயர்டா இருக்கு.''

அவன் வற்புறுத்தவில்லை.

இங்கே எங்களுக்கு வார இறுதி பொழுது போக்கு பெரும்பாலும் டான்ஸ் கிளப்புக்குப் போவதுதான்.

போன வருடம் பக்கத்து நாடான இந்தோனேசிய பாலி தீவின் நைட்கிளப்பில் தீவிரவாதிகளின் வெடிகுண்டு சம்பவத்தால் 200க்கு மேலானவர்கள் பலியானார்கள். ஆனால் அதற்காக நாங்கள் அச்சப்பட்டு மலேசியாவில் நைட் கிளப் போவதைக் குறைத்துக் கொள்ளவில்லை. அன்று அப்படித்தான் ஒருநாள் வேலை முடித்து விட்டு வெள்ளிக்கிழமை இரவு டான்ஸ் கிளப்புக்கு சென்றிருந்தோம். இந்தியாவில் இருக்கும் வரை அப்படி ஒன்றை நான் சினிமாவில் தான் பார்த்திருக்கிறேன்.

கோலாலம்பூரின் மையப் பகுதியில் இருந்தது அந்தக் கிளப். கை நிறைய காசு கொழிக்கும்

யுவன்களும், யுவதிகளும் ஆட்டம் போடும் இடம் அது. ரவி சம்பத்தின் யோசனைப்படி அந்த இடத்தைத் தேர்வுசெய்திருந்தான். அவன் சம்பத்துக்கு நல்ல நெருக்கம். தோளில் கைபோட்டு பேசும் அளவுக்கு. ''பிரிக்பீல்ட்ஸ் ஏரியா மட்டும் போவாதப்பா, அங்க எல்லாம் தமிழ் பசங்க. கேங் அது இதுன்னு வீண் பிரச்சனை'' என்றாராம். சம்பத் சில வருடங்கள் மலேசியாவில் இருந்ததால் இங்கே எல்லா 'நிழல் விஷயங்களும் அவருக்கு அத்துப்படி. அவர் தான் வந்த புதிதில் ''ரவி இங்க பொண்ணுங்க விஷயத்துல ஜாக்கிரதையா இரு. அசந்தா இஸ்லாத்தில் சேர்த்து கட்டி வைச்சுடு வாங்க'' என சிரித்தபடி அக்கறையுடன் சொன்னாராம்.

பெரும்பாலும் நாங்கள் டான்ஸ் கிளப்புக்கு டிரெயினில்தான் போவோம். வரும்போது நள்ளிரவாகிவிடும் என்பதால் மட்டும் கேப். அன்றுமட்டும் எல்லோரும் முகத்துக்கு க்ரீம் தடவி, பெர்ஃபியூம் அடித்து, எடுப்பான டீஷர்ட் ஜீன்ஸ், ரீபோக் ஷூ அணிந்து தாமத மில்லாமல் சரியான நேரத்துக்கு வந்து நிற்பார்கள். ஜேகே மட்டும் 'டேய் ஜாக்ரதையா மைனர் செயின், மோதிரத்தையெல்லாம் வீட்டுலே வச்சுட்டு வந்துடுங்கடா. போதையில அடிச்சுட்டு போயிடப் போறானுங்க' என ஒவ்வொரு முறையும் எச்சரிப்பான். ஆனால் அவனைக் கேட்கத்தான் ஆளிருக்காது.

இருட்டினால் வந்து அடையும் கோழிபோல இருட்டும் வரை காத்திருந்து நாங்கள் ஒரு கூட்டமாய் கிளப்புக்குக் கிளம்புவோம். அங்கே நுழைவுக்கட்டணமாக தலைக்கு பத்து வெள்ளி கொடுக்க வேண்டும். வெள்ளி என்றா சொன்னேன்? ஆமாம், உள்ளூர் பணமான ரிங்கிட்டை தமிழர்கள் 'வெள்ளி' என்பார்கள். அதுபோல 'மலேசியன் டாலர்' எனச் சொல்பவர்களும் இங்கே இருக்கத்தான் செய்கிறார்கள்.

நாங்கள் போகும் கிளப்புக்கு ஆண்கள் கண்டிப்பாக ஷூ போட்டு வரவேண்டும் என்பதைத் தாண்டி பெரிய கட்டுப்பாடு எதுவும் இல்லை. ஆனால், பல இடங்களில் பெண்களுடன் வந்தால்தான் கண்டிப்பாக ஆண்களுக்கு உள்ளே அனுமதி போன்ற இத்யாதிகள் உண்டு.

அங்கே வெளியே நிற்கும் கறுப்பு சூட் அணிந்த ஆஜானுபாகுவான செக்யூரிட்டிகள் வருபவர்களிடம் ரிங்கிட்டுகளை வாங்கிக்கொண்டு அவர்களின் கால் ஷூக்களைப் பார்ப்பது வேடிக்கையாயிருக்கும்.

உள்ளே நுழைந்தால் அது வேறு உலகம். ஆரம்பத்தில் மெல்லிய இசை, கசிகிற மங்கலான வெளிச்சம், 'கிளீங்'கிடும் மதுக் கோப்பைகள், பொங்கி வழியும் பியர் பாட்டில்கள், சிரிப்பலைகள். ஆனால் நேரம் ஆக ஆக அது இன்னொரு உலகைக் காட்டும். சரியான யுவதிகளின்

கூட்டம் கூடும்வரை காத்திருந்து பின் விளக்குகளை அணைத்து விடுவார்கள். அதன் பிறகு வண்ண சுழல் விளக்குகள், வியர்த்து விறுவிறுத்து காது கிழிய கத்தும் டிஜே, அதிர வைக்கும் ஆங்கிலத் துள்ளல் இசை, அளவில்லா மது, கண்ணை மறைக்கும் சிகரெட் புகை என கிளப் களைகட்டும்.

அங்கே உள்ளே விற்கும் சிகரேட் முதல் மது, கோக் வகையறாக்கள் வரை அனைத்தும் வெளி விலையை விட குறைந்தது மூன்று அல்லது நான்கு மடங்கு அதிகம்தான். ஆனால் யாரும் பணத்தை பொருட்டாக மதிக்காமல் செலவு செய்வது எனக்கு ஆச்சர்யமாக இருக்கும்.

ரவியும் மற்றவர்களும் ஒரு பெரிய பீர் ஜாரை வாங்கி ஷேர் செய்வதில் தொடங்குவார்கள். எனக்கு ஒன்றிரண்டு கோக் புட்டிகள் போது மானதாக இருக்கும்.

மது உள்ளே இறங்க இறங்க கூட்டம் தயக்கத்தை விட்டு மத்தியிலிருக்கும் வட்ட வடிவ டான்ஸ் ஃபுளோரில் ஜோடி ஜோடியாய் நடனமாடத் துவங்குவார்கள். எங்களைப்போல ஜோடியில்லாத அப்பாவிகள் பாடு திண்டாட்டம்தான். ஒன்று நாங்கள் தனியாக ஆடவேண்டும் இல்லை வந்த வேறு ஆண்களுடன் சேர்ந்து நடனமாட வேண்டும். தனியாக ஆடுவது ஒரு வகையில் உசிதம், ஏனென்றால் அதிர்ஷ்டமிருந்தால் வேறு யுவதிகள் பாவப்பட்டு உடன்வந்து ஆட வாய்ப்பிருக்கிறது. இதுபோன்ற சூழ்நிலைகளில் நான் அதிர்ஷ்டத்தை நம்புபவன்.

பெரும்பாலான ஆண்கள் கண்களால் பெண்மீன்களுக்கு வலை வீசிக் கொண்டிருப்பார்கள். ஜோடிகள் இருளைத் துணை வைத்து செய்யும் காமக் களியாட்டங்கள் பல. ஆரம்பத்தில் லேசாக இடுப்பை அசைத்து நடனமாடும் சில ஜோடிகள் நேரம் ஆக ஆக அல்லது மது வயிற்றை நிறைக்க நிறைக்க அத்துமீறத் தொடங்குவார்கள். ஜோடியாக கட்டிப்பிடித்து உதடோடு உதடு கவ்வ முத்தமிடுவதில் தொடங்கி, இடையைக் கடந்து, ஆவேசமாக பிருஷ்டத்தைத் தடவுவது வரை பல கட்டங்களைத் தாண்டுவார்கள்.

ஒருமுறை தன் ஆண் நண்பனுடன் வந்திருந்த ஒருத்தியை தைரியமாக சூழ்ந்து கொண்டு ஆடிய ஐந்து பேர் ஒருகட்டத்தில் எசகுபிசகாக கைநீட்ட, அவள் கம்ப்ளேயிண்ட் செய்ய, நான்கு அர்னால்டு உருவ பவுண்ஸர்கள் அவர்களின் கழுத்தைப் பிடித்து வெளியே தள்ளிக் கொண்டு போனார்கள்.

நள்ளிரவு வரை ஆங்கிலப்பாடல்களை ஒலிபரப்பும் அவர்கள் சமயங்களில், துக்கடாவாக துள்ளலிசையில் ஒன்றிரண்டு மலாய், தமிழ்

பாடல்களையும் ஒலிபரப்புவார்கள். அப்போது கூட்டத்தின் 'ஓ ஹோ!' எனும் ஆரவாரத்தில் உற்சாகம் அங்கே கரைபுரண்டோடும்.

சமயத்தில் ஆட்டத்தின் உச்சகட்டத்தில் கூட்டம் கையிலிருக்கும் மதுக் கோப்பைகளை அல்லது செல்ஃபோன்களை 'ஆன்' செய்து உயர்த்திப் பிடித்துக்கொண்டு ஆடியபடி உற்சாகக் குரல் எழுப்பும்.

இது போன்ற இடங்களில் வித்தியாசமின்றி எல்லா இனத்து யுவன் களையும், யுவதிகளையும் பார்க்கமுடியும். ஒருமுறை ஆண்களின் துணையில்லாமல் வந்த அழகான ஐந்து தமிழ்ப் பெண்கள் குடித்து விட்டு நள்ளிரவு வரை இடுப்பை அசைத்து நளினமாக தங்களுக்குள் மட்டும் நடனமாடிக் கொண்டிருந்தது ஆச்சர்யமாக இருந்தது. அதில் நீல நிறத்தில் கவுன் அணிந்த தேவதை சுஜாவை நினைவுபடுத்தினாள்.

அங்கு வந்த ரவி ''உனக்கு ஒண்ணும் சிக்கலையா? அது எதாவது ஃபேமிலி பார்ட்டியா இருக்கும்போல மச்சி, லூஸ்ல விடு'' என்றான் போதையில்.

என்னைப் பொறுத்தவரை இப்படி துணையின்றி ஆடும் பெண்களிடம், சேர்ந்து ஆடலாமா எனக் கேட்பதற்கு பெரிய தைரியமெல்லாம் தேவையில்லை. ஆனால், கேட்டு, அவர்கள் முடியாது என நிராகரித்தால் அதை ஏற்றுக்கொள்ள ஒரு ஜென் மனநிலை தேவை.

'ஈகீல்ஸி'ன் 'ஹோட்டல் கலிபோர்னியா' பாடலில் வருவதுபோல சிலர் மறப்பதற்காக குடித்துவிட்டு ஆடினார்கள், சிலர் மறக்கக்கூடாது என குடித்துவிட்டு ஆடினார்கள். மனிதனின் இன்பத்திலும் துன்பத்திலும் பங்குபோடும் ஒரு சில விஷயங்களில் மதுவுடன் ஆடலும், பாடலும் இருப்பதாகத் தோன்றியது.

நகரத்தின் அன்றாட கயமைகளையும், வேடங்களையும், எதார்த்தங் களையும், பிடுங்கல்களையும் மறக்க இங்கே ஒரு கூட்டம் குடித்து விட்டு சாமியாடிக் கொண்டிருப்பதாகப் பட்டது.

ஒருநாள் ஜேகே நண்பர்களுடன் சேர்ந்து ஆடிக்கொண்டிருந்த 'அழகை'ப் பார்த்து ஒரு வெள்ளைநிற கவுன் பேரழகி கையில் மதுக்கோப்பையுடன் தன் ஆண் நண்பனின் காதோடு ஏதோ ஜாடையாகப் பேசி சிரித்துக் கொண்டிருந்தாள்.

அன்று போதையின் உச்சத்தில் இருந்த ஜேகே, தன் கையில் புகைந்து கொண்டிருந்த சிகரெட்டை என் முன் நீட்டிபடி, ''இந்தா அடி!'' என்றான்.

நான் கண்டுகொள்ளாததால் ஆத்திரமடைந்து.

''ஏய் சுதா!, உன்னோட பெரிய இம்சை. நீ என்ன பெரிய காந்தியாடா, சரக்கு அடிக்க மாட்ற, தம்ம போட மாட்ற. புடுங்கி.''

''இத புடி முதல்ல'' என என் கையில் கட்டாயப்படுத்தி சிகரெட்டை திணிக்க முயன்றான்.

அங்கிருந்து கிளம்பும் மனநிலையிலிருந்த நான், அவனிடம் பிரச்சனை தேவையில்லை என நினைத்து ரவியைப் பிடித்து இழுத்துக்கொண்டு வெளியே வந்தேன். எங்களை மற்றவர்களும் பின்தொடர்ந்தார்கள்.

நாங்கள் வெளியே வந்தபோது நள்ளிரவு இரண்டு மணி. நேர் எதிரான வேறொரு உலகம் கண்களுக்கு முன்பாக விரிந்தது. ஆள் நடமாட்ட மில்லாத, இரைச்சலில்லாத, சூட்டின் கதகதப்பான எதார்த்த உலகம்.

பக்கத்துத் தெருவிலிருந்து கேப் பிடிக்கலாம் என தெருவில் இறங்கி மெல்ல நடக்கத் தொடங்கினோம்.

நான் போட்டிருந்த டீஷர்ட்டில் அடித்த மது, மாது மற்றும் புகையின் வாடை எனக்கு கண்டிப்பாக குமட்டிக்கொண்டு வந்தது.

ஜேகே ஒரு பெண்ணுக்கு மது வாங்கிக் கொடுத்து அவளுடன் ஆடினேன் என பெருமையடித்தான். ''டேய் அது ஒரு ஃபிகரா, கிழவிடா மச்சி'' என ரவி அவன் காலை வாரினான். உடன் இருந்தவர்கள் வெடியாக சிரித்தார்கள். அப்போது போதையிலிருந்த ஜேகே முகம் போன போக்கைப் பார்க்கவேண்டுமே.

''ரவி, அவசரமா ''லூ'' போவணுமே'' என்றான் ஒருவன்.

''இதெல்லாம் பப்லயே முடிச்சுட்டு வரவேண்டியதுதான? இதென்ன நம்மூரா? ரோட்டோரம் ஒதுங்க. பேசாம அடக்கிட்டு வா!'' என கடிந்து கொண்டான் ரவி.

மௌனமாக நடந்த ஜேகே, ஒரு சிகரெட்டை எடுத்து பற்றவைத்துக் கொண்டு,

''சுதா, வர்ற மாசம் இந்தியாவுக்கு அனுப்பவேண்டிய பணத்தை என் கையில குடு'' என்றான்.

''எதுக்கு?''

''எங்கிட்ட ரிங்கிட்டா குடு, இந்தியாவுல உங்க வீட்டுல பணமா கொடுத்துடறேன்.''

ஜேகே தன் நண்பர்களுடன் இதுபோல குருவி வேலை செய்கிறான் என ரவி மூலம் எனக்கு முன்பே தெரிந்தாலும் அதில் எனக்கு விருப்பமில்லை.

அதீத போதையிலிருந்த ஜேகேயிடம் பேசாமல் தவிர்த்தேன்.

அவன் விடாமல், ''நா உன் கையிலதா பேசுறேன். பதில் சொல்லு. மயிராண்டி...' என்றான் குரலை உயர்த்தி.

''நான் பேங்க் மூலம் அனுப்புறேன்.''

''நம்ம குரூப்புல இன்னமும் பேங்க் மூலம் அனுப்புறது நீ ஒருத்தன் தான்.''

நான் ''பேங்க விட ஒரு ரூபா நான் அதிகமா தர்றேன்.''

''இப்படி ஊருக்கு பணம் அனுப்புறதெல்லாம், லீகல் இல்ல''

''என்ன பெரிய மயிரு லீகல்? போ மஸ்ஜித் ஜாமேக் போய் பாரு ஒவ்வொரு நாளும் எத்தனை ஆயிரம் இப்படி கைமாறுதுன்னு.''

அவன் சொல்லும் மஸ்ஜித் ஜாமேக் பற்றி நான் உங்களுக்கு இன்னொரு சந்தர்ப்பத்தில் சொல்கிறேன்.

'உனக்கோசரம் வேணா முதல் மாசம் இரண்டு ரூபாய் அதிகம் தர சொல்றேன். ஆனா மாசம் குறைந்தது இரண்டாயிரம் ரிங்கிட் அனுப்பணும் என்ன சொல்றே?'' என்றான்.

''பாப்போம்.''

அவன் விடுவிடுவென அருகில் வந்து என் டீஷர்ட் காலரை கொத்தாகப் பிடித்தான். அதை நான் சற்றும் எதிர்பார்க்கவில்லை.

''ஏய்! ஜேகே, லூஸ்ல விடுடா'' என அவனை உடன் வந்தவர்கள் விலக்கிவிட்டனர்.

''நீ அடுத்த மாசம் எப்படி ஊருக்கு பணம் அனுப்புறேன்னு பாக்குறேன். மயிராண்டி'' என்றான் முறைத்தபடி.

நடு ரோட்டில் இப்படி ஒன்று நடந்தது எனக்கு அவமானமாகப் போய்விட்டது. ஊரில் எட்டாம் வகுப்பு படிக்கும்போது நான் ஒரு தடவை கடைவாசலில் நின்று மசாலாபால் குடித்துக் கொண்டிருந்ததைப் பார்த்துவிட்டு வீட்டுக்கு வந்த அப்பா, 'படிக்குற பிள்ளைக்கு ரோட்டில என்ன சாப்பாடு?' என வெளுத்துக் கட்டியது நினைவுக்கு வந்தது.

ஜேகே போன்ற லோக்கல்கள் எப்படி சம்பத்துக்கு பழக்கம்?. எங்கிருந்து இவர்களையெல்லாம் வரவைத்தார் என்று யோசித்தேன். இங்கே களை எடுப்பதற்கான நேரம் வந்துவிட்டது. இது பற்றி சம்பத்திடம் பேச வேண்டும் என நினைத்துக் கொண்டேன். 'அதையும் தாண்டி இவர்களின் சகவாசம் தேவையா?' எனக்குள் கேட்டுக் கொண்டேன்.

நானும் ரவியும் வீட்டுக்கு தனியாக ஒரு கேப் பிடித்தோம்.

''அவன்தான் ஒழுங்கா பணம் டிரான்ஸ்ஃபர் பண்றானே. அப்புற மென்ன?''

''எனக்கு எது சரின்னு படுதோ அதைதான் நான் செய்றேன், கம்பெல் பண்ணாதே ரவி'' என்றேன் உறுதியாக.

எங்கள் கேப் கட்டடங்கள் அடர்ந்த இருட்டு சாலைகளைப் பின்னுக்குத் தள்ளியபடி முன்னேறிக் கொண்டிருந்தது.

12

காலையில் சுஜாவின் குறுஞ்செய்தியில் கண்விழித்தேன். 'பார்க்கலாமா?' என இரவு இரண்டு மணிக்கு அனுப்பியிருக்கிறாள். சரியான இரவுப் பறவையாக இருப்பாள் போலிருக்கிறது. ஒருவேளை எதாவது வீக் எண்ட் பார்ட்டிக்கு போயிருப்பாளோ என்னவோ. யாருக்கு தெரியும். எனக்கு அவளிடம் நிறைய பேச வேண்டியிருக்கிறது. அவளிடமிருந்து எனக்கு நிறைய தேவைப் படுகிறது.

இரண்டு குறுஞ்செய்திகளின் செலவில் இன்று மாலை 4 மணிக்கு இரட்டைக் கோபுரங்களுக்கு அருகில் பார்க்கலாம் என முடிவானது.

அன்றைய மதியத் தூக்கத்தை அவளுக்காக தியாகம் செய்துவிட்டு பொறுப்பாக டிரெயின் பிடித்து கேஎல்சிசி (KLCC) ஸ்டேஷனில் இறங்கினேன்.

கேஎல்சிசி.கோலாலம்பூரின் முக்கியமான பல அடையாளங்களை இணைக்கும் ஸ்டேஷன். குறிப்பாக இரட்டைக் கோபுரங்கள், சூர்யா ஷாப்பிங் சென்டர் மற்றும் மலேசியாவின் முன்னணி செல்ஃபோன் நிறுவனமான மெக்ஸிஸ் கட்டடம். ஸ்டேஷன் - ஏ.சி. செய்யப்பட்ட

விமான நிலைய சுத்தம். லிஃப்ட்டுகள், தானியங்கி பயணச்சீட்டு வழங்கும் எந்திரங்கள், உள்ளூர் மக்கள் , வெளிநாட்டுச் சுற்றுலா பயணிகள் என பரபரப்பாக இருந்தது. ஓர் இனிய பெண்குரல் இயந்திரத் தனமின்றி இனிமையாக மலாய், ஆங்கிலம் தாண்டி தமிழிலும் எல்லோரையும் வரவேற்றது. இத்தனையும் பூமிக்கடியில்.

அவள் சொன்ன சூர்யா ஷாப்பிங் சென்டர் ஐந்துமாடிக் கட்டடம். இரட்டைக் கோபுரங்களின் காலடியில். ஐரோப்பிய ஃபேஷன் டிசைனர் ஆடைகள், ஃபர் ஃபியூம்கள், உணவு விடுதிகள், மல்டிபிலக்ஸ் சினிமா தியேட்டர்கள் என பரபரப்பாயிருந்தது. வாரவிடுமுறை என்பதால் வழக்கத்துக்கு மாறாக அன்று கூட்டம் அதிகமெனத் தோன்றியது.

சுஜாவைப் பார்க்கப் போவதென்றாலே ஒரு புதுவித உற்சாகம் வந்துவிடுகிறது. ஒரு புதிய புத்தகத்தை வாசிக்கப் போகும் எதிர்பார்ப் பையும், சந்தோஷத்தையும் அவள் தருகிறாள். ஒருமுறை தனிமையில் அவள் பெயரை எழுதிப் பார்த்து சிலிர்த்தேன். 'கடற்கரை எனும் மருத்துவமனையில், காதலி எனும் மருத்துவர், இதழ் முத்தம் எனும் மருந்து தர, எல்லாம் சுகப்படும். 'இதை நான்கு வரிகளாய் மடித்து எழுதி கவிதை என பிதற்றிக் கொண்டிருக்கிறேன். நான் மெல்ல காதலில் விழுந்து கொண்டிருக்கிறேனோ? தெரியவில்லை.

இரண்டாவது தளத்தில் இருந்த ஒரு உணவு விடுதியில் சுஜா காத்திருந்தாள். மேலே பிங்க் நிற டீஷர்ட். கீழே கறுப்பு நிறத்தில் முழங்கால் வரை நீண்ட ஸ்கெர்ட் நளினமான வாழைத்தண்டு கால்களை வெளிச்சம் போட்டது. அவள் டீஷர்டின் மத்தியில் 'பியூட்டி' என ஆங்கிலத்தில் எழுதி இருபுறமும் முயல் காதுகள் வரையப் பட்டிருந்தன. அந்த மாலை நேரத்திலும் ஃபிரஷ்ஷாக ஃபிரிஜில் வைத்த மெழுகு தடவாத ஆப்பிள் போலத் தெரிந்தாள். மெலிதாகச் சிரித்தவளின் எதிரே இருந்த நாற்காலியில் தஞ்சமானேன்.

வழக்கமான நல விசாரிப்புகளுக்குப் பின் எனக்கு ''வெஜ் பர்கரும்'' அவளுக்கு சைனீஸ் நூடுல்'சும் ஆர்டர் செய்தேன்.

கொஞ்சம் பொய்க் கோபத்துடன் உதட்டைச் சுழித்தபடி, ''உன் மேலே கோவம்'' என்றாள்.

கரிசனத்துடன். ''ஏன், என்ன ஆச்சு?''

''வேலை தேடறதை என்கிட்ட சொல்லணும்னு தோணல இல்ல. வேற யார் யார் மூலமாவோ நான் தெரிஞ்சுக்க வேண்டியிருக்கு.''

அவள் யாரைப் பற்றி சொல்கிறாள் எனத் தெரிந்தது. பத்மாவைப் பற்றி இங்கே பேசவேண்டாம் என நினைத்து பதிலுக்கு சிரித்தேன்.

''வேற ஜாப் கிடைச்சுதாலா?''

''தேடிக்கிட்டிருக்கேன்.''

''எங்கியாவது புதுசா சுத்திப் பாத்தியா?'' என்றாள்.

''இல்லை, எல்லாம் உன் கையிலதான் இருக்கு.''

''என் கையிலா?'' எனச் சிரித்தபடி வலது கையை விரித்துக் காட்டினாள். 'தயிர் பிசைந்த காந்தல் மலர் விரல்கள்' எனும் சங்கப்பாடல் வரை என் நினைவு சென்று திரும்பியது.

எங்கள் குடும்பங்களைப் பற்றி பற்றி பேசிக்கொண்டிருந்தோம். அவளுடைய லண்டன் அண்ணனுக்கு ஒரு பெண் குழந்தை இருக்கிறதாம்.

''பொண்ணு பேரென்ன?''

''மில்லினா.''

''அது என்ன மில்லினா?''

''அவ இரண்டாயிரத்துல பிறந்ததால மில்லினத்தை ஞாபகம் வைச்சு அந்த பேரு வைச்சாங்களாம்.''

''பிரிலியண்ட்.''

''ஸி இஸ் சோ கியூட். ஐ லைக் ஹர்'' என்றாள்.

''அவ கொடுத்து வச்சவ.''

''யாரு?''

''மில்லினாதான்.''

''ஏன்?''

மானசீகமாய்ப் பார்த்து, ''அவளை உனக்கு புடிச்சிருக்கே!'' என்றேன் சிரித்தபடி.

''சீ...'' என்பதை நீட்டித்துச் சொன்னவள், ''நான் ஒருகேள்வி கேக்குறேன் பதில் சொல்றியா?'' என்றாள் குறும்பாய்.

அவள் பேச்சைப் போலவே அவள் கண்களிலும் ஒரு குறும்பு இருந்தது.

''மலேசியாவோட நேஷனல் அனிமல் என்ன தெரியுமா?''

''பாண்டா?''

''அய்ய அது சீனாவோடது.''

''புலி?''

''வெரி குட்!'' மென்மையாக கை குலுக்கினாள். அது வழக்கத்தை விட அதிக நேரம் நீடித்ததாய் தோன்றியது.

''இது நல்ல விளையாட்டா இருக்கே...''

''இருக்கும்...'' என்பதை அழுத்திச் சொன்னாள்.

மினுமினுக்கும் கருஞ்சிவப்பில் வர்ணமடித்த நகங்களை ஆராய்ந்தபடி ''நீ கேபிபிலதான வேலை பார்த்த, லீ இன்னமும் அங்கதான இருக்கான்?'' என்றாள்.

லீ என்ற பெயரைக் கேட்டவுடன் எனக்கு எங்கோ மின்னல் வெட்டியது. காட்டிக்கொள்ளாமல்,

''யாரு?''

நிமிர்ந்து பார்த்து, ''க்வான் லீ'' என்றாள்.

''ஓ உனக்கு அவனத் தெரியுமா?''

''எங்க ஆபிஸ்லதான் நாலு வருஷம் ஜாப் பண்ணினான். அவனும் என்னோட டீம்தான்.''

சூடான உணவு வந்தது.

''ஹீ இஸ் நாட் தட் குட் லா.''

''கொஞ்சம் விவரமா சொல்லேன்...''

''அவன் எங்க ஆபிஸிலிருந்து வெளியே போனதே பெரிய கதை'' என ஆரம்பித்தாள்...

சாப்ஸ்டிக்கால் அவள் நூடுல்ஸை உறிஞ்சும் அழகை உற்றுப் பார்த்துக் கொண்டிருந்தேன்.நூடுல்ஸ் இழைகள் அவள் உதட்டில் வழுக்கியபடி சென்று கொண்டிருந்தன. அவள் பேசியது எதுவும் என் காதில் விழவில்லை.

''.....இவ்வளவு நடந்ததுக்கப்புறமும் நினைச்சிருந்தா லீ மேல எங்க கம்பெனி சட்டபூர்வமா நடவடிக்கை எடுத்திருக்கலாம். ஏதோ காரணங்களுக்காக அவனை அப்படியே விட்டுட்டாங்க.''

''ம்ம்...''

அவள் சாப்பிட்டு முடித்திருந்தாள். டிஸ்யூவால் உதட்டை மெல்ல ஒத்திக்கொண்டே,

‘‘படத்துக்கு போலாமா?’’ என்றாள்.

‘‘இப்ப கோவம் போயிட்டா?’’ என்றேன் விளையாட்டாய்.

‘‘யூ...’’ என்றபடி என் வலது தோளில் செல்லமாக குத்தினாள்.

அவள் டீ குடித்துக்கொண்டே, பட்டேன ‘‘உன்னோட ஜாதி என்ன?’’ என்றாள். நான் ஒரு கணம் திகைத்துத்தான் போனேன். இதுவரை என்னிடம் யாரும் வெளிப்படையாக கேட்காத கேள்வி.

சொன்னேன்.

‘‘உங்க வீட்டுல ஜாதகமெல்லாம் பாத்துதான் கல்யாணம் பண்ணுவாங்களா?’’ எனத் தொடர்ந்தாள்.

‘‘பாப்பாங்க.’’

‘‘உங்க வீட்டுல?’’

‘‘ஹேய், என்ன பத்தி நீ ரொம்ப தெரிஞ்சுக்காத, அப்புறம் உனக்குதான் பிராப்ளம்’’ எனச் சொல்லி குறும்பாய் சிரித்தவள், ‘‘ஐ வில் ஸ்டார்ட் ஈட்டிங் யுவர் பிரைன்!!’’

உண்மைதான். எவ்வளவு பக்குவமாக ஆங்கிலத்தில் சுற்றி வளைக்காமல் சொல்லிவிட்டாள் என நினைத்துக் கொண்டேன்.

‘‘நான் மேல படிக்கப் போனாலும் போவேன்’’ என்றாள்.

‘‘வெளிநாட்டுக்கா?’’

‘‘ஆமா, இங்க மலேசியாவில் ரொம்ப சாய்ஸ் இல்லைல. ஃபார்ம் சிக்ஸுக்கு அப்புறமா இங்கேயிருந்து நிறையபேர் மேல்படிப்புக்கு பக்கத்துல இருக்குற இந்தியாவுக்கு இல்ல ஆஸ்திரேலியாவுக்கு ஏன் லண்டனுக்குகூட போவாங்க.’’

‘‘ஃபார்ம் சிக்ஸு ன்னா?’’

‘‘நீங்க ஹை ஸ்கூல்னு சொல்லுவீங்களே அது...’’

ஒரு ஆச்சர்ய ‘ம்’ போட்டு வைத்தேன்.

‘‘என்னோட பெரியம்மா பொண்ணுகூட ஆஸ்திரேலியாவுல டாக்டர்க்கு படிக்குறா.’’

குடும்பத்தைப் பிரிந்து வந்து நான் இங்கே வேலைசெய்து சம்பாதிக்கும் போது இவள் வெளிநாட்டுக்கு படிக்கப் போகிறாளாம். நல்ல தாராள மான வருமானம் போலிருக்கிறது. அண்ணன் வேறு லண்டனில்

டாக்டர் எனச் சொன்னாளே. அப்புறம் என்ன.நான் உள்ளூரில் வேலை தேடிக்கொண்டிருக்கும் இந்த நேரத்தில் இவள் திடீரென ஏதோ படிப்பு,வெளிநாடு எனக் குழப்புகிறாள். அவளுடைய மனத்தில் எனக்கு இடமிருக்கிறதா? இல்லை எல்லாமே எனது கற்பனையா தெரியவில்லை. வெளிப்படையாக கேட்டு விடலாமா? அவள் சரியெனச் சொன்னாலும் என் வீட்டில் ஒத்துக் கொள்வார்களா? கல்யாணம் செய்வது - வேலை தேடுவதுபோல் இல்லையே, அது குடும்பம் சம்பந்தப்பட்டதாயிற்றே. எனக்கு தயக்கமாயிருந்தது. ஆனால் நான் பெரிதாக யோசிக்கவில்லை.

''போலாமா?''

அவளுடன் சேர்ந்து நடந்தபோது இன்றுதான் முதன்முதலில் நடப்பது போல் எனக்குப் பெருமிதமாயிருந்தது. நாங்கள் இணையாக நடந்தபோது அங்கொன்றும் இங்கொன்றுமாக இயற்கையான சில உரசல்கள். அவள் மணத்தாள். நான் கற்பனையில் அவளை மணந்தேன்.

மாலின் உள்ளேயே மூன்றாவது தளத்தில் பெட்டி பெட்டியாய் பத்து பன்னிடிரண்டு அரங்குகள். ஹாலிவுட், பாலிவுட்,கோலிவுட் டாலிவுட் படங்கள் வண்ணமயமான போஸ்டர்களுடன். இளமை பொங்கியது, ஜோடி ஜோடியாக. சுஜா ஒரு ஹாலிவுட் படத்தைக் கைகாட்டினாள். கண்களை மூடிக்கொண்டு டிக்கெட் வாங்கினேன்.

அவள் கைவீசியபடி ஹை ஹீல்ஸின் 'டக்டக்' சத்தத்துடன் முன்னால் நடந்துபோய் சீட்டைத் தேடி உட்கார்ந்தாள். அப்போது அவள் வளைவுகளை நான் கவனிக்கவில்லை என்றால் நீங்கள் நம்பவா போகிறீர்கள்? நான் கேட்காமலேயே கார்னர் சீட் தந்தவனை மனதார வாழ்த்தினேன். திரையில் பெண்களைக் கவர ஆண்களை ஷாம்பு போடச் சொல்லி சத்தமாக விளம்பரப்படுத்திக் கொண்டிருந்தார்கள்.

''இங்கிலீஸ் படம் மட்டுமில்லாம ஜப்பான் படம் கூட இங்க ஓடுதுல்ல'' என்றேன் மெல்ல.

''ஆமா, இங்க எல்லா நாட்டு படமும் மலாய் சப்டைட்டிலோட வந்துடும். அதனால ஒண்ணும் பிரச்சனையில்லை.''

என் காதருகில் வந்து நெருக்கமாய் கிசுகிசுத்தபோது அவள் மூக்கு இயற்கையாக என் முகத்தில் உரசியது. அந்த பெர்ஃபியூம் என்னவோ செய்தது.

தியேட்டர் இருளை இழுத்துப் போர்த்தியதும் படம் ஓடத் தொடங்கியது. இருட்டில் படம் துவங்கிய சில நிமிடங்களில் அவள் தனது கைப்பையிலிருந்து ஒரு மெல்லிய மூக்குக் கண்ணாடியை

எடுத்து அணிந்து கொண்டாள். சிவப்பு நிற ஃபிரேமில் அவள் வித்தியாசமான ஒரு தேவதையாகத் தெரிந்தாள்.

''இருட்டில் பார்வை மங்கலா இருக்குனு டாக்டர் போட சொல்லியிருக்காரு'' என்றாள். திரும்பவும் மெல்ல முகம் உரச வேண்டியதாயிற்று. இந்த முறை அவள் முகத்தில் லேசான வெட்கம் ததும்பி வழிந்ததைக் கவனித்தேன்.

நான் மெல்ல அவள் கையை என் கைகளில் எடுத்துக்கொண்டேன். அந்தக் கணத்தை அவள் எதிர்பார்த்தவள் போலிருந்தது. கொஞ்ச நேரத்தில் அவள் என் கைகளை அழுத்திப்பிடித்தது போலிருந்தது. நான் அவள் பக்கம் திரும்பியபோது என் வலது கையில் காதலோடு மெலிதாக முத்தமிட்டாள். அவளது முத்தம் என் உடலின் நரம்பெல்லாம் ஊடுருவி ஒருவித சிலிர்ப்பைத் தந்தது.

திரையில் நாயகனும் தன் சாகசங்களைத் தொடங்கியிருந்தான். நான் அவள் முகத்தையே பார்த்துக் கொண்டிருந்தேன். அவள் முகத்தில் திரையின் வண்ணங்கள் விழுந்து கோலங்கள் காட்டிக் கொண்டிருந்தன.

13

வேலைக்குப் போகாமல் வீட்டிலிருப்பதால் பகல் பொழுதுகள் அலுப்பூட்டுவதா யிருக்கிறது. எல்லா நாளும் ஒரேமாதிரி கடிகாரச் சுழல்போல. காலையில் இன்டர்வியுவுக்கு அப்ளை செய்வது, ஃபோனில் அழைக்கும் கன்ஸல்டன்டுகளுடன் பேசுவது என எல்லா நிகழ்வுகளும் ஒரு அட்டவணை போட்டது போல நிகழ்ந்து கொண்டிருந்தன. அவர் களிடம் பேசியதிலிருந்து நான் விசா விஷயத்தை கொஞ்சம் லேசாக எடுத்துக் கொண்டுவிட்டேன் என நினைக்கிறேன்.

சிலர் ''ஆர்பெனின் விசாவை கேன்சல் செய்யாமல் அப்படியே எங்கள் கம்பெனியில் தொடர முடியுமா?'' என்று கேட்டனர்.

''அப்படிச் செய்யலாமா?'' என்றேன்

''மாட்டாத வரை பிரச்சனை இல்லை'' என்றார்கள்.

நான் யோசிக்காமல் மறுத்துவிட்டேன். ''வி ஆர் புரபசனல்ஸ், லெட்ஸ் பி புரபசனல்'' என்பது எனது வாதம். அப்படி சரியான விசா இல்லாமல் நிறைய தமிழ்நாட்டுத் தொழிலாளர்கள் இங்கே இருக்கிறார்கள் எனக் கேள்விப்பட்டிருக்கிறேன்.

அப்படித்தான் சில வருடங்களுக்கு முன்பு எங்கள் ஊரிலிருந்த பி.ஏ. வரை படித்த ஒருவர் யாரோ சொன்னதைக் கேட்டு அக்கம் பக்கம் கஷ்டப்பட்டு கடன் வாங்கி ஒரு லட்சம் பணம் கட்டி ஏஜண்ட் மூலமாக மலேசியாவிற்கு வந்தார். இரண்டு வருட விசாவில் வந்தவர், நான்கு ஐந்து வருடங்களுக்கு ஊர் பக்கம் தலை காட்டவேயில்லை. கிட்டத் தட்ட ஊரில் எல்லோரும் அவரை மறந்துவிட்ட நிலையில் திடீரென ஒருநாள் உள்ளடங்கிய கண்களுடன், கறுத்து, மெலிந்து போய் தலையில் மொட்டையுடன் வந்து நின்றார். சுத்தமாக அடையாளம் தெரியவில்லை. பழைய சட்டை. கசங்கி பழுப்பேறிய வெள்ளை வேட்டி. கையில் ஒரு கிழிசலான மஞ்சள் பையுடன் வந்து நின்ற அவரைப் பார்க்க மிகப் பரிதாபமாக இருந்தது.

விசாரித்தேன். ஆரம்பத்தில் கொஞ்சம் தயங்கியவர் பின் உண்மையைச் சொன்னார். இங்கே ஆறுமாதம் ஜெயிலில் இருந்து/விட்டு வந்தாராம். பாஸ்போர்ட் இல்லாத குற்றத்துக்கு கைது செய்யப்பட்டவரை மலேசிய அரசாங்கத்தில் பொது மன்னிப்பு வழங்கி விரட்டிவிட்டார்களாம்.

''உங்ககிட்டதான் பாஸ்போர்ட் இருந்துச்சே... அப்புறமென்ன'' என்றேன். ''எங்கிட்ட ஏது பாஸ்போர்டு? இருந்த ஒன்னையும்தான் கிழிச்சுப் போட்டுட்டன்ல...'' என்றார் சற்றுக் கிண்டலாய்.

''கிழிச்சீங்களா?''

''எக்ஸ்பயரி விசாவில் இருக்குறத விட, கிழிச்சுப் போட்டுடறது பெட்டர்னு சொல்லித் தந்தாங்க.''

''அப்படி என்னதான் நடந்தது?''

வேலை செய்ய வந்த இடத்தில் ஒரு உள்ளூர் தமிழ்ப்பெண்ணிடம் பழக்கமாகி இங்கேயே தங்கிவிட்டாராம். தாலி கட்டாமலே குடும்பம் நடத்திக் கொண்டிருந்தவர், விசா எக்ஸ்பயரி ஆனவுடன் நண்பர்களின் பேச்சைக் கேட்டு பாஸ்போர்ட்டைக் கிழித்து வீசிவிட்டாராம். ஒருநாள் அந்தப் பெண்ணின் முறைமாமன் வந்து சண்டை போட்டிருக்கிறான். அவள் இவருடன் இருந்த மோகத்தில் ''என்ன வேணா பண்ணு போ!'' ன்னு அவனை அலட்சியப்படுத்தி விரட்டி விட்டாளாம். அவன் நல்ல பிள்ளையாக போய் மலேசிய போலீஸிடம் இவருடைய பாஸ்போர்ட் விவகாரத்தைப் போட்டுக் கொடுத்து விட்டானாம்.

''இதெல்லாம் தேவையா?'' என்றேன்.

''ஆமா, என்னத்த சொல்ல. ஆச யார விட்டுது? என்னைப் போல நம்மாளுங்க அங்க நூத்துக்கணக்குல மாட்டிகிட்டு இருக்கானுங்க.

‘வேலைக்கு ஆட்கள் தேவை’க்கு- போலி ஏஜண்ட்டுகள நம்பி வீட்டுல இருக்குற நகை, நட்ட வித்து இல்ல கடன,கிடன வாங்கிட்டு வர்றாங்க. வந்த இடத்துல பெரும்பாலான ஏஜண்டுக சம்பளம் சரியாத் தரமாட்டானுங்க.அப்படியே தந்தாலும் பாஸ்போர்ட், விசா எல்லாத்தையும் வாங்கி வச்சுப்பானுங்க. நம்ம ஆளுங்க பாஸ்போர்ட், விசா இல்லாம வெளியில போய் போலீஸ்ல மாட்டினா தொலைஞ் சானுங்க. அங்க விசாரணை எதுவும் பெருசா கிடையாது நேரா ஜெயில் தான். மலேசிய ஜெயில்ல எல்லாருக்கும் முதல்ல மொட்டைதான்.’’ என்றார் தலையைத் தடவியபடி.

‘‘வெறும் மொட்டை மட்டுந்தானா இல்ல…’’

‘‘சட்டவிரோதமாக தங்கி வேலை செஞ்சு மாட்டினா பிரம்படி வேற.’’

‘‘அடக் கொடுமையே!’’

‘‘அதோட கொடுமை பொம்பளையாளுகதாம்பா. வரும்போது ஏர்போர்ட்டுல ஒரு பொண்ணைப் பாத்தேன். தஞ்சாவூர் பக்கமாம். வீட்டு வேலைன்னு கூப்பிட்டு வந்து விபச்சாரத்தில் ஈடுபடுத்தி யிருக்கானுங்க. பாவம், ‘கைக் குழந்தைய அம்மாகிட்ட விட்டுட்டு வந்த அண்ணே!’ன்னு அழ ஆரம்பிச்சிடுச்சு’’ எனக் கண் கலங்கினார். இப்படித்தான் எனக்கு முதன்முதலில் மலேசியா அறிமுகமானது.

அதன் பின்புதான் ‘மலேசியா’ என ரேடியோவில் உச்சரிக்கப்பட்ட அந்த வார்த்தையை கவனிக்கத் தொடங்கினேன். அது பாடகர் மலேசியா வாசுதேவன் பாடிய பாடல்களுக்கான அறிமுகம். அதனால் தானோ என்னவோ சிறுவயதில் அவரின் குரல் மூலமாக நான் வேறொரு மலேசியாவை மனதுக்குள் கற்பனை செய்து வைத்திருந்தேன். சரியாகச் சொல்வதென்றால் கொஞ்சம் கிராமியச் சூழலைக் கற்பனை செய்திருந்தேன். ஆனாலும் மலேசியா மீது என்ன காரணம் என்று விளங்காத வினோதமான மோகம் ஒன்றைக் கொண்டிருந்தேன்.

என் நினைவுகளைக் கலைப்பதுபோல சாப்பாட்டு மேஜையில் இட்லிசட்டி போலிருந்த அந்தப் பிளாஸ்டிக் ரைஸ் குக்கர் சோறு வெந்ததைச் சொல்வதுபோல ‘டப்’ என ஒலியெழுப்பியது. இது எங்கள் வீட்டில் பயன்படுத்தும் பிரஷர் குக்கர் போலில்லை. இதற்கு மின்சாரம் தேவை. அரிசியுடன் தேவையான தண்ணீர் ஊற்றி மூடி மின்சாரத்தை இணைத்துவிட்டால் போதும் இருபது நிமிடத்தில் சோறு தயாராகிவிடும்.

முன்பு வீட்டில்அம்மா அரிசி களைந்து விறகடுப்பில் உலை வைத்து ஊது குழலுடன் புகையோடு போராடிக் கொண்டிருப்பாள். அப்புறம்

மண்ணெண்ணெய் ஸ்டவ் வந்தபின் இட்லிப்பானைக்குள் இன்னொரு பாத்திரத்தை வைத்து அதனுள் அரிசி போட்டு வடிப்பாள்.இந்த ரைஸ் குக்கரைக் கொடுத்தால் சந்தோஷப்படுவாள் என நினைத்துக் கொண்டேன்.

இங்கே மலேசியாவில் டிஜிடல் கேமரா, வீடியோ கேமேரா, செல்ஃபோன்கள், சிடி, டிவிடி பிளேயர்கள், லேப்டாப், டிவிடிகளை குறைந்த விலையில் வாங்கலாம் என்பதால் ரவி ஒவ்வொரு முறையும் எதாவது வாங்கி யாரிடமாவது ஊருக்குக் கொடுத்துவிடுவான். ஆனால், நான் யாருக்கும் இதுவரை இங்கிருந்து எதுவும் வாங்கிக் கொடுத்துவிடவில்லை. அதற்கான தேவையும் வரவில்லை.

செல்ஃபோன் சிணுங்கியது. புத்ரஜெயா கன்சல்டன்ட் பேசினார்.

''கங்க்ராட்ஸ், யூ ஆர் செலக்டட் . உடனடியா விசா வேலையை தொடங்கணும்'' என்றார்.

''தேங்க்யூ''

''நான் எல்லா பேப்பர் வேலையும் பாத்துக்கறேன். நீங்க இந்தியா போய் எங்க கம்பெனி மூலமா விசா வாங்கிட்டு ஒரு மாசத்துல வந்துடுங்க. ஆனா, ஊருக்கு போகவர செலவ நீங்கதான் பாத்துக்கணும்.'' என்றார் கண்டிப்பாய்.

''பிரச்சனையில்லை, ஆனால், இந்தியா போகாம இங்கேயிருந்து விசா பிராசசிங் செய்ய முடியாதா?''

''அது முடியாது. நீங்க 3 இல்ல 4 வாரத்துல திரும்ப மலேசியா வந்துடலாம். கவலைபடாதீங்க'' என்றார்.

அவர் பேச்சிலிருந்து அந்த மலேசியத் தமிழர் எப்படியாவது என்னை வேலையில் சேர்த்துக்கொள்ளும் அவசரத்தில் இருப்பது புரிந்தது.

''சரி.''

''வெரி குட், அப்போ நாளைக்கு ஆபர் லெட்டர் ரெடி பண்ணிட்டு ஃபோன் செய்றேன்'' என்றார்...

சந்தோஷத்தில் துள்ளினேன். ரவியிடம் விஷயத்தைச் சொல்லி ஆச்சர்யப்படுத்த விரும்பினேன்.

மணி பார்த்தேன். பன்னிரண்டு. ரவிக்கு மதிய உணவு இடைவேளை. ஃபோன் செய்தேன்.

''ஈவினிங் எதாவது ப்ளான் இருக்கா?'' என்றேன்.

‘‘ஆமா, விசுவின் அரட்டை அரங்கம் ஏழு மணிக்குன்னு சொன்னாங்க. போலாமா?’’

‘‘இன்னைக்கா?’’

‘‘தெரியும். நீ சினிமாகாரங்கன்னா பாக்கவரமாட்டன்னு. ஆனா இது அரட்டை அரங்க தான? வர்றியா? ஒருதடவ நீ வைரமுத்துவ பாக்க இட்டுனு போன, ஞாபகமிருக்கா?’’ என்றான்.

‘‘சரி, சரி, உங்கிட்ட கொஞ்சம் முக்கியமான விஷயம் சொல்லணுமே.’’

‘‘அப்ப அஞ்சரைக்கு மஸ்ஜித் ஜாமேக் வந்துடு. அங்க சாப்டுட்டு அரட்டை அரங்கம் போகலாம்’’ என்றான்.

பின் இணையத்தில் உலாவினேன். ஓவியாவிடமிருந்து இ-மெயில் எதுவும் இல்லை. அவள் வீட்டில் கெஸ்ட் வருகிறார்கள் எனச் சொன்னது நினைவுக்கு வந்தது. இந்தப் பெண்களுக்கு மட்டும் சாக்குபோக்கு சொல்வதற்கு ஏதோ ஒரு காரணம் கிடைத்துவிடுகிறது. ஒரு வாரம் அக்கா ஊரிலிருந்து வருகிறாள் என்றாள். அப்புறம் ஒருமுறை குடும்பத்தோடு திருப்பதி போகிறோம் என்றாள். நான்கு வரிகள் எழுதி அனுப்ப எவ்வளவு நேரமாகுமோ தெரியவில்லை. அவளிடம் போட்டி போட்டுக்கொண்டு இருப்பதில் எனக்கு விருப்பமில்லை. எனக்கு உள்ளூர் வேலை கிடைத்ததை சுருக்கமாக இ-மெயில் செய்தேன்.

கல்லூரிக் குழுமத்திலிருந்து வந்திருந்த கொத்தான இ-மெயில்களுக்கு மத்தியில் இருந்த அந்தக் கல்யாணப் பத்திரிகையைத் திறந்தேன். இப்படி இணையத்தில் பத்திரிகை அனுப்புவது இப்போது இயல்பாகி விட்டது. யாரையும் தேடி அலையாமல், தபால் செலவின்றி சிக்கனமாக ஆயிரக்கணக்கானவர்களுக்கு எளிதாக அனுப்பிவிடு கிறார்கள். நான் பெரும்பாலும் இதில் வரும் ஃபார்வேர்டு மெயில் களைப் படிக்காமலே அழித்துவிடுவேன். உடல் ஊக்கத்துக்கு, எடையை குறைக்க வழி, உடல் வலிமைக்கு என பல குப்பைகளால் நம் அக்கவுண்டை நிறைத்து விடுகிறார்கள். இந்தக் குப்பைகளைக் கிளருவதே பெரிய தலைவலியாக இருக்கிறது. சமீபத்தில் ‘‘நைஜீரியன்’’ ஸ்கேம் இ-மெயில்களையும் அதிகம் பார்க்க முடிகிறது. அமெரிக்க டாலர்களில் பல கோடி மதிப்புள்ள லாட்டரி கிடைத் துள்ளது. அதைப் பெற வரி செலுத்த முன்பணம் தேவை உடனே தொடர்பு கொள்க என்பது போன்ற சைபர் மோசடிகளும் அதிகரித்துள்ளன.

சமயங்களில் இதுபோல வரும் ஒன்றிரண்டு திருமண அழைப்பிதழ் களைக் கண்டிப்பாக படிப்பேன். கல்லூரியில் ஒன்றாக படித்த பெண்

அவள். மாப்பிள்ளை அமெரிக்காவில் வேலை செய்கிறார் போல. மெட்ராஸில் ஏவி.எம் ராஜேஸ்வரியில் கல்யாணமாம். அதற்கு ஒருநாள் வாடகையே பல லட்சங்களைத் தாண்டுமே. எனக்குத் தெரிந்த வரை அந்தப் பெண் ஒன்றும் பெரிய வசதியில்லை. அவளின் அப்பா கூட ஆரம்பப் பள்ளியில் ஆசிரியர்தான். மாலையில் பிரபல கர்நாடக இசைப் பாடகி சுதா ரகுநாதனின் இசைக் கச்சேரி என்று வேறு போட்டிருந்தது. தங்களின் பெண்களின் கல்யாணம், அதுவும் அமெரிக்க மாப்பிள்ளைகள் என்றால் அப்பாக்கள் பதினாறு அடி என்ன, முப்பத்தாறு அடிகூட ஓடித்தாண்ட தயாராயிருக்கிறார்கள் என்பது புரிந்தது.

அம்மா தம்பிக்காக பணம் கேட்டிருந்தது நினைவுக்கு வந்தது. வங்கிக்குப் புறப்பட்டேன். ஜேகே குருவி பிஸினஸ் தொடங்கும் வரை எல்லோரும் வங்கி வழியாகவே ஊருக்கு பணம் அனுப்பிக் கொண்டிருந்தோம். சமயங்களில் நாங்கள் நான்கு ஐந்து பேர் ஒன்றாக சேர்ந்து ஊருக்கு ஒருவர் பெயருக்கு பணம் அனுப்புவது உண்டு. பணம் அக்கவுண்டில் வந்தவுடன் அவர் மற்றவர்களுக்கு பிரித்து அனுப்பி விடுவார். செலவாகும் வங்கியின் சர்வீஸ் சார்ஜை எல்லோரும் சமமாக பிரித்துக் கொள்வோம். இதில் இன்னொரு ஆதாயம் அதிக ''கன்வர்சன் ரேட்'' எனும் மாற்று விகிதம். எல்லோரும் சேர்ந்து ஒரு பெரிய தொகையை அனுப்புவதால் வங்கியில் மலேசிய டாலரை இந்தியப் பணமாக மாற்ற அதிக கன்வர்சன் ரேட் தருவார்கள். ஒருமுறை இப்படித்தான் அதிக பட்சமாக இருபது லட்சரூபாயை ரவியின் கணக்கு வழியாக டிரான்ஸ்ஃபர் செய்தோம். ''ஹவாலான்னு போலீஸ் வந்துடப்போகுது. இனிமே இந்த பிஸினஸுக்கு எங்கிட்ட வராதீங்க'' என சிரித்தபடி அவன் ஒதுங்கிக்கொண்டான்.

சொன்னபடி ரவி மஸ்ஜித் ஜாமேக்குக்கு வந்திருந்தான். மஸ்ஜித் ஜாமேக் கோலாலம்பூரின் முக்கிய ரயில் நிலையம். அங்கே இருக்கும் தமிழ் பள்ளிவாசலைத் தாண்டி நிறைய தமிழ் இஸ்லாமியர்களின் கடைகள், உணவு விடுதிகள், வணிக நிறுவனங்கள், சினிமா தியேட்டர்கள். ஏன், தேடாமலே இந்த வாரக் குமுதம், விகடன் கூட வாங்கலாம்.

குறிப்பாக நல்ல தரமான தமிழ்நாட்டுச் சாப்பாடு உத்திரவாதம். தவிர இந்தியாவுக்கு ஃபோன் செய்ய கட்டணம் கூட மிக சல்லிசாய் இருக்கும்.

'தமிழ்நாட்டில் நடக்கும் பல நிழலான விஷயங்களுக்கு இங்கிருந்து தான் ஃபைனான்ஸ்' என சிங் ஒருமுறை சொன்னது நினைவுக்கு வந்தது. ஜேகேயின் குருவி பிஸினஸ் பார்ட்னர் இருப்பது கூட இங்கேதான் என யாரோ சொன்னார்கள்.

''சைவ மெஸ் உனக்கு ஓகேவா?'' என்றான் ரவி கிண்டலாக.

சைவ சாப்பாட்டுப் பிரியர்களுக்கு சரியான இடம் இங்கிருக்கும் ஒன்றிரண்டு செட்டிநாட்டு மெஸ்கள்தான். இந்த மெஸ்கள் வழக்க மான கடைகள்போல இருப்பதில்லை. பழைய காலத்து செட்டி யார்களின் வீட்டில் ஊரிலிருந்து ஆட்களை வரவைத்து சமைக்கிறார்கள். லாபம் அவர்களின் குறிக்கோள் இல்லாததால் உணவு மலிவாகவும் அதே சமயத்தில் மிகச் சுவையாகவும் இருக்கும். சமயங்களில் இங்கு கிடைக்கும் இட்லி தோசைக்காகவே இரண்டு டிரெயின் பிடித்து வந்த அனுபவங்கள் எங்களுக்கு உண்டு.

பரபரப்பான கேஎல் நகரில் தூங்கிவழிந்தபடி காலச் சக்கரத்தில் உறைந்து நிற்பவை இந்த மெஸ்கள் மட்டுமே. திண்ணையில் மடியளவுள்ள மர டேபிளில் சிவப்பு பைண்டு போட்ட கனமான கணக்கு நோட்டுகளோடு போராடிக் கொண்டிருக்கும் அந்தக் காலத்துக் கணக்கப்பிள்ளை. வெள்ளையும் சொள்ளையுமாய் நெற்றியில் பட்டையுடன் அங்கிருக்கும் மரத்தூண்களில் சாய்ந்து உட்கார்ந்தபடி நாட்டு நடப்பு பேசிக்கொண்டிருக்கும் வயசாளிகள். எழுத்து எழுத்தாகப் படித்து நைந்து போய் சிதறிக் கிடக்கும் அன்றைய மலேசிய தமிழ் தினசரிகள் என அந்தச் சூழல் 1980களை ஞாபகப்படுத்தும். பழைய காலத்து வீடு என்பதால் பெரிதாக வசதிகள் எதுவும் கிடையாது. இரவில் நான்கு டியூப் லைட், இரண்டு நாற்பது வாட்ஸ் பல்பு வெளிச்சம். சமயங்களில் ரேடியா மலேசியத் தமிழ் ஒலிபரப்பிக் கொண்டிருக்கும். மெஸ்ஸுக்கு நேர் எதிரே இருப்பது கோலிசியம் தியேட்டர். மியூசியம் பீஸ். ஏறக்குறைய நூறு வருடப் பழசு. இங்கே பெரும்பாலும் தமிழ், ஹிந்திப் படங்கள்தான். அன்று 'விசில்' படப் போஸ்டரைப் பார்த்தவன். ''மச்சி போலாமா? காயத்ரி ரகுராம். எல்லாமே உனக்குப் புடிச்ச மாதிரி'' எனக் கண்ணடித்துச் சிரித்தான்.

''நீ, பேசாம வா!''

''ஏன், உன்னோட ஆளு காயத்ரி ரகுராமில்லையா? அப்போ காயத்ரி ஜெயராமா?'' என்றான்.

''இந்த ஆராய்ச்சி ரொம்ப தேவை, வா போகலாம்.''

ரவிக்கு எல்லாமே சினிமாதான். ஆனால், அவனை ஒரு நடிகரின் ரசிகன் என எளிதாக முத்திரை குத்திவிட முடியாது. எல்லாவிதமான படங்களையும் திட்டிக்கொண்டே பார்க்கக்கூடியவன். தன் பேச்சினூடே அவன் பார்க்கும் மனிதர்களையும் அவர்களின் குணாதி சயங்களையும் திரைப்படப் பாத்திரங்களோடு ஒப்பிட்டு பேசிக் கொண்டிருப்பான்.

ஒருமுறை, ''அந்த ஆளு, ஆசை படத்துல வர்ற பிரகாஷ்ராஜ் மாதிரி - மச்சி, ஏன்னு கேளு?- அவரு எல்லா இல்லாத வேலையும் செஞ்சுட்டு அப்பாவி மாதிரி ரொம்ப அமைதியா இருப்பாரு'' எனச் சொல்லி பெரிதாகச் சிரித்தான். அதுபோல, நான் இந்தியாவிலிருந்து வந்து இறங்கிய நாளன்று கூட ''வா வா கமல் படம் இன்னைக்குதான் ரிலீஸ்'' என கட்டாயப்படுத்தி அழைத்து வந்துவிட்டான்.

''மஞ்சக் காட்டு மைனா என்ன கொஞ்சி கொஞ்சி போனா... மஞ்ச காட்டுக்குள்ளே அவ காதல் சொல்லி போனா...'' பாடலை ரசித்தபடி ரவி முணுமுணுக்கத் தொடங்கினான்.

''ரவி, நான் சொல்லறத கொஞ்சம் காது குடுத்து கேக்குறியா?''

பாடுவதை நிறுத்திவிட்டு ''ம், சொல்லு.''

வாழை இலைபோட்டு ஆவி பறக்க இட்லி, சாம்பாருடன் இரண்டு விதமான சட்னியும் பரிமாறினார்கள். ரவி முழுக்கைச்சட்டையின் பட்டனை அவிழ்த்து விட்டபடி சம்பாரிலிருந்த கொத்தமல்லி இலைகளை ரசனையோடு ஒதுக்கி வைத்துவிட்டு சாம்பாரில் மூழ்கிய இட்லியை பிய்த்து விழுங்கத் தொடங்கினான்.

புது வேலை கிடைத்ததைச் சொன்னேன்.

''கங்கிராட்ஸ் மச்சி, ஆனா சம்பத்தான் உங்கையில ஊருக்கு போய் வேலை தேடிக்க சொல்றாருல்ல. அப்புறம் ஏன் இங்கயே தேடுற?''

''அவரை பத்தி நீ பேசாத, வேலை போனதுகூட வீணா விவகாரம் காரணமா இருக்கும்னு நான் சந்தேகப்படுறேன். அஃப்கோர்ஸ் ஐ மே பி ராங்.''

''அதெல்லாம் ஒண்ணுமில்லை. உனக்கு ஒண்ணு தெரியுமா? ஜேகே ஒருநா எங்கையிலயும் அது மாதிரிதான் சொன்னான். அதுக்காக என்னை என்ன வேலைய விட்டா தூக்கிட்டாங்க? நம்மளையும் மதிச்சு இதையெல்லாம் சொல்றாங்களேனு பெருமைப்படு மச்சி!''

''சுதா, நீ ரொம்ப குழம்பிப் போயிருக்கன்னு நினைக்கறேன். உனக்கு இன்னொரு லேட்டஸ்ட் ஆபிஸ் நியூஸ் தெரியுமா?''

''நான் உன்னை மாதிரி ஆபிஸ் போறவனா? எனக்கு எப்படித் தெரியும்.''

''ம், இத்தனை நாள் ஃபிரண்ட்ஸ் கூட வெளிய தங்கியிருந்த வீணா, நேத்துல இருந்து சம்பத் வீட்ல தங்கிகிட்டு ஆபிஸ் வர்ரா''

''நான் சந்தேகப்பட்டது சரியாபோயிட்டா?''

''ரொம்ப கற்பனை பண்ணிக்காதே, அந்த வீட்டுல சம்பத் அம்மாவும் கூட இருக்காங்க.''

''அப்புறம், எனக்கு விசா அவங்களே வாங்கி தர்ராங்க. அதனால பிரச்சனை இல்லை'' என்றேன்.

''மச்சி, நீ விசா பத்தி ரொம்ப அலட்டிக்க தேவை இல்லை. நாம கொஞ்ச நாளைக்கு முன்னால ஒரு படம் பாத்தோமே? என்ன படம்? ஆங், நள தமயந்தி. அதுல நடிகர் மாதவன் ஆஸ்திரேலிய சிட்டிசனாக ஒரு பொண்ணை செட்டப் செஞ்சு கல்யாணம் செய்றது மாதிரி, நாம மலேசியாவில் செஞ்சிடலாம். என்ன சொல்றே?'' என்றவன் சிரித்தபடி கண்ணடித்தான்.

''பீ சிரியஸ் ரவி. உனக்கு பேங்க் வேலை பிடிச்சிருக்கா?'' எனக் கேட்டுவிட்டு பேசாமல் அமைதியாக அவனைப் பார்த்துக் கொண்டிருந்தேன்.

''வாட் டூ யூ திங்க்? நீயாவது படிச்ச படிப்புக்கு ஏத்தமாதிரி மேனேஜரா இருந்தே. என்னைப் பாரு நான் படிச்சது நியூ காலேஜில காமர்ஸ். இந்தியாவுல வேலை பாத்தது கம்ப்யூட்டர் புரோகிராமிங் 'டாட் நெட்ல'. ஆனா இங்க பாக்குறது சம்பந்தமில்லாத பேங்க் மெர்ஜர் வேலை. இப்போ நான் செய்றது ஃபேன்ஸி ஸ்டெனோ வேலை இல்லாம வேற என்ன சொல்லு? என்ன பண்றது, நான் வீட்டுக்கடனை அடைக்கணும். அதனால, எந்த வேலையா இருந்தாலும் செஞ்சுதான ஆகணும்'' என்றான் ரவி.

''பி பாஸிடிவ். நீ எதுக்கு அப்படி யோசிக்கிற? கொஞ்சநாளைக்கு புது விஷயத்தை முயற்சி செய்றதா நினையேன்.

இங்க வந்த அப்புறம்தான் உனக்கு நேரடியா பேங்க் ஸ்டாஃப்ஸோட பேச வாய்ப்பு கிடைச்சிருக்குது. அது மட்டுமில்லாம விபி லெவல்ல இருக்குறவங்க கிட்ட கூட மெயில கம்யூனிகேட் பண்ற. இந்தியாவில இருந்து வந்த சாஃப்ட்வெர் இன்ஜினியர்ஸ்ல எத்தனை பேருக்கு இந்தச் சந்தர்ப்பம் கிடைக்குது சொல்லு?

அப்புறம், நீ இன்னும் எத்தனை நாளைக்கு தான் கம்ப்யூட்டர் புரோகிராம் பண்ணுவ? சில வருஷங்களுக்கு பின்னாடி மத்த இன்ஜினியர்களை மேனேஜ் பண்ணதானே போற. அப்ப இதெல்லாம் உதவியா இருக்கும் பாரு'' என சமாதானம் சொன்னேன்.

''என்ன வேணா சொல்லு, ஆனா இந்த வேலை ஒரே கடி மச்சி'' என அலுத்துக் கொண்டான்.

''என்னை சொல்லி முடிக்கவிடு. சிங்கப்பூர் மலேசியாவில நிறைய மைக்ரோசாஃப்ட் புராடக்ட்ஸ் யூஸ் பண்றாங்க. அதனால கண்டிப்பா உனக்கு இங்க நிறைய வாய்ப்பு இருக்கு.''

புத்ரஜெயா கன்ஸல்டன்டின் பிஸினஸ் கார்டை அவனிடம் கொடுத்தேன்.

''நீயும் வேணா அவர்கிட்ட பேசிப் பாரு.''

ரவி சீரியஸாக முகத்தை வைத்துக்கொண்டு, தலை ஆட்டியபடி,

''சரி மச்சி, இன்னைக்கே பேசி, நாளைக்கே வேலைக்கு சேந்துடுறேன் என்ன'' என்றான் கிண்டலாக.

''பீ சீரியஸ் ரவி.''

''அப்பறம் என்ன? சம்பத் நம்மள நம்பிதான இன்னொரு புது புராஜெக்ட்ட கம்பெனியில பேசி வாங்கியிருக்காரு. அத விட்டுட்டு எப்படி வர்றது. அது மட்டுமில்லாம நான் இங்க இரண்டு வருஷம் வேலை பாக்குறேன்னு சம்பத்துகிட்ட வாக்கு குடுத்துட்டேன்.''

''ஸாரி மச்சி, நீ வேணா ஜாயின் பண்ணு. சம்பத்துக்கு துரோகம் பண்ணிட்டு என்னால வெளியில எங்கும் வரமுடியாது.'' என்றான் நிறைவாய்.

''ஓகே, தட் இஸ் அப்டு யூ. உன் இஷ்டம்.''

சாப்பிட்டுவிட்டு மெஸ்ஸிலிருந்து வெளியே வரும்போது நல்ல மழை பெய்யத் தொடங்கியிருந்தது.

''இனிமே எங்க போறது. கையில குடை வேற இல்லை. வா வீட்டுக்கு போகலாம்'' என்றான் அரை மனத்துடன். மழையின் ஊடாக சாலையில் நின்று ஒரு கேபைப் பிடித்தோம். வீட்டுக்கு வந்த பின்பும் வெகுநேரத்திற்கு மழை விடாமல் பெய்து கொண்டிருந்தது.

14

படுக்கையறை - எஃப்.எம்மில் மலேசியப் பெண் ஒருத்தி ஹஸ்கி குரலில் மெலிதாகப் பாடிக்கொண்டிருந்தாள். ஜன்னல் வழித் தெரிந்த ஒற்றைப் பனையில் ஒரு அணில் விளையாடிக் கொண்டிருந்தது. அதன் மேல் காலை வெயில் மெல்ல ஊர்ந்து கொண்டிருந்தது.

என் கவனத்தைக் கலைப்பதுபோல் ஃபோன் சிணுங்கியது. சம்பத்திடமிருந்து. அவர் சாதாரணமாக யாரையும் ஃபோனில் அழைத்துவிடமாட்டார். அதுவும் இத்தனை நாள் பேசாதவர் இன்று அழைத்ததால் ஆச்சர்யத்துடனே எடுத்தேன்.

ஃபோனை எடுத்த வேகத்தில், ''உன் மனசுல என்னதான் நினைச்சுகிட்டுருக்க?''

''சம்பத்?''

''உனக்கு எத்தனை தடவ சொல்லறது ஊரப் பாக்க கிளம்புன்னு... இங்கேயே ஏதோ வேலை தேடிகிட்டியாமே?''

''வீட்டுக்கு பணம் தேவைப்படுது. கொஞ்ச நாள் தங்கி வேலை பாக்கலாம்னு நினைச்சேன். அவங்களே விசா ப்ராசஸ் பண்றேன்னு வேற சொன்னாங்க. அதனால... எனத் தயங்கினேன்.''

''அதுக்காக? ஏதோ ஊருக்கு போற, டூரிஸ்ட் ஸ்பாட்டெல்லாம் பாப்பனு நினைச்சு, உனக்கு ஒரு மாச டிக்கெட் எடுத்து குடுத்தது தப்பா போயிடுச்சு.''

நான் சற்று குரலை உயர்த்தி, ''சம்பத், நீங்கதான் என்னை இங்க வரவச்சீங்க. அதுக்காக நான் வேற எங்கேயும் வேலைக்கு போகக் கூடாதுன்னு சொல்றது...''

அவர் குறுக்கிட்டு, ''ஆமா , அது அப்படிதான். இதபாரு, நீ இந்த கம்பெனி பத்தியும் இதோட பேக்ரவுண்ட் பத்தியும் தெரியாம விளையாடிகிட்ருக்க...'' என்றார். ஏதோ நினைத்தவராய் குரலை உயர்த்தியபடி.

''தே டோண்ட் வான்டு சீயூவர் பேஸ் அகைன் மேன்!'' மூளையில் பட்டு எதிரொலிக்கும் உரத்த குரலில் கத்தினார்.

''ஓய்!, தட்ஸ் மை கோஸின்.'' என்றேன் பதிலுக்கு.

''அது உனக்கு தேவை இல்ல, தேவையில்லாம மேனேஜ்மெண்ட் விஷயத்துல தலையிடுறது எதுக்கு? வந்தோமா வேலையை பாத்துட்டு போவமான்னு இல்லாமா. கொஞ்சம் விட்டா இங்க இருக்குறவுனுக் கெல்லாம் வேலை வாங்கிக் குடுப்ப போல? ம்ம் ஒண்ணு சொல்லு, உனக்கும் அந்த அகௌவுண்ட்ஸ் பாக்குற மலேசிய பொண்ணுக்கும் என்ன சம்பந்தம்?''

''அகௌவுண்ட்ஸா?''

காதில் வாங்காமல், மிரட்டும் தொனியில் ''அதெல்லாம் இப்போ எதுக்கு? நீ பேசாம ஒழுங்கு மரியாதையா இங்கிருந்து பொட்டிய கட்டிகிட்டு கிளம்புற வேலைய பாரு.''

''எங்களை மீறி வேற எதாவது பண்ணினா நல்லா இருக்காது ஆமா. சற்று இடைவெளி விட்டு, நீ இப்போ தங்கி இருக்குற வீடு வரை கம்பெனியோடது ஞாபகம் வச்சுக்க.''

''ஒரு வருஷம் இங்க சம்பாதிச்சுட்டு...''

நான் வாக்கியத்தை முழுதாக முடிக்கும் முன் அவர் ஃபோனை 'டக்' கென கட் செய்தார். யாரோ முகத்தில் கதவை ஓங்கி அறைந்ததைப் போலிருந்தது.

ஒரு நிமிடம் கண்களை மூடி சற்று நிதானித்தேன்.ஒரு பெரிய புயல் அடித்து ஓய்ந்ததுபோல இருந்தது. ஒருசில வினாடிகளுக்கு முன் நடந்ததை நினைத்துப் பார்த்தேன். உடல் சிலிர்த்தது. மொத்தத்தில் பச்சையாக மிரட்டுகிறார். எனக்கு அவர் மேல் அளவில்லாக் கோபம்

வந்தது. முன்பு என் பெர்ஃபார்மென்ஸை குறை சொல்லி வேலையை விட்டுத் தூக்கியவர் இன்று புது குண்டை வீசுகிறாரே? ஏன் புதிதாக மேனேஜ்மெண்ட், அகௌடண்ட் போன்ற விஷயங்களை இதற்குள் கொண்டுவருகிறார்? வீணா விவகாரத்தைப் பற்றி இதுவரை வாயே திறக்கவில்லையே. வேலை போனது சம்பந்தமாக நான் அவருக்கு அனுப்பிய இ-மெயிலுக்கு பதிலுமில்லையே.

ஹாலிலிருந்து ரவியின் குரல் கேட்டது.

''சுதா சாப்ட வர்றியா?''

அறையிலிருந்து வெளியே வந்தேன். சாப்பாட்டு மேஜையில் மற்றவர் களுடன் ஜேகேயும் சாப்பிட்டுக் கொண்டிருந்தான்.

நான் பெரும்பாலும் ஜேகேயுடன் சேர்ந்து உட்காருவதைத் தவிர்க்கவே செய்வேன். என்னுடனிருப்பவர்கள் சிலருக்கு மாண்புமிகு உணவுப் பழக்கம் அல்லது டைனிங் மேனர்ஸ் பெரிதாக இல்லை என்பது என் எண்ணம். குறிப்பாக ஜேகேக்கு. எல்லா சாப்பாட்டையும் அப்படியே தட்டில் கொட்டி சாப்பிடுவது. தயிர்ச் சாதத்துக்குப் பின் திரும்ப சாம்பாரோ ரசமோ சாப்பிடுவது. சாப்பிட்ட பின் உள்ளங்கையை நாக்கால் வழிப்பது, சாப்பிட்ட தட்டில் கை கழுவுவது எனச் சொல்லிக் கொண்டே போகலாம். ஒருமுறை ஜேகே செட்டிநாட்டு மெஸ்ஸில் எட்டு இட்லிகளை ஒன்றாகச் சேர்த்து சாம்பாரில் பிசைந்து சாப்பிட்டதை அருகில் இருந்தவர்கள் சற்று முகச் சுழிப்புடன் பார்த்தது ஞாபகம் வந்தது.

தண்ணீர் குவளையை, ஏன் சூடான காப்பியையே அண்ணாந்து குடிக்கும் என் வீட்டுப் பழக்கத்திற்கு இது முற்றிலும் நேர்மாறாகத் தோன்றியது.

''உப்புமா சாப்டுறியா மச்சி? இன்னைக்கு உப்பு கொஞ்சம் தூக்கல் இருக்கு, அட்ஜஸ்ப்பண்ணிக்க'' என்றான் ரவி.

எல்லா வீடுகளையும்போல் இங்கேயும் உப்புமாதான் நிலைய வித்துவான், ஆ..ஊ... வென்றால் ரவி உப்புமாவைக் கிண்டி விடுவான். சமயங்களில் சரியான அளவு உப்போடு...

''வேணாம்.''

எனக்கு பசி விட்டுப் போயிருந்தது.

பாத்ரூமில் ஷவரைத் தவிர்த்துவிட்டு பக்கெட்டில் குளிர்ந்த நீரைப் பிடித்து ஆவேசமாய் தலையில் வாரி வாரி ஊற்றினேன். வேலை பற்றி

இன்று தீர்மானமாக ஒரு முடிவு எடுக்க வேண்டும் என்று மட்டும் நினைத்துக் கொண்டேன். உள்ளுக்குள் ஏதோ விழித்துக்கொண்டது போலிருந்தது.

குளித்துவிட்டு வெளியே வந்தபோது மற்றவர்கள் அலுவலகத்துக்குப் போயிருந்தார்கள். வீட்டில் வேலை விஷயம் பற்றி பெரிதாக சொல்லத் தேவையில்லை. குழப்பிக்கொண்டு வீணாக பயப்படுவார்கள். இது எனது எதிர்காலம். நான்தானே முடிவு செய்ய வேண்டும்.

எனக்குக் குடும்பத்தில் ஆலோசனை சொல்லவும் பெரிதாக யாருமில்லை. கவர்ன்மெண்ட் வேலைக்குத் தயாராகும் தம்பி, சரஸ்வதி பூஜைக்கு எல்லா புத்தகங்களையும் சாமிக்கு முன் வைத்து விட்டு மூன்று நாட்கள் படிக்காமல் டேக்கா கொடுக்கும் தங்கை. ''எது சரின்னு படுதோ அத பண்ணுப்பா!'' எனும் அம்மா. அப்பா இப்போது இருந்திருந்தால் ஒரு நண்பனைப்போல் எனக்கு ஆலோசனை கொடுத்திருப்பாரோ? தெரியவில்லை.

அப்போதுதான் ஃபோனிலிருந்த மிஸ்டுகாலை கவனித்தேன். புத்ரஜெயா கன்ஸல்டன்ட் பேச முயற்சித்திருக்கிறார். பேசினேன்.

''சொல்லுங்க.''

''வேற ஒண்ணுமில்ல. நேத்து பேசுனோமில்லையா அத பத்திதான்.''

''ஸாரி, எங்களுக்கு இமிடியெட்டா ஆள் தேவைப்படுது. அதனால் உங்களுக்கு விசா ப்ராசஸ் பண்ணி இப்போ எடுத்துக்க முடியாது.''

''நேத்து ஓகேன்னு சொன்னீங்க. ஆஃபர் லெட்டர் அனுப்புறேன்னுவேற சொன்னீங்களே?''

''அது நேத்து. நாங்களும் இங்க பிஸினஸ் பண்ணணும் இல்லையா?''

''புரியல, என்ன சொல்றீங்க?''

''ஒண்ணுமில்ல, உங்களுக்கும் ஆர்பென் CIO சம்பத்துக்கும் எதாவது பிரச்சனையா?''

வந்த எரிச்சலை அடக்கிக்கொண்டு, ''அப்படில்லாம் எதுமில்லையே. ஏன், என்னாச்சு?''

''அப்புறம் எதுக்கு என்னை தேடிப்புடிச்சு பேசுறார்? இது சாதாரண மான ஒரு ஹையரா இருக்கும். நினைச்சேன். ஆனா, பெரிய இடத்து விவகாரமா இருக்கும்போல. நீங்க வேற எங்கயாவது பாத்துக்கோங்க.''

''வாட் இஸ் த ப்ராப்ளம்? கேன் யூ ப்ளீஸ் எக்ஸ்பிளைன்...''

''ஸாரி லா, ஆல் த பெஸ்ட்.''

டொக்.

கோபத்தில் கையிலிருந்த செல்ஃபோனைத் தூக்கி ஜன்னலுக்கு வெளியே தூர வீசவேண்டும் போலிருந்தது. முடியாததால் மெத்தை மேல் வீசினேன். அந்தச் சத்தத்தில் பனைமரத்து அணில் கிரீச்சிட்டு ஓடி மறைந்தது.

புத்ரஜெயா வேலை கிடைக்காமல் போய்விடும் என்கிற அச்சத்தை விட எப்படியாவது கிடைத்துவிடும் எனும் நம்பிக்கை எனக்கு அதிகமாயிருந்தது. ஆனால் இப்படி ஆகிவிட்டதே. உட்காரவே முடியவில்லை. மனம் படபடத்தது.

எனக்கு புத்ரஜெயா வேலை கிடைத்த விஷயம் எப்படி சம்பத்துக்கு தெரிய வந்தது. நேற்று ரவியைத் தவிர வேறு யாரிடமும் நான் சொன்னதாக நினைவில்லையே. அதுபோல நான் அகௌடண்ட் லீசாவிடம் பேசியது அவளைத் தவிர ரவிக்கு மட்டும்தானே தெரியும். அந்த ஆராய்ச்சிக்குப் போகும் முன் அடுத்து என்ன செய்வது? ஒன்று குழப்பமில்லாமல் தெரிந்தது. என் முன்னிருந்த எல்லா கதவுகளும் அடைக்கப்பட்டுவிட்டது. சம்பத்துக்குத் தெரியாமல் வேறு எவரேனும் வேலை கொடுத்தாலும் ரிபரலுக்கு பழைய ஆபிஸை அணுகினால்? அப்படியென்றால், இப்போது என் முன் இருக்கும் ஒரே வழி எக்ஸிட் டோர்தானா?

சட்டென கல்லூரி நண்பன் கோபியின் ஞாபகம் வந்தது. அவன் என் மனநிலைக்கு ஒத்துவருவான். ஃபோன் செய்தேன். நல்ல வேளையாக கடைசி ரிங் போய் கட்டாகும் சமயத்தில் எடுத்தான். விஷயத்தைச் சொன்னேன்.

''உன் விவகாரம் ரொம்ப சீரியஸா இருக்கும்போல. கன்ஸல்டன்டு கிட்ட சொல்லி கிடைச்ச வேலைய தட்டிப்பறிக்கிறாய்ங்க? நீ ரொம்ப பெரிய ஆளாயிட்டபோல?'' என நிலைமை புரியாமல் கிண்டலாய் சிரித்தான்.

''பாவிங்க...''

''நல்ல வேலையா விசாவ கேன்சல் பண்ணாம விட்டானுங்களே.''

''உருப்படியா எதாவது சொல்லு!''

''இங்க பாரு, இந்த ஊருல ஒண்ணு என்ன மாதிரி இந்தியா கம்பெனியில இருந்து வந்து வேலை பாக்கணும். இல்ல நீ வந்த மாதிரி

நேரடியா வரனும். இல்ல மூணாவது ஆப்சன் - கான்ட்ராக்டர் ரூட் - பாடி ஷாப் செய்வாங்க. அது எப்பவும் ரிஸ்க் தான்.''

''எனக்கு தெரியுது, பொறுமையா வேலை தேட இப்ப டைம் இல்லையே? சரி,என்னைக்கு உனக்கு ரிட்டன் டிக்கெட் எக்ஸ்பயரி ஆகுது?''

அலமாரியின் மேல் தட்டில் இருந்த அந்தக் கவரை கைகளால் துளாவி எடுத்தேன். நீலநிற உறைக்குள் இருந்து டிக்கெட்டை உருவினேன் . பயணத் தேதி இந்த மாதம்...

சொன்னேன்.

''அப்ப, டிக்கெட்டை கன்பார்ம் பண்ணிட்டு, பேசாம ஊருக்கு கிளம்பு.''

''மலேசியா இல்லாட்டி என்னடா? யூகே, யூஎஸ் எவ்வளவோ இருக்கு. நீ முதல்ல இங்கேயிருந்து கிளம்புற வழியைப் பாரு. போய் பல ஊரு தண்ணிய குடி!''

நான் கேட்டுக் கொண்டிருந்தேன்.

''எதுக்கும் நீ உன்னோட பெட்டி துணிமணியெல்லாம் சேஃபா வெச்சுக.''

''புரியல.''

''தமிழ்நாட்டுலேருந்து புயல் கரைதாண்டி உன்ன மட்டும் தேடிவந்து அடிக்குதே!''

''புயலா, என்ன சொல்ற?''

''தமிழ்நாட்டுல நடந்த கொடுமை உனக்கும் நடந்திருக்கேடா!''

''எந்த கொடுமைய சொல்ற நீ? தெளிவா பேசு.''

''பல லட்சம் கவர்ன்மெண்ட் ஸ்டாஃப்ஸ வேலையவிட்டு தூக்கிட்டாங்க தெரியுமா?''

''அவ்ளோ பேரா?''

''விஷயமே தெரியாதா உனக்கு?''

''டெஸ்மா சட்டமுன்னு ஒரு புதுசட்டத்தை யூஸ் பண்ணி தமிழ்நாட்டில் ஒரே உத்தரவில ஒரே நாளில் எந்தவித விளக்கமும் கேட்காமல் எல்லாரையும் டிஸ்மிஸ் பண்ணிட்டாங்களாம். உலக சாதனை.''

பதில் சொல்லும் மனநிலையில் நானில்லை.

''எங்க வீட்டுல அப்பாவும் அம்மாவும் வாத்தியருங்க.''

''ஐயோ, இப்ப என்ன ஆச்சு?''

''இப்ப ரெண்டு பேருக்குமே வேலையில்லை.''

''அதுலயும் எங்க அப்பா யூனியன்ல இருந்ததால. ஆளு 'எஸ்' ஆயிட்டாரு. வீட்டுக்கு வேற போலீஸ் தேடிகிட்டு வந்துட்டாங்களாம். அம்மாதான் ரொம்ப பயந்துட்டாங்க. இந்த நேரத்துல வீட்ல ஃபங்ஷன் வேற. சீக்கிரமா எல்லாம் சரியாயிடும்னு நினைக்கிறேன்.''

''ஃபங்ஷனா?''

''ஆங், சொல்ல மறந்துட்டேனே, நான் 15 நாள் லீவுல ஊருக்கு நாளைக்கு கிளம்பறேன். முடிஞ்சா இந்தியாவுல பாக்கலாம்.''

''என்ன திடீர்னு?''

''கல்யாணம்டா, வீட்டுல அலைஞ்சு திரிஞ்சு ஜாதகப் பொருத்தத்தோட நாலு பொண்ணு பாத்து வெச்சிருக்காங்க,போய் எதாவது ஒன்ன செலக்ட் பண்ணணும்'' என்றான் மகிழ்ச்சி இழையோட.

''சூப்பர். போட்டோவெல்லாம் பாத்தியா?''

''அதெல்லாம் பாக்காம? அதுல ஒருத்தியைத்தவிர மத்த எல்லாரும் வேலை பாக்குறாங்க'' என்ற கூடுதல் தகவலோடு ''பை'' என்றான்.

எனக்கு கல்யாணம் என்பதெல்லாம் தூரத்துப் புள்ளியாகத் தெரிந்தது. அதற்கு குறைந்தது இன்னும் மூன்று ஆண்டுகள் என்பதை நினைக்கையில் சுஜா ஒரு நொடி ஆரஞ்சு நிறச் சுடிதாரில் வந்து மறைந்தாள். இத்தனை நாள் நொண்டிக் கொண்டிருந்தேன். இப்போது விழுந்தது போலிருக்கிறது. இனி எழுந்து, நடந்து, ஓடத் துவங்க வேண்டும். அப்போது என் விருப்பத்தை அவளிடம் சொல்லலாமா...? அதுவரை அவள் எனக்காக காத்திருப்பாளா...?

கையிலிருந்த விமான டிக்கெட்டைப் பார்த்தபோது நான் முதல் நாள் ஏர்பஸ் விமானத்தில் இறங்கி கோலாலம்பூர் ஏர்போர்ட்டில் கால் வைத்த போது உள்ளூர் ஆசாமிகளுக்கிடையே நடந்த கைகலப்பும், அதைத் தொடர்ந்து அங்கு நடந்த போலீஸ் தடியடியும் நினைவுக்கு வந்தது.

முதல் நாள் அந்நிய மண்ணில் அது போன்றதொரு காட்சியைக் கண்டு உறைந்து நின்றேன். பின் ஏதோ அரசியல் கட்சித் தகராறு என மறந்துவிட்டேன். அது இப்போது நடக்கும் பிரச்சனைகளை அன்றே உணர்த்திய ஒரு சகுனக் குறிப்பாக இருக்குமோ? யோசித்தேன். வெளியே போகும்போது பூனை குறுக்கே வந்தால் அபசகுனம் எனும்

அம்மாவின் மூடநம்பிக்கைக்கும் இதற்கும் பெரிதாக வித்தியாச மில்லை என நினைத்துக் கொண்டேன்.

செல்ஃபோன் ஒலித்தது.

''என்ன சுதா ஒரே ஷாக்காயி உக்காந்திருக்கியா?''

ஜேகேயின் கட்டையான குரல். ''என்ன விஷயம்?''

''சம்பத் சொல்றபடி கேட்டு நடக்குற வழியாப் பாரு. அது உனக்கும் நல்லது எங்களுக்கும் நல்லது.''

''முதல்ல நீ ஃபோனை வை!'' என்றேன்.

''நா பேசச் சொல்ல நீ பேசாத. சரியா?'' நான் பதிலேதும் சொல்லாததால், ''என்னா பயந்துகினியா?'' அவன் குரல் குத்திக் காட்டுவதுபோல இருந்தது.

''இங்க பாரு, உன்னோட ரூமுக்கு வர வேற ஒரு ஆளு ரெடியா காத்துகிட்டிருக்கான். நீ கிளம்ப ரெடியா இரு.''

எரிச்சலில் ஃபோனை கட் செய்தேன். அடுத்து வந்த அவனுடைய நான்கு அழைப்புகளையும் தவறவிட்டேன்.அவன் வீசி எறிந்த பிஸ்கெட் துண்டுகளுக்கு விசுவாசமாய் இருப்பதாகத் தோன்றியது.

என்னை ஏன் இப்படி விடாமல் துரத்துகிறார்கள்? என்னை தேவை யில்லாமல் வேலையை விட்டு நீக்கி என்னை ஏன் இவர்கள் இவ்வளவு கஷ்டப்படுத்த வேண்டும்?

தொழில் பக்தியெல்லாம் விட்டுப்போய் சம்பத் மேல் கோபம் வந்தது, அடுத்து லட்சு மேல் கோபம் வந்தது. அடுத்து லீ. அப்புறம் ஜேகே. ஏன் சொல்லப் போனால் ஆர்பென் மேல் மொத்தமாக் கோபம் வந்தது. ஏன் எனக்கு கிடைத்த வேலையைக் கெடுத்து என்னை இங்கிருந்து அனுப்ப இவர்கள் இவ்வளவு துடிப்பாக இருக்கவேண்டும்? இந்த வனத்தில் என்னுடைய எதிரிகள் யார்? எதிரிகளை உண்டாக்கும் அளவுக்கு நான் மனதார இதுவரை யாரிடமும் எந்தப் பிரச்சனையும் செய்ததாக நினைவில்லையே? இல்லை, நான் செய்த ஏதோவொரு விஷயம் எனக்குத் தெரியாமல் யாருக்காவது பிரச்சனையாக முடிந்து விட்டதா? 'ஆபிஸ் பாலிடிக்ஸ்' என்பது ஒன்றும் புதிதான விஷய மில்லையே, எங்கும் இருப்பதுதான். ஆனால், அது பொங்கி என்னுடைய வேலைக்கு உலை வைக்கும் வரை வருமா? யோசனையாக இருந்தது.

சம்பத் ஃபோனில் பேசுகையில் மேனேஜ்மெண்ட், அகௌண்டன்ட் என இரண்டு விஷயங்களை சொன்னார். அப்போது குறிப்பாக 'என்

முகத்தை அவர்கள் பார்க்க விரும்பவில்லை' என்றார் அலட்சியமாக. அந்த அலட்சியம் என்னை உசுப்பிவிட்டது. என் முகத்தைப் பார்க்க விரும்பாதவர்கள் யார்? 'அவர்கள்' என்றால் எவர்கள்? சம்பத்துக்கு மேல் இருப்பவர்களா?

'டி-டே' அன்று நடந்த குழப்பமான விஷயங்களை ஒரு முறை நினைத்துப் பார்த்தேன். அன்று அதிகாலையில் அந்த மர்ம நபர் சம்பந்தமில்லாமல் திரும்பத் திரும்ப புரியாத மலாய் மொழியில் பேசியது. நான் அவனைப் பார்க்க மாடியிலிருந்த அலுவலகத்தின் கதவைத் தட்டியபோது கண்ணாடி அறையிலிருந்து வெளியே வராதது. பலமுறை ஃபோனில் தொடர்புகொண்டபோதும் எடுக்காதது. அப்புறம் 'லீ' யிடம் பேசியது.

அவற்றை இன்று நினைத்தாலும் விநோதமாக இருப்பதாகவே பட்டது. டி-டேக்கு முன்பு பலமுறை ஒத்திகை பார்க்கப்பட்ட விஷயங்களில் இது போன்ற கடைசி நேரக் குழப்பம் ஏன்? குறிப்பாக அதிமுக்கியமான ஏ.டி.எம். விவகாரத்தில் மட்டும் ஏன் அந்தக் குழப்பம். தற்செயலாக நடந்தவையாக இல்லாவிட்டால் டி-டே சம்பவம் என்பது ஒரு நாடகமா? அப்படியென்றால் யார் அரங்கேற்றிய நாடகம். என்னை வேலையை விட்டு நீக்க உண்மையான காரணம்தான் என்ன? கேள்விகள் நீண்டு கொண்டே போனது.

எனக்கு இப்போது கைவசம் எந்த உள்ளூர் வேலையுமில்லை. வந்த புத்ரஜெயா வேலையும் இப்போது கைநழுவி விட்டது. இன்னும் இருக்கும் இரண்டு வாரத்தில் வேறு மலேசிய வேலை தேடலாம்தான். ஆனால் சம்பத்தோ அல்லது ஆர்பெனில் வேலை பார்க்கும் மற்றவர்களோ கடைசி நேரத்தில் குழப்பம் செய்தால்?

பேசாமல் மெட்ராஸுக்கு வேலையைத் தேடிக்கொண்டு போய் விட்டால்? அது தோற்றுப் போய் ஊருக்குத் திரும்புவது போலாகுமே. ஊரில் எல்லாரும் என் முகத்தின் முன்னும் பின்னும் என்ன பேசுவார்கள்? இப்போது அடுத்தவர்களைப் பற்றி கவலைப்படுகிற மனநிலையில் நானில்லை. என் வாழ்க்கையை நான்தான் தீர்மானிக்க வேண்டும் என உறுதி கொண்டேன். வாழ்க்கையில் ஒரு முக்கிய முடிவெடுக்கும் சந்தர்ப்பம் இதுவெனத் தோன்றியது.

இப்போதைய வீட்டுச் சூழலை நினைத்துப் பார்த்தேன். பேசாமல் கோபி சொல்வதுபோல் மெட்ராஸில் வேலை பார்த்துக் கொள்வதே சரியாகப் பட்டது.

எந்தவொரு பொருளாதாரப் பின்புலமும் இல்லாத என்னால் இங்கு வந்து இவ்வளவு செய்ய முடியுமானால், கண்டிப்பாக வேறு

எங்கேயாவது போய் முன்னேற முடியும் எனத் தோன்றியது. என்னிடம் படிப்பு இல்லையா. இல்லை திறமைதான் இல்லையா?

முதலில் ஊருக்குப் போய் பழைய கம்பெனியில் சேரலாம் இல்லை புதிதாக வேறு வேலை தேடிக் கொள்ளலாம். முன்பு அங்கிருந்து தானே துவங்கினோம்.எனக்கு நானே சமாதானம் செய்து கொண்டேன்.

சில பேருக்கு சில விஷயங்கள் எளிதாக கிடைத்துவிடுகின்றன. ஆனால் பலருக்கு அந்தச் சந்தர்ப்பம் எளிதில் வாய்ப்பதில்லை. வாழ்வில் இதுவரை எதுவுமே எனக்கு எளிதாக கிடைத்ததாக நினைவில்லை. எல்லாவற்றிலும் ஒரு துணிவு, ஒரு போராட்டம். லாட்டரி போன்ற சமாசாரங்களில் கூட சுத்தமாக நம்பிக்கை இல்லை.ஒரு தலைமுறை தலையெடுத்து குடும்பத்தைத் தூக்கிவிடுவது சிக்கலானது என அம்மா அடிக்கடி சொல்வாள். 'மந்திரத்தால மாங்கா காய்ச்சு விழாதுடா' என விளையாட்டாய் சொன்னதன் அர்த்தம் இன்று கொஞ்சம் புரிந்தது போல இருந்தது.

வேலை கிடைத்தாலும் புத்ரஜெயா இன்டர்வியூவில் எனக்கு நேர்ந்த அனுபவமும் உற்சாகமூட்டுவதாக இல்லை. அந்தச் சம்பவம் எனக்கு மலேசியாவின் மேலிருந்த ஆர்வத்தைக் கொஞ்சம் குறைத்துவிட்டது என்பதென்னவோ உண்மை. முடிந்தால் இந்தியாவிற்குப் போய் அங்கிருந்து வேறு மலேசிய கம்பெனிகளுக்கு நேரடியாக அப்ளை செய்யலாம். அல்லது கோபி போல இந்திய கம்பெனி மூலமாக திரும்ப இங்கே வரலாம். பார்கலாம். ஆனால் இப்போது ஊருக்குத் திரும்புவது என உறுதியாக தீர்மானித்துவிட்டேன். இந்த கேஎல் வனத்திலிருந்து வீடு திரும்பல் படலத்தைத் தொடங்கிவிட்டேன். அதில் மாற்றமில்லை.

இந்த நாடகத்தின் இயக்குநர் தான் யார்? சுவாரஸ்யமான ஒரு புதிராய் இருக்கும் போலிருந்தது. புதிருக்கான விடையைத் தேடுவோமா? ஊருக்குப் போக இன்னமும் முழுதாக இரண்டு வாரம் இருக்கிறதே. வேலை இல்லாத இந்த நேரத்தில் மூளைக்கு வேலை தந்தாலென்ன? இவர்கள் விரட்ட விரட்ட ஓடத்தான் வேண்டுமா, நின்று திரும்பிப் பார்த்தால் தான் என்ன? அன்று ஒருநாள் கான்ஃப்ரன்ஸில் முன்பின் அறிமுகமில்லாத சுஜாவிடம் பேச என்னை ஏதோ ஒன்று உந்தித் தள்ளியது போல. இன்று என்னை ஏதோ ஒன்று இயக்குவதுபோல இருந்தது. இதைக் கடைசிவரை பார்த்துவிடுவோம் என முடிவெடுத்து விட்டேன். இதன் பின்புலம் என்ன? சம்பத்தை இயக்குவதுதான் யார்? என்னை விடாமல் துரத்தும் அந்த முகமறியா எதிரிகள் யார்? யார்? அவர்களைத் தேடும் வேட்கை கொண்டேன். அவர்கள் கண்டுபிடிக்கப் பட வேண்டும், முடிந்தால் தண்டிக்கப்பட வேண்டும்.

ஒரு தனிமனிதனாக ஆர்பெனின் மேனேஜ்மெண்டுடன் மோத முடியுமா? களத்தில் எனது பலம் என்ன? என்னிடம் என்ன ஆயுதம் இருக்கிறது.

யோசித்துப் பார்த்ததில் அப்படியொன்றும் மோசமில்லை எனத்

தோன்றியது.ஆர்பெனைத் தாண்டி வெளியில் எனக்கிருக்கும் நெட்வொர்க்தான் எனது மிகப் பெரிய பலம் எனப் புலப்பட்டது.

உண்மையான காரணத்தைக் கண்டுபிடிக்க எனக்கு யாரெல்லாம் உதவக்கூடும். பல முகங்கள் நினைவுக்கு வந்தன.

முதலில் டிரைவர் சிங். அவர் நன்றாக மலாய் தெரிந்த உள்ளூர்க்காரர். சாதாரணமானவர்கள் முதல் பெரும் முதலாளிகள் வரை அவருக்கு பலமட்டங்களில் வாடிக்கையாளர்கள் உண்டு. இந்தியன் என்ற முறையில் அவரிடம் தயங்காமல் உதவி கேட்கலாம். அது மட்டு மில்லாமல் டிரைவராக இருப்பதால் கேஎல் அவருடைய காலுக்குக் கீழே. ஆமாம், காரின் ஆக்ஸிலரெட்டர் காலில்தானே இருக்கிறது. அப்புறம் சுஜா கூட லீ பற்றி ஏதோ சொன்னாளே. இப்போது எந்தவொரு சின்ன விஷயம் கூட உதவிகரமாக இருக்கும்.பேச வேண்டும். நானே நேரடியாகக் களத்தில் இறங்க முடிவு செய்து விட்டேன். அதுவும் இப்போதே, இந்தக் கணமே.

''கான்ட்ராக்டர்களாக நாம் தெரிந்திருக்க வேண்டிய பாலபாடம் என்ன தெரியுமா?'' என சம்பத் ஒருமுறை கேட்டது நினைவுக்கு வந்தது. நமது முதலாளிகள் செய்வது, சொல்வது எப்போதும் சரி என நம்புவது என்ற பொருள்படும்படி Customers are always right என்றார்.

நான் அந்த முதலாளிகளிடமிருந்தே தொடங்க முடிவெடுத்து சிங்கிற்கு ஃபோன் செய்தேன்.

15

டிரைவர் சிங்கிடம் நிறைய தகவல்கள் சொல்லாமல் ஊரை சுற்றிப்பார்க்கும் வேலை இருக்கிறது வாங்க எனச் சொல்லி ஃபோன் செய்தேன். மலாயில் பேசக்கூடிய ஒருவர் உடனிருப்பது கூடுதல் பலமாகத் தோன்றியது. அதுவும் சிங்கைப் போல நிறுத்தி நிதானமாக யோசித்து செய்பவர்கள் உடனிருப்பது அதிர்ஷ்டம் என நினைத்துக் கொண்டேன்.

டி-டே அன்று விவகாரமாகிய 43 எனும் எண்ணுடைய அந்த நடவடிக்கையைப் பார்த்துக்கொண்ட அந்த டி-டே ஆசாமி, அவருடைய மேனேஜரின் தொலைபேசி எண்களையும் தேடி எடுத்துக் கொண்டேன். அவர்களுடைய பெயரைப் பார்த்தால் மலேசிய இஸ்லாமியப் பெயராய் தெரிந்தது. ஆரம்பத்தில் இங்கே வந்த புதிதில் உள்ளூர்க் காரர்களின் பெயரை உச்சரிக்க கொஞ்சம் தடுமாறிதான் போனேன். இப்போது பழகி விட்டது.முதல் பெயர் எனும் 'ஃபர்ஸ்ட் நேம்' இங்கே சிலருக்கு ஐரோப்பியத்தன மானதாக இருப்பதையும் கவனித்திருக் கிறேன். நான்சி சோ ,ஜான் லீ எனும் பெயர் கொண்ட சீனர்களை எனக்கு நன்றாகத் தெரியும். அதுபோல தேவராஜன் எனும் ஸ்ரீரங்கத்துக்காரர் இங்கே 'தேவ்' ஆக

சுருங்கியிருந்தார். இந்தப் பெயர்களை வைத்து பகடி செய்வதில் நம்மவர்களை மிஞ்ச ஆளில்லை என்றே நினைக்கிறேன். அப்படிதான் 'வாங்கி டாங்' எனும் சீனப் பெயரை வாங்கி உட்டான், 'சின் சா'வை ஜிஞ்ஜா எனவும் கிண்டலடித்துக் கொண்டிருப்பார்கள்.

சுஜாதாவிடம் ஒருமுறை 'இனி நான் உன்னை சுஜான்னு கூப்பிடப் போறேன்' என்றபோது, 'உன் இஷ்டம். என்னோட அண்ணனோட முழுப் பேரு புருஷோத்தமன். ஆனா என்னோட லண்டன் அண்ணி சுருக்கமா 'புருஷ்' னு கூப்பிடுறாங்க' என கூடுதல் தகவல் சொன்னாள். கட்டிய புருஷரின் பெயர் சொல்லி கூப்பிடுவது நாகரிகம் என்பதை அட்வான்ஸாக என்னிடம் சொல்லி வைக்கிறாள் என நான் புரிந்து கொண்டேன். சூழலை சகஜமாக்க நான் கிண்டலடிக்கும் பாணியில், 'கட்டின புருசனை அவங்க 'புருஷ்'னு கூப்பிடுறது சரி தான், ஆனா பதிலுக்கு அவரு மனைவியை சுருக்கி 'மனை'னு கூப்பிடாம இருந்தால் சரி' என சிரித்தபடி பகடி செய்தேன். அவள் வழக்கம் போல் 'யூ...' எனச் சொல்லியபடி உள்ளங்கையை மடக்கி என்னைக் குத்துவது போல் விளையாட்டுக் காட்டினாள்.

நேரில் வந்த சிங்கிடம் மேலோட்டமாக அந்த இருவர் பற்றியும் சொன்னேன். வங்கி மெர்ஜர் ப்ராஜக்டில் நான் கன்ஸல்டன்டாக வேலை செய்கிறேன் என்ற அளவில் அவர் தெரிந்தே வைத்திருந்தார். அதுமட்டுமல்லாமல்,அவர் டி-டே அன்று என்னை ஆபிஸில் பிக்கப் செய்திருந்ததால் சட்டென பற்றிக்கொண்டார். படபடவென என் கையிலிருந்த எண்களுக்கு தனது ஃபோனிலேயே தொடர்பு கொண்டார். முதல் எண்ணை தொடர்புகொள்ள முயற்சித்து தோற்றவர் ஏமாற்றத்துடன் உதட்டைச் சுழித்தார். பின் சளைக்காமல் அடுத்த எண்ணை தொடர்பு கொண்டவர் மலாயில் சில நிமிடங்கள் பேசினார். ரொம்பநாள் ஃபோன் செய்யாத ஒரு நண்பனுக்கு ஃபோன் செய்து பேசுவதுபோல் சிரித்து வேறு பேசினார்.

''என்ன சொன்னாங்க?'' என்றேன்.

''அந்த மேனேஜர்கிட்ட பேசினேன். ஈவினிங் பாக்கமுடியும்னு சொன்னார்.''

''இன்னைக்கு ஈவினிங்கா?''

''ஆமா, அவர் இன்னைக்கு லீவுபோட்டு பசங்களுடன் வெளியே நேரம் செலவழிக்கிறாம்.''

''தூரமா, எந்த இடம்?''

''ரொம்ப இல்லை, பக்கத்துலதான். அரை மணி நேரம்.மலேசிய மிருகக்காட்சி சாலை. நான் ஆறு மணிக்கு வந்து பாக்குறதா சொல்லிட்டேன்.''

ஒரு நிமிடம் திகைத்தேன். எப்படி இவரால் முன்பின் தெரியாத ஒருவரிடம் பேசி, பார்ப்பதற்கு இவ்வளவு எளிதாக நேரமும் வாங்க முடிகிறது... அவர்களின் தாய்மொழியில் பேசினாலும் இதற்கு கொஞ்சம் திறமையும் தேவை என நினைத்தேன். ஒளிக்காமல், ''எப்படி இதெல்லாம் முடியுது?'' என்றேன் ஆச்சர்யமாக.

''ப்ரோ, நான் ஒரு தேனீ மாதிரி தினமும் ஒவ்வொரு பூவா தேடிப் பறக்குறவன். எந்தப் பூவில் எப்படி தேன் எடுக்கணும்னு தெரியாதா?'' என்றார் சிரித்தபடி.

''அப்புறம், அந்த மிருகக்காட்சி சாலைக்கு போயிருக்கீங்களா? இல்லாட்டி மத்தியானத்துக்கு மேலே கிளம்பினா கொஞ்சம் சுத்தி பாக்கலாமே'' என்றார்.

இரண்டு மணிக்கு அவரை வரச் சொன்னேன்.

என்னுடைய மலேசிய நாட்கள் கண்டிப்பாக எண்ணப்படுகின்றன. அதனால் இங்கே சுற்றிப் பார்க்க வரும் எந்தச் சந்தர்ப்பத்தையும் தவறவிடக் கூடாது என நினைத்துக் கொண்டேன். ஆனால் தனியாகப் போவதற்கு ஒரு மாதிரி இருந்தது.

சுஜா இன்று காலையிலிருந்து ஃபோன் செய்யவில்லை, ஏன் எனத் தெரியவில்லை. ஃபோனில் தினமும் பேசாவிட்டாலும் இரண்டு நாட்களுக்கு ஒருமுறையாவது எதாவது குறுஞ்செய்தி இல்லை ஃபார்வெர்டாவது அனுப்புவாள். சட்டென பத்மாவின் ஞாபகம் வந்தது. அவளைக் கேட்பது சரியாக இருக்குமா என யோசித்தேன். 'உன்னோட கூட்டாளிகளுக்கு இன்ட்ரோ குடு!' என அவள் கடைசியாக பார்த்தபோது சொன்னது ஞாபகம் வந்தது. கேட்டால் ஒத்துக் கொள்வாள் எனத் தோன்றியது .ஃபோன் செய்தேன்.ஒரு நிமிடம் யோசித்தவள், சரி மூன்று மணிக்கு சேர்ந்து போகலாம் என அவள் சட்டென ஒத்துக்கொண்டது ஆச்சர்யமாகத்தான் இருந்தது.

மதியச் சூரியன் கண்களைக் கூசச் செய்து கொண்டிருந்தான். அபார்ட் மெண்ட் வாசலில் இருந்த மரங்கள் லேசான காற்றில் ஆடியபடி வறட்டுப் புன்னகை பூத்துக் கொண்டிருந்தன. சிங் ஃபோனில் அழைத்தார். கீழே வந்து நின்ற காரில் ஏறியதும் ஏ.சி குளிர் முகத்தைத் தாக்கியது. ஆனால்,அந்த வெயிலுக்கு அது சுகமானதாகதான் இருந்தது. சிங் காலையில் இருந்ததை விட கொஞ்சம் ஃபிரஷ்ஷாகத் தெரிந்தார்.

''வழியில் ஃபிரண்டு வெயிட் செய்கிறாள்'' எனச் சொல்லி பத்மாவிற்கு ஃபோன் செய்து அவரிடம் கொடுத்தேன். அவளிடம் இடத்தைக் கேட்டுக் கொண்டார்.

''ஒரே ரோடுதான் ஜாலான் அம்பாங், சீக்கிரம் போயிடலாம்'' என்றார்.

மலாயில் 'ஜாலான்' என்றால் சாலை என்று அர்த்தம். இங்கே வழியெல்லாம் போர்டுகளில் எழுதப்பட்டிருக்கும் 'ஜாலான்' எனும் வார்த்தையை கவனிக்காமல் இருக்கமுடியாது.

ஃபோனில் பேசியதை சாக்காக வைத்து பத்மாவைப் பற்றி என்னிடம் எந்தவொரு விவரமும் கேட்காமல் நடந்துகொள்ளும் அவருடைய கண்ணியம் எனக்குப் பிடித்திருந்தது. தொழில் தர்மமாயிருக்கலாம். சிங் ஒரு விதத்தில் பல ஆச்சர்யங்களின் மூட்டை எனலாம். அப்படித் தான் ஒருமுறை அவருடைய கேபில் நானும் ரவியும் வந்தோம். பின்சீட்டில் இருந்து ரவி சொன்ன இடம் அவர் காதில் சரியாக விழவில்லை போலும்.

அவர் திரும்ப சொல்லுங்கள் என பொருள்படும்படி ஆங்கிலத்தில்

'ஐ பெ யுவர் பர்டன்' என்றார்.

இந்தியர்கள் தின வாழ்க்கையில் அதிகம் உபயோகப்படுத்தாத சொற்றொடர். ஒரு நிமிடம் திகைத்தோம். மற்ற உள்ளூர் மலேசிய டிரைவர்கள் எங்களுடன் பேச அரைகுறை ஆங்கிலத்தில் திணறும் போது சிங் அன்று மரியாதையாக ஆங்கிலத்தில் அப்படிக் கேட்டது எங்களுக்கு உண்மையில் ஆச்சர்யமாக இருந்தது.

பத்மா போகும் வழியில் சாலையோரமிருந்த பேருந்து நிறுத்தத்தில் மஞ்சள் நிறப் பூப்போட்ட குடையுடன் நின்றிருந்தாள். நளினமாய் காரின் பின் சீட்டில் பூத்தவள் அலுவலக உடையிலிருந்தாள். வழக்கம்போல் தலைமுடி அலைபாய்ந்து கொண்டிருந்தது. லிப்ஸ்டிக் இல்லாத லேசான கறுப்பு நிற உதடுகள் அவளுக்கு மேலும் அழகு சேர்த்தன. கறுப்பு நிற உதட்டுப் பெண்களைப் பார்ப்பது அபூர்வமாகி விட்ட நிசர்சனம் அப்போதுதான் எனக்கு உறைத்தது. வெயிலின் களைப்பு அவள் முகத்தில் கொஞ்சம் தெரிந்தாலும் கலகலப்பாகப் பேசினாள். சுஜா வரவில்லை என்பதைச் சொன்னபோது அவள் முகத்தில் ஏமாற்ற ரேகை சட்டெனத் தோன்றி மறைந்தது.

'மலேசிய தேசிய விலங்குக் காட்சி சாலை' என ஆங்கிலத்தில் எழுதிய பெரிய பலகை வரவேற்றது.

கோலாலம்பூர் போன்ற நாட்டின் தலைநகரங்களை பெரும்பாலும் சகலவிதமான உட்கட்டமைப்பு வசதிகளுடன், சுற்றுலாப்

பயணிகளைக் கவரும் வகையில் நிர்மாணித்துவிடுகிறார்கள். அது ஒரு விதத்தில் மார்க்கெட்டிங் யுத்தி கூட. ஆனால், கேக்கின் மேல் என்னதான் க்ரீமை தடவி கவர்ச்சியாக வைத்தாலும், உள்ளூர்க்காரர் களை விசாரித்தால் நிலைமை தெரிந்துவிடும். மலேசியாவைப் பொருத்தவரை நான் பலதட்டு மக்களையும் பார்க்கிறேன்.

வரவேற்பு வளைவிலேயே நுழைவுக் கட்டணத்தை வாங்கிக்கொண்டு கையில் மேப்பைத் திணித்தனர்.

உள்ளே நுழைந்ததும் இந்தப் பரபரப்பான நகரச் சூழலில் ஒரு துண்டு காட்டுக்குள் நுழைந்ததுபோல மரங்கள் சூழ அமைதியாக, குளிர்ச்சியாய் இருந்தது.

சிங் ''இந்த மேப்பை ஃபாலோ பண்ணி சுத்திபாத்துட்டு இன்னமும் இரண்டு மணி நேரத்தில இங்கே வந்துடுங்க'' என ஒரு ஓலைக் குடிசை இருந்த திசையை கை காட்டினார்.

சரி என தலையாட்டிய சில நொடிகளில் அவர் தலை கூட்டத்தில் கரைந்திருந்தது. புதையலைத் தேடிப் போகும் குழு போல கையில் மேப்புடன் நானும் பத்மாவும் தனித்து விடப்பட்டோம்.

''நீ தான் இன்னைக்கு என்னோட கைடு, சுத்திக் காட்டவேண்டியது உன்னுடைய பொறுப்பு'' என விளையாட்டாய் சொல்லிச் சிரித்தேன்.

காவலாளிபோல தலையைச் சற்றுக் குனிந்து ''உங்கள் உத்தரவு!'' எனச் சொல்லிவிட்டு சிரித்தவள் முகத்தில் குறும்பு கொப்பளித்தது.

கள்ளமில்லாத சிரிப்பு அங்கே கரைபுரண்டு ஓடியதில் எங்கள் இடைவெளி சற்றுக் குறைந்திருந்தது. இருவரும் ஒன்றாக மேப்பை கவனித்து நாங்கள் சுற்றிப் பார்க்க வேண்டிய பாதையை முடிவுசெய்து கொண்டோம். ஏழு அதிசயங்கள் எனச் சொல்லி ஊர்வன, பறப்பன, நடப்பன என தனித்தனியாக விலங்குகளைப் பிரித்து சுதந்திரமாக அலையவிட்டிருந்தனர்.

உள்ளே செல்லச் செல்ல ஒரு காட்டைப் பெயர்த்து வந்து அங்கே நட்டதுபோல் இருந்தது. விதவிதமாக அவ்வளவு மரங்கள். கண்டிப் பாக நூறு ஏக்கர்களைத் தாண்டும்போல. மேப்பில் கொடுத்திருந்த பாதையில் விலங்குகளைப் பார்த்தபடி அவளுடன் பேசியபடியே நடந்து கொண்டிருந்ததால் தூரம் தெரியவில்லை. எங்களுக்குள் எதேச்சையாக நடந்த உரசல்களை நான் கவனிக்க மறந்திருந்தேன்.

அவள் 'உன்னோட கூட்டாளிகளை அறிமுகம் செய்யேன்' எனக் கேட்டது நினைவுக்கு வந்தது.அதை என்னிடம் தயங்காமல் கேட்ட

அவளது மனநிலையை நினைத்துப் பார்த்தேன். அதை நான் என் துணையைத் தேடிக் கொண்டிருக்கிறேன் என அர்த்தப்படுத்திக் கொள்வதா இல்லை சும்மா டைம் பாஸ் என எடுத்துக் கொள்வதா என குழப்பமாயிருந்தது. ஆனால், சிரித்துப் பேசும் வெளிநாட்டுப் பெண்கள் அனைவரும் படுக்கையில் வீழ்வார்கள் என நினைக்கும் சராசரி மனநிலையிலிருக்கும் என்னைச் சுற்றியிருப்பவர்களை இவளிடம் கண்டிப்பாக அறிமுகம் செய்து வைக்க எனக்குத் துளியும் விருப்பமில்லை. நேர்மையாகச் சொல்வதொன்றால், இவளை அவர்களுக்கு அறிமுகம் செய்து வைப்பது நான் தேடிய புதையலை அவர்களுடன் பங்கு போடுவது போன்றதொரு உணர்வைத் தந்தது. மனதின் ஒரு ஓரத்தில் கறுப்பாய் ஒட்டியிருந்த பொறாமை கூட அதற்கு காரணமாயிருக்கலாம். பத்மா இன்னொரு முறை அதைப்பற்றிக் கேட்டால் பார்த்துக் கொள்ளலாம் என நினைத்தேன்.

எங்கள் நெருக்கம் இயல்பாயிருந்தது. அவள் மிருகங்களைப் பற்றி நிறைய விஷயங்களைத் தெரிந்து வைத்திருந்ததால் சுவாரஸியமாக பேசினாள். எந்த விஷயத்தையும் திணிக்காமல் பேசும் மனப்போக்கு இவளை சுஜாவிடமிருந்து வித்தியாசப்படுத்தியது.

பார்க்கின் உள்ளே நிறைய இடங்களில் மலேசியாவின் முதல் பிரதமர் துங்கு அப்துல் ரஹ்மானின் பெயரைக் கவனித்தேன். நானாகத்தான் அவளிடம் விசாரித்தேன். அவர்தான் இதை1963ல் துவக்கி வைத்தாராம்.

''அதென்ன பேருக்கு முன்னால் துங்கு? ஊர் பேரா?'' என்றேன்.

''இல்லை, அது ஒரு பட்டம். இளவரசன் அல்லது இளவரசின்னு அர்த்தம் வரும். அவர் அரச குடும்பத்தின் இளவரசர். மலேசியாவின் தேசத் தந்தை. அதுபோல டத்தோஸ்ரீ, தான்ஸ்ரீ அப்படினு கிழக்கு ஆசியாவில் யூஸ் பண்ற பல பட்டங்களை ஆராய்ச்சி செஞ்சே ஒருத்தர் டாக்டர் பட்டம் வாங்கிடலாம்'' எனச் சொல்லிச் சிரித்தாள்.

சுஜாவின் அறிமுகத்துக்குப்பின் காணும் எல்லா இளம் பெண்களையும் எனக்குத் துணையாக பொருத்திப்பார்க்கும் மனநிலையில் இருந்து நான் சற்று விடுபட்டிருந்தேன். ஊர்,பெயர், படிப்பு, வேலை என பல இத்யாதிகளைக் கேட்டு தன் வாழ்க்கையை என்னுடன் பகிர்ந்து கொள்வாளா என தெரிந்துகொள்ள நினைக்கும் துடிப்பு அது. சினிமாவின் கடைசிக் காட்சி போல, வாழ்க்கையில் 'ஹேப்பிலி எவர் ஆப்டர்' எனும் 'சுபம்' கார்டு போடத் துடிக்கும் துடிப்பு அது. அது ஒரு ஏக்கம். சாலையைக் கடக்கும்போது துணை தேடும் கைகள் போல. கடற்கரையில் கரம்கோர்த்த காதல் ஜோடிகளைப் பார்த்தால் வரும் உணர்வுபோல. நமக்கான ஜீவனைத் தேடும் ஒரு தேடல் அது.

பார்க்கில் பல நூறு வகையான உயிர்கள்.சிறுவர்களைக் கவர மிகப்பெரிய பொன்வண்டு வடிவில் ஒரு செட்.அது தவிர , அவர்களுக் கான சிறப்பு நிகழ்ச்சிகள். ஆனால் வேலை நாள் என்பதால் கூட்டம் அதிகமில்லை போலும். ஃபோட்டோக்கள் எடுத்துக் கொண்டேன். கண்ணாடிக்குப் பின்னிருந்த ஒரு பாண்டா கரடி மூங்கில் குச்சிகளை குழலூதும் கண்ணன்போல பிடித்து லாவகமாக உரித்து சாப்பிட்டது. அது போன்ற அட்டகாசங்களை அவள் ரசித்து ''ஏய் அங்க பாரேன்'' என கைகாட்டி குதூகலத்துடன் தன்னை மறந்து சிரித்தபோது எனக்கு பள்ளிக்கூட நினைவு வந்தது.

வெயில் தணிந்திருந்தாலும், நடந்தது கொஞ்சம் களைப்பாயிருந்தது. உள்ளேயிருந்த காபி ஷாப்பில் டீ வாங்கிக் கொண்டேன். அவள் ஐஸ்க்ரீம் சாப்பிட்டாள். எனக்கு அவளுடன் நெருக்கத்தில் உட்காரும் வாய்ப்பு. பேசினோம். ரிசப்னிஸ்ட் வேலை செய்கிறாளாம். குடும்பத்தைப் பற்றியும் சொன்னாள். நான்கு தலைமுறைக்கு முன்பு பிரிட்டிஷ் காலத்தில் ரப்பர் தோட்ட வேலைக்கு தமிழ்நாட்டிலிருந்து வந்தவர்களாம். சொந்த ஊர் ஈரோடு பக்கம் என்பது மட்டுமே அவளுக்குத் தெரிந்திருந்தது. அவள் 'ஈரோடு' என உச்சரித்தபோதே அதில் ஒரு அந்நியத்தை உணர்ந்தேன். தமிழ் திரைப்படங்களைப் பார்ப்பது, இங்கு வரும் திரை நட்சத்திரங்களைப் பார்ப்பது தவிர தமிழ்நாட்டுடன் வேறு தொடர்புகள் பெரிதாக இல்லை. நிறைய தனிப்பட்ட விஷயங்களை முதல் சந்திப்பிலேயே கேட்க வேண்டாம் எனத் தவிர்த்தேன்.

நான் எதிர்பார்க்காத சமயத்தில் அவள் அந்தக் கேள்வியைக் கேட்டாள்.

ஐஸ்கிரீம் படர்ந்த உதட்டை நாக்கால் நனைத்தபடியே, ''ஒன்னை ஒண்ணு கேக்கட்டா... தப்பா நினைச்சுக்க மாட்டியே?'' என்றாள் பூடகமாக.

''இல்லை சொல்லு'' என்றேன் யோசனையோடு.

''எதுக்கு பெரும்பாலான தமிழ்நாட்டுப் பசங்க இங்க இருக்குற தமிழ் பொண்ணுககூட ஜாலியா ஊர் சுத்துறீங்க. லவ் பண்றேன், கல்யாணம் பண்ணிக்கலாமான்னு கேட்டா மட்டும் ஆள் எஸ்கேப் ஆயிடுறீங்களே?''

பொதுப்படையான கேள்வி அது. எனக்கு என்னமாதிரியான பதில் சொல்வதெனப் புரியவில்லை. அவள் வெகுளியாக அந்தக் கேள்வியை என்னிடம் கேட்கிறாளா இல்லை, உங்க பசங்க எல்லாம் எஸ்கேப் பார்ட்டிகள் என்கிறாளா?

ஆனால், அவள் 'லவ்'வில் உள்ள 'வ்' வை அழுத்திச் சொன்னதை ரசித்தபடி பதில் தேடுவதுபோல அவள் கண்களைப் பார்த்தேன். அதை அவள் தவிர்ப்பதுபோல,

''ஏய், நான் சும்மாதான் கேட்டேன்பா'' என்றவள், ''என்னோட வேலை பாக்குற பொண்ணோட சுத்திகிட்டிருந்த ஊர் பையன் ஒருத்தன் காதல் அப்படினவுடன், எனக்கு முன்னமே கல்யாணம் ஆயிடுச்சுன்னு எஸ்கேப் ஆயிட்டானாம். அவனோட ஃபிரண்டஸ விசாரிச்சா. அப்படியெல்லாம் ஒண்ணுமில்லைன்னு சொல்றாங்களாம்.''

''அவன் இங்கேயே இருக்க வேண்டியிருக்கும்னு பயந்தானோ என்னவோ'' என சமாளித்தேன்.

''ஏன்? கல்யாணத்துக்கு அப்புறம் நாங்க உங்க ஊருக்கு வந்தா ஒத்துக்க மாட்டீங்களாக்கும்'' என்றவள். ''சரி விடு'' என சகஜநிலைக்கு வந்தாள்.

''எனக்கு இன்னும் கல்யாணம் ஆகவில்லை!'' எனச் சொல்லி சத்தியப்பிரமாணம் எடுப்பதுபோல வலது கையை சற்று உயர்த்தினேன்.

அவள் ''ஏய்ய்...'' எனச் சொல்லி செல்லமாக முறைத்தாள். ''நீ சுஜாவையும் கூட கூட்டிட்டு வந்துருக்கலாமே'' என்றாள். இப்போது சுஜாவை நினைவுபடுத்த வேண்டியதன் அவசியம் என்னவாக இருக்கும் என பிடிபடவில்லை.

மழைக்காடுகளின் விலங்குகள் பகுதியில் கண்ணாடித் திரைக்குப் பின்னிருந்த ஒராங் ஊத்தான் குரங்குகளைப் பார்க்க சிறுவர்கள் ஆர்வமாயிருந்தனர். நான்கு குரங்குகளை ஒன்றாக அடைத்திருந்தனர். இவை நம்மூர் பழனி குரங்குகள் போலில்லை. அவை வாலில்லாத மனிதக்குரங்குகள். உடலெல்லாம் முடியோடு நான்கிலிருந்து ஐந்து அடி உயரத்திலிருந்தன. அவை மனிதர்களைப்போல அமர்வது, கொட்டைகளை உடைத்துச் சாப்பிடுவது, குட்டிகளைச் சுமப்பது என நான்தான் உங்களின் முப்பாட்டன் என்பதை நிருபித்துக் கொண்டிருந்தது.

அங்கே ஒரு ஓரத்தில் நின்றபடி சிங் குரங்குகளை உற்றுப் பார்த்துக் கொண்டிருப்பதை நான் கவனித்தேன். அவரை நெருங்கினேன். ''இந்தக் குரங்குகளைப் பற்றி உனக்கு முன்னமே சொல்லியிருக்கேன்ல'' என்றார். ''ஆமாம்'' என்பதுபோல் நான் தலையாட்டினேன்.

''ப்ரோ, இதுங்க ஒரு நிமிஷம் சும்மா இருக்குதா பாரு, எவ்ளோ சுறுசுறுப்பா சுத்தி சுத்தி வருதுங்க'' என்றவர், குரங்குகளின் அசைவு களைப் ரசித்துப் பார்த்தபடியே ''இதுங்க டிஎன்ஏ மனிதனுடைய

டிஎன்ஏவுக்கு 97% ஒத்துப் போகுதாம். புத்திசாலிங்க, நாம செய்றதை அப்படியே பாத்து பழகிடுங்க'' என்றவர் ''அந்த வலது பக்க மூலையிலிருக்கும் குரங்குக்கும் இடதுபக்கம் கீழே உட்கார்ந்திருப்பதற்கும் எதாவது வித்தியாசம் தெரியுதா?'' என இரண்டு குரங்குகளைக் கைகாட்டிக் கேட்டார். தாடைகள் பெருத்து அடர்ந்த ரோமத்தோடு இருந்த அந்தக் குரங்குகளைப் பார்த்தேன். சத்தியமாக எனக்கு எந்த வித்தியாசமும் தெரியவில்லை.

அவரே தொடர்ந்தார். ''பொதுவா இதுகளை சுமத்திரா தீவு இல்லாட்டி போர்னியோனு தீவுன்னு அதோட வாழ்விடத்தை வைச்சு இரண்டா பிரிக்கிறாங்க. சுமத்திரா குரங்குகளின் முடி வெளிர் நிறம் அல்லது அடர் 'தங்க' நிறமாக இருக்கும். அதுபோல சுமத்திரா தீவு காடுகள்ல புலிகள் அதிகம்ன்றதால அந்தக் குரங்குகள் தரையில துணிஞ்சு உட்காராதுங்க, பெரும்பாலும் மரத்துல இருக்கும்.''

''அதுங்க என்ன சாப்பிடும்?''

''பெரும்பாலும் காட்டுல கிடைக்கிற பழங்கள்தான், முக்கியமா துரியன்.''

''கூல், என்னைப்போல அதுவும் வெஜிடேரியானா?'' என்றேன் சிரித்தபடி.

''நாட் புஃல்லீ. அதுங்க இலை, தழைகள், மரப்பட்டைகளையும் சாப்பிடும். ஏன் சமயத்துல கரையான்களைக் கூட விடாது'' என்றார்.

''பட், அதோட கழிவுகள் காட்டுல விதைகள் பரவ உதவும். தே ஹெல்ப் த இகோ சிஸ்டம்'' என்றார்.

''கிழக்கு மலேசியா போர்னியோ தீவில்தான் இருக்கு'' எனத் தொடங்கிய சிங், அங்கே டிரைவராக இருந்த சமயத்தில் தான் பார்த்த கேள்விப்பட்ட விஷயங்களை சொல்லத் தொடங்கினார்.

''ஒன்னோட ஃபிரெண்ட்ஸ் பத்தி ஏதோ சொல்றாரு, வந்து கேளு!'' என பத்மாவை கைகாட்டி அருகில் அழைத்தேன். அவள் சிரித்தபடி ''நம்ம கூட்டாளிங்கன்னு சரியா சொல்றது!'' என்றபடி வந்தாள்.

''கண்மூடித்தனமாக காடுகளை அழிச்சு விவசாயம், மர வியாபாரம்ன்னு செய்வதால, இந்தக் குரங்குகள் வாழ இடமில்லாம சாகுதுங்க'' எனத் தொடங்கியவர் பல விஷயங்களைச் சொன்னார். காடுகளை அழிக்கும்போது வெளியாகும் குரங்குகளைப் பிடித்து சர்க்கஸ் காட்டுவதில் தொடங்கி சேவல் சண்டைபோல குரங்குகளை சண்டையிட வைத்து வேடிக்கை பார்ப்பது, நாய், பூனை போல வீட்டு

விலங்காக பழக்கி வைத்துகொள்வது வரை பல தொந்தரவு செய்வார்களாம். அது மட்டுமில்லாமல் தன்னோட வாழ்வாதாரத்தை தொலைத்துவிட்டு உணவுக்கு வழியில்லாமல் கிராமத்திற்குள் புகும் குரங்குளை அடித்துத் துன்புறுத்துவதில் தொடங்கி அதன் கைகால் களை வெட்டியும் ஊனப்படுத்துவார்களாம். அதுபோல ரப்பர் தோட்டத்தில் வடிந்திருக்கும் ரப்பரைக் குடிக்க வரும் குரங்குகளை வேட்டையாடி சுட்டுக் கொல்லவும் தயங்கமாட்டார்களாம்.

''இந்த குரங்குகளுக்கு ஏதோ மறுவாழ்வு மையம் கூட இருக்குனு கேள்விப் பட்டனே?'' என்றாள் பத்மா

''ம், மறுவாழ்வு மையம் இருக்குற அதே ஊருலதான் குரங்குக் கறிக்கும் ஏக டிமாண்டு'' என்றார் சிங் லேசான ஏமாற்றத்துடன்.

''குரங்குக் கறியா? நான் பாம்புக் கறி பத்திதான் கேள்விப் பட்டிருக்கேன்'' என்றேன்.

''தட் இஸ் சைனீஸ். யூ வான்டு ட்ரை ஆர் வாட்?'' என்றாள் பத்மா மெலிதாக சிரித்தபடி.

''அஃப்கோர்ஸ், இஃப் யூ ஜாயின் வித் மீ'' என்றேன் சிரித்தபடி.

சிங் எங்கள் விளையாட்டை ரசிக்கும் மனநிலையில் இல்லை என்பதைப் புரிந்த பத்மா , ''இதெல்லாம் லீகலா அங்கிள்?'' என்றாள்.

''நோ, வேட்டையாடுறது இல்லீகல்தான், இருந்தாலும், தொடரந்து நடக்கதான் செய்யுது. திஸ் பிகம் எ ரேர் ஸ்பீசீஸ்'' என்றவர் தொடர்ந்தார்.

''இதுங்க மனுஷனைப்போல இருக்றதாலோ என்னவோ, பெண் குரங்குகளை விபசாரத்தில் ஈடுபடுத்தும் அளவுக்கு கேவலமா போயிட்டானுங்க முட்டா பசங்க'' என தலையிலடித்துக் கொண்டார்.

அங்கே சில நொடிகள் அசதாதரண மௌனம் நிலவியது. அந்தத் தருணத்தில் நான் பத்மாவைப் பார்ப்பதைத் தவிர்க்க வேண்டும் என நினைத்துக் கொண்டேன். அப்போது கண்ணாடியின் ஊடே அந்தக் குரங்குகளைப் பார்த்தேன். அங்கே நின்று கொண்டிருந்த ஒரு பெண் குரங்கு தன் இடுப்பில் இருந்த குட்டியை கையால் லாகவமாக சுற்றி அணைத்தபடி எங்களைப் பாவமாக பார்த்துக் கொண்டிருப்பது போலிருந்தது. அதன் கண்களில் வழிந்து உறைந்திருந்த கண்ணீரை அப்போதுதான் கவனித்தேன்.

பத்மா ''இதுங்க எவ்ளோ பாவமில்ல'' என பரிதாபப்பட்டாள். ''இனி யாருக்காவது குரங்கு புத்தின்னு சொல்லி திட்டறதுக்கு பதிலா மனுஷ

புத்தின்னு சொல்றதுதான் சரி'' என்றவள் நேரமானதை எங்களுக்கு நினைவூட்டினாள்.

நுழைவு வாயிலுக்கு அருகேயிருந்த அந்தச் சிறிய குடிசைக்குள் நுழைந் தோம். காபி ஷாப்பை அந்தச் சூழலுக்குப் பொருத்தமாக குடிசைபோல வடிவமைத்திருந்தனர். அங்கிருந்த மேஜையில் குடும்பத்தோடு சாப்பிட்டுக் கொண்டிருந்தார் அந்த மலேசியன்.

எங்களை வெளியே வந்து பார்த்தார். வயது நாற்பத்தைந்திலிருந்து ஐம்பது இருக்கும். வெள்ளை குறுந்தாடி. தலை நிறைய முடியை இழந்திருந்தது. இடுக்கிக்கொண்டு எங்களைப் பார்த்த சிவந்த கண்களில் அனுபவத்தைத் தாண்டி நேற்றைய போதை இன்னும் இருப்பதாய் எனக்குப்பட்டது.

அறிமுகப்படுத்திக் கொண்டு நேரடியாக விஷயத்திற்கு வந்தேன். டி-டே அன்று நடந்த விநோத நிகழ்வுகளுக்கான காரணத்தைத் தெரிந்துகொள்ள வேண்டும் என்றேன்.

ஒரு நொடி உற்றுப் பார்த்துவிட்டு, பாக்கெட்டிலிருந்த சிகரெட்டைப் பற்றவைத்து புகையை ஆழ்ந்து இழுத்துவிட்டார். இதுபோல மலேசியர்கள் ஒரு கேள்விக்கு பதில் சொல்லும் முன் தரும் ஒரு சிறிய இடைவெளி அவர்கள் அந்தக் கேள்விக்கான சரியான பதிலை கவனமாக யோசிக்கிறார்கள் எனும் புரிதல் எனக்கு இருந்தது.

''அன்ஃபார்சுனேட்லி, உங்களை ஆர்பெனிலிருந்து வெளியே அனுப்பிட்டதா கேள்விப்பட்டேன். ஒய், ஐ டோண்ட் நோ லா. அது உங்க கம்பெனியோட தனிப்பட்ட முடிவுதான்.

ஏன் சொல்றேன்னா, நீங்க அன்னைக்கு செஞ்சதுல எதுவும் தப்பு இருக்கிறதா எனக்குத் தெரியலை. நான் அந்த இன்சிடென்ட் பத்தி விசாரிச்சப்ப அதன் இன்சார்ஜ் சரியான விளக்கம் சொல்லலை. கொஞ்சம் தீவிரமா அழுத்தி கேட்டப்போ, அவன் உடனே இந்த வேலையே தேவையில்லனு டக்குனு வேலையை ரிசைன் பண்ணிட்டான். அதை நானே சுத்தமா எதிர்பார்க்கல.

இப்போ ரிசைன் பண்ண தேவை என்னன் னு கேட்டதுக்கும். அவன் சரியா பதில் சொல்லல. சம் திங் ராங் வித் ஹிம். என்ன ஆச்சுன்னு தெரியல. ஏதோ குழப்ப மனநிலையில இருக்கான்னு மட்டும் தோணுச்சு. கம்பெனியிலயும் அவன் பழைய ஆள் இல்லை. புதுசு. சின்ன பையன் . கல்யாணம் கூட ஆகலை. ஆனால் டெக்னிக்கல் விஷயங்களில் அவன் கில்லாடி. அவனுக்கு என்ன பிரச்சனையோ தெரியலை.'' என முடித்துக் கொண்டார்.

''இப்போ அவனை எங்க பாக்கலாம்?'' என சிங் மலாயில் கேட்டார்.

முதலில் ''தெரியாது'' என்றார். பின் ஏதோ நினைத்தவராய் தன் செல்ஃபோனிலிருந்து அவனுடைய தனிப்பட்ட எண் ஒன்றைத் தந்தவர், ''கேஎல்ல ஃபிரண்ட்ஸ் கூடதான் தங்கியிருந்தான்'' என தனக்குத் தெரிந்த தகவல்களை சிங்கிடம் மலாயில் சொன்னார். நாங்கள் நன்றி சொல்லிவிட்டு அங்கிருந்து கிளம்பினோம்.

உடனடியாக அந்த எண்ணுக்கு தொடர்புகொண்டும் பயனில்லை. நான் ஏமாற்றத்தை வெளிக்காட்டிக் கொள்ளாமல். ''தட்ஸ் ஆல்ரைட், வில் ட்ரை லேட்டர்'' என நிலைமையை சரி செய்தேன்.

''சரி கிளம்பலாம் வாங்க'' என்றபடி சிங் காரை நோக்கி நடந்தார்.

காரின் பின் சீட்டில் பத்மாவுடன் பேசிக்கொண்டு வரும்போது அவள் கையிலிருந்த அந்தக் கனமான புத்தகத்தைக் கவனித்தேன். அட்டையில் 'வைரமுத்து கவிதைகள்' எனும் தலைப்பிட்ட அரக்கு நிறப் புத்தகத்தில் கவிஞர் ஆத்மார்த்தமாக சிரித்துக் கொண்டிருந்தார்.

''ஓ, இதெல்லாம் படிப்பியா?'' என்றேன் ஆச்சர்யமாக

''ம், தமிழ்ல படிச்சதால சின்ன வயசுலயே ஆர்வம். பள்ளியில கவிதையெல்லாம் எழுதி, சொல்லி பரிசெல்லாம் கூட வாங்கி இருக்கேனே'' என்றவள் முகம் பிரகாசித்தது.

எனக்கு தெரிந்துக் கவிதையை படிக்கும், எழுதும், ரசிக்கும் முதல் பெண்ணை நேரில் பார்த்த பரவசம் எனக்கு.

''இரண்டு மாசத்துக்கு முன்னாடி கவிஞர் கேஎல் வந்திருந்தாரே தெரியுமா?'' என்றேன் ஆர்வமாய்.

''தெரியுமே, அப்ப வாங்கினதுதான் இது. ஆட்டோகிராஃப் கூட வாங்கினேனே'' என முதல் பக்கத்தைப் பிரித்துக் காட்டினாள்.

புத்தகத்தை வாங்கி புரட்டியபடியே ''நானும் போயிருந்தேனே... அப்புறம் என்ன, சினிமா பாட்டுதானே படிக்கிறே?'' என்றேன் சற்றுக் கிண்டலாய்.

''இல்லையே...''

''அப்போ, இதுல ரொம்ப புடிச்ச கவிதை எது?''

அவள் சொன்ன அந்தப் பக்க எண்ணை எடுத்தேன். 'துறக்க முடியாத துறவு' எனும் தலைப்பிட்ட கவிதை இருந்தது.

''என்ன படிச்ச சொல்லு பார்க்கலாம்?'' என்றேன் விளையாட்டாய்.

அது எனக்கு மனப்பாடமாவே தெரியுமே என ஒரு நொடி தாமதித்தவள்

'இருபத்தோராண்டு இல்லறத்தில்

மூன்றாம் முறையென்

மார்பு நனைப்பவளே...!'

எனத் தொடங்கும் நான்குபக்கக் கவிதையை மடை திறந்த வெள்ளம் போல் ஏற்ற இறக்கங்களுடன் ஆச்சர்யப்படும் வகையில் ஒப்பித்தாள் என்பதை நீங்கள் சத்தியமாக நம்பித்தான் ஆகவேண்டும்.

மழை பெய்து ஓய்ந்த அமைதி. அவளுக்கு எந்த மாதிரியான பாராட்டுதல் சொன்னால் சரியாக இருக்குமெனத் தெரியாமல் நான் தடுமாறிக் கொண்டிருக்கையில்...

இத்தனை நேரம் சும்மாயிருந்த சிங் அவளைப் பாராட்டும் விதத்தில் ''வாவ், பிராவோ!!'' என உற்சாகத்தில் கூவினார்.

நான் ''பிரமாதம்'' என மென்மையாக கை குலுக்கினேன்.அவள் பாராட்டை ஏற்றுக்கொள்வதுபோல் சந்தோஷமாக சிரித்தபடி தலை குனிந்தாள். பத்மா அதன் பின் ஒன்றும் பேசவில்லை. கார் சென்றது. வெளியே இருள் கவிந்திருந்தது.

''அங்கிள், இந்த ஸ்டேசனில் நிறுத்த முடியுமா?'' எனக் கைகாட்டி பத்மா இறங்கிக்கொண்ட பின்பும் அவள் குரல் என்னோடு காரில் பயணித்துக் கொண்டே இருந்தது.

''லேட் ஆயிடுச்சு, சாப்டுட்டு போயிடலாமே'' என்ற சிங் ஒரு சுமாரான ஒரு சீன ரெஸ்டாரென்டுக்கு கூட்டிப்போனார். சின்ன பார். ஐந்து அல்லது ஆறு மர டேபிள் சேர்கள். மங்கலான வெளிச்சம்.பெரிய தொந்தியுடன் சிரிக்கும் புத்தர் சிலை. சீருடையில்லாமல் சுமாரான இரண்டு சீனப்பெண்கள். அங்கே அசைவ வாடை என்பதைத் தாண்டி சீன உணவகங்களுக்கே உரிய பிரத்தியேக மணத்தால் நிறைந்திருந்தது.

டேபிளில் சின்ன முட்டைவடிவ கண்ணாடிக் குடுவைகளில் உப்பு, மிளகு, மிளகாய் விதை, சோயா சாஸ் இருந்தது. பிளாஸ்டிக்காலான கரண்டி, முட்கரண்டிகளை டிஸ்யூ பேப்பரில் சுற்றி வைத்திருந்தனர். ஃபிரைடு ரைஸூம், நூடுல்ஸ் சூப்பும் ஆர்டர் செய்தோம். சிங் இந்தியன் பியர் வாங்கிக் கொண்டார்.

சூப் வந்தது.

''ஊருக்கு போறதுக்கு முன்னாடி என் வேலை விஷயமா சில உண்மை களை தெரிஞ்சுகிட்டா, மனசாந்தியா இருக்கும்'' என நான் தொடங்கி பிரச்சனையைச் சொன்னேன்.

லேசாக சிரித்தபடி, இந்தியில் ''மனசுக்கு ஏதுப்பா சாந்தி?'' என்றவர் அதற்கான பதிலை என்னிடம் எதிர்பார்த்தார். இப்படிதான் சிங் அந்நியோன்யமான சமயங்களில் இந்திக்குத் தாவுவார்.

''புரியலை?''

''சூப்பை உறிஞ்சிக் குடித்துவிட்டு மீசையை ஒதுக்கிச் சரிசெய்தபடி,

''மனசுதான் பெரிய கடலாச்சே... அப்புறம் அது எங்க சாந்தியாவது'' என தத்துவார்த்தமாகப் பேசினார்.

நான் லேசாக சிரித்து வைத்தேன்.

''நீ மனசாந்தி அது இதுன்னு குழம்பிக்கத் தேவையில்ல. உன்னோட உள்ளுணர்வு சொல்றதை நம்பி இறங்கி பாரு. கண்டிப்பா ஜெயிப்ப. நானும் அந்த ஆள் சொன்ன அட்ரஸை தேடிக் கண்டுபிடிக்க முடியுமா பாக்குறேன்... ஐ வில் லெட் யூ நோ. நீயும் அந்த ஃபோன் நம்பரை விடாம ட்ரை பண்ணி பாரு. அவன் எடுத்தா நேரில் போய் பேசிப்பாரு. உன் கேள்விகளுக்கு பதில் கிடைக்கலாம்.

அப்புறம், சாரா ஏதோ இன்வெஸ்டிகேடிவ் ஜர்னலிசம்தான் செய்றா, அவகிட்டயும் வேணா பேசிப்பாரு. எதாவது ஐடியா தரலாம்'' என்றார்.

குடும்பப் பிரச்சனைகளைப் பெரிதாகச் சொல்லாமல், மேலோட்டமாக நான் ஊருக்குப் போய் குடும்பத்துக்குச் செய்யவேண்டிய சில கடமைகள் இருக்கு என்றேன்.

அவர் யோசிக்காமல், ''ஒருத்தரைப் பாத்தாலே அவங்களை பத்தி சொல்ல முடியாதா என்ன? பொதுவாக இந்தியன்ஸ் பத்தி எனக்கு தெரியாதா? நமக்கு எல்லாமே குடும்பத்தில இருந்துதானே தொடங்குது. என்னை பாரு, என்னோட வயசுக்கு நான் இன்னமும் வேலைபாத்துதான் சம்பாதிக்கிறேன்'' என்றார் நெற்றியைத் தடவியபடி.

நான் அவர் முகத்தைப் பார்த்துக்கொண்டிருந்தேன்.

''நாம ரிட்டையர்டு ஆகுறப்போ, நம்ம பசங்க ஒண்ணு வேலைக்கு போகணும் இல்லை பொண்ணுனா கல்யாணம் பண்ணி கொடுத்துடணும். என்னோட ரிட்டையர்மெண்ட் ப்ளான் என்ன தெரியுமா?''

''சொல்லுங்க.''

''என்னோட பையன் ஒரு இயற்கை ஆர்வலன். என்.ஜி.ஓவில் இருக்கான். அவனோட சேர்ந்து ஏதாவது பிரயோஜனமாக வேலை

பண்ணலாம்னு இருக்கேன்.' என்றபோது அவர் கண்களில் ஆர்வம் மின்னியது.

''ஆல் த பெஸ்ட்'' என்றேன்.

''சுதா, முதல்ல நம்மளை நாம நம்பணும். அந்த நம்பிக்கை வாழ்க்கையில ரொம்ப முக்கியம். அதுக்கு அப்புறம்தான் மத்தவங்க'' என்றபடியே கையிலிருந்த காலியான தகர பியர் டின்னை ஒரே நொடியில் நசுக்கிவிட்டிருந்தார்.

எனக்கு ஒரு அந்நியரிடம் பேசுகிறோம் என்ற உணர்வில்லாமல் நெருக்கமான நண்பனிடம் பேசுவதுபோல இருந்தது. அது அவரின் அனுபவப் பாடம் என உணர்ந்திருந்தேன்.

''மலேசியா நல்ல இடம்.உன்னைப்போல எவ்வளோவோ பேரை வாழ வைச்சிருக்கு. உனக்கு புடிச்சிருந்தா ஊருக்கு போயிட்டு திரும்ப இங்க வா'' என நம்பிக்கையாகப் பேசினார்.

வரும் வழியில் மலேசிய அரசியல் பற்றி பொதுவாகப் பேசிக் கொண்டிருந்தார். நாட்டு மக்களின் ஏகோபித்த ஆதரவையும் அன்பையும் பெற்றிருக்கும் பிரதமர் மஹதீர் 22 ஆண்டுகளுக்குப் பிறகு ஓய்வு பெறுவது நாட்டுக்கு நல்லதில்லை என்றவர் அடுத்த பிரதமர் அவரின் உயரத்தைத் தொடுவது சிரமம்தான் என்றார். மலேசியாவை செல்வமிக்க நாடாக மாற்றியவராகக் கருதப்படும் மஹதீர் பற்றி இங்கே எல்லோரும் மரியாதையாகப் பேசியே நான் கேள்விப் பட்டிருக்கிறேன்.

இரவு வீட்டுக்கு வந்தபோது நேரமாகியிருந்தது. சிங் சொன்னதுபோல சாராவுக்கு 'உன்னுடன் பேசவேண்டும், முடிந்தால் ஃபோன் செய்' என குறுஞ்செய்தி தூது விட்டேன். மறக்காமல் 'அவசரமாக பேசவேண்டும் அழைக்கவும்' என மொட்டையாக டி-டே ஆசாமிக்கும் ஒன்று அனுப்பினேன்.

பூனைப் பாதத்தில் அறைக்குள் நுழைந்து விளக்கைப் போட்டு அவனுடைய எண்ணை பீரோவிலிருந்த நோட்டில் குறித்துக் கொண்டிருந்த சமயத்தில்

இரட்டை குறுஞ்செய்திகளை விழுங்கிய செல்ஃபோன் கதறியது. பேசினேன். சுஜா.

வழக்கமான ஹாய்களுக்குப் பிறகு...

''காலையில் ஃபோன் செய்தே போல? பிஸியாக இருந்தேன்'' என்றாள்.

நான் நேரடியாக விஷயத்திற்கு வந்தேன்.

''க்வான் லீ பத்தி கொஞ்சம் பேசணுமே...''

''அதான் அன்னைக்கே சொன்னனே, அப்புறம் என்ன?''

''அனனைக்கு எனக்கு உன்னை கவனிக்கவே, நேரம் போதலையே...''

அவள் புன்னகையை ஃபோனிலும் கண்டுக்கொண்டேன்..

''லிசன், கேபிபி பேங்க் மெர்ஜருக்கு, நாங்க ரெண்டு பேரும் சேர்ந்துதான் புரபோசல்ல தயாரிச்சோம். ஆனால் கடைசி நேரத்தில் அவன் வேலையை விட்டு நின்னுகிட்டான். அவன் இல்லாமல் நாங்க புரபோசலை சப்மிட் செய்தோம். ஒரு மாசம் வந்த எல்லா புரபோசலையும் அலசி ஆராய்ஞ்ச கேபிபி, கடைசியில அந்தப் ப்ராஜக்டை 'ஆர்பென்-ஐடி'க்கு தந்துட்டாங்க.''

''எப்படி அது அவங்களுக்கு கிடைச்சது?''

''லீயோட உள்ளடி வேலையா இருக்கலாம்.''

''இந்த புரபோசல் சம்பந்தமா ரகசியமா இருக்க வேண்டிய எங்க கம்பெனியோட ரிங்கிட் மதிப்பு மற்றும் எல்லா உள் விவகாரங்களை தெரிஞ்ச லீ, ஆர்பெனுக்கு சாதகமாக புரபோசல் தயார் பண்ணி இருப்பான்.''

''இது துரோகம் இல்லையா?''

''துரோகமா? சட்டவிரோதம்.''

''அப்படினா அவன் மேல நடவடிக்கை?''

''அவனுக்கு ஏதோ பெரிய இடத்து சப்போர்ட்டுனு விட்டுட்டாங்க. சரி, நீ எதுக்கு திடீர்ன்னு இதையெல்லாம் விசாரிக்குறே?''

''இல்லை, சும்மாதான்.''

''உன்னோட குரல்லயே ஏதோ ஒரு தீர்மானம் , ஒரு திட்டம் இருக்கும் போல.''

''அப்படி எல்லாம் ஒண்ணுமில்லையே'' அவசரமாக மறுத்தேன்.

''அப்புறம், நீ வேலை தேடுற விஷயம் என்னாச்சு?''

''இல்லை. நான் இந்தியாவுக்கு திரும்ப போறதா முடிவு பண்ணிருக்கேன்.''

மறுமுனையில் நீண்ட மௌனம்.

''வாட் டூ யூ மீன்?'' அவள் குரலில் கொஞ்சம் அழுத்தம் தெரிந்தது.

சம்பத் பிரச்சனையைச் சொல்லாமல், ''எனக்கு விசா பிரச்சனை இருக்கு'' எனச் சமாளித்தேன்.

‘‘அதை எதுக்கு இப்ப மட்டும் சொல்ற. அப்படியே சொல்லாமலே போயிருக்கலாமே?’’ எனும்போது அவள் குரல் உடைந்தது.

‘‘போயிட்டு எப்ப திரும்ப வர்ற?’’

‘‘தெரியல’’ என்றபோது என் கண்களும் தளும்பி நிறைந்தன.

அவள் ஃபோனை வைத்த பின் பொங்கி வந்த கண்ணீர் கரித்தது. முகம் கழுவிக் கொண்டேன். அலமாரியிலிருந்த அந்த விமான டிக்கெட் கண்ணில்பட்டது. டிக்கெட்டை புக் செய்தவர் ★★லீசா★★ என்றிருந்தது. யார் அந்த லீசா?

16

நானும் என் டீமும் வங்கி இணைப்பு ப்ராஜக்டில் பிஸியாக வேலை செய்து கொண்டிருந்தபோது. தலைமை அலுவல கத்தில் முக்கியமானதொன்று நடந்து கொண்டிருந்தது. அது ஆர்பென்-ஐடி யின் வளர்ச்சி. அது வேலை செய்யும் ஆட்களின் எண்ணிக்கையிலும் வருமானத்திலும்தான். எட்டு மாதங்களுக்கு முன்புவரை பத்துப் பேராக இருந்த ஊழியர்களின் எண்ணிக்கை ஏறக்குறைய ஐம்பதைத் தொட்டிருந்தது. அது ஒரு சீரான வளர்ச்சி.

அப்படிப் புதிதாக வேலைக்குச் சேர்ந்தவர் களில் பாதிக்கு மேல் சம்பத்தின் ரிபரல் மூலமாக இந்தியாவிலிருந்து வந்தவர்கள். மீதமுள்ளவர்கள் உள்ளூர் மலாய் மற்றும் சீனர்கள். அட்மினிஸ்ட்ரெடிவ் என்கிற நிர்வாகம் சம்பந்தப்பட்ட அகௌண்டிங், ஹெச்.ஆர் எனும் மனிதவளத் துறை, இமிகிரேசன் எனும் குடிவரவு போன்ற வேலைகள் முழுவதுமாக உள்ளூர்க் காரர்களுக்குத் தரப்பட்டிருந்தது.

புதிதாக வேலைக்குச் சேர்ந்த இந்திய, உள்ளூர் பணியாளர்களுக்கிடையே நல்லுறவை வளர்க்கும் வகையில் ஏதாவது செய்ய வேண்டும் என உயர்மட்டத்தில் பேச்சிருந்தது. அவர்கள் வெளியே நல்லுறவை

வளர்றகிறோம் என வெளியேச் சொன்னாலும் உள்ளே உண்மை நிலவரம் வேறாக இருந்தது. இனப்பாகுபாடின்றி அங்கே புதிதாக வந்து சேர்ந்தவர்களுக்கும் முன்பே இருந்தவர்களுக்குமிடையே ஒரு திரை மெல்ல உருவாகிக் கொண்டிருந்தது. அதை நீக்கவேண்டிய அவசரக் கட்டாயத்தில் அவர்கள் இருந்தார்கள்.

ஒரு நாள் மாலை லட்சு அது விஷயமாகப் பேச தலைமையகத்துக்கு வரச் சொல்லியிருந்தார்.

''இந்த ரூமுல வெயிட் பண்றாரு'' என அவரின் இளம் காரியதரிசி கைகாட்டினாள். கதவை இருமுறை தட்டி அனுமதி பெற்று உள்ளே நுழைந்தேன். அது அழகான கார்னர் அலுவலகம். மேஜை படு சுத்தமாக வார்னீஷ் கலரில்.மேஜையின் நடுநாயகமாக முதுகு வரை மறைக்கும் உயர தோல் நாற்காலி. அதன் பின்பக்கம் பெயிண்டிங் செய்ததுபோல கோலாலம்பூரின் உயரக் கட்டடங்கள் கண்ணாடியினூடே தெளிவாகத் தெரிந்தது. மேஜையில் இருந்த ஃபோட்டோவில் ஒரு சீன ஆசாமி கூலிங்கிளாஸில் சிரித்தபடி பாராசூட்டில் குதித்துக்கொண்டிருந்தான். அறையின் உள்ளே முகம்சுழிக்க வைக்கும் சிகரேட் புகை. நேரடியாக புற்றுநோய் மருத்துவமனைக்கு வழிகாட்டுவதாயிருந்தது

ஃபோட்டோவில் பார்த்த பாராசூட் ஆசாமி நின்றபடி புகைத்துக் கொண்டு உயரக் கண்ணாடி வழியே வெளியே தெரிந்த கட்டடங்களை கண்களால் அளந்து கொண்டிருந்தான் . மேஜையின் வலப்புறம் லட்சுவும், ஒரு இளம் பெண்ணும் அமர்ந்திருந்தனர்.

''வாங்க சுதா'' என லட்சு ஆங்கிலத்தில் வரவேற்றார்.

''மீட் சுதா!'' என மற்ற இருவருக்கும் என்னை அறிமுகம் செய்து வைத்தார்.

''இது லீசா, அகௌண்ட் ரெப்ரசன்டேட்டிவ்.''

அவள் உற்சாக ''ஹலோ'' சொன்னாள். ஆனால் கவனமாக கை குலுக்கல்களைத் தவிர்த்தாள். மலாய்ப் பெண். சராசரி உயரம்.வயது கண்டிப்பாக இருபத்து ஐந்தைத் தாண்டியிருக்காது. ஏர்ஹோஸ்டஸ் எனச் சொல்லத் தோணும் உடல்வாகு. பெரிய காந்தக் கண்கள். சூட் அணிந்திருந்தாள்.

தலையைத் திருப்பி வெறும் ஹலோ மட்டும் சொன்ன பாராசூட் ஆசாமியின் கண்களில் ஒரு வன்மமும் அலட்சியமும் இழைந்தோடியது.

இந்தச் சீனரும் லட்சுவுக்கு இணையான பதவியில் இருப்பவர் எனக் கேள்விப்பட்டிருக்கிறேன். ஆனால் இதுவரை நேரடித் தொடர்பில்லை.

பாராசூட் ஆசாமி நேரடியாக விஷயத்தைத் தொட்டார்.

''ஆபிஸில் டீம் பில்டிங் நிகழ்ச்சி ஏற்பாடு செய்யலாம்னு யோசிச்சோம், இன்றைய சூழ்நிலையில் இந்த நிகழ்ச்சிக்கு தேவை இருக்குதா, என்ன நடக்குது'' என குறுக்கு விசாரணைத் தோரணையில் கேட்டார்.

அதை எதிர்பார்த்தே நான் தேவையான ஆயத்தங்களுடன் வந்திருந்தேன். சில முக்கிய விஷயங்களைத் தொட்டுப் பேசினேன்.

''சமீபத்துல நம்ம ஹெச்.ஆர் எல்லாருடைய படிப்புச் சான்றிதழ் களையும், வொர்க் எக்ஸ்பீரியன்ஸையும் வெரிஃபை செய்ததால் நிறைய பேருக்கு ஆர்பென் மேல் அதிருப்தி இருக்கு. நம்பிக்கை யில்லையானு நினைக்கிறாங்க.

அடுத்தது கேமரா விவகாரம் - பாதுகாப்பு நடவடிக்கைகளுக்காக நீங்க மெயின் ஆபிஸில பொருத்தியகண்காணிப்பு கேமராவால நிறைய பேர் உச்சகட்ட கோபத்தில் இருக்காங்க.''

வாயிலிருந்த சிகரெட்டை எடுக்காமல் ''ஓய்? தட் இஸ் புல்ஷிட்'' என்றார் பாராசூட் ஆசாமி.

''சிலர் ஒருபடி மேலே போய் கேமரா இருக்கறதால நம்ம வேலை செய்யுறமா இல்லையானு நிமிஷத்துக்கு நிமிஷம் பாக்குறாங்க. எத்தன முறை நாம டீ, காபி குடிக்க போறோம்னு கணக்கு எடுக்குறாங்கனு எரிச்சல்ல இருக்காங்க.

அப்புறம், உள்ளூர் ஆட்கள் தங்களுக்குள் மலாயில் பேசிக்கொண்டு இந்தியர்களிடம் ஃப்ரீயா மூவ் செய்றதில்லை அப்படிங்கற எண்ணமும் சிலரிடம் இருக்கு.''

என சுருக்கமாக முடித்துக்கொண்டேன். சில நொடிகள் அங்கே அமைதி. நான் லட்சுவின் முகத்தை உற்றுப் பார்த்தேன். பதிலொன்றும் இல்லை.

''சனி, ஞாயிறு ஆபிஸ் வந்து நாம இன்டெர்நெட் பிரொவ்ஸ் பண்றத இவனுங்க கணக்கு எடுக்குறாங்க'' எனும் நமது ஆட்களின் புலம்பல் அவர்களைக் கேவலப்படுத்தும் என்பதால் அதை நான் சொல்லாமல் மறைத்துவிட்டேன்.

''வி ஹெவ் டு சேஞ்ச் தட்!!'' என்றார் லட்சு தீர்க்கமாய்.

''ஐம் ஜஸ்ட் எ மெசஞ்சர்!'' என்றேன் சிரித்தபடி.

''வி டோண்ட் கில் த மெசஞ்சர் லா'' என்றார் அழுத்தமாக.

லட்சு, போர்ட்டிக்சன் பீச்சில் தனது முந்தைய கம்பெனியில் ஏற்பாடு செய்திருந்த டீம் பில்டிங் அல்லது குழு ஒருங்கிணைப்புக்கான இரண்டு நாள் நிகழ்வைப் பற்றி விளக்கினார்.

''அப்ப கண்டிப்பாக நாமும் அதைச் செய்வோம்'' என்றார் பாராசூட் ஆசாமி.

''போத் ஆஃப் யூ வொர்க் டுகெதர்'' என என்னையும் லீசாவையும் பார்த்துக் கைகாட்டினார்.

நான் கல்லூரி நிகழ்ச்சிகளை முன்னின்று தொடர்ந்து இரண்டு வருடங்கள் நடத்தியிருக்கிறேன்.அதுபோல பழைய நிறுவனத்தில் இதுபோன்றதொரு நிகழ்ச்சியிலும் கலந்து கொண்டிருந்ததால் எனக்கு அதில் பெரிதான சவால்கள் எதுவும் இல்லை.

போர்ட் டிக்சன் கோலாலம்பூரிலிருந்து ஏறக்குறைய நூறு கிலோமீட்டர் தூரத்திலிருக்கும் கடற்கரை மாவட்டம் எனக் கேள்விப் பட்டிருக்கிறேன். கோலாலம்பூரில் கடற்கரை இல்லாததால் அது பெரும்பாலானவர்களுக்கு வாரஇறுதியில் பொழுதைக் கழிக்கும் இடமாக இருந்தது. இதன் மூலமாக போர்ட் டிக்சனை சுற்றிப் பார்க்க நல்ல வாய்ப்பாயிருக்கும் என மனதுக்குள் நினைத்துக்கொண்டேன்.

''உனக்கு வேற ஏதாவது ஐடியா இருக்கா?'' என்றார் லட்சு.

''கலாசார பரிமாற்றம் செய்வதுபோல் ஏதாவது நிகழ்ச்சி பண்ணலாம்'' என்றேன்.

அவர் உற்சாகமாய், ''நல்ல ஐடியாவா இருக்கே. ஸ்யூர், ஒர்க் வித் லீசா. டாலர்களை பற்றி கவலைப்பட வேண்டாம்'' என பச்சை விளக்கு காட்டினார்.

அதன்பின் லீசாவுடன் கலந்து பேசினேன். அவளும் ஆர்வமா யிருந்தாள். வேலை செய்பவர்களை வைத்து இரண்டு பாடல்கள் கொண்ட சிறிய நடன நிகழ்ச்சி செய்வது என முடிவெடுத்தோம். நிகழ்ச்சிக்கு பதினைந்து நிமிடங்கள் ஒதுக்கி ஒரு மலாய் பாடலும், ஒரு பாலிவுட் பாடலும் சரியெனப்பட்டது. அவள் உயிரே படத்தில் வரும் ''ஷாருக்கானின் 'தய்யா தய்யா' பாடல் செய்யலாமா?'' எனக் கெஞ்சுவதுபோல கேட்டாள். நான் ''உன் இஷ்டம்'' என்றேன். ஒரு பெண் சொல்லி வேண்டாம் என்றா சொல்லப்போகிறேன்? எனக்கு புகையோடுதான் பகையே தவிர, கண்டிப்பாக பெண்களிட மில்லையே.

மலாய் பாடலுக்கு இந்தியர்களையும், பாலிவுட் பாடலுக்கு உள்ளூர்க் காரர்களையும் நடனமாடச் செய்தால் நன்றாக இருக்கும் என்றேன்.

சட்டென சரி என்றவள், ஒரே நாளில் தேவையான உள்ளூர் ஆட்களைப் பிடித்துவிட்டாள். ஆனால், நம்மூர் ஆட்களை நான் தேடிதான் பிடிக்க வேண்டியிருந்தது. நடனம் என்றாலே தெறித்து ஓடினர். ஜேகே தன் பங்கிற்கு ''வந்தமா, பணத்தை சம்பாரிச்சமானு இல்லாம பொண்ணு களோட சேர்ந்து கூத்தடிக்க போறீங்களா?'' என இளக்காரமாகப் பேசி மற்றவர்களையும் உசுப்பேற்றிக் கொண்டிருந்தான். அரை மனத்துடன் ஒத்துக் கொண்டவர்களும் ''தமிழ் பாட்டு போட்டா வேணும்னா, வேட்டி கட்டிகிட்டு வந்து ஆடுவோம். ஹிந்தி பாட்டுக்கு ஆடமாட்டோம்'' என்றனர். தமிழ்ப் பாட்டு என்றாலும் அவர்கள் வந்து ஆடப்போவதில்லை என்பது தெளிவாகவே தெரிந்தது. எனது பதவியை வைத்து அவர்களை வற்புறுத்துவதை நான் விரும்ப வில்லை. ரவிக்கு சினிமாப் பாடல்களில் ஆர்வமிருந்ததால் பெரிய வற்புறுத்தலின்றி ஒத்துக்கொண்டான்.

வேறு வழியின்றி அந்த இந்திப் பாடலை இரண்டு ஜோடிகளை மட்டும் வைத்து திட்டமிட்டோம். ஒரு உள்ளூர் ஜோடியுடன் இரண்டாவது ஜோடியாக ரவி-லீசாவையும் போட்டோம். கடைசி நேரத்தில் லீசா அப்போது புதிதாக வேலையில் சேர்ந்திருந்த வீணாவிடம் பேசி அவளையும் தயார் செய்துவிட்டாள். வீணாவிற்கு ஜோடியாக என்னை ஆட லீசா வற்புறுத்தியதால் வேறு வழியின்றி நான் ஒத்துக் கொண்டேன்.

வீணாவே நடன வடிவமைப்பை முழுமையாக பார்த்துக் கொண்டாள். அவள் திறமையானவள். 'அபா'வின் ஆல்பத்திலிருந்து 'மாமா மியா' ஆங்கிலப் பாடலை 'தய்யா தய்யா'வுடன் ஃபியூஸனாக ரசிக்கும்படி செய்திருந்தாள். நிகழ்ச்சிக்கான ஆடைகளை லீசாவுடன் சேர்ந்து லிட்டில் இந்தியாவில் தேடிப்பிடித்து வாங்கினார்களாம். நானும் ரவியும் கிளையண்ட் சைட்டில் இருந்ததால் மாலை நேரங்களில் தலைமை அலுவலகத்தில் பிரத்தியேகமாக நடந்த நடன ஒத்திகையில் கலந்துகொண்டு ஒருவழியாக தயாராகிவிட்டோம். ரவி வழக்கம் போல ''மச்சி, எனக்கு மறந்துட்டுனா, உன்னைதான் பார்ப்பேன். நீயும் ஸ்டெப்ஸை மறந்துடாத!'' என்றான் சிரிக்காமல்.

வீணா நடனத்தையும் கண்ணியமாகவே வடிவமைத்திருந்தாள். நான் ஒரு முறை மட்டும் அவளது கையைத் தொட்டு ஆடும்படி இருந்ததால் எனக்கு பெரிதாக சங்கோஜமில்லை. ஆனால் உடன் வேலை பார்த்த சிலர் எங்களை ஓட்டி எடுத்துவிட்டார்கள். ரவி லீசாவுடன் பூமிபுத்திரனாகப் போவதாகவும், வீணாதான் என் ஆள் என்ற அளவுக்கு கிண்டல் பேசினார்கள். கல்லூரியில் நான் பெண்களுடன் சேர்ந்து படித்திருந்ததால் இதைப் பெரிதாகக் கண்டுகொள்ளவில்லை.

ஒத்திகையில் வீணாவுடன் ஜோடியாக ஆடும்போது கான்ஃபரன்ஸ் ஹாலை எட்டிப்பார்த்த சம்பத்தின் முகத்தில் எந்தவொரு வித்தியாசத்தையும் அப்போது நான் கவனிக்கவில்லை. இப்போது நினைத்துப் பார்க்கும்போது அந்த நிகழ்வெல்லாம் அவரை சீண்டி விட்டிருக்கும் போலிருக்கிறது.

★

சூரியன் மற்றுமொரு உற்சாகமான நாளுக்குத் தயாராகிக் கொண்டிருந்தான். காலை எட்டு மணிக்கும் காற்றில் லேசான குளிரிருந்தது. போர்ட் டிக்சன் பயணத்திற்கு நகரின் மையப்பகுதியிலிருக்கும் பொதுவான ஒரு இடத்தில் நாங்கள் எல்லோரும் சந்திக்க ஏற்பாடாகியிருந்தது.எங்களுக்காக குளிரூட்டப்பட்ட பெரிய சிவப்பு வால்வோ பஸ் ஒன்று உறுமிக் கொண்டு காத்திருந்தது.

எல்லோரும் உடமைகளை பஸ்ஸில் வைத்துவிட்டு வெளியே முடிச்சு முடிச்சுகளாய் நின்றபடி பேசிக் கொண்டிருந்தார்கள். கலர் கலரான உடையில் அனைவரும் யுவன்களாகவும், யுவதிகளாகவும் தெரிந்தார்கள். அவர்கள் முகத்தில் உற்சாகமும் சந்தோஷமும் கரைபுரண்டு ஓடிக் கொண்டிருந்தது.

நான் ரவியுடன் கும்பலில் ஐக்கியமாகியிருந்தேன்.எண்ணினேன். தலைகளின் எண்ணிக்கை சரியாக இருந்தது.

தூரத்தில் வீணா வருவதை ரவி என் காதில் கிசுகிசுத்தான்.

லீசாவைப் பார்த்த ஜேகே, ''மச்சி அங்க பாரு உன் ஆளு வருது'' என ரவியை உசுப்பேற்றினான். நான் பதிலுக்கு ''ஆமாம் ரவி'' என்றேன் உதட்டளவில்.

லீசா - நீல நிற ஜீன்ஸ், வெளிர் நிற டாப்ஸ், குளிர்க்கண்ணாடியை தலையில் எடுத்து விட்டிருந்தாள். சின்ன வளையலைக் காதில் தோடாக மாட்டியிருந்தாள். அவள் துள்ளல் நடையில் உற்சாகம் வழிந்தோடிக் கொண்டிருந்தது.

''ஹேய்!'' என்ற ஒற்றைச் சொல்லால் எங்களைக் கடந்து போனாள். வரும் இரண்டு நாட்களுக்கு நம்மிடம் வந்துதானே ஆகவேண்டும் என மனதுக்குள் நினைத்துக் கொண்டேன். வீணா இருக்குமிடம் தெரியாமல் அமைதியாக இருந்தாள்.

ஒரு மணி நேரத்தில் போர்ட்டிக்சனில் இருந்த அந்தப் பெரிய ரிசார்ட்டில் இருந்தோம். அழகிய கடற்கரையை ஒட்டி இருந்த ரிசார்ட் பத்தடுக்கு மாடிக் கட்டடம். போர்டிகோவிலிருந்து பார்த்தபோது சில நூறு மீட்டரில் கடல் நீலமாய் ஜொலித்துக் கொண்டிருந்தது.

தானியங்கி கண்ணாடிக் கதவு திறந்து வரவேற்றது. விசாலமான ரிசப்ஷன். பகலிலும் பளிச்சிட்டுக் கொண்டிருந்த விளக்குகள். நடுநாயகமாய் பொங்கி வழிந்த நீரூற்று. இடது சுவரில் கண்ணைப் பறிக்கும வண்ணத்தில் ஆயில் கேன்வாஸில் புரியாத ஒரு பெரிய மார்டன் ஆர்ட். அதை ஒட்டி தொட்டியில் வரிசையாக மலேசிய குட்டைப் பனை மரங்கள்.சோபாவில் ஒன்றிரண்டு ஐரோப்பிய டூரிஸ்டுகளின் தலைகள். ஏர் ஹோஸ்டர்ஸ் சிரிப்பை உதிர்க்கும் ரிசப்ஷனிஸ்டுகள். சீருடையில் மிடுக்கான சிப்பந்திகள் என அந்தச் சூழல் வரவேற்பதாய் இருந்தது.

நானும் ரவியும் ஐந்தாவது தளத்திலிருந்த ஒரு அறையைப் பகிர்ந்து கொண்டோம். இரட்டை படுக்கைகள் . சுவரில் ஓவியம்.பெரிய டிவி. மினி ஃபிரிஜ். கண்ணாடிக் கதவைத் திறந்தால் எதிரே அழகிய கடற்கரை. சூரியஒளி படுக்கையில் விழும்படியாக மிக நேர்த்தியாக வடிவமைக்கப்பட்டிருந்தது.

மதிய உணவு - தரைத் தளத்திலிருந்த கேப்டேரியாவில் ‘பஃபே’ ஏற்பாடு செய்திருந்தார்கள். நல்ல கூட்டம், சிரிப்பும் பேச்சுமாக அந்த இடம் களைகட்டியிருந்தது. எங்கள் அலுவலகத்தில் புதிதாக வேலைக்குச் சேர்ந்தவர்களில் பெரும்பான்மையானவர்கள் இளைஞர்கள். கல்லூரியிலிருந்து நேரடியாக வந்தவர்கள் அல்லது இரண்டு மூன்று வருட அனுபவம் உள்ளவர்கள். வேலைக்குச் சேர்ந்ததும் முதல் பயணம் என்பதால் உற்சாகம் பொங்கியது.

வழக்கம்போல் நம்மூர் ஆட்கள் ஒரு குரூப்பாக வலம் வந்து கொண்டிருந்தனர். அதுபோல உள்ளூர் ஆண்கள், பெண்களுக்கிடையே ஒரு இடைவெளி இருந்ததையும் நன்றாக கவனிக்க முடிந்தது. ஆண்கள் அவர்களுக்குள்ளும் பெண்கள் தங்களுக்குள்ளுமே பெரும்பாலும் அதிர்ந்து சிரிக்காமல், உரத்துப் பேசாமல் இருந்தனர். அதற்கு மலேசியப் பண்பாடு கூட ஒருவிதத்தில் காரணமாக இருக்கலாம் என நினைத்துக் கொண்டேன்.வரும் இரண்டு நாட்களும் இந்தச் சூழலை கொஞ்சம் மாற்றும் எனும் நம்பிக்கை இருந்தது.

முதல்நாள் டீம் பில்டிங் நிகழ்ச்சிகளுக்கும், மறுநாள் காலை உணவின் போது இந்த கேப்டேரியாவிலேயே நடன நிகழ்ச்சி செய்யலாம் என யோசித்து வைத்திருந்தோம்.

சாப்பாட்டிற்காக வரிசையில் நின்று கொண்டிருந்தபோது எதேச்சையாக பின்னால் நின்ற வீணாவை கவனித்தேன். கூடவே லீசா.

நான் டெம்ளேட்டாக சிரித்துவிட்டு,

‘‘லேடீஸ் பர்ஸ்ட்!’’ என ஒதுங்கி அவர்களுக்கு வழிவிட்டேன்.

''தேங்க் யூ''

''வெல்கம், யூ கேள்ஸ் ஆர் ஹேவிங் நைஸ் டைம்?''

அழகான பல்வரிசை தெரிய சிரித்தாள் லீசா.

''புரோகிராமுக்கு ரெடியா, ரிஹர்சல் ஒருமுறை பாக்கணுமா?'' என்றாள் சந்தேகத்துடன்.

''தேவையில்லை, இப்ப என்ன ப்ளான்?'' என்றேன்.

''ஈவினிங் மூணு மணிக்கு வெளியே கடற்கரையிலிருக்கும் முதல் குடிசையில் எல்லோரும் சந்திக்கலாம்'' என்றாள்.

ரவியும் நானும் சாப்பிடும்போது எங்கள் மேஜையில் சம்பத்தும் சேர்ந்துகொண்டார்.

''என்னப்பா நீதான லீடர்? கம்பெனியில நெறய செலவு பண்ணி இதை பண்றோம்பா. வீ ஹெவ் டு மேக் இட் சக்சஸ்'' என கட்டை விரலை உயர்த்தி வெற்றி என்பதுபோல் காண்பித்தார்.

''ஸ்யூர்!!'' என்றேன் நம்பிக்கையுடன்.

அவர் முட்கரண்டியையும், ஸ்பூனையும் கையில் பிடித்து சாப்பிடும் லாவகம் பக்கத்து மேஜையில் சாப்பிடும் வெள்ளைக்காரனை ஒத்திருந்தது. ஜேகே மாதிரி ஒருவனுடனும் நட்பு வைத்திருக்கும் இவரால் எப்படிதான் இதெல்லாம் முடிகிறதோ என வியந்தேன். இவரை ஜேகே மாதிரியான வெற்று மனிதர்களுடன் அவரை தொடர்பு படுத்துவது எனக்குச் சிரமமாகதான் இருந்தது.

''ஸீ, நம்மள மாதிரி ஐடி கம்பெனிகள்ல வருமானத்தை பெருக்க பெரும்பாலும் கடைபிடிக்கும் ஒரே வழி வேலை செய்றவங்களோட எண்ணிக்கையை அதிகரிச்சு புதுப் புது கஸ்டமர்கள் மூலமா அதிக வருமானம் சேர்ப்பது. அதுதான் ஈஸி கூட. அதைதான் நாம இப்ப செய்றோம்.'' என்றார் சம்பத்.

''வேற என்ன வழி இருக்கு?'' என்றான் ரவி.

''சிலர், இருக்குற ஊழியர்களுக்கு சிறப்பான பயிற்சி கொடுத்து அவங்களின் முழுத் திறனை நல்லவிதமாக பயன்படுத்தி அதிக வருமானம் சேர்க்க முயற்சி செய்வாங்க.''

''அதாவது அகலாமா தோண்டுறது இல்ல ஆழமா தோண்டுறது அப்படி சொல்லலாமா?''

''ம், இரண்டுமிருந்தால் பெட்டர், ஆனா, குட் தாட்'' எனச் சொல்லி எழுந்துகொண்டவர், அந்த ''பாராசூட் பார்ட்டி'' என்னை இரவு சந்திக்க விரும்புவதாய் சொல்லிச் சென்றார். சம்பத் எங்களின் நடன நிகழ்ச்சி பற்றி எதுவும் விசாரிக்கவில்லை என்பது தற்செயலா எனத் தெரியவில்லை.

மாலையில் சரியாக மூன்று மணிக்கு ரிசார்ட்டின் வெளியே இருந்த கடற்கரையில் குழுமினோம். ரிசார்ட்டில் ஒரு சீனரை இதுபோன்ற நிகழ்வுகளுக்கென பிரத்தியேகமாக நியமித்திருந்தனர்.லீசா என்னை அவருக்கு அறிமுகம் செய்து வைத்தாள். உயரதிகாரிகளான லட்சு, சம்பத், பாராசூட் ஆசாமியும் வேலை செய்பவர்களுடன் சரிசமமாக சேர்ந்து நின்றுகொண்டனர். ஆரம்பத்தில் மற்றவர்கள் கொஞ்சம் சங்கோஜப்பட்டாலும் சிறிது நேரத்தில் சரியாகிவிடும் எனத் தெரிந்தது.

சம்பிரதாயமான அறிமுகத்துக்குப் பின் 'ஐஸ் பிரேக்' கிற்காக அவர் செய்த அந்த விளையாட்டுக்குப் பின்நிகழ்ச்சி சூடு பிடிக்கத் தொடங்கியது.

'பஸ் ஸ்டாப்' எனப் பெயரிட்டிருந்த நிகழ்வு ஒன்றும் பெரிய பிரமாதமில்லை.

சின்ன வயதில் நான் ஊரில் ஆடிய 'கல்லா, மண்ணா' விளையாட்டு போலதான். அவர் கடற்கரை மணலில் இடைவெளிவிட்டு இரண்டு இணைகோடுகளை காலால் வரைந்து எங்கள் அனைவரையும் அதனுள்ளே நிற்க வைத்தார். அவர் எதிரே நின்றபடி தொடர்ச்சியாக குழுவினரை நோக்கி சரமாரியாக கேள்விகளை வீசினார்.

'டென்னிஸ் புடிச்சவங்க', 'பேட்மிட்டன் புடிச்சவங்க' எனும்போது, டென்னிஸ் பிடித்த அனைவரும் மணல்கோட்டின் இடது பக்கமும் பேட்மிட்டன் பிடித்தவர்கள் வலது பக்கமும் உடனடியாக மாறி நிற்கவேண்டும்.

அதுபோல 'பணத்தை செலவு பண்ண விரும்புகிறவர்கள்', சேமிக்க விரும்புகிறவர்கள்.

டக் டக்கென அவர் தொடர்ந்து பல கேள்விகளைக் கேட்டுக் கொண்டிருந்தார். அதற்கேற்றாற் போல் குழுவினர் வேகமாகப் பிரிந்து ஆண், பெண், உள்ளூர் வெளியூர் பேதமின்றி வெவ்வேறு முகங்களுடன் இடது வலது என மாறி மாறி நின்று கொண்டிருந்தனர்.

சில நிமிடங்களிலே மெள்ள மெள்ள குழுவினரின் முகத்தில் லேசான புன்னகை மலர்வதைக் கவனித்தேன். அது மட்டுமில்லாமல் விளையாடும்போது மற்றவர்கள் தங்கள் விருப்பத்துடன் ஒத்துப்

போகிறார்களா இல்லையா என்பதைச் சுற்றும் முற்றும் பார்த்து உறுதிப்படுத்திக் கொண்டனர்.

அடுத்த கட்டமாக எங்களை பச்சை, சிவப்பு என இருகுழுக்களாக சரிசமமாகப் பிரித்தார். எனது குழுவில் மற்றவர்களுடன் வீணாவும் சம்பத்தும் இருந்தார்கள். ரவி, லீசா, ஜேகே எதிரணியில் இருந்தனர். ஒவ்வொரு குழுவிற்கும் பச்சை, சிவப்புநிற பலூன்களை சம எண்ணிக்கையில் கொடுத்தனர். கொடுத்திருந்த கால அவகாசத்தில் அதிக பலூன்களை ஊதும் குழு வெற்றி பெற்ற குழுவாக அறிவிப்பதாகச் சொன்னார்கள். நாங்கள் ஒவ்வொருவரும் அவசர வாயுபுத்திரர்களானோம். போட்டியினூடே பலூனை 'படார்' என வெடிக்க வைத்த பலூன் பார்ட்டிகளை மற்றவர்கள் சிரித்தபடி கவனிக்கத் தவறவில்லை. அங்கே குறும்பும் விளையாட்டும் குதூகலமும் கலாட்டாவும் துள்ளி விளையாடின.

மேலோட்டமாகப் பார்க்க இது விளையாட்டாகத் தோன்றினாலும் இதன் முக்கிய நோக்கம் ஒரு அணியின் வெற்றிக்குத் தங்களின் தனிப்பட்ட உழைப்பு எவ்வளவு முக்கியமோ அதுபோலவே சக ஊழியர்களின் உழைப்பும்தான் என்பதை புரியச் செய்வது. அதுபோல தன் மேலதிகாரியையும் சக ஊழியராக நினைக்கும் மனநிலையை வரச் செய்யும். சமயங்களில் இது குழுவிலிருக்கும் தலைமை பொறுப் புள்ளவர்களையும், திறமையானவர்களையும் அறிமுகப்படுத்தும்.

அடுத்ததாக கயிறு இழுக்கும் போட்டிக்காக எங்களை தண்ணீரில் இறங்கச் சொன்னார்கள். போட்டிருந்த ஜீன்ஸோடு தண்ணீரில் இறங்கினேன். வீணா ஜாக்கிரதையாக என் செல்ஃபோனை வாங்கி தனது கைப்பையில் பத்திரமாக வைத்துவிட்டு வந்தாள். 'சோ ஸ்வீட் ஆஃப் ஹெர்.'

அதுபோல போட்டியில் ஆண் பெண் வித்தியாசமின்றி ஒருவரை ஒருவர் இடித்தபடி தங்கள் அணியின் வெற்றிக்காக கடைசிவரை முயற்சி செய்து கயிறு இழுத்தார்கள்.ஜேகே இருந்ததாலோ என்னவோ கயிறு இழுக்கும் போட்டியில் எதிர் அணிதான் வெற்றி பெற்றது.

அவர்களை வாழ்த்தி உற்சாகத்தோடு கைகுலுக்கினோம். எங்களுக் கிடையே இருந்த திரை மெல்ல விலகுவது புரிந்தது.

''பலூனில் விட்டதை, இப்ப புடிச்சோம் பாத்தீங்களா?'' என எதிர் அணியிலிருந்த லட்சு சந்தோஷப்பட்டார்.

அதுபோல ஐந்து பேர் கொண்ட சிறுசிறு குழுக்களாகப் பிரிந்து ,படைப்பாற்றலை ஊக்குவிப்பது, 'ப்ராப்ளம் சால்விங்', பின்பு பீச்

வாலிபால் என்பதுபோல பல விளையாட்டுகளை விளையாடி முடித்தோம். எங்களோடு சேர்ந்து சூரியனும் களைத்துப் போயிருந்தான்.

எல்லோரும் ஒன்றாகச் சேர்ந்து புகைப்படம் எடுத்துக் கொண்டோம். இன்றைய எல்லா நிகழ்வுகளும் ஒரு ஆழமான ஒரு பிணைப்பை எங்கள் எல்லோருக்குள்ளும் ஏற்படுத்தியிருந்தது. ஒருவரை ஒருவர் கேலி பேசி விளையாடிய கூட்டம் இப்போது ஒருவரை ஒருவர் மனதாரப்பாராட்டி, நன்றி சொல்லி சந்தோஷப்பட்ட அனுபவம் அற்புதமாக இருந்தது.

''அடுத்து இரவு எட்டு மணிக்கு பீச் நைட்பார்ட்டி!'' என கடற்கரை யிலுருந்த ஒரு ஷெட்டை கைகாட்டினார் அந்தச் சீனர். பெரும்பாலான இளைஞர்கள் ஆவலோடு எதிர்பார்த்த நிகழ்வு அது.

அறைக்குத் திரும்பிப்போய் குளித்துவிட்டு உடைமாற்றி வரக் கிளம்பினோம். பாராசூட் ஆசாமி பெயரே இன்னமும் சரியாக பிடிபடவில்லை, அந்த ஆள் என்னை வரச் சொன்ன காரணம் என்னவாக இருக்கும் என்றும் புரியவில்லை. யோசனையோடு நடந்தேன்.

''பார்ட்டி நைட்தான் சூடு பிடிக்கும் மச்சி, ஃப்ரீ சரக்கு,மூக்கு முட்ட குடிக்கணும்'' என ரவியும் ஜேகேவும் பேசிக் கொண்டனர்.

''வேணா மச்சி அளவா குடி, சம்பத்தெல்லாம் இருக்காரு. தேவை யில்லாம பேஜார் பண்ணிடாத'' என்றான் ரவி.

''காலேஜுக்கே கட்டிங் உட்டுட்டு போறவன் நான், உன்ன மாதிரி மூடி குடிச்சிட்டு ஆடுறவனு நினைச்சியா'' என்றான் ஜேகே தன்மானத்தை விட்டுக் கொடுக்காமல்.

★

நான் கறுப்பு நிற சூட்டும் அடர் ஊதா நிறத்தில் டையும் அணிந்திருந்தேன். ரவியும் மற்றவர்களும் இதுக்கெல்லாம் வெறும் ஜீன்ஸ் போதும் என வந்திருந்தனர். எங்களின் பெர்ஃபியூம் வாசனை கண்டிப்பாக சில கிலோமீட்டருக்கு அடிக்காவிட்டாலும் சில மீட்டருக்காவது அடித்திருக்கும்.

சூரியன் முழுதாக ஓய்வெடுக்கச் சென்றிருந்தான். பார்ட்டி ஏற்பாடாகி யிருந்த ஷெட் கடற்கரையை ஒட்டி இருந்தது. பார் - ரெஸ்டாரண்ட் அதன் பக்கத்திலேயே இருந்தது. பாரில் சிறு சிறு விளக்குகள் சரம்சரமாக தொங்கிக் கொண்டிருந்தன. வண்ணமயமான விளக்குகளால் அது இருள் கடலில் மிதக்கும் படகு போலத் தெரிந்தது.

'பாரி'லிருந்து பாடல் வரிகள் இல்லாத இசை அதிர்ந்து கொண்டிருந்தது. கடற்கரை மணலில் வட்ட மேஜைகளும் நாற்காலிகளும்

நிறைந்திருந்தன. பார் சிப்பந்திகள் ஓடியாடி கோப்பைகளை நிரப்பிக் கொண்டிருந்தனர்.

லீசா சிவப்பு நிறத்தில் ஒற்றைத் துணியாலான பளபளப்பான சிவப்பு பார்ட்டி கவுன் அணிந்திருந்தாள். ஏர்ஹோஸ்டஸ் கொண்டை. தக்காளி நிற லிப்ஸ்டிக், ஹை ஹீல்ஸ் சகிதமாக வந்திருந்தாள்.கவுன் அவள் உடலை கச்சிதமாக தழுவி வேண்டிய பிரதேசங்களை எடுப்பாகக் காட்டியது. உடன் வந்த வீணா குர்தா, ஜீன்ஸில் அதிக மேக்கப் இல்லாமல் வந்திருந்தாள். அவளது இழுத்துக் கட்டிய அடர்த்தியான சுருள் முடி அடங்க மறுத்துக் கொண்டிருந்தது.

ஒரு ஹாய் சொல்லிவிட்டு இருவரும் நானும் ரவியும் இருந்த மேஜையில் எதிரே அமர்ந்தனர். நடுவில் எரிந்துக் கொண்டிருந்த மெழுகுவர்த்தியில் இருவரின் முகங்களும் பளிச்சிட்டன. அதில் உற்சாக அலைகள் கரைபுரண்டோடிக் கொண்டிருந்தது.

ரவி தனக்கு ஒரு டச்சு பியர் வாங்கிக்கொண்டான்.

''நான் எல்லோருக்கும் டின்னர் ஆர்டர் செய்யவா?'' என்றாள் லிசா.

''ஸ்யூர், எனிதிங் வெஜிடேரியன் இஸ் பைன்'' என்றேன் நான்.

''எனி சீ ஃபுட் யூ லைக்'' என ரவி கண்ணடித்தான்.

அவள் மிடுக்கான உடையிலிருந்த சிப்பந்தியிடம் ஏதோ மலாயில் பேசினாள்.

சிறிது நேரத்தில் ரவிக்கு பெரிய பொரித்த ஆரஞ்சு நிற நண்டு வந்தது. நண்டு தன் கால்களை தட்டைத் தாண்டி அகல விரித்துக் கொண்டிருந்தது.

எனக்கு ஒரு பீங்கான் கிண்ணத்தில் பாஸ்தா போலொரு உணவு வந்தது.

''ஃபார் யூ?'' என்றேன் வீணாவிடம்.

''எங்களுக்கு கிளாஸ் நூடுல்ஸ் வித் பிரான்.''

தொடர்ந்தாற்போல் எல்லோருக்கும் லெஸி வந்தது.

ஸ்பூனில் ஒரு வாய் வைத்தேன்.ஏதோ வித்தியாசமாக இருந்ததால், யோசனையோடு கொஞ்சமாக ஸ்பூனால் எடுத்து ''என்ன இது?'' என்றேன் லீசாவிடம்.

சற்று உற்றுப் பார்த்தவள், சொன்னாள்...

''சோத்தோங்.''

''கொஞ்சம் புரியிர மாதிரி சொல்லேம்மா.''

''ஆங், ஆக்டோபஸ்.''

கொடுமையே!, அதைக் கேட்டதும் எனக்கு குமட்டியது. மென்ற வாயையும் நாக்கையும் , பற்களையும் அந்நியமாய் உணர்ந்தேன். ஒரு ஐந்து வயிற்றினுள் சென்றதை நினைக்கையிலே உடல் பதறியது.

என் முகத்தைப் பார்த்து புரிந்துகொண்டவள்போல ''அப்ப அது வெஜிட்டேரியன் இல்லையா?'' என்றாள் நக்கலாக.

சட்டென ''ஸாரிலா. வேற என்ன வேணும் சொல்லு'' என்றாள்.

என்னை நான் சபித்தபடியே,

''லீவ் இட்!''

''ஐயையோ, வாய் கழுவ டெட்டால் வேணுமா மச்சி?'' சீரியஸாக கிண்டலடித்தான் ரவி.

''ரவி, யூ டூ?'' என அலுத்துக் கொண்டேன்.

''ஓகே, வாட் ஸ் எ பிக் டீல்? அக்டபஸ்தான சாப்பிட்ட டைனசர் இல்லையே? அப்றம் ஏன் பதற்றுற?'' என்றபடி இரண்டாவது பியர் பாட்டிலை காலி செய்தான் ரவி.

நீ வேணா இதை சாப்பிடு என கிண்ணத்தை அவனிடம் நகர்த்தினேன்.

அவன் யோசித்து ''ஆமா! உனக்கு ஜாதகத்துல எட்டுல சனியா, ஆக்டோபஸ் வந்திருக்கு?'' என்றான் சிரித்தபடி.

''இப்ப ரொம்ப முக்கியம்'' என்றபடி லெஸியால் வயிற்றை நிரப்பினேன்.

சாப்பிட்டபடியே ரவி லீசாவைப் பார்த்து ''தி லெக்ஸ் ஆர் பியூட்டிபுள்'' என்றான்.

ஒரு கணம் திகைத்த ஸீசா கீழே குனிந்து தன் கால்களைப் பார்த்தாள். அதை எதிர்பார்த்தவன்போல் சிரித்தபடி,

''நான் இதோட காலை இல்ல சொன்னேன்'' என்றபடி எதிரே தட்டில் இருந்த நண்டைக் கைகாட்டினான்.

அவனை லீசா விளையாட்டாய் முறைப்பதுபோல் பார்த்துவிட்டு சிரித்தாள்.

எனக்கு பாராசூட் ஆசாமியைப் பார்க்கவேண்டியது நினைவுக்கு வந்தது.

''எக்ஸ்கீயூஸ் மீ'' என எழுந்தேன்.

பாரின் இரைச்சலைக் கடந்து சற்று தூரத்தில் தனித்திருந்த ஒரு சிவப்பு குடையின் கீழ் பெருந்தலைகள் முகாமிட்டிருந்தன. இந்த இருளில் மதுவின் போதையில் உயரதிகாரிகள் என்ன பேசுவார்கள் என என்னால் ஊகிக்க முடியவில்லை. ஆனால் சம்பத் அடிக்கடி நைட் பார்ட்டி என இரவு இரண்டு மணிவரை பாரில் இருந்துவிட்டு வந்ததாகச் சொல்லுவார்.

நான் பாரில் ஒரு கோக் புட்டியை வாங்கிக்கொண்டு குடையை நோக்கி நடந்தேன்.

''வாப்பா உங்க டீம் கலக்கிட்டீங்க போல'' என்றார் சம்பத் உற்சாகமாய். போதை அவர் கண்களில் தெரிந்தது.

லட்சு, லீ யுடன் பாராசூட் ஆசாமியும் சிரிப்பில் சேர்ந்து கொண்டான்.

எல்லோரும் வலது கையில் சிகரெட்டும் இடது கையில் கிளாஸுமாக இருந்தனர். லட்சு தனக்கு அருகில் காலியாக இருந்த நாற்காலியில் உட்காரும்படி சைகை செய்தார்.

நான் கையிலிருந்த கோக்குடன் உட்கார்ந்தேன்.

''வெல்கம் மேன். ஜாயின் வித் அஸ்'' எனக் குழறியபடி கை கொடுத்தார் பாராசூட் ஆசாமி.

அந்த மங்கலான ஒளியில் அவருடைய கண்களைச் சந்திக்க முயன்று தோற்றேன். அவருடைய உண்மைத் தன்மையை கண்களை வைத்து ஓரளவு கணிக்கலாம் என்பது என் எண்ணமாக இருந்தது.

''உனக்கு லீயை தெரியுமா?'' என அவனை நோக்கி கைகாட்டினார்.

''எஸ் ஐ நோ ஹிம்''

''வெரி குட். நான் சேர்மன் வீட்டுக்கு அடுத்த மெர்ஜர் விஷயமா பேசப் போறேன். அப்ப உங்களையும் கூட கூட்டிக்கிட்டு போகலாம்ன்னு யோசிச்சேன். தேட்ஸ் ஒய் ஐ வாண்ட் டு மீட் யூ''என்றார்.

ஆர்பென் சேர்மனின் வீடு கிழக்கு மலேசியாவின் சராவாகில் இருக்கிறது. அவர் ஒரு அரசியல் புள்ளி என்பதைத் தாண்டி வேறெந்தவிதமான தகவலும் எனக்குத் தெரியாது.

பாராசூட் ஆசாமி தொடர்ந்தார்.

''வெரி இன்ட்ரஸ்டிங் பிலேஸ். இரண்டு மாசத்துக்கு முன்னாடி நானும் என்னோட ஃபிரண்டும் சேர்மன் வீட்டுக்கு போயிருந்தோம். அவன் ஒரு இணைய நிபுணன். கில்லாடி. அவனுக்கு அசைன்மெண்ட் ரகசிய நெட்வொர்க் செட்டப் பண்றது.

‘‘ஓ மை ஃகாட்! அத வீடுன்னு சொல்லக் கூடாது. அது பெரிய அரண்மனை. புருனே சுல்தானுக்கு இணையா இழைச்சு இழைச்சு கட்டிருக்காங்க.’’

‘‘சுதா, உனக்கு கிழக்கு மலேசியா பத்தி தெரியுமா?’’ என்றார் லட்சு.

‘‘இந்தோனேசியா பக்கத்துல ஒரு தீவுல இருக்குனு தெரியும்’’ என்றேன்.

‘‘அதுமட்டுமில்ல, அங்க சபா மற்றும் சரவானு ரெண்டு மாநிலங்கள் இருக்கு. மலேசியா பிரிட்டீஷ் கிட்ட சுதந்திரம் வாங்குனது 1957, ஆனால் கிழக்கு மலேசியா மெயின் லேண்டோட சேந்தது 1963 தான். அதுக்கு தனி விசா வேற’’ என்றார் லட்சு.

‘‘எல்லாருக்கும் அங்க போக விசா வேணுமா?’’ என்றேன்.

‘‘விசிட் பண்ணலாம். ஆனால் ஒருவர் மலேசியக் குடிமகனாக இருந்தாலும், அங்க நிரந்தரமாக தங்க, மாநில அரசின் பர்மிசன் வாங்கனும்.’’

எனக்கு காஷ்மீர் ஞாபகத்துக்கு வந்தது.

‘‘அங்க பெரும்பாலும் காடுங்க. என் கூட வந்த அந்த ஃபிரண்டு ஒரு கிறுக்கன்.இவ்ளோ தூரம் வந்துட்டு காட்டை பாக்காம போனால் எப்படின்னு பிடிவாதம் புடிச்சான். மெதுவா சேர்மன் கிட்ட விஷயத்தைச் சொன்னேன். அதனால என்ன நம்ம ஹெலிகாப்டர்லயே போலாம்ன்னு அவரே கூட கிளம்பி வந்துட்டாரு.

ஹீ வாஸ் எ நைஸ் ஜென்டில்மேன்.

ஹெலிகாப்டர்லேந்து கீழே பாத்தா பாக்குற இடமெல்லாம் பச்சை பச்சையாக கார்ப்பெட் விரிச்சதுபோல... பியூட்டிஃபுல் , எல்லாமே ரெயின் ஃபாரஸ்டாம்.’’

‘‘ம், ஆனால் மேற்கு மலேசியா மாதிரி அங்க அவ்ளோ வளர்ச்சி இல்லப்பா. ஆனால் நிறைய இயற்கை வளம் இருக்கு. மத்தபடி ஒரே காடு. பெரும்பாலும் விவசாயம்தான். எல்லாம் ரப்பர் தோட்டங்க, பாம் ஆயில் தான். மிஞ்சி போனால் பெட்ரோல் எடுப்பாங்க. அங்க தமிழுகாரங்க கூட கொஞ்சபேர் இருக்காங்க.’’ என்றார் லட்சு என் காதருகில்.

‘‘சம்பத், நீங்க கூட போயிருக்கீங்கபோல?’’ என்றான் லீ.

‘‘ம், சேர்மனை பாக்க இரண்டு மூணு தடவை போயிருக்கேன். அங்க

இருக்குற ஃகோல்ப் கிரவுண்ட் இஸ் ஃபென்டாஸ்டிக்'' என்றார்.

எனக்கு டிஸ்கவரி சேனல் பார்ப்பது போலிருந்தது, ''தேமே'' வென உட்கார்ந்திருந்தேன். ஃபோனில் அழைப்பு வந்து எழுந்து சென்ற பாராசூட் ஆசாமி தூரத்தில் வந்த ஒரு பெண்ணுடன் இருளில் மறைந்தார்.

நானும் அந்த சந்தர்ப்பத்தை பயன்படுத்தி அங்கிருந்து விடைபெற்றுக் கிளம்பி ரூமை நோக்கி நடக்கத் தொடங்கியபோது நள்ளிரவைத் தொட்டுக் கொண்டிருந்தது.

கடற்கரை ஆள் அரவமற்று வெறிச்சோடி நீண்டு கிடந்தது. அங்கொன்றும் இங்கொன்றுமாய் மணலில் போடப்பட்டிருந்த மேஜை, நாற்காலிகள் மயங்கிய நிலாவொளியில் நிறைந்திருந்தன.

எல்லா லௌகீக சத்தங்களும்,இரைச்சலும் சுத்தமாக அடங்கி வடிந்திருந்தது. மேலே நட்சத்திரங்கள் கண் சிமிட்ட முழுநிலவு அமைதியாய் பொலிந்துகொண்டிருந்தது. கடல் அலைகள் மட்டும் ஹோவென இரைந்துகொண்டிருந்தன. தூரத்தில் நிழல் உருவங்களாக ஒரு பெண்ணும் இரண்டு ஆண்களும் அலைகளைத் துரத்தி விளையாடிக் கொண்டிருந்தார்கள்.

நான் காலார கடற்கரை மணலில் ரிசார்ட்டை நோக்கி நடந்து கொண்டிருந்தேன். குளிர்ந்த கடற்காற்று முகத்தை வருடிச் சென்றது. கடற்கரை முடிந்து ரிசார்ட் தொடங்கும் இடத்தில் ஒரு ஆணும் பெண்ணும் நெருங்கி நின்றபடி பேசிக் கொண்டிருந்தது தூரத்தில் தெரிந்தது. அந்தப் பெண்ணின் கைகளை ஆண் பற்றியிருந்தான். அருகில் நெருங்கியபோது அது ரவியும் லீசாவும் எனத் தெரிந்தது. ரவியின் கையில் ஒரு பியர் பாட்டில். அவள் என்னைப் பார்த்ததும் டக்கென கைகளை விடுவித்துக்கொண்டு மெலிதாக சிரித்தாள்.

''நீங்க பாருங்க'' என சட்டென தன் உள்ளங்கைகளை என்னிடம் நீட்டினாள். சிவப்புத் தடம் பட்டையாக இருந்தது.

''கயிறு இழுக்கும் போட்டியில வந்த வீரத்தழும்பு'' என்றான் ரவி.

''பர்ஸ்ட் எயிடு கிட் வாங்கி போடலாமே?'' என்றேன்.

பதிலேதும் பேசாமல் தன் கையிலிருந்த செல்ஃபோனால் காயத்தை மெல்ல வருடியபடி ''உங்களோட செல்ஃபோனை வந்து வீணா வாங்கிக்க சொன்னாள்'' என்றாள். அவளிடம் கொடுத்த செல்ஃபோன் நினைவுக்கு வந்தது.

‘‘இப்போவா?’’

‘‘ஆமாம், நாங்க லேடீஸ் காலையில பிஸியாயிருப்போம். நாளைக்கு நிகழ்ச்சிக்கு தேவையான உங்க காஸ்டியூமையும் சேர்த்து வாங்கிட்டா பெட்டர். அவ இன்னமும் தூங்கல, போங்க.’’

லீசா அறை எண்ணைச் சொன்னாள். இரவில் தனியாக இருக்கும் ஒரு இளம்பெண்ணின் அறைக்கு பெருத்த யோசனைக்குப் பின் போக முடிவெடுத்தேன்.

லிஃப்ட்டை நிறுத்தியிருந்தார்கள். படியில் நடந்தேன். நள்ளிரவைத் தாண்டியிருந்ததால் காரிடார்கள் வெறிச்சோடிக் கிடந்தன. ஒன்றிரண்டு ஜீரோ வாட்ஸ் மினுக்கின, மற்றபடி இருண்டு கிடந்தது. தூரத்தில் கடல் அலை கரையை முத்தமிடும் ஓசை லேசாக கேட்டுக் கொண்டிருந்தது.

அவள் அறைக் கதவைத் தட்டினேன். பதிலில்லை. அறையில் ஜன்னல்கள் எதுமில்லை. புண்ணியவான்கள் சுத்தமாக அடைத் திருந்தார்கள். லேசாக தள்ளிப் பார்த்தபோது திறந்திருந்தது. தயக்கமா யிருந்தது. லேசாக திறந்தபடி, ‘வீணா!’ எனும் குரலுக்கும் பதிலில்லை. கதவை மூடாமல் திறந்து வைத்திருந்தவள் அசதியில் தூங்கிவிட்டாள் என நினைத்தேன்.

மனம் தறிகெடும் முன்பே, திறந்த கதவிடுக்கின் வெளிச்சத்தில் கட்டிலின் மேல் ஓரமாக என் செல்ஃபோன் ஒரு கவரின் மேல் பவிசாக அமர்ந்திருப்பதைக் கவனித்தேன். எனக்காக எடுத்து வைத்திருக்கிறாள் போல, இவ்வளவு தூரம் வந்துவிட்டோம், அதை எடுத்துப் போகலாம் என நினைத்தேன். சட்டென சில நொடிகளில் மின்னலாய் நுழைந்து எடுத்துவிடலாம் என கணித்தேன்.

சட்டென தைரியத்தை வரவைத்துக்கொண்டு மெள்ள பூனைப்பாதம் வைத்து நுழைந்தேன். ஏ.சி குளிர்ந்தது. பெண்கள் பெர்ஃப்யூம் வாடை அடிப்பது போலிருந்தது. உள்ளே இருட்டாகதான் இருந்தது.ஆனால் , குளியலறை விளக்கு மட்டும் எரிந்து கொண்டிருப்பது போலிருந்தது. நான் வேறெதையும் கவனிக்காமல் மின்னல் வேகத்தில் இரண்டையும் எடுத்துக்கொண்டு வெளியேற எத்தனித்தபோது டக்கென வந்த சத்தம் கேட்டு திடுக்கிட்டேன். வீணா குளியலறைக் கதவைத் திறந்தபடி நின்றிருந்தாள். தளர்வான இரவு உடை, முகம் கழுவியதில் ஈரத் துவலைகள் முத்துமுத்தாய் மினுக்கின. அவள் சற்று அதிர்ந்து பின் வெளிக்காட்டாமல் ‘‘ஓ சுதாவா? உட்காருங்க’’ என்றவள் விளக்கைப் போட முயன்றாள்.

நான் சுதாரித்து ஸாரி, ''ஹெவ் டு கோ, குட் நைட்'' என அவசரமாய் இயந்திரகதியில் சொல்லிவிட்டு வெளியே வந்தபின்பே நிதானமாய் மூச்சு விட்டேன். அறைக்கதவை பழையபடி மூடிவிட்டு வெளியேறிய போது ஆசுவாசமாயிருந்தது. அதை எனக்கு வேண்டாத ஒரு ஜோடிக் கண்கள் என் முதுகைத் துளைப்பதுபோல் பார்த்துக்கொண்டிருந்தன.

கீழே வந்தபோது இன்னமும் இருவரும் பேசிக்கொண்டிருந்தனர். நானும் ஜோதியில் ஐக்கியமானேன்.

''இந்தியாவுக்கு போனதுண்டா?''

''இல்லை, ஆனா அங்க தெருவுல நாயெல்லாம் சுத்திகிட்டிருக்கும்னு கேள்விப்பட்டிருக்கேன். எனக்கு நாய்கள்னா பயம் லா'' என்றபடி தோள்கள் குலுங்கச் சிரித்தாள்.

சட்டென ''நீங்கல்லாம் கம்ப்யூட்டர்ல இருக்கீங்க உலகம் பூரா சுத்தி பாக்கலாம்... நாங்கல்லாம் அப்படியா?'' என்றாள் ஒருவித ஏக்கத்துடன்.

அங்கிருந்த இறுக்கமான சூழ்நிலையை சரிசெய்யும் விதத்தில்,

''புடிக்காத்தை சொல்லிட்ட, புடிச்சது?''

மலர்ந்தாள், காற்றில் பறந்த கூந்தலை சரிசெய்தபடியே,

''ஃபுட்? ஐ லைக் இண்டியன் ஃபுட். மலேசியாவில் நாங்க லக்கி. மலாய், சைனீஸ், இந்தியனு குறைஞ்சது மூன்று விதமான உணவுகளை இங்கே தாராளமாக சாப்பிடலாம். குறிப்பா சிக்கன் மஞ்சூரியன்?'' கைகளை ஐஸ்க்ரீம் கோன் பிடித்திருப்பதுபோல் சைகை செய்தாள்.

பேச்சு ப்ராஜெக்ட் பற்றி திரும்பியது. அகௌண்டிங்கில் இருப்பதால் அவளுக்கு கம்பெனி உள்விவகாரங்கள் தெரிந்திருந்தன.

''இப்ப பண்றதுபோல நிறைய மெர்ஜர் ப்ராஜெக்ட் புதுசா வரும் போல'' என்றாள்.

''புது பிராஜெக்ட்டா? மதிப்பு தெரியுமா?''

''டோண்ட் நோ லா.''

''சரி, இப்ப பண்ற மெர்ஜர் பிராஜக்டின் உண்மையான மதிப்பு என்ன, ஆபரேடிங் காஸ்ட் என்ன?'' என சாதாரணமாகக் கேட்டேன்.

அவளிடமிருந்து பதிலேதுமில்லை.

''குளோஸ்டு ரூம் மீட்டிங் செட் பண்ணுனாதான் சொல்லுவியா?'' என்றேன் சிரித்தபடி.

சட்டென முகம் சுருங்கியவள் அங்கிருந்து விருட்டெனக் கிளம்பி ரிசார்ட்டைநோக்கி நடந்து மறைந்தாள்.

இதை நான் எதிர்பார்க்கவில்லை. திகைத்தேன். நானும் ரவியும் மேலே நிலவு சாட்சியுடன் அவள் போன திசையையே வெகு நேரத்துக்கு வெறித்துப் பார்த்தபடி நின்றிருந்தோம். கொஞ்ச நேரம் அமைதியாக இருந்தது.

''நீ அந்த கேள்வியை அவள்கிட்ட கேட்டிருக்க வேண்டாம்'' என்றான் ரவி.

''எனக்கும் அப்படித்தான் தோன்றியது. அந்த கேள்வியை அவளிடம் கேட்டிருக்க வேண்டாமென.''

17

மறுநாள் சாரா ஃபோன் செய்திருந்தாள்.

''நான் வேற ஒரு வேலையில பிஸியா இருந்தேன். சொல்லு என்ன விஷயம்?'' என்றாள் ஆங்கிலத்தில்.

இந்த மாதிரி விஷயங்களை நேரில் பேசுவதே சரியாக இருக்குமெனத் தோன்றியது. சுற்றி வளைக்காமல் நேரடியாகவே சொன்னேன்.

''ஐ வாண்ட் டு டாக் இன் பிரைவேட்.''

''பிரைவேட்?''

ஆர்பென் குழும சேர்மனின் பெயரைச் சொல்லி, அவரை பத்தி ''தெரிஞ்சுக் கணுமே'' என்றேன்.

''ஹவ் அபவுட் 4:30? கேஎல்சிசி பார்க்?''

பார்க் போக வீட்டிலிருந்து ரயில் பிடித்தால் பதினைந்து நிமிடப் பயணம் தான், சரியென்றேன்.

பேசி முடித்தபின்புதான் ''டாக் இன் பிரைவேட்'' என்பதை அவள் எப்படி புரிந்து கொண்டிருப்பாளோ என யோசித்தேன். எதுவாக இருந்தாலும் ஃபோனில் அவளைக் குழப்பவேண்டாம் என நினைத்தேன்.

லோக்கல் ரயில்வே ஸ்டேஷனுக்கு நடக்கும் தூரம்தான். அபார்ட்மென்ட் வாசலில்

வயதான சீனப் பெண்மணியின் கார் டிரங்கிலிருந்து மளிகை சாமான்களை மாடி வீட்டு இந்தோனேசியச் சிறுமி இறக்கிக் கொண்டிருந்தாள். கம்யூனிட்டி செக்போஸ்டில் இருந்த யூனிபார்ம் மலேசியக் காவலாளியின் வணக்கத்தை வாங்கிக்கொண்டு வெளியே நடக்கத் தொடங்கினேன்.

சாலையின் எதிரே வந்த மஞ்சள் நிற பள்ளிப் பேருந்து ஓரமாக நின்றது. அதன் பக்கவாட்டில் 'பஸ் ஸ்கோலா' என ஆங்கில எழுத்தில் எழுதியிருந்தது. இப்படி மலாய் மொழி ஆங்கில எழுத்துருக்களிலேயே எழுதப்படுவதால் அதை வாசிப்பதில் சிரமமில்லை. பேருந்திலிருந்து சீன, மலாய் பிள்ளைகள் பையோடு இறங்கிக் கொண்டிருந்தார்கள். அவர்களின் முகத்தில் அசதியும், தூக்கமும் படர்ந்திருந்தன.அங்கு காத்திருந்த அம்மாக்கள் சிலர் பையை வாங்கிக்கொண்டு தூக்க முடியாமல் தூக்கியபடி நடந்தனர். அவர்களைப் பார்த்தபடியே இடது புறமிருந்த தெருவுக்குள் நுழைந்தேன்.

தூர தூரத்திற்கு சிறிது சிறிதாக அங்கொன்றும் இங்கொன்றுமாக தனித்தனியான வீடுகள். அதிக வருமானமில்லாதவர்கள் இருக்கும் ஏரியா. வீட்டு வாசலில் குழாய் மூலம் கார்களை சுத்தம் செய்து கொண்டிருந்த தாட்டியான மலேசியன். ஈசி சேரில் படுத்தபடி அன்றே உயிர் போவதுபோல் இருமிக் கொண்டிருந்த சீனக் கிழவன். தரையில் பாய்போட்டு உட்கார்ந்திருந்த அம்மாவுக்கு நின்றபடி ஆர்வமாய் பேன் எடுத்துவிடும் மலாய்ச் சிறுமி போன்ற கலவையான காட்சிகளைப் பார்த்தபடி டிரெயின் ஏறினேன்.

தெரியாத எண்ணிலிருந்து போன் வந்தது. யோசனையோடு ''யாருங்க பேசறீங்க?'' என்றேன் ஆங்கிலத்தில். ஒரு ஆண் குரல், ''தொடர்பு கொள்ளச் சொல்லி ஒரு எஸ்ஸெமெஸ் வந்ததே?'' டி-டே ஆசாமி எனப் புரிந்து கொண்டேன்.

'ஐ ம் சுதா ஃபிரம் ஆர்பென்' என்றேன். மறுமுனையில் சில வினாடிகள் மயான அமைதி. இரண்டு முறை நானாகவே ''ஹலோ... ஹலோ'' என்றேன். தொடர்பு துண்டிக்கப்பட்டது. திரும்ப அதே எண்ணுக்கு முயற்சித்தேன். எண்ணை சரிபார்க்கச் சொல்லி ஒரு பெண் குரல் அதிர்ந்தது. ஏதோ காலிங் கார்டிலிருந்து பேசியிருப்பான்போல.

யோசனையோடு கேஎல்சிசி ஸ்டேஷனில் இறங்கினேன். அங்கிருந்து இரட்டைக் கோபுரங்களுக்கு எதிரே கேஎல்சிசி பார்க் இருப்பது தெரியும். பலமுறை அதைக் கடந்து போனாலும் விரிவாக பார்த்ததில்லை. புத்தாண்டுக் கொண்டாட்டங்களின்போது வானவேடிக்கைகளைப் பார்க்க அருமையான இடம் என யாரோ சொன்னது நினைவுக்கு வந்தது.

கோலாலம்பூரின் உயரிய அடையாளமான ட்வின் டவர்ஸ் எனும் இரட்டைக் கோபுரங்களுக்குப் போவதற்கே ரவி அலுத்துக் கொண்டான். ''ஆமா காச குடுத்து என்ன அங்க போய் பாக்க? என்ன பெரிசா இருக்கப்போது? மேலே இருந்து பாத்தா கீழே கட்டட மெல்லாம் சின்னசின்னதா தெரியப்போது…'' என்றான்.

உடனிருந்த ஜேகே சம்பந்தமில்லாமல் ஆஜரானான்.

''வீக் என்டானா நீ எங்கயாவது கிளம்பிடுற, நாங்க உங்கையில எதாவது கேக்குறமா? உனக்கோசரம் பாக்கணும்னா, நீ போக வேண்டியது தான?'' சொல்லு என்றான்.

''ரவி, கோலாலம்பூர்ல இருந்துகிட்டு அதை பாக்கலனா எப்படி? உலகத்திலேயே உயரமான இரட்டைக் கட்டடம். ஆயிரத்தி இருநூறு அடி எல்லாம் ஸ்டீலாம். அதுவும் ஒரு தமிழர் கட்டுனதாம்.''

''யாரு தமிழ் கொத்தனாரா?'' என்றான் ஜேகே நக்கலாய்.

ஒரு வழியாகப் பேசி சரிசெய்து எட்டு பேர் ஒரு குரூப்பாகப் போனோம். மாலைக்கான 'சன்செட்' டூர் முன்பே புக்காகிவிட்டதால். காலை பதினோரு மணி வாக்கில் சென்றிருந்தோம். நெருக்கத்தில் இரட்டைக்கோபுரங்கள்- மரவட்டையின் உடல் போல் வரி வரியாக 88 தளங்கள். அதில் பல அலுவலகங்கள், பன்னாட்டு நிறுவனங்கள் இயங்குகின்றனவாம்.

முதலில் வான்பாலத்தைப் பார்க்க அனுமதித்தனர். இரண்டு கோபுரங் களையும் பக்கவாட்டில் இணைப்பது போலிருந்த அந்த வான்பாலம் (sky bridge) 41, 42 வது தளங்களில் இரண்டு அடுக்குகளுடன் இருந்தது. 41வது தளத்தை பார்வையாளர்களுக்கு அனுமதித்தார்கள்.

86வது தளத்திலிருந்த கண்காணிப்புத் தளம் எனும் அப்ஸர்வேசன் டேக்கிற்கும் சென்றோம். அங்கிருந்து பருந்துப் பார்வையில் கோலாலம்பூர் நகர் பிரமாண்டமாக கண்ணெதிரே விரிந்தது. கண்ணுக் கெட்டிய தூரம் வரை விரல்களாய் முளைத்த கான்கிரீட் கட்டடங்கள் விரவிக்கிடந்தன. அணில் முதுகில் அனுமன் கோடுகளாய் சாலைகள் நீண்டிருந்தன.

''நல்லாதான் இருக்கு மச்சி, வொர்த் கம்மிங்'' என்றான் ரவி. போட்டோ எடுத்துக்கொண்டோம்.

அங்கிருந்த மலாய் கைடு சூட் அணிந்திருந்தார். அவர் கட்டடத்தின் வடிவமைப்பு, ஆபத்துகால நடவடிக்கைகள், இஸ்லாமியப் பண்பாடு

கட்டடக்கலை சிறப்புகளை பெருமை பொங்க விளக்கிக் கொண்டிருந்தார். எங்களுடன் வந்த ஜேகேயோ ஆர்வமில்லாமல் வேண்டா வெறுப்பாக கேட்டுக் கொண்டிருந்தான்.

டூர் முடிந்ததும், கீழே வந்து கிஃப்ட் ஷாப்பில் நினைவுச் சின்னங்கள் வாங்கிக் கொண்டோம். எல்லாரும் ஊருக்கு நான்கு ஐந்து என அள்ளிக் கொண்டிருந்த போது. ஜேகே மட்டும் ரவியிடம் , ''போனத்துக்கு அடையாளமா எனக்கு ஒண்ணே ஒண்ணு சின்னதா வாங்கிக்க. உனக்கு காச அப்பறம் தர்றேன்.''

''அப்புறம், போகும்போது நைட்டுக்கு மறக்காம சரக்கு வாங்கணும் ஞாபகம் வச்சுக்க'' என்றான் உசாராக. அது அவனுடைய உலகம்.

இது மாதிரி விஷயங்களில் ரவி கஞ்சன் ஒன்றுமில்லை. ஆனால் அஸ்தடிக் அல்லது அழகியல் சம்பந்தப்பட்ட எதிலும் பெரிதாக ஈடுபாடு இல்லாதவன். ஆனால் புரியும்படி சொன்னால் பெரும்பாலும் கேட்டுக்கொள்வான்.

ட்வின் டவர்ஸ் நினைவுகளிலிருந்து மீண்டு பார்க்கை நோக்கி நடக்கத் தொடங்கினேன். பார்க் நகரின் மையத்தில் டவர்ஸை ஒட்டியபடி ஏறக்குறைய ஐம்பது ஏக்கர் பரப்பளவில் பிரமாண்டமாக இருந்தது. நிறைய மரங்கள், பச்சைக் கம்பளம் விரித்த புல்வெளி, ஜாகிங் தடங்கள், நிழல் கவிந்த இரும்பு பெஞ்சுகள், தாராளமாய் நீரை பீய்ச்சியடிக்கும் செயற்கை நீரூற்றுகள்... மையத்தில் இருந்த சிறிய ஏரியில் ஜாலியாக துள்ளும் உலோக டால்பின்கள் என குளுமையான இயற்கைக்காட்சிகள். சிறுவர்கள் தண்ணீரில் ஆட்டம் போட தனியாக பூங்கா வேறு.

ஜாகிங் செல்பவர்கள், தடியான நாவல்களில் மூழ்கியவர்கள், குழந்தை களை ஸ்டாலரில் தள்ளும் அம்மாக்கள், நாயை அழைத்துக் கொண்டு நடப்பவர்கள், ஓடி விளையாடும் சிறுவர்கள் என பூங்கா பிஸியாக இருந்தது. உள்ளே நுழைந்தவுடன் இதமான குளிர்ந்த காற்று மெலிதாக வருடியது.

சாரா செடிகள் சூழ உள்ளடங்கியது போலிருந்த ஒரு பெஞ்சில் அமர்ந்திருந்தாள். கறுப்பு நிற ஜீன்ஸ். வரி வரியாய் கோடுபோட்ட டீஷர்டில் பச்சை வரிக்குதிரையாய் தெரிந்தாள். அருகில் அமர்ந்தேன்.

அங்கிருந்து இரட்டைக் கோபுரங்கள் நெடிய பச்சை மரங்களாக நின்றுகொண்டிருந்தன.

அவள் சிரித்தபடி கையிலிருந்த ஐஸ்க்ரீம் கப்பை என்னிடம் நீட்டினாள். ''இங்கு ஒரு ஐஸ்க்ரீமே ஐஸ்க்ரீம் சாப்பிடுகிறது'' எனும் அந்தப் பாடாவதிக் கவிதை நினைவுக்கு வந்து போனது.

ஒரு ஸ்பூன் எடுத்துக்கொண்டேன். வெண்ணிலா. தித்தித்தது.

''அப்படி என்ன பிரைவெட் மேட்டர், சேர்மன் பத்தி என்ன திடீர் அக்கறை?'' என்றபடி கதை கேட்கும் ஆர்வத்திலிருக்கும் சிறுமிபோல் என்னைப் பார்த்தாள்.

சொன்னேன். எல்லாம் சொன்னேன். எனக்கு வேலை போனதிலிருந்து தொடங்கி, சிங்கப்பூர் வேலை கிடைக்காதது, கிடைத்த உள்ளூர் வேலை சம்பத்தால் கை நழுவியது... வீணா விஷயமாக ஜேகே முதல் நேற்று லீசா விஷயமாக மிரட்டப்பட்டது வரை சொன்னேன். கண்கள் விரியக் கேட்டுக் கொண்டிருந்தாள்.

''இன்ட்ரஸ்டிங், இத விசாரிச்சா பல உண்மைகள் வரும் போலிருக்கே.''

''கேன் யூ ஹெல்ப் மீ? எனக்கு என்ன நடக்குதுனே தெரியல'' கொஞ்சம் தயக்கத்துடன் கேட்டேன்.

''ஷ்யூர், யூ கேம் டு எ ரைட் பெர்சன்!'' என்றவள், ''நான் ஆர்பென் குழுமத்தையும் அதோட பின்புலம் பத்தியும் ஒரு நியூஸ் பேப்பர் ஆர்டிக்களுக்காக இதுக்கு முன்னாடி இன்வெஸ்டிகேட் பண்ணிருக்கேன். இப்பவும் தொடர்ந்து பண்ணிகிட்டுருக்கேன் சொன்னா நம்புவியா?''

''புரியல...''

''நான் உன்னை ஃபர்ஸ்ட் மீட் செய்யும்போது ஆர்பென் ஐடி டிவிசன் பத்தி தகவல் கொஞ்சம் தேவைன்னு சொன்னனே ஞாபகம் இருக்கா? சரி அதை விடு. ஆர்பென் குழுமம் பத்தியும் அதோட சேர்மன் பத்தி உனக்கு எவ்வளவு தெரியும் சுதா?''

அந்தப் பாராசூட் ஆசாமி சேர்மனைப் பற்றி லேசாக கோடிட்டுக் காட்டியிருந்தது நினைவுக்கு வந்தது.

''ரொம்ப கொஞ்சமா...''

''எனக்கு தெரிஞ்சது, உனக்கு இதுவரை தெரியாததை சொல்றேன் கேளு''... அவள் சொல்லத் தொடங்கினாள்.

''ஆர்பென் குழுமத்தின் சேர்மன் ஒரு சுல்தான். அரச பரம்பரை. மல்டி மில்லியனர். மலேசிய அரசியலில் ஒரு பெரிய மனிதரின் மூன்றாவது வாரிசும் கூட. மிகவும் செல்வாக்கான குடும்பம். முப்பது வருஷத்துக்கு முன் சின்னதாக ஒரு சிமெண்ட் ஃபேக்ட்ரியில தொடங்கி இன்னைக்கு உள்நாட்டிலும் வெளிநாட்டிலும் பல வகையான தொழில்கள். அசுர

வளர்ச்சி. பெரும்பாலும் அரசாங்க ஒப்பந்த வேலைகளில் கிடைத்த வருமானம். கிழக்கு ஆசியாவின் முதல் ஐந்து பணக்காரர்கள் பட்டியலில் இல்லாவிட்டாலும் கண்டிப்பாக பத்துக்குள் ஒன்றாக வருவார்கள்.''

''சேர்மனுக்கு வயசு என்ன இருக்கும்?''

''சின்ன வயசுதான். அடுத்தமாசம் முப்பத்தாறு ஆகப் போகுது. அவர் மேல்படிப்பு படிச்சது அமெரிக்காவுல. ஆனால், கடைசி வாரிசுன்னு வீட்டுல அவருக்கு படு பயங்கர செல்லம். எந்த அளவுக்கு செல்லம்னா, தனக்கு புடிச்ச ஆடம்பர ரேஸ் கார் கம்பெனி நஷ்டத்துல போகக்கூடாதுன்னு அந்த கம்பெனியையே விலைக்கு வாங்க ஆசைப்படும் அளவுக்கு. அந்த அளவுக்கு கார்கள் மேல் பைத்தியம். உள்ளூரில் மட்டுமில்லாம அமெரிக்காவிலும் டசன் டசனா கார்கள். எல்லாம் இங்கிலாந்து, ஜெர்மனி, இத்தாலியோட ஆடம்பர பிராண்டுகள். ரோல்ஸ்ராய், மாசெராட்டி, பெராரி ஜாதி. அதுபோல பெண்கள் விஷயத்திலும் கொஞ்சம் 'வீக்'கான ஆசாமிதான்.''

மிதமிஞ்சிய பணம், பெண்கள், கார்கள் சரியான சேர்க்கை இல்லையே. ஆங்கிலத்தில் சொல்வதுபோல 'எ டெட்லி காக்டெயிலாக' எனக்குத் தோன்றியது.

''தட்ஸ் ஓகே. நான் இதுல எப்படி சம்பந்தப்பட்டிருக்கேன்?''

''அதுக்கு நீ மலேசியாவின் பேங்க் மெர்ஜர் ஹிஸ்டரி கொஞ்சம் தெரிஞ்சுக்கணும்.''

''1997 ல் கிழக்கு ஆசிய நாடுகளில் ஏற்பட்ட மிக மோசமான நிதி நெருக்கடியின் எதிரொலியாக மலேசிய நிதித்துறையை வலுப்படுத்த மத்திய வங்கி ஒரு மிகப் பெரிய சீர்திருத்த நடவடிக்கையை எடுத்தாங்க.''

''நீ பேங்க் நேகரா வை தானே சொல்றே?''

''அவங்கதான். அப்போது சிறிது சிறிதாக சிதறிக் கிடந்த நாற்பதுக்கும் மேற்பட்ட தனியார் வங்கிகளுக்கு ஒரு அறிவிப்பு செய்தார்கள். அதன்படி ஒரு குறிப்பிட்ட காலகெடுவுக்குள் அந்த வங்கிகள் தங்களுக்குள் ஒரு பார்ட்னரைப் பார்த்து இணையும்படி அறிவுறுத்தியது. பொருளாதார நடைமுறைச் சிக்கல்களைத் தவிர்க்க தேசிய அளவில் மொத்தமாக பெரிய ஒன்பது அல்லது பத்து வங்கிகள் இருப்பது நல்லது எனவும் அறிவித்தது.

கடந்த சில வருஷங்களாக எல்லாமே சுமுகமாதான் போய்க் கொண்டிருந்தது. உங்க சேர்மனோட உத்தமன் வங்கியைத் தவிர

பெரும்பாலான வங்கிகள் சரியான வழிமுறைகளைக் கையாண்டன. சரியா சொல்லணும்னா மலேசியாவில் இருந்த 54 வங்கிகளில் ஏறக்குறைய எல்லா வங்கிகளும் தங்களுக்கான பார்ட்னர் வங்கியை தேர்வு செய்திருந்தன. ஆனால், கொடுக்கப்பட்ட கெடு முடிந்த பின்பும் கூட உத்தமன் வங்கி எந்த வங்கியுடனும் இணைய முடிவு செய்ய வில்லை. கடைசி வரை ஒரே இழுபறி. ஆனால், இது சம்பந்தமாக வந்த எல்லா எதிர்ப்புகளையும் தங்களின் பரந்துபட்ட அரசியல் பின்புலத்தால் அவர்கள் சமாளித்து வந்தனர். பொது மக்களின் வங்கிச் சேவைக்கு இடையூறு ஏற்படாதவகையில் மத்திய வங்கியும் இணைவதற்கான காலகெடுவை சிறிது தளர்த்தியது. ஒரு கட்டத்தில் எதிர்க்கட்சியினரின் தொடர் நெருக்கடி, மத்திய வங்கி தரும் சலுகைகளை இழக்க மனமின்றி வேறு வழியில்லாமல் கடந்த வருடம் உத்தமன் வங்கி கேபிபி வங்கியை வாங்குவதாக அறிவித்தது.''

''ஆனா நடந்தது அது இல்லையே?'' என்றேன் நான் அவசரமாக.

''கொஞ்சம் பொறுமையா முழுசா நான் சொல்றத கேக்குறியா?'' என்பது போல் ஒரு நொடி கண்களால் பார்த்துவிட்டு தொடர்ந்தாள்.

''அதிலிருந்துதான் பிரச்சனை பூதாகரமானது.கேபிபியின் மதிப்பில் பத்தில் ஒரு பங்காக இருந்த உத்தமன் வங்கி கேபிபியை வாங்குவது நாட்டில் கடும் சர்ச்சையைக் கிளப்பியது. உத்தமன் வங்கி மலாயர்களின் கட்டுப்பாட்டிலுள்ள அரசியல் பின்புலமுள்ள வங்கி. கேபிபி வங்கி சீனர்களின் கட்டுப்பாட்டில் உள்ள வங்கி, அதை மலாய் வங்கி தன்னுடன் இணைத்துக் கொள்ள முயற்சித்ததற்கு அரசியல் சாயம் பூசப்பட்டது. வெகுஜன ஊடகங்களைத் தாண்டி பாராளுமன்றம் வரை கூச்சல், குழப்பம், ஒத்திவைப்பு எனத் தொடர்ந்தது. வங்கித் துறையில் ஓங்கியிருக்கும் சீனர்களைக் கட்டுப்படுத்துவதே இந்தச் சீர்திருத்தத்தின் மறைமுக நோக்கம் என்றும் குற்றம் சாட்டினார்கள். வேறு வழியின்றி மலேசியாவின் நிதி அமைச்சராகவும் பிரதமராகவும் இருந்தவர் இந்த விவகாரத்தில் தலையிட வேண்டியிருந்தது. கடைசியில் பலசுற்று பேச்சுவார்த்தைக்குப் பின் கேபிபியோட உத்தமன் வங்கி இணைவதாக அறிவித்தார்கள்.''

எனக்கு மலைப்பாயிருந்தது.

''நீ அந்த ப்ராஜக்ட்ல வொர்க் பண்ணதான் இந்தியாவிலிருந்து வர வைக்கப்பட்டிருக்கிறாய். அதுலதான் நீ இத்தனை நாள் வொர்க் பண்ணியிருக்க. இந்த ப்ராஜக்ட்டை திட்டமிட்டபடி முடிக்க வேண்டிய கட்டாயம் கேபிபியை விட உத்தமன் வங்கிக்கு இருந்தது. அதாவது ஆர்பென் குழுமத்துக்கு.''

‘Both has the skin in the game. அதாவது இதுல இரண்டு பேங்கிற்கும் பங்கு இருக்கே அப்புறமென்ன?’’

‘‘அதுல விஷயமிருக்கு. ஏன்னா கேபிபியோட உத்தமன் வங்கி இணைவதாக வெளியில் சொன்னாலும். கேபிபியின் மிகப் பெரிய சீனப் பங்குதாரர் தன்னுடைய எல்லா பங்குகளையும் உங்க சேர்மனுக்கு விற்கச் சம்மதித்தார். அது உங்க சேர்மனோட புத்திசாலித்தனமான மூவ்.’’

‘‘சோ, யுவர் சேர்மன் Has more stake in the company.’’

‘‘ஹி பிகம் த சிங்கள் பெர்சன் ஒன்ஸ் மோர் ஸ்டாக்ஸ். அதாவது, இந்த மெர்ஜர் மூலமா உங்க சேர்மன் மலேசிய நிதித் துறையில் தவிர்க்க முடியாத பலம் பொருந்திய ஒருமுக்கியமான புள்ளியாகிறார்.

அது மட்டுமல்லாமல், உங்க சேர்மனுக்கு தன்னுடைய பங்குகளை விற்பதாக ஒத்துக்கொண்ட சீனரும் சாதாரணமான ஆளில்லை. கடந்த முப்பது வருடங்களுக்கு முன் கேபிபி வங்கியை மிகச் சிறிய அளவில் தொடங்கி தனது வணிக சாம்ராஜ்யத்தை நிறுவியவர். உங்கள் சேர்மனுக்கு ஆதரவாக அந்த சீனர் தன் பங்குகளை விற்க நிர்ப்பந்திக்கப்பட்டார் எனவும் பேச்சிருக்கிறது.’’

‘‘எப்படி இவ்வளவு விஷயம் தெரிஞ்சு வச்சிருக்க?.’’

‘‘அதான் முன்னமே சொன்னனே. யூ கேம் டு அ ரைட் பேர்சன்.’’ கெட்ட நேரத்திலும் ஒரு நல்ல நேரம் என நினைத்துக்கொண்டேன்.

‘‘நான் வேலை செய்யும் பத்திரிகையின் சார்பில் உங்க சேர்மன் சம்பந்தப்பட்ட எல்லா இன்வெஸ்டிகேசனையும் ரிப்போர்டிங்கையும் சிறப்பு நிருபராக ஆரம்பம் முதல் நான்தான் கவர் செய்தேன்’’. என்ற போது அவள் முகத்தில் பெருமிதம் தெரிந்தது.

‘‘அதுக்காக எங்க பத்திரிகையை ரொம்ப நேர்மையான பத்திரிகைனு தப்பா நினைச்சுடாத. அது உங்க சேர்மனை புடிக்காத கோஷ்டி நடத்துறது அவ்ளோதான். என்னை பொருத்தவரை நான் எழுதற நியூஸ்ல பப்ளிக் இன்ட்ரஸ்ட் இருக்கணும். அதுல ஒரு உண்மை யிருக்கணும்.

ஆனால் நான் இந்த நீயூஸை கவர் செய்தது என் பாய்ஃபிரண்டுக்கு சுத்தமா புடிக்கல.கடைசியில் நாங்க மனஸ்தாபத்தில் பிரிஞ்சிட்டோம்.

அந்த எரிச்சல்ல இன்னமும் உங்க சேர்மனை பத்திய எல்லா விஷயங்களை தீவிரமா ஃபாலோ பண்றேன். மக்கள் தெரிஞ்சுக்க வேண்டியதை எழுதுறேன். அப்படி நான் எழுத, எனக்கு எல்லா

சுதந்திரமும் இருக்கு. இதனால எனக்கு ஆபத்துகள் வரலாம்னு எனக்குத்தெரியும். பட் ஐ கேனாட் ஸ்டாப் இட்'' என்றாள் அழுத்தமாக.

அவளுக்கு ஃபோனில் அழைப்பு வந்தது. எடுத்து மலாயில் சில நிமிடங்கள் பேசினாள்.

''இந்தப் ப்ராஜெக்ட்டில் ஏதாவது முறைகேடு நடந்திருக்குமோன்னு...'' தயங்கினேன்.

''இருக்கலாம். இங்க எல்லோரும் மகான்கள் கிடையாது. ஊழல் நடக்கும் நாடுகளின் பட்டியலில் மலேசியா இன்னமும் இருக்கதானே செய்யுது.''

''பைனலா, என்ன சொல்றே?''

''முதல்ல லீசாவிடம் இருந்து ப்ராஜக்டின் உண்மையான இறுதி மதிப்பை வாங்கு.அப்புறம் அதுல எதாவது தில்லு முல்லு இருக்கான்னு பாக்கலாம். இருந்தால் கண்டிப்பாக வெளியே கொண்டுவரலாம். பிரச்சனையில்லை.''

பார்க் லேசாக இருட்டியிருந்தது. சூரியன் விடைபெற ஆயத்தமாயிருந்தான். பறவைகள் துணை தேடிப் பறக்கத் தொடங்கியிருந்தன. மரங்களில் அணிகளின் கீரிச்சுகள் அடங்கியிருந்தன.

அவள் கெஞ்சும் குரலில், ''ஹே,நாம இதப் பத்தி நாளைக்கு பேசுவோமே. மணியாச்சு'' எனச் சொல்லியபடி எழுந்தாள்.

''எனக்கு வந்த ஃபோன் தகவல் உண்மையாக இருந்தால், நாளைக்கு பேப்பரில் வரும் தலைப்புச் செய்தி உனக்கானது'' எனும் புதிரோடு விடைபெற்றாள்.

நான் உற்சாகமில்லாமல் கை கொடுத்தேன்.

அந்த இருளிலும் ஒரு ஜோடிக் கண்கள் எங்களை உற்றுப் பார்த்துக் கொண்டிருப்பது போலிருந்தது.

அவள் கேப் பிடிக்கப் புறப்பட்டாள். நான் எதிர் திசையில் இருளில் ரயில் நிலையத்துக்கு நடக்கத் தொடங்கினேன்.

தூரத்தில் இரட்டைக் கோபுரங்கள் தெரிந்தன. மின்விளக்குகளுக்கு ஆக்ஸிஜன் கொடுத்திருந்தார்கள். கோபுரங்கள் நட்சத்திரங்களை உயரக் குவியல் செய்ததுபோல மினுமினுத்துக் கொண்டிருந்தன. பார்க்கில் ஓரிருவரைத் தவிர பெரிதாக ஆள் நடமாட்டமில்லை. எதிரே வந்த நான்கைந்து இளைஞர்கள் மதுரைத் தமிழில் பேசியபடி என்னைக் கடந்து சென்றனர்.

என்னை யாரோ பின்தொடரும் காலடி ஓசை கேட்டது.திரும்பிப் பார்க்காமல் நடையை வேகப்படுத்தி கேஎல் சென்ட்ரல் ஸ்டேஷனில் நுழைந்தேன். இப்போது பின்தொடர்ந்த அந்த உருவத்தை வெளிச்சத்தில் பார்க்கும் வாய்ப்பு.

அவன் அடர்த்தியான கிராப் வைத்திருந்தான். மாநிறம். முகத்தில் முழுவதுமாக அம்மைத் தழும்புகள். ஒரு பக்கக் காதில் கடுக்கன். நிறமேறிய முடி. உயரம் அதிகமில்லை. ஆனால் நல்ல உடற்கட்டு. கழுத்தில் கொத்தாக கயிறுபோல தங்கச் சங்கிலி மின்னியது. கண்களில் வெறுப்பைத் தாண்டிய ஒரு அலட்சியம். கைகளில் கெட்டியான தங்க பிரேஸ்லேட். வெள்ளை டீஷர்ட் நீல ஜீன்ஸ் அணிந்திருந்தான். பான்பராக் போன்றதொன்றை மென்று கொண்டிருந்தான்.

அவனை எங்கோ பார்த்த நினைவு... எங்கே? அவனை. ஆங், அந்த மீசையில்லாத புன்னகை நடிகரின் படங்களில் ஸ்டண்ட் ஆர்டிஸ்டாக பல படங்களில் பார்த்திருக்கிறேன்.

ரவி கூட கேஎல் ஏர்போர்ட்டில் ஒருமுறை பார்த்ததாகச் சொன்ன ஜூனியர் ஸ்டண்ட் ஆர்டிஸ்ட் இவன். அவன் ஏன் இப்போது இங்கு வந்தான். வந்தவன் ஏன் என்னை இப்போது பின்தொடர வேண்டும். மனதில் பல கேள்விகள். ஓட்டமும் நடையுமாக பிளாட்பாரத்தை நோக்கி நடந்தேன். அவனும் நடையை வேகப்படுத்தி விடாமல் தொடர்ந்தான். ஆபத்து நெருங்குவதை உள்மனம் சொன்னது. பயம் தொற்றிக்கொண்டது. மூளை ஓடு என ஆணை பிறப்பித்தது. கட்டளையை ஏற்று திட்டுத் திட்டாய் நின்றுகொண்டிருந்த கூட்டத்தை விலக்கிக்கொண்டு ஓடினேன்.

கூட்டமாயிருந்த எஸ்கலெட்டரைத் தவிர்த்துவிட்டு யாருமற்ற படிகளில் ஓடினேன். இரைத்து, வியர்வை உடல் நனைக்க, பயந்து ஓடினேன்.அட்ரினலின் எகிறியது.

பிளாட்பாரத்தில் எனது ரயில் தயாராக நின்று கொண்டிருப்பது தூரத்தில் தெரிந்தது. ஆங்கிலத்தில் அறிவிப்பு செய்து கொண்டி ருந்தார்கள். அதன் தானியங்கிக் கதவு மூடும் முன் எப்படியாவது உள்ளே ஏறிவிடவேண்டும். இல்லை, அடுத்த பதினைந்து நிமிடங்கள் காத்திருக்க வேண்டும். அதுவும் பிளாட்பாரத்தில் தனியாக அந்த ஸ்டண்ட் ஆர்டிஸ்டுடன்.

மூச்சைப் பிடித்து, சக்தியெல்லாம் திரட்டி ஓடிவந்து .... ஏறிவிட்டேன். நெரிசலாய் இருந்தது. நான் ஆசுவாசப்படுத்திக்கொண்டு பெருமூச்சு விடும் முன் அது நடந்துவிட்டது. கதவு சரியாக மூடும் வேளையில் என் இடது கையை வலுவாகப் பிடித்து இழுக்க முயற்சித்து...

முடியாமல் கடைசியில் கையிலிருந்த செல்ஃபோனை பின்னால் வந்த அந்த முரட்டு உருவம் பறித்துவிட்டது.

கதவு மூடும் கணம் அவன் கை பட்டதால் தானியங்கிக் கதவு திரும்ப படாரென திறந்து கொண்டது. இப்போது பெட்டியிலிருந்த எல்லா கண்களும் திகைப்புடன் அந்த ஸ்டண்ட் ஆர்டிஸ்ட் மேல், அவன் ஒரு நொடி நின்று விக்கித்து கையிலிருந்த செல்ஃபோனைக் கீழே போட்டு விட்டு பிளாட்பாரத்தை விட்டு ஓடினான்.

கீழே விழுந்த செல்ஃபோன் எகிறி பிளாட்பாரத்திற்கும் ரயிலுக்கும் இடையே இருந்த இடைவெளியில் விழுந்து. ஜல்லிக் கற்களை 'கிளிங்' எனும் சத்தத்துடன் அணைத்துக்கொண்டது.

ரயில் திரும்ப சத்தமின்றி கதவுக்கரங்களால் கூட்டத்தை வாரி அணைத்தபடி இருளின் உறையில் ஒளி வாளாய் வேகமாய் உள்சென்றது.

18

காலையில் வலது உள்ளங்கையில் கண் விழித்தேன். தாத்தாவிடம் பழகியது. காலையில் எழுந்தவுடன் வயல்வெளி, குளம், ஆறுன்னு இயற்கைக் காட்சிகளைப் பார்க்காவிட்டாலும் வலது உள்ளங் கையையாவது பார்ப்பது நல்லது என்பார். அவர் அந்தக் காலத்து மனிதர். அவர் நாட்கள் கள்ளங்கபடமில்லாதவை என நினைத்துக் கொண்டேன்.

வீட்டு நினைப்பு வந்தது. அம்மாவிடம் நான் ஊருக்கு வருவது பற்றி ஃபோன் செய்து சொல்லவேண்டும் எனத் தோன்றியது. கேட்டால் இங்கு வேலை பிடிக்கவில்லை எனச் சொல்லிவிடலாம். அவளுக்கு இந்த அரசியல் அக்கப்போர்கள் தெரிய வேண்டி யதில்லை. பாவம், பயந்துவிடுவாள்.

அப்போதுதான் கவனித்தேன். இடது மணிக் கட்டில் நேற்று அந்த முரட்டு உருவம் பிடித்த பிடியால் அழுந்தி சிவந்து கொஞ்சம் வீங்கியது போலிருந்தது. இரத்தக் கட்டா யிருக்கும் என நினைத்தேன். அதன் மேல் ஒன்றிரண்டு நக சிராய்ப்புகள் இரத்தம் கசிந்து காய்ந்துபோயிருந்தன. மஞ்சளைத் தண்ணீர் விட்டுக் காய்ச்சி பத்தாகப் போட்டால் வீக்கம் குறையும் எனும் அம்மா வைத்தியத்தை

நினைத்துக் கொண்டேன். காயத்துக்கு தேங்காய் எண்ணெய் சரியாக இருக்குமெனப் பட்டது. நேற்று நடந்த சம்பவங்கள் எதுவும் எனக்கு நம்பும்படியாக இல்லை.

சாரா நேற்று சேர்மன் பற்றி சொன்னதை மனத்தில் ஒருமுறை ஓடவிட்டேன். ஆர்பென் குழுமம் பற்றியும் அதனுடைய எந்தப் பின்புலத்தையும் பற்றி எதுவும் தெரியாமல், சம்பத் எனும் ஒற்றை மனிதரை நம்பி இங்கே வேலைக்கு வந்தது எவ்வளவு பெரிய முட்டாள்த்தனமென புரிந்தது. எல்லாவற்றுக்கும் மேலாக அந்த முரட்டு உருவம் ஏன் என்னை திடீரென துரத்த வேண்டும்? முதலில் யார் அவன்? திடீரென எங்கிருந்து வந்தான்? நாங்கள் பேசியதை கேட்டுக் கொண்டிருந்திருப்பானா? பெண்கள் விவகாரமாய் இருக்குமோ? இல்லை, ஒரு வேளை வழிப்பறி நோக்கமாக இருக்குமா? அப்படியென்றால் ஏன் ஃபோனை தவறவிட்டான்? என் மேல் ஆபத்து நிழல் படர்வதை உணரமுடிந்தது. இல்லை, ஜேகேயின் வகையறாவாக இருப்பானா? அரசியல், பிஸினஸ், வஞ்சம், அதிகாரம் எனும் நிழல் உலகின் சுழலில் சிக்கிவிட்டேனா? இந்த கேஎல் வனத்தின் அடர் இருளில் தெரியாமல் நுழைந்துவிட்டேனா? என்னைச் சுற்றி இருந்த மாயவட்டம் இன்னமும் பெரிதாகிக் கொண்டேபோவது போலத் தெரிந்தது.

ஆனால் ஒன்று தெளிவாகப் புரிந்தது. சுஜா லீயைப் பற்றி சொல்லிய தகவல்கள், சாரா ஆர்பென் குழுமம் பற்றி சொல்லும் விஷயங்கள், என்னுடைய வேலை போனது... இவை ஒவ்வொன்றும் ஏதோ ஒருவிதத்தில் தங்களுடன் தொடர்புடையதாக தெரிகிறது. இந்த நிகழ்வுகளை சரியாக வரிசைப்படுத்தினால்தான் அந்தத் தொடர்புகள் புலப்படும்.

இதுவரை வாய் வார்த்தைகளோடு இருந்த பிரச்சனை இப்போது தீவிரமாகி அடுத்த கட்டத்தை அடைந்து ஒரு பெரும் ஆபத்தில் சிக்கிக் கொண்டது போலிருந்தது. சாரா சொல்வதைப் பார்த்தால் கேபிபியின் பங்குகளை வலுக்கட்டாயமாக விற்க அழுத்தம் தரப்பட்டது என்றால் இதற்கு வேறொரு கோணம்கூட இருக்கலாம் போலவே. இல்லை, என்னை யாராவது கண்காணிக்கச் சொல்லியிருப்பார்களா? நான் அந்த அளவு முக்கியமானவனா என்ன? எத்தனை நாட்களாக கண்காணிக் கிறார்கள். அப்படி என்றால் என்னை வீட்டில் கண்காணிப்பது? ரவி? ஜேகே?

குழப்பக் காற்று சிந்தனைச் சுவர்களில் புகுந்து புறப்பட்டது.

அப்போதுதான் நேற்று செல்ஃபோன் தொலைந்தது ஞாபகத்துக்கு வந்தது. மலேசியா வந்தபின் எனக்கு ஏற்பட்ட அத்தனை தொடர்புகளும்

அதில்தான் இருந்தன. இங்கே என்னுடைய முகவரியே அந்த ஒரு எண்தான். அது இல்லாமல் எப்படி இருக்கப் போகிறேன் எனத் தெரியவில்லை. திசை தெரியாமல் தொலைந்தது போலிருந்தது.

இந்தியாவில் இருக்கும் வரை எல்லா எண்களையும் மனப்பாடமாக வைத்திருந்த நாட்களை நினைத்துக்கொண்டேன்.கண்டிப்பாக பத்து எண்களையாவது ஞாபகம் வைத்திருப்பேனா? முக்கியமாக தெரிந்தவர்களிடம் பேசுவதற்கு அவர்களின் எண் இல்லையே. எனக்கும் அவர்களுக்குமான தூரம் ஒரு செல்ஃபோன் தவிர வேறொன்றுமில்லை எனும் நிதர்சனம் புரிந்தது. ஃபோன் தொடர்பு களை இழந்தது அந்த மனிதர்களையே இழந்தது போலிருந்தது.

ஃபோனில் என்னைத் தொடர்புகொள்ள முயல்பவர்கள் என்ன நினைப் பார்கள்? நான் சொல்லாமல் கொள்ளாமல் இந்தியா போய் விட்டதாகவா? இல்லை, நான் செத்துப்போனதாகவா? ஒரு விதத்தில் செல்ஃபோன் தொலைந்தது என்னையே தொலைத்துக் கொண்டது போல் இருந்தது.

நான் யாருக்கும் ஒழுங்கான 'குட்பை' கூடச் சொல்லவில்லையே. குறிப்பாக சுஜா என்ன நினைப்பாள்? குழப்பமாயிருந்தது.

ஏதோ இழக்கக் கூடாததை இழந்ததுபோல ஒரு சோகம் என்னுள் அப்பிக்கொண்டது.

ரவியும் மற்றவர்களும் எனது ஃபோனைப் பற்றிக் கேட்டால்?

உள்ளூர் நண்பி சாராவைப் பார்க்கப் போயிருந்தபோது, இருட்டில் ஒரு ஜூனியர் ஸ்டண்ட் ஆர்டிஸ்ட் துரத்தினான். அப்போது ஃபோன் தண்டவாளத்தில் விழுந்தது என்றா சொல்வது? அப்படிச் சொன்னால் நம்புவார்களா? இல்லை சினிமாக் கதை என்பார்களா? அப்படியே நம்பினாலும், 'நீ எதுக்கு அவளைப் பாக்கப் போன?' என கேட்பவர் களுக்கு என்ன பதில்?

அதிலும் நியாயமிருக்கிறது. அவளைப் பார்க்கப் போகாமல் இருந்திருந்தால் செல்ஃபோன் தொலைந்திருக்க கண்டிப்பாக வாய்ப்பில்லைதான்.

ஃபோனை எடுத்தவர்கள் அதில் இருக்கும் எண்களுக்கு தொடர்பு கொண்டு ஃபோனை ஒப்படைத்தால் நிம்மதியாக இருக்கும். அதுபோல, ஊருக்குப் போவதற்கு முன் இந்த எல்லா குழப்பங்களுக்குமான மூல காரணத்தைக் கண்டுபிடித்தால் நிம்மதி, மனசாந்தி என நினைத்தேன். நான் தேடும் நிம்மதி கிடைக்குமா? வரும் சில நாட்களில் தெரிந்துவிடும்.

''சுதா, ஸ்விம்மிங் போலாமா?'' என்றபடி மஞ்சள் நிற டர்க்கி துண்டைக் கழுத்தைச் சுற்றி சுடிதார் துப்பட்டாபோல போட்டபடி அறைக்குள் எட்டிப் பார்த்தான் ரவி.

எனக்கும் கொஞ்சம் நீந்தினால் மனது லேசாகும்போலத் தோன்றியது. கிளம்பினோம்.

''ஊருக்கு என்னைக்கு டிக்கெட்?'' என்றான் ரவி.

தேதியைச் சொன்னேன். கொஞ்சம் செயற்கையான உற்சாகத்தோடு.

''சீரியஸா?''

''ஏன், நம்பிக்கை இல்லையா?''

''இல்லை சும்மாதான்'' என்றான் சிரித்தபடி.

இனி, ரவியிடம் எதைச் சொல்வது, இல்லை, சொல்லக் கூடாது என்றுக் கூட தெரியவில்லை. அவனிடம் கொஞ்சம் ஜாக்கிரதை என்று மட்டும் உள்ளுணர்வு சொன்னது.

நீச்சல் குளம் வானத்தைக் கரைத்து நிரப்பியதுபோல நீலமாயிருந்தது வழக்கமாக காலையில் நீந்திக் கொண்டிருக்கும் சீன மஞ்சள் தேவதை சிவப்பு நீச்சலுடையிலிருந்தாள். அவள் கண்களை மூடியபடி ஆங்கிலத்தின் 'வீ(V)' எழுத்துபோல் கால்களை அகல பரப்பியபடி நீரில் மிதந்தாள். சமயங்களில் பத்து நிமிடங்கள் வரை ஆடாமல் அசையாமல் அண்ணாந்து கிடக்க சிறப்புப் பயிற்சி எடுத்திருப்பாள் போல. அந்தக் கோணமும், அவளுடைய வாளிப்பான உடல்வாகும் மனத்தைச் சஞ்சலப்படுத்தியது.

நான் மலேசியா வந்து கற்றுக்கொண்ட விஷயங்களில் நீச்சலும் ஒன்று. தன்னம்பிக்கை உள்ள மனிதன் முதலில் கற்றுக்கொள்வது நீச்சல் என எங்கோ வாசித்த ஞாபகம். அது ஒரு விதத்தில் உண்மைதான். தண்ணீரை, அந்தத் தூரத்தை நம் உடலால் நீந்திக் கடக்க முடியும் என நம்பி இறங்குவதே தன்னம்பிக்கையின் முதல் படிதானே. என் முன்னே இருக்கும் எல்லா தடைகளையும் நான் ஆவேசமாய் நீந்திக் கடப்பது போல் கற்பனை வந்தது.

அங்கிருந்த டேபிளில் கிடந்த தினசரியின் தலைப்புச் செய்திகளைக் கவனித்தேன்.

கோலாலம்பூரில் டிவி நடிகை தாக்கப்பட்ட வழக்கில் போலீஸ் பரிந்துரை - எனும் தலைப்பிட்ட அந்தச் செய்தி இப்படிச் சொன்னது.

> டிவி பிரபலம் தாக்கப்பட்ட வழக்கு தொடர்பான தனது பரிந்துரையை நேற்று துணைப் பொது வழக்கறிஞரிடம் தாக்கல் செய்ததாக நகர

குற்றப் புலனாய்வுத் துறையின் மூத்த உதவி ஆணையர் தெரிவித்தார்.

என்றிருந்தது. மேலும் சம்பந்தப்பட்ட நபர் மலேசிய பிஸினஸில் முக்கியப்புள்ளி என்றிருந்தது.

'நாளைக்கு மறக்காம பேப்பரை பாரு!' என நேற்று சாரா சொன்னது நினைவுக்கு வந்தது. அப்படியென்றால் அந்த முக்கியப்புள்ளி சேர்மன்? தலை சுற்றியது. இதை உறுதிப்படுத்த அவளிடம் உடனடியாகப் பேசவேண்டுமே.

ரவியிடம் சொல்லாமல் கொள்ளாமல் வீட்டுக்கு ஓடினேன்.

வீட்டு வாசலில் வெள்ளை நிற போலீஸ் கார் ஒன்று நின்று கொண்டிருந்தது. மூளையில் எச்சரிக்கை மணியடித்தது. ஏன் போலீஸ் வந்திருக்கிறது? யாரைத் தேடி? விசா, பாஸ்போர்ட் விவகாரமா? இந்த நேரத்தில் விசா பிரச்சனையில் ஜெயிலுக்குப் போன எங்கள் ஊர்க்காரன் முகம் தேவையில்லாமல் நினைவுக்கு வந்தது.

இங்கே மலேசியாவில் ஒருமுறை நான் முடிவெட்டப் போன இடத்தில் போலீஸைக் கண்டு தெறித்தோடிய தமிழ் இளைஞர்களின் நினைவு வேறு வந்து படுத்தியது. ஒருவேளை என்னைத் தேடி வந்திருப்பார்களோ, என்ன விஷயமாக இருக்கும். பல ஆயிரம் கேள்விகளோடு நெருங்கினேன்.

நீல நிற விளக்கு வைத்த புரோட்டான் வகை கார் அது. ஒருகாலத்தில் இந்தியாவில் மாருதிபோல, மலேசியாவின் நேஷனல் கார் புரோட்டான். நீல நிற சுழல் விளக்கு வைத்த காரில் எழுதியிருந்த POLIS எனும் மலாய் வார்த்தையைப் படிப்பது சிரமமாயிருக்க வில்லை.

காருக்குள் யாருமில்லை, ஒருவேளை என்னைத் தேடி மேலே வீட்டுக்கு... ? என்ன காரணமாக இருக்கும்? ஒரு வேளை தொலைந்த அந்த செல்ஃபோன் கிடைத்திருக்குமோ? இல்லை என்னைப் பற்றி யாராவது புகார் செய்து? இல்லை, நேற்று துரத்தியவன் எங்காவது போலிஸில் சிக்கி.. பல கேள்விகள் மாரத்தானாய் ஓடிக் களைத்தன.

படிக்கட்டில் போகாமல் லிஃப்ட்டை நோக்கி நடந்தேன். எனக்கு அட்ரினல் அதிகமாய் சுரந்தது. இதயம் ஓவர்டைம் செய்தது.

யோசனையோடு லிப்ட் பட்டனை அழுத்த எத்தனித்தபோது, பட்டெனத் திறந்தது. ஒரு போலீஸ்காரர். நடுத்தரவயதிருக்கும். மீசை வைத்த மலாய்க்காரர். அடர் நீல நிறத்தில் சீரான யூனிஃபார்ம். பட்டையான தோல் பெல்ட். அதிகாரத்தைச் சொல்லும்படி இடது

மார்பில் கலர்கலராய் பட்டை. வலதுபுற இடுப்பில் துப்பாக்கி செருகியிருந்தார்.

ஒரு விநாடி என்னை ஊடுருவிப் பார்த்தார்.

''ஒரு நிமிஷம், நீங்க?''

''சொன்னேன்.''

''நீங்க என்ன பண்றீங்க, எவ்வளவு நாளா இங்க இருக்கீங்க,எந்த வீடு, எங்க வேலை பாக்குறீங்க'' ஆங்கிலத்தில் திணறும்படி அடுக்கடுக்கான கேள்விகள்.

பொறுமையாக பதில்சொன்னேன் (வேறு வழி).

கையிலிருந்த லெட்டர்பேடில் குறிப்பெடுத்துக் கொண்டார்.

''நீங்க பக்கத்து வீட்டுல வேலைசெஞ்ச இந்தோனேசிய பெண்ணை சமீபத்துல பார்த்தீங்களா?'' என்றார்.

சீராக சுவாசிக்கத் தொடங்கினேன்.

''நேத்து ஈவினிங் இங்க வெளியில பாத்தேன், என்ன விஷயம்?''

''ஒண்ணுமில்ல, அந்தப் பெண்ணை ராத்திரி ஏழு மணியிலிருந்து காணும்னு ஓனர் கம்ப்ளெயிண்ட் பண்ணிருக்காங்க.''

அப்பாவி முகம் காட்டினேன்.

''தேங்க்ஸ். தகவல் வேணும்ன்னா திரும்ப வர்றோம். ஸாரி ஃபார் த டிஸ்டர்பன்ஸ்.'' என் பதிலுக்கு எதிர்பாராமல் கிளம்பினார். லிஃப்டை தவிர்த்து படிக்கட்டிலேயே நடந்தேன்.

நிதானித்து சாராவுக்கு ஃபோன் செய்ய செல்ஃபோனைத் தேடியபோதுதான் என் செல்ஃபோன் தொலைந்தது நினைவுக்கு வந்தது. சாராவின் ஃபோன்? சட்டென அவள் ஒருமுறை தந்த பிஸினஸ் கார்டு நினைவுக்கு வந்தது. பீரோவைக் கலைத்துப் போட்டு பதற்றத்துடன் தேடினேன்.

ஒரு வழியாக பீரோவின் இரண்டாவது தட்டில் எனது வாட்சுக்குக் கீழே இருந்தது. அதனோடு சுஜா மற்றும் பத்மாவின் விசிட்டிங் கார்டுகள். அதைப் பார்த்ததும் ஆறுதலாய் இருந்தது.

இப்போது எப்படி ஃபோன் செய்வது என யோசனையாக இருந்தது. ரவியிடம் வாங்கி பேசலாமா? பாதுகாப்பாக இருக்குமா? பொதுத் தொலைபேசி...? அதற்கு குடியிருப்புக்கு வெளியே போக வேண்டுமே. போகலாம்...

அறையிலிருந்து வெளியே வந்தபோது ஜேகே ஹாலில் சட்டையை அயர்ன் செய்து கொண்டிருந்தான்.

''எங்க வீட்ல அயர்ன் பாக்ஸ் ரிப்பேர்'' என்றான் நான் கேட்காமலே.

கீழே வந்தபோது ரவி ஸ்விம்மிங் பூலிலிருந்து வந்து கொண்டிருந்தான். அவனிடம் ஃபோன் நேற்று ரயிலில் கூட்ட நெரிசலில் கைதவறி கீழே விழுந்துவிட்டதாக பொய் சொன்னேன்.

நம்பிக்கையில்லாமல் பார்த்தவன். ''உனக்கு நேரமே சரியில்ல போல நீ செல்ஃபோன் தொலைஞ்சா போலீஸ்ல ரிப்போர்ட் செய்யலாம்.''

''அதெல்லாம் தேவையில்ல. எதுக்கு போலீஸ் அது இதுன்னு.'' என அவசரமாக மறுத்தேன். தேவையில்லாமல் போலீஸிடம் போய் அவர்கள் ஏதேனும் தோண்டித் துருவினால் அந்த முரட்டு ஜூனியர் ஆர்டிஸ்ட் வரை சொல்லவேண்டி இருக்கும். வேண்டாத வம்பை விலை கொடுத்து வாங்கவேண்டாம் என மனதுக்குள் நினைத்துக் கொண்டேன்.

''வேணும்னா, ஊருக்கு போகிற வரை என் ஃபோனை ஷேர் பண்ணிக்க'' என்றான்.

''பரவாயில்லை, பழைய போனுக்கு கால் பண்ணி பாக்கலாம்னு நினைச்சேன்.''

அவன் ஃபோனிலிருந்து தொலைந்த ஃபோனை அழைத்தபோது...

இணைப்பு கிடைத்து, மணி அடித்தது. எனக்கு உயிர் வந்தது போலிருந்தது. ஆனால் யாரும் எடுக்கவில்லை. ஃபோனை யாராவது எடுத்தால்? திரும்ப கிடைத்துவிடுமா?

''குடு நான் பண்றேன்'' என ரவி திரும்ப முயற்சித்தான்.

''ஹலோ... ஹலோ...'' என்றவன் சில நொடிகளில் உதட்டைப் பிதுக்கியபடி,

யாரோ மலாயில பேசுறாங்க'' என்றான்.

''மலாய் தெரிஞ்சது இங்க யாரு...'' என்றான் யோசனையோடு

''நம்ம கம்யூனிட்டி செக்யூரிட்டி?''

''சரி போய் பேசிப் பாரு.'' என்றபடி கையில் ஃபோனைக் கொடுத்து விட்டு போனான்.

எதிரே வந்து கொண்டிருந்த ஒரு செக்யூரிட்டி மலாய்க்காரன். நல்ல உயரம். ஒல்லியான உடல்வாகு. குறுந்தாடி வைத்திருந்தான். முன்பு

ஒருமுறை பேசியிருக்கிறேன். தமிழை உடைத்துப் பேசுவான். அவன் எப்போதும் ஒருவித போதையில் இருப்பதாகத் தோன்றும். அதனால் அவனிடம் அவ்வளவாக வைத்துக்கொள்வதில்லை. மலேசியாவில் போதை மருந்துக் கடத்தலுக்கு மரண தண்டனை தந்தாலும் போதை பயன்பாடு பள்ளியிலிருந்தே தொடங்கிவிடுவதாக சிங் ஒருமுறை சொன்னது நினைவுக்கு வந்தது.

அவன் கையில் சின்னதாக பலாப்பழம்போல் ஒன்றை வைத்திருந்தான். சிரித்தபடியே பழத்தை நீட்டி 'வேணுமா?' என்றான்.

''பலாப் பழமா?''

''டூரியான். கிங் ஆஃப் ஃப்ரூட்ஸ்.''

''கேள்விப்பட்டிருக்கேன். நல்லா பழுத்தா கெட்டவாடை வீசும் என்பதால் இதை கொண்டுவந்தால் அபராதம் என்ற அறிவிப்பை சில இடங்களில் பாத்திருக்கிறேனே.''

''பட் ஸ்வீட் அண்ட் குட், உடம்புக்கு நல்லது!'' என்றான்.

நான் வந்த விஷயத்தைச் சொன்னேன். யோசனையோடு ஃபோனை வாங்கி அழைத்தான். மறுமுனையில் பேசினார்கள். எனக்கு நம்பிக்கை துளிர்த்தது. சில நிமிடங்கள் மலாயில் பேசியவன் ஏமாற்றத்தோடு ஃபோனை திரும்ப என் கையில் கொடுத்தான்.

''ஃபோனை கட் பண்ணிட்டாங்க.''

''என்னவாம்?''

''ஒரு பள்ளிக்கூடத்து பொண்ணு பேசுது, அவ அப்பா ரயில்வேயில் வேலை செய்றாராம். கீழ கிடந்ததை எடுத்து இவகிட்ட குடுத்துட்டாராம். உனக்கு எதுக்கு நான் ஃபோனை கொடுக்கணும்னு கேக்குது, காலம் கெட்டுப்போச்சு'' என்றான் சற்று எரிச்சலுடன்.

கோபத்தில் சட்டேன ஏதோ மலாயில் திட்டினான்.

கண்டிப்பாக அது கெட்ட வார்த்தைகளாகதான் இருக்கும் என நினைத்தேன்.

''நீங்க கொஞ்ச நேரம் கழிச்சி திரும்ப அழைச்சி பாருங்க'' என்றான்.

ஏமாற்றத்துடன் அதே ஃபோனில் சாராவுக்கு ஃபோன் செய்தேன். அது... உறக்கத்திலிருந்தது.

★

அபார்ட்மெண்டுக்கு நடந்துகொண்டிருக்கையில் ஒரு ஐடியா தோன்றியது. காணாமல் போன செல்ஃபோன் திரும்பக் கிடைக்காத

பட்சத்தில் ஒரு நல்ல மாடல் செல்ஃபோனை ஊருக்கு வாங்கிக் கொண்டால் என்ன என யோசித்தேன்.

ஆனால், பழைய செல்ஃபோன் தொலைந்தது பற்றி வீட்டுக்கு பெரிதாகச் சொல்லத் தேவையில்லை. செல்ஃபோன் வாங்கிய புதிதில் தம்பி எண்ணை வாங்கிக் குறித்து வைத்துக் கொண்டானே தவிர. இதுவரை வீட்டிலிருந்து ஒரு தடவை கூட எனக்கு ஃபோன் செய்ததில்லை.

நான் இங்கே வந்தபின் ஊரிலிருந்து வரும் எந்த தகவலும் ஒரு செய்தியாக தான் வந்து சேருகிறது. இப்படித்தான் சமீபத்தில் நெருங்கிய உறவினர் ஒருவர் அகால மரணமடைந்ததை பத்துநாட்கள் கழித்தே தெரிந்து கொண்டேன். லிவர் ஃபெயிலியராம் . அவள் எனக்கு அக்கா முறை வரும். வயது நாற்பதுதான் இருக்கும். அதிர்ச்சியாக இருந்தது. சிறு வயதில் என்னைத் தூக்கிச் சுமந்தவள். இந்த வயதிலும் என்னைப் பார்க்கும்போது 'சுதா கண்ணு!' என ஆசையோடு அணைத்துக் கொள்வாள். விஷயத்தை ஃபோனில் கேட்ட எனக்கு அழுகை முட்டிக்கொண்டு வந்தது.

''ஒரு ஃபோன் பண்ணி சொல்லிருக்கலாமே?'' என்றேன் அம்மாவிடம்.

''தெரிஞ்சு நீ என்ன உடனே இங்க வரப்போறீயா? அதனால நீ அடுத்த தடவை ஃபோன் செய்யும்போது சொல்லலாம்னு இருந்துட்டோம்'' என்றாள் அம்மா. இப்படி வெளிநாட்டில் இருப்பதால் நான் தவறவிட்ட பல விசேஷ நிகழ்ச்சிகளை விட இதுபோன்ற சில மரணங்கள்தான் மனத்தை உறுத்திக் கொண்டேயிருக்கிறது.

டி-டே ஆசாமியின் எண்ணைமட்டும் நோட்டில் எழுதி வைத்திருந்ததால் அது தப்பித்தது. சுஜாவிற்கும், பத்மாவிற்கும் ஆபிஸ் இ-மெயிலில் ஃபோன் தொலைந்த விஷயத்தை எழுதினேன். இப்போது சுஜாவிடம் சில நாட்களுக்கு பேச முடியாது. அவள் ஒரு விதத்தில் முன்கோபி. அவளுடைய ஃபோனை எடுத்துப் பேசாவிட்டால், ''என்னோட கால் உனக்கு முக்கியமா படல இல்ல?'' என பிகு செய்வாள்.

அப்படித்தான் , இரண்டு மாதங்களுக்கு முன்பு ஒரு ஞாயிற்றுக் கிழமை சுஜாவுக்கு பிறந்தநாள். முன்பே ஒருமுறை பேச்சினூடே சொல்லி யிருந்தாள். ஆனால், ஏதோ வேலையில் நான் சுத்தமாக மறந்து விட்டேன்.அதைத் தொடர்ந்து இரண்டு நாட்களுக்கு என்னுடைய எந்த அழைப்பையும் அவள் எடுக்கவே இல்லை. குறுஞ்செய்திக்கும் பதிலில்லை. பத்மாவிடம் பேசினேன்.

''நீ சுஜாவோட பர்த்டேக்கு விஷ் பண்ணலன்னு அவ ரொம்ப கோவத்துல இருக்கா.''

''நா சுத்தமா மறந்துட்டேன். இப்ப என்னதான் பண்றது, நீயே எதாவது ஐடியா குடு''

''என்னை கேட்டா?''

''ப்ளிஸ், இதெல்லாம் எனக்கு புதுசு'' என்றேன் கெஞ்சலாய்.

''வேணா பொக்கே வாங்கிக் குடு'' என்றாள். அதுவும் புதுசுதான் என மனதுக்குள் நினைத்தபடி, அவளிடம் சுஜாவின் அலுவலக முகவரியை வாங்கிக்கொண்டேன்.

பின்பு தேடி அலைந்து அழகான விலை உயர்ந்த நேர்த்தியான புத்தம்புது பூச்செண்டை வாங்கி கூடவே வாழ்த்து அட்டையையும் சேர்த்து அனுப்பினேன்.

அந்த கிஃப்ட் ஷாப்பிலிருந்த இளவயது சீனப் பெண் வெட்கத்தோடு சிரித்தபடி ''ஆல் த பெஸ்ட்!'' எனச் சிரித்தாள். நான் அசூயையாக உணர்ந்தேன்.

எங்கள் வீட்டில் பிறந்தநாள் என்பது தமிழ் மாதத்தின்படி நட்சத்திரம் பார்த்து கோயிலுக்குப் போய் அர்ச்சனை செய்வது. பெரியவர்களிடம் ஆசிர்வாதம் வாங்குவதுதான். மிஞ்சிப் போனால் அம்மா இனிப்பு செய்வாள். இனி பிறந்த நாளுக்கு புதுச் சட்டை, கேக், பூச்செண்டு போன்ற சமாசாரங்களுக்கு பழகிக்கொள்ள வேண்டும் போலிருக்கிறது. இன்றுவரை கூட அப்பா அம்மாவின் பிறந்த நாள் எனக்குத் தெரியாது. தெரிந்து வைத்துக்கொள்ள வேண்டும் என்பதை விட பெரிதாகத் தேவைப்படவில்லை என்பதே உண்மை.

பூக்கள் கிடைத்தவுடனே சுஜா ஃபோன் செய்திருந்தாள்.

''ஏ தேங்க்ஸ்.'' என்றாள் சிரித்தபடி.

''லவ்லி பிளவர்ஸ்.''

''இனி எவ்ரிதிங் இஸ் ஆல்ரைட்தானே?''

''நீ ஒழுங்கா பர்த்டே அன்னைக்கு ஃபோன் செஞ்சிருந்தா உனக்கு இந்த வீண் செலவு இல்லைல'' எனக் கிண்டலாக சிரித்தாள்.

''தட் ஸ் த லெசன் ஃபார் யூ!'' என ஃபோனை வைத்தாள்.

அதிசயமாக ஓவியாவிடமிருந்து இ-மெயில் வந்திருந்தது.

வழக்கமான விசாரிப்புகளுக்குப் பின் ...

> எனக்கு ஒரு புது நண்பன் அறிமுகமாயிருக்கிறான். ஐ திங், ஐம் இன் லவ் வித் ஹிம். அவனைப் பற்றிய விவரங்களைக் கூடிய விரைவில் அனுப்புவேன்.

என்றிருந்தது.

மனப்பூர்வமாக வாழ்த்தி, நான் இந்தியா திரும்புவதையும் முடிந்தால் ஃபோன் செய்வதாகவும் பதில் அனுப்பினேன். மறுபடியும் மாலையில் திரும்ப தொலைந்த ஃபோனுக்கு கால் செய்தோம். ஃபோன் சுவிச் ஆஃப்லேயே இருந்தது.

''ஊருக்கு போறவரைக்கும் கண்டிப்பா ஃபோன் வேணுமா?'' என்றான் ரவி.

ஊருக்கு புதுஃபோன் வாங்கலாம்னு முடிவு செய்து உடனே கிளம்பினோம். பெரும்பாலும் எங்கள் குரூப்பில் எல்லோரும் ஃபோன், பெர்ஃபியூம் ஐட்டங்கள் வாங்க 'சுங்கை வாங்' பிளாஸாவுக்குதான் போவோம். மெயின் ஆபிஸிலிருந்து நடக்கின்ற தூரம்தான்.

ஏழு அடுக்குகளுடன் ஏ.சி செய்யப்பட்ட பெரிய மால். செல்ஃபோன் கடைகள் மட்டும் சுமார் இருபத்தைந்து இருக்கும். பெரும்பாலும் சீனர்களின் கடைகள். அவர்களிடம் எல்லாவிதமான செல்ஃபோன் மாடல்களையும் பேரம் பேசி வாங்கலாம்.

பிளாஸாவின் வாசலில் இருந்த நியூஸ் ஸ்டாண்டில் தொங்கிக் கொண்டிருந்த எல்லா நாளிதழிலும் டிவி நடிகை தாக்கப்பட்ட விவகாரத்தை முக்கிய செய்தியாக்கி இருந்தனர்.

செல்ஃபோனுக்காக நிறைய கடைகளில் சுற்றினோம். ரவிதான் ஊருக்கு போற, ஒரே தடவையா நல்ல ஃபோனா வாங்கிட்டுப் போயேன் என்றான்.

''இந்திய ரூபாயில் பதினைந்தாயிம் இருபதாயிரம் கொடுத்து ஃபோன் கண்டிப்பா வாங்க மாட்ட. இங்க ரிங்கிட்டுல வாங்கிடு'' என்றான். ரிங்கிட்டில் சாமான்களை வாங்கினாலும் நம்மையறியாமல் இந்திய மதிப்பில் மாற்றி கணக்குப்போடும் வியாதி இன்னமும் எங்களுக்கு தொடர்ந்து கொண்டுதான் இருந்தது.

பல கடைகளில் அலசி நோக்கியாவின் லேட்டஸ்ட் மாடலான 7250 ஐ செலக்ட் செய்தேன்.

புது ஃபோனை வாங்கிப் பார்த்த ரவி ''இனிமே சுதா ஃபோனான்ட என்னோட பழைய ஃபோனை கொண்டுகூட வரமாட்டேன். புது மாடல் என்னா அருமையா இருக்கு!'' என சிலாகித்தான்.

பால் வெள்ளை நிற ஃபோனை கைக்கு அடக்கமாக உள்ளங்கையில் வைத்துக்கொண்டபோது எனக்குப் பெருமையாகதான் இருந்தது. அந்த ஸ்பரிசம் சில நொடிகள் கிளர்ச்சியூட்டியது.

அங்கேயே புது ஃபோனுக்கு சிம்கார்டையும் வாங்கி முதலில் டி-டே ஆசாமிக்கு ஃபோன் செய்தேன். அழைப்பு மணி கடைசி மூச்சை விடும் சமயம் எடுத்தான். அறிமுகம் செய்து கொண்டேன்.

''சுதா ஃபிரம் ஆர்பென்? '' என தனக்குள் கேட்டுக்கொண்டவன் கொஞ்சம் யோசித்துவிட்டு, ஞாபகம் வந்தவனாய் ''ம் என்ன விஷயம் சொல்லுங்க?''

''டி-டே விஷயமா பேசணுமே'' என்றேன்.

மறுமுனையில் சில நொடிகள் மௌனம். என்ன யோசித்தானோ தெரியவில்லை. தான் முக்கியமான இடத்தில் இருப்பதாகவும் பிறகு அழைப்பதாகவும் அவசரமாகச் சொல்லிவிட்டு தொடர்பைத் துண்டித்தான்.

19

காலையில் ரவி ஹாலிலிருந்த சோபாவில் உட்கார்ந்தபடி டிவியில் ''அஸ்ட்ரோ வானவில்'' பார்த்துக் கொண்டிருந்தான்.

''இங்க வர்ற அஸ்ட்ரோ, நம்ம ஊரு சன் டிவி போல இல்லையே''

''ஏன், தொகுப்பாளர்கள் கைகால் ஆட்டாமல், தமிழை சரியா உச்சரித்தால் புடிக்காதே?'' என்றேன் சற்றுக் கிண்டலாய்.

''என்னமோ தெரியல மச்சி. ஆனா வித்தியாசமா இருக்கு. அது மட்டும் புரியுது. அந்தக்காலத்து தூர்தர்ஷன் பாக்குற ஃபீல்.''

''இன்னும் கொஞ்ச நாள்ல தமிழ்ல பேசுறதே வித்தியாசமாதான் இருக்கும் பாரு.''

''உனக்காக டிபனுக்கு வெண்பொங்கல் பண்ணிருக்கோம் மச்சி. சாப்பிடு'' என்றான் ரவி.

''எனக்கா?''

''ஆமா, நீ தான் ஊருக்கு கிளம்புறியே. நீ போறவரைக்கும் இனிமேல் வெஜி மட்டும் தான். நான்வெஜ் வேணும்னா நாங்க வெளிய போய் சாப்பிடறோம்.

என்ன சாம்பார்னு கேளு.''

''சொல்லு.''

''முருங்கைக்காய் சாம்பார். நீ ரொம்ப காரம்னு சொல்றதால கொஞ்சம் கம்மியாவே போட்டிருக்கேன்.''

''எனக்காக அதெல்லாம் தேவையில்லயே.''

''சனிக்கிழமைகோசரம் தான் நீ காலையில சாப்பிட மாட்ட. இன்னைக்கு என்ன? சாப்பிடு'' என்றான்.

இந்தப் பொங்கலைச் சாப்பிட்டால் எங்கிருந்தோ வரும் அசதியும் தூக்கமும் இன்றைய மதியப் பொழுதை முழுதாக விழுங்கிவிடும் என நினைத்துக் கொண்டேன்.

ரவி டிவி பார்த்தபடியே பேசிக் கொண்டிருந்தான்.

''ஒரு குட் நியூஸ் மச்சி, சம்பத் 'ஆடி கார்' வாங்கிருக்காரு!''

''ஆடியா! என்ன ரேட்டு வருது?''

''வாங்குறமாதிரி இருக்கணும், விலை விசாரிக்கணும். நமக்கு எதுக்கு அதெல்லாம்? இன்னைக்கு வீணாவை ட்ராப் பண்ண ஆபிஸ் வந்தப்போ பாத்தேன்.''

''வீணாவை ட்ராப் பண்றாரா''

''ம். ஆபிஸ்லயும் அந்த டாக்தான் ஓடிகிட்ருக்கு'' என்றான்.

''அது சரி, கத்திரிக்காய் முத்தினா கடைத்தெருவுக்கு வந்துதான ஆகணும்'' என்றேன் சாதாரணமாக.

''ஏன், முருங்கைக்காய் முத்துனா மார்க்கெட்டுக்கு வராத-க்கும்'' எனச் சொல்லி பெரிதாகச் சிரித்தான்.

''நீ முருங்கைக்காயை இன்னைக்கு விடுற கதையா தெரியலையே...''

அவன் தற்செயலாக சேனலை மாற்றியபோதுதான் 'தேசிய பரபரப்புச் செய்தி' என லோக்கல் சேனலில் ஓடிக் கொண்டிருந்த அந்த ஒருவரிச் செய்தியைப் பார்த்து அதிர்ந்தேன்.

'டிவி நடிகையை தாக்கிய முக்கிய பிஸினஸ்மேன் யார்? - பெயர் அம்பலம். 'மேலும் விவரங்களுக்கு என ஒரு இணையதள முகவரியை நம்மூர் மாலை முரசு பாணியில் கொடுத்திருந்தனர்.

சாப்பிட்டுக் கொண்டிருந்த பொங்கலை அவதியாய் விழுங்கிவிட்டு லேப்டாப்பை எடுக்க எழுந்தேன்.

கதவு தட்டப்படும் சத்தம் கேட்டது. கதவின் கண்ணாடி வில்லை வழி பார்த்தேன். டர்பன் கட்டிய ஒரு ஆசாமி.யோசனையோடு திறந்தேன்.

டிரைவர் சிங் நின்று கொண்டிருந்தார். முகமெல்லாம் வியர்த்து வியர்வை முத்து முத்தாய் அரும்பியிருந்தது. தாடையைச் சுற்றி இருந்த கறுப்பு டர்பன் கூட திட்டுத் திட்டாய் நனைந்திருந்தது. பல கிலோமீட்டர் ஓடிவந்தவர்போல் சீரற்று மூச்சு விட்டுக் கொண்டிருந்தார். அவர் கண்களில் அவசரமும் கொஞ்சம் ஏமாற்றமும் தெரிந்தது.

நான் சுற்றிலும் ஒரு முறை பார்த்துவிட்டு

''உள்ள வாங்க, என்ன விஷயம் திடீர்ன்னு?''

அவர் தண்ணீர் வேண்டும் என்பதுபோல கையால் சைகை செய்தார்.

குளிர்ந்த தண்ணீர் பாட்டிலை வெளியே நின்றபடி முழுவதுமாக குடித்தவர்.

''கொஞ்சம் வெளிய வாங்க தனியாக பேசணும்'' என்றார் இந்தியில்.

அபார்ட்மெண்டின் படிக்கட்டில் கீழே இறங்கிச் சென்றவர் பின்புறமிருந்த ஏரியை நோக்கி நடந்தார். நான் கேள்வியேதும் கேட்காமல் அவரைப் பின்தொடர்ந்தேன். அவர் ஏதோ ஒரு முக்கியமான விஷயத்தைச் சொல்லதான் அழைத்திருக்கிறார் என்பதை அவர் இந்தியில் பேசியதில் இருந்து புரிந்து கொண்டேன்.

காலைச் சூரியன் ஏரியில் விழுந்து, தழுவி நமட்டாய் சிரித்துக் கொண்டிருந்தான். அங்கிருந்த ஒரு மரத்தடியில் நின்றவர், கொஞ்சம் ஆசுவாசப்படுத்திக் கொண்டார்.யாரும் பின்தொடர வில்லை என்பதை உறுதி செய்தபின்,

''நான் உங்களை பாக்க வந்தது ஒரு முக்கியமான விஷயத்துக்காக'' என்றவர் சற்று தாழ்ந்த குரலில் ''தம்பி, நான் சொல்றதை வெளிய சொல்லாதீங்க. நான் இப்போ சொல்லப்போற விஷயம் உங்களுக்கு அதிர்ச்சியா இருக்கலாம். ஆனால் உண்மை'' என்ற பூடகத்துடன் ஆரம்பித்தார்.

''நீங்க அந்த சாரா பொண்ணுகூட நெருங்கி பழகுறீங்கன்னு தெரியும். ஆனா அவ அவ்வளவு நல்லவ இல்லை.'' என்றவரின் கண்களைப் புரியாமல் பார்த்தேன். சற்று இடைவெளி விட்டவர்,

''என்னடா நான் அறிமுகம் செஞ்சு வச்சனேன்னு நினைக்கிறீங்களா?''

''அவள் ஆரம்பத்துல நல்லாதான் இருந்தாள். இந்தியாவைப் பத்தியும் அந்த கல்சர் பத்தியும் தெரிஞ்சிக்க ஆசைப்பட்டா. அதனால நானும்

பல இந்தியன் ஃபங்சன்களுக்கெல்லாம் அவளை கூட்டிகிட்டு போனேன். ஏன், நாங்க சேர்ந்து ஒரு ப்ராஜக்ட் கூட செய்தோம்.

ஆனா,கடந்த ஒரு மாசமா அவளோட நடவடிக்கை எதுவும் சரி இல்லை. இருந்த வேலையையும் விட்டுட்டு ஏதோ ஃபிரிலேண்ஸ் ஜெர்னலிசம் செய்றாளாம். புதுசா நிறைய ஆண் நண்பர்கள் வேற. ரௌடிப் பசங்க.

இன்னொரு விஷயம், நாம தேடுற டி-டே ஆசாமியின் வீட்டுக்கே தேடிப் போய் பாத்துட்டேன். ஆளு தாய்லாந்து போயிருக்கானாம். வர ஒரு வாரம் ஆகுமாம்.''

தொடர்ந்து கேள்வி கேட்கவோ பேசவோ தோன்றாமல் அவரையே பார்த்தபடி நின்றிருந்தேன்.

''நீங்க இந்தியாவிலிருந்து வந்திருக்கீங்க. இந்த ஊருக்கு புதுசு. உங்க தகப்பனா சொல்றேன். அவளோட சகவாசம் வச்சுக்காதீங்க. பேசாம ஊருக்கு கிளம்புற வழிய பாருங்க. அதுதான் உங்களுக்கு நல்லது.'' என ஒரே மூச்சில் சொல்லி முடித்தார்.

நான் அடுத்துப் பேச வாயெடுக்கும் முன் அவர் தன் மணிக்கட்டில் விழுந்த உலோகக் காப்பை சரிசெய்தபடி விறுவிறுவென கிளம்பியிருந்தார்.

நான் உறைந்து நின்றேன்.என்னால் அவர் சொன்ன விஷயங்களை நம்ப முடியவில்லை. அதே நேரத்தில் இவரிடம் எந்தளவு உண்மை இருக்கிறது என புரியவுமில்லை. ஏரியில் விழுந்த வெயில் இப்போது பிரதிபலித்து என் கண்கள் கூசியது.

யோசனையோடு வீட்டுக்கு வந்தேன். ரவி கோலாலம்பூரில் நடந்துகொண்டிருந்த ஃபார்முலா 1 ரேஸை 'லைவா'க பார்த்துக் கொண்டிருந்தான். சாரை சாரையாக அடர் வண்ண ரேஸ் கார்கள் வெயிலில் விருட்டியபடி பாய்ந்து கொண்டிருந்தன. பிரிட்டீஷ் ஆங்கில உச்சரிப்பில் நேர்முக வர்ணனையாளர் மூச்சுவிடாமல் உத்தாயிசில் அலறிக் கொண்டிருந்தார்.

எனது மனம் டிவியில் லயிக்கவில்லை. மீண்டும் மீண்டும் சிங் சொன்ன விஷயங்களைச் சுற்றி என் மனம் சுழன்று கொண்டிருந்தது. தாய்லாந்தி லிருக்கும் டி-டே ஆசாமியை நெருங்க முடியுமா தெரியவில்லை.

சாராவை அறிமுகப்படுத்திய சிங்கே அவளைப் பற்றி இப்படிச் சொல்வார் என எதிர்பார்க்கவில்லை. அவரை எப்படிப் புரிந்து கொள்வதென்றே தெரியவில்லை.

எனக்கு இப்படி இங்குள்ள பலதரப்பட்ட மனிதர்களைப் புரிந்துக் கொள்வதில் பாலபாடம் எடுத்தவரே சம்பத்தான். ஊருக்கு வந்த புதிதில் தவறாமல் தினமும் நானும் ரவியும் அவரை ஹோட்டல் இஸ்தானாவில் சந்திப்போம். சிகரெட்டை ஊதிக்கொண்டு பீரைக் குடித்தபடியே பெரும்பாலும் பொத்தாம் பொதுவாக பேசிக் கொண்டிருந்தாலும் சமயங்களில் முத்தான சில வார்த்தைகளையும் சம்பத் உதிர்ப்பார். அப்படி ஒருநாள் மலேசியாவின் இன அரசியல், வர்க்க வேறுபாடுகள் பற்றி பேசிக் கொண்டிருந்தவர். ''சீனர்கள் - வியாபாரத்தில் மிகவும் கெட்டிக்காரர்கள் என்பது எவ்வளவு உண்மையோ அதே அளவு அவர்கள் சூதுவாது நிறைந்தவர்கள் என்பதுவும் உண்மை. அவர்கள் வியாபாரத்தில் ஜெயிக்க யாரையும் ஏறி மிதித்து துவம்சம் செய்துவிட்டு முன்னேறத் தயங்காதவர்கள். ஜாக்கிரதை!'' என்றார்.

சமயங்களில் ''நான் முகத்திற்கு நேராக நேரடியாக பேசக்கூடியவன்'' என்று சொல்லும் டிரைவர் சிங் மலேசியாவிலிருக்கும் சீக்கியர்கள் பற்றிச் சொன்ன ஒரு விஷயம் ஞாபகத்துக்கு வந்தது. இந்தியாவில் பிரிட்டிஷை முதன்முதலில் எதிர்த்த பஞ்சாபின் சீக்கியக் கிளர்ச்சி யாளர்களை இங்குதான் நாடு கடத்தினார்களாம். அவர்கள்தான் முதன் முதலில் இங்கு வந்த சீக்கியர்கள் எனும் வரலாற்று உண்மையைச் சொன்னார். அதன் பின்புதான் போலிஸ் மற்றும் இராணுவப் பணிக்காக சீக்கியர்கள் இந்தியாவிலிருந்து பிரிட்டிசால் அழைத்து வரப்பட்டவர்களாம். சர்தார் ஜோக்குகளைத் தாண்டி சீக்கியர்களைப் பற்றி எனக்கு எப்போதும் நல்ல அபிப்ராயம் உண்டு. ஆஜானு பாகுவான உடல்கட்டு, நல்ல உயரம் மட்டுமில்லாமல் போராட்ட குணம் அவர்களின் இரத்தத்திலேயே ஊறி இருப்பதாக நான் நம்புகிறேன்.

அதுபோல சீனர்கள் பற்றி லீ சொன்ன ஒரு விஷயத்தை இன்று நினைத்தாலும் என் மனம் பதைபதைக்கிறது. அது பழைய சீனாவில் கடந்த நூற்றாண்டின் தொடக்கம் வரை அங்கிருந்த இளம் பெண்களுக்குச் செய்யப்பட்ட கால் கட்டும் (Foot binding) வழக்கம் பற்றியது. அந்தப் பெண்கள் சிறுமியாக இருக்கும் போதே அவர்களின் கால் விரல்களை பாதத்தை உள்நோக்கியபடி வளைத்து மேலும் வளராதிருக்கும்படி மிகுந்த வலியேற்படும்படி இறுக துணியால் பேண்டேஜ்போல் நன்றாகச் சுற்றிக் கட்டிவிடுவார்களாம் (சிறுவயதில் எலும்புகளை வளைப்பது சுலபமாம்). அதற்கு மேல் இதற்காக பிரத்தியேகமாக வடிவமைக்கப்பட்ட சிறப்பு ஷூ வேறு. இப்படித் தொடர்ந்து கட்டி நாளாவட்டத்தில் அவர்களின் காலை 4 இஞ்ச் அளவுக்கு சின்னதாக்கி விடுவார்களாம்.

அந்தக் காலத்தில் இது அந்தஸ்தின், அழகின் அடையாளமாக கடைப் பிடிக்கப்பட்டாலும், அந்தக் கால்களுடன், மற்றவர்கள்போல் சாதாரணமாக நடப்பது அவ்வளவு எளிதான காரியமில்லையாம். பாவம். தாமரைக் கால்கள் (Lotus Feet) எனும் இது போன்ற கால்கள் இல்லாத பெண்களுக்கு திருமணம் நடக்காத காலக்கட்டமும் இருந்ததாகச் சொல்லி அதிர்ச்சி தந்தான். நல்ல வேளையாக இது சீனாவில் தடை செய்யப்பட்டுவிட்டதாம். லீயின் 95 வயதுப் பாட்டி இன்னமும் தாமரைக் கால்களுடன் நடமாடிக் கொண்டிருக்கிறாளாம். பாம்பு, பல்லி, கடல் அட்டை என சகல உயிர்களையும் அசால்ட்டாய் சாப்பிடுபவர்களின் பைத்தியக்காரத் தனங்களில் இதுவும் ஒன்று என நினைத்துக்கொண்டேன். அதுபோல ''21 ஆம் நூற்றாண்டில் பெண்கள் தங்கள் அழகைப் பேண பிளாஸ்டிக் சர்ஜரி செய்து கொண்ட பைத்தியக்காரத்தனம் இருந்தது எனும் நாள் என்றாவது வரும்'' என மனதில் தோன்றியதை அப்படியே அவனிடம் சொன்னேன். சிரித்துக் கொண்டான்.

தொலைந்த செல்ஃபோனுக்கு ஃபோன் செய்து பார்த்தேன். எடுத்தார்கள். ஆனால் பதிலில்லை. நானாக ''ஹலோ, யாரு பேசுறது?'' எனத் தமிழில் கேட்டேன். டக்கென கட் செய்தார்கள். இனி ஃபோன் திரும்ப கிடைக்கும் எனும் நம்பிக்கை சுத்தமாகப் போய் விட்டது.

சில நாட்களாக என்னிடம் கண்ணாமூச்சி விளையாடிக் கொண்டிருக்கும் டி-டே ஆசாமி தாய்லாந்தில் இருப்பதாய் சிங் சொன்னது நினைவுக்கு வந்தது. அடுத்து அவனுக்கும் ஃபோனில் முயற்சித்தேன். அணைத்து வைக்கப்பட்டிருந்தது. அவன் கேபிபி வேலையை ரிசைன் செய்துவிட்டு உடனடியாக தாய்லாந்து போக வேண்டிய அவசியம் என்னவாக இருக்கும் எனப் புரியவில்லை. யோசனையாயிருந்தது...

டிவி நடிகை தாக்கப்பட்ட விவகாரம் ஞாபகத்திற்கு வந்தது. அமைதியாக அறைக்கு வந்து லேப்டாப்பை ஆன் செய்தேன். இணையதளத்தில்...

> 22 வயது தொலைக்காட்சி நடிகை தாக்கப்பட்ட வழக்கில் குற்றம் சாட்டப்பட்ட தொழிலதிபரின் பெயரை நேற்று கோலாலம்பூர் போலீஸ் பத்திரிகையாளர்களுக்குத் தர மறுத்தது. ஆனால், அந்தத் தொழிலதிபரின் பெயரை ஒரு பெண் நிருபர் கண்டுபிடித்து துணிச்சலாக வெளியிட்டுள்ளார்.அதைத் தொடர்ந்து இந்தச் செய்தி இன்று எல்லா தேசிய நாளிதழ்களிலும் வெளியாகியுள்ளது...

அந்தத் தொழிலதிபர் டத்தோ ஸ்ரீ பட்டம் பெற்றவர் எனக் குறிப்பிட்டு சேர்மன், தாக்கப்பட்டதாகச் சொல்லப்படும் டிவி நடிகையின் புகைப் படங்களையும் வெளியிட்டிருந்தனர். ஃபோட்டோவில் வசீகரமாய் புன்னகைத்த மலாய் நடிகை பற்றிய வேறு தகவல்கள் இல்லை.

மூச்சுவிடாமல் அதைப் படித்து முடித்த எனக்கு நிலைமையின் விபரீதம் புரிந்தது. செய்தியில் குறிப்பிடப்படும் பெண் நிருபர் கண்டிப் பாக சாரா என விளங்கியது. இப்படியும் ஒரு பெண் இருப்பாளா என ஆச்சர்யப்படும்படி செய்துவிட்டாளே... இதன் முழு வீச்சு தெரிந்துதான் செய்கிறாளா? இவர்கள் மலேசிய அரசியலையும் பிஸினஸையும் தங்களுக்கு ஏற்ப வளைப்பவர்கள் என்று தெரியாதவளா?

நகரத்தின் வெளிபிம்பம் மேம்போக்கானது. ஆனால் அதன் அடித்தளம் பணக்காரர்களுக்கானது. அது அவர்கள் நேரடியாக, மறைமுகமாகச் செய்யும் அதிகாரம், அரசியல், அவர்களின் கயமைகள், வியாபாரத் தந்திரங்கள், விலைபோகும் நீதி என பல அடுக்குகளாகக் கொண்ட கட்டமைப்பு அது.

இவள் இப்படி நெருப்போடு விளையாடும் இந்த விளையாட்டில் எனக்கும் பங்கிருக்கிறதோ? அந்தத் தொனியில் தானே டிரைவர் சிங் பேசிவிட்டுப் போனார். நான் தேன் கூட்டைக் கலைத்துவிட்ட மனநிலையில் இருந்தேன். தலை வலிப்பது போலிருந்தது. மாய விளக்கின் பூதம் விடுதலையாகி என்னைப் பார்த்துச் சிரிப்பது போலிருந்தது. யாரிடமாவது எல்லாவற்றையும் மனதுவிட்டு சொல்ல வேண்டும் எனத் தோன்றியது. சுஜாவுக்கு ஃபோன் செய்தேன். தொடர்பு எல்லைக்கு வெளியே இருந்தாள். பத்மாவுக்கு முயற்சித்தேன்.

ஃபோனை எடுத்த வேகத்தில்,

''வேர் இஸ் சுஜா?'' என்றேன் அவசரமாக.

''அவ நேத்துதான் லண்டன் கிளம்பினா, உங்கிட்ட சொல்லலை?''

20

அன்றிரவு நல்ல குளிர். தூக்கம் வராமல் நான் படுக்கையில் புரண்டு கொண்டிருந்தேன். சுஜாவின் நினைவு என்னைத் தூங்க விடாமல் செய்து கொண்டிருந்தது. அவளைப் பற்றி நினைக்க நினைக்க என் மனம் கரைந்து உருகத் தொடங்கியது. கடந்து போன கடைசி நிமிடம் வரை அவள் செய்த ஒவ்வொன்றும் நினைவுக்கு வந்தன. எதற்காக இப்படி அன்பாகப் பழகினாள்? எதற்காக என்னை முத்தமிட்டாள்? இப்போது ஏன் இப்படி சொல்லாமல் கொள்ளாமல் போனாள்? அவளை எங்களின் முதல் சந்திப்பிலேயே கவர்ந்திருக்கிறேன் என்றல்லவா நான் இதுவரை நம்பிக் கொண்டிருந்தேன். அந்யோன்யமாக பழகுவதாக நினைக்கத் தொடங்கும் வேளையில் அவளைப் பிரிந்தது மனதுக்கு துக்கமாக இருந்தது.

அவள் எப்போது மலேசியா திரும்புவாள்? அப்போது நான் இங்கிருப்பேனா? அவளுக்காக நான் எப்பொழுதும் காத்திருக்கத்தான் வேண்டுமா? அவள் வாழ்க்கையில் எனக்கொரு இடமிருக்கிறதா? பல கேள்வித் தலையணைகள் மனதை அழுத்தி மூச்சு முட்டச் செய்து கொண்டிருந்தன. அவள் லண்டன்போகும்முன்என்னைசெல்ஃபோனில் தொடர்புகொள்ள முயன்றிருக்கலாம்.

ஃபோன் சுவிஃச் ஆஃப் ஆனதால் வேறு வழியின்றி அவள் சொல்லாமல் போயிருக்கக் கூடும் என என்னை நானே சமாதானம் செய்து கொண்டேன்.

லேசாக தலை வலித்தது.பின் உடல் உஷ்ணமாகி காய்ச்சல் அடிப்பது போலிருந்தது. போர்வையைத் தலை வரை போர்த்திக் கொண்டு தூங்க முயன்று கொண்டிருந்தேன்.மூடிய போர்வைக்குள் சூடான மூச்சுக் காற்றை சுவாசிப்பது அனலடிக்கும் குகைக்குள் அடைத்தது போலிருந்தது.

காலையில் விடிந்த பின்பும் என்னால் எழக்கூட முடியவில்லை. ரவிதான் அறைக்குள் வந்து விசாரித்தான்.

''என்ன மச்சி உடம்புக்கு முடியலையா?'' என்றபடி நெற்றியில் கைவைத்துப் பார்த்துவிட்டு அதிர்ந்தான்.

''இப்படிக் கொதிக்குது, டாக்டர்கிட்ட போலாமா?'' என்றான்.

''அதெல்லாம் வேணாம், தானா சரியா போயிடும்'' என்றேன் பலஹீனமான குரலில்.

''நீ ஊருக்கு வேற போகவேண்டியிருக்கே...''

''சரி சூடா டீய குடிச்சுட்டு மாத்திரைய சாப்பிடு'' எனச் சொல்லிச் சென்றான்.

பிறகு கொஞ்சம் தூங்கினேன். பல் துலக்கிவிட்டு வந்து டீயைக் குடித்ததும் கொஞ்சம் தெம்பாக உணர்ந்தேன். ஊரிலிருந்து கொண்டு வந்திருந்த காய்ச்சல் மாத்திரை ஒன்றை எடுத்து விழுங்கினேன். அமிர்தான்ஜன் தைலத்தைத் தடவிக்கொண்டேன். அந்த வாசனை எனக்கு அம்மாவை நினைவுபடுத்தியது. தலைவலிக்கு அவள் தைலம் தடவிய நாட்கள் மனதில் வந்துபோனது. அவளுக்கு ஃபோன் செய்யலாம் என நினைத்தேன். எனக்கு காய்ச்சல் எனத் தெரிந்தால் வருத்தப்படுவாள் என நினைத்து பேசாமல் இருந்துவிட்டேன்.

எதிரே இருந்த சுவரை உற்றுப்பார்த்துக் கொண்டிருந்தேன். நான் யார், நானாகிய என் உடம்பு ஏன் இன்று ஒத்துழைக்க மறுக்கிறது. இந்த நேரத்தில் எனக்கு அன்பாக ஆறுதல் தேவைப்படுகிறதே. இப்படி உடல் பலஹீனமாகும்போதுதான் உறவுகள் பற்றிய நினைவுகள் அதிகம் வருவதாகத் தோன்றியது. அப்போதுதான் ஊரில் சொந்தங் களை விட்டு ஏன் இப்படி அந்நிய மண்ணில் தனியாகக் கஷ்டப் படுகிறோம் என நினைத்தேன். நிரந்தரமாக சொந்தங்களுடன் தங்கிவிடலாமா. அது ஒரு வகையில் பிரசவ வைராக்கியம் போலத்தான் என்பது எனக்குத் தெரியாமல் இல்லை.

டிவி பார்க்கவோ, லேப்டாப்பை எடுக்கவோ பிடிக்கவேயில்லை. நான் புத்தகங்களை வாசித்தபடி அறையிலேயே இருந்தேன். ரவி ஆபிஸிலிருந்து ஃபோன் செய்தான்.

''இப்ப, ஜுரம் எப்படியிருக்கு மச்சி?''

'கொஞ்சமா வாக்கிங் போயிருக்கு!' என சொல்ல வாய்வரை வந்ததை மறைத்துவிட்டு மனதுக்குள் சிரித்தபடி,

''மாத்திரை சாப்பிட்டேன் பரவாயில்லை'' என்றேன்.

''உடம்பெல்லாம் சரி பண்ணிக்க, இந்த வாரம் லங்காவி ஐ லேண்ட் போறோம்'' அறிவித்தான்.

''என்னது லங்காவியா?''

''ஆமாம், சடன் ப்ளான். மொத்தமா பதினாலு பேரு.''

ஊர் சுற்றிப் பார்ப்பதை விரும்பாத ரவி அப்படிச் சொன்னது ஆச்சர்யமாக இருந்தது.

''யோசிச்சு சொல்றேனே...''

''யோசனையா? விடிஞ்சுடும். நீ இந்தியா போணுதுக்குள்ள ஒரு தபா ஊரை சுத்திப் பாத்துட்டு போ சுதா.''

''யாரெல்லாம் வர்றா?''

''நம்ம பசங்க அப்பறம் லேடீஸ்ல வீணா, அகௌண்ட்ஸ் லீசாவும் வர்ரதா சொல்லியிருக்காங்க.''

''சாயந்தரம் பேசலாமே'' என ஃபோனை வைத்தேன்.

லங்காவி மலேசியாவின் வட மேற்கே உள்ள ஒரு தீவு. மலேசியாவில் கண்டிப்பாக பார்க்க வேண்டிய இடங்கள் என லங்காவி தீவையும், கெந்திங் மலையையும் குறிப்பிட்டு சுஜா சொன்னது ஞாபகம் வந்தது.

ரவி சொல்வதுபோல் ஊருக்குப் போகும் முன் லங்காவி போகலாம் தான். ஆனால்... ஆனால் சாரா?, வீடு வரை தேடி வந்த சிங்?, ஸடேஷனில் விடாமல் துரத்திய அந்த ஸ்டெண்ட் ஆசாமி? டி-டே ஆசாமி? அவர்களைப் பற்றி தெரிந்து கொள்ள வேண்டாமா? பல கேள்விகள்.யோசனையாக இருந்தது.

கடந்த இரண்டு நாட்களாக விடாமல் முயற்சித்தும் சாராவை ஃபோனில் பிடிக்க முடியவில்லை. சுஜாவும் லண்டன் போய் விட்டாள். ஒரு விதத்தில் கோலாலம்பூரில் இல்லாமல் இரண்டு நாள்

வெளியூர் போய்வருவதுகூட நல்லதாகப்பட்டது. இதுகூட ஒருவிதத்தில் மனதுக்கு போக்கு காட்டுவது போலதான்.

இந்தச் சந்தர்ப்பத்தில் லீசாவுடன் பேசும் வாய்ப்பு வந்தால் மெர்ஜர் ப்ராஜெக்டின் மதிப்பைத் தெரிந்து கொள்ளலாம். எதற்கும் லங்காவிக்குப் போய் முயற்சித்துப் பார்க்கலாம் எனத் தோன்றியது. ஆனால் வீணாவிடமிருந்து கொஞ்சம் விலகியே இருப்பது நல்லது எனப்பட்டது.

அறையிலிருந்து வெளியே வந்தேன்.வீட்டை வெளியிலிருந்து பூட்டிவிட்டு சென்றிருந்தார்கள். மதிய உணவுக்காக ஃபிரிஜை ஆராய்ந்தேன். கீழ்த் தட்டில் அட்டை பெட்டியில் அடைக்கப் பட்டிருந்த பால், ஜூஸ் வகையறாக்கள். பீர் கேன்கள், பிரௌவுன் நிற முட்டைகள், கண்ணாடி மூடி போட்ட பெரிய பாத்திரங்கள் என நிறைந்திருந்தன.மேல் தட்டிலிருந்த இருந்த பிரெட் பாக்கெட்டை எடுத்து ஜாம் தடவிச் சாப்பிட்டேன்.

அரை மணி நேரம் மெனக்கெட்டு இணையத்தில் இணைந்தேன். சேர்மன் பற்றிய விவகாரத்தை பத்திரிகைகள் மறந்துவிட்டது போலத் தெரிந்தது. அவர்கள் ஆரம்பத்தில் ஏதோ ஒரு வேகத்தில் முதல்நாள் வெளியிட்டிருப்பார்கள். அப்புறம் 'ரிங்கிட்' எனும் வைட்டமினால் கவனிக்கப்பட்டதால் தொடர்ந்து எழுதாமல் விட்டிருப்பார்கள். யாருக்குத் தெரியும்.

சாரா சொன்னது நினைவுக்கு வந்தது. நீ சாதாரண வாசகன் உனக்கு பத்திரிகை உலகோட ஒரு பகுதிதான் தெரியும். அதில் உனக்குத் தெரியாம பல அரசியல் இருக்கிறது.

ஓவியா நான் இந்தியா செல்வதற்கு 'ஆல் த பெஸ்ட்!' சொல்லி யிருந்தாள். அவளுக்கு நன்றி சொல்லிவிட்டு எனது லங்காவி ட்ரிப் பற்றி ஒற்றை வரி அனுப்பி வைத்தேன்.

★

கோலாலம்பூரில் பெரிய பேருந்து நிலையம் என்றால் அது புடு ராயா தான். அங்கிருந்து ஏதோ ஒரு விதத்தில் பஸ் பிடித்து எங்கும் போய்விட முடியும். சாரை சாரையாய் உறுமும் பஸ்கள். தனியாகவும் நண்பர்களுடன் சேர்ந்தும் பயணம் செய்யும் கல்லூரி மாணவ, மாணவியர், மூட்டை முடிச்சுகள், குழந்தைகளுடன் பயணம் செய்யும் குடும்பங்கள் என பலதரப்பட்டவர்களால் எப்போதும் கசகசவெனக் கூட்டம் நிரம்பி வழிந்து கொண்டிருக்கும்.

புடு ராயாவிலிருந்து சனிக்கிழமை காலை பத்து மணிக்கு பஸ் பிடித்தோம். பயணத்தில் பெரும்பாலான நேரத்தைத் தூக்கத்திற்கு கொடுத்தோம். நடுவில் சாப்பாட்டிற்காக ஒரு இடத்தில் பஸ் நின்றது. அப்போது வீணாவும், லீசாவும் ஒன்றாக இறங்கினார்கள். என்னைப் பார்த்ததும் சம்பிரதாயமாக புன்னகைத்தார்கள். மற்றபடி வேறொன்றும் பெரிதாக பேசிக்கொள்ளவில்லை.

ஆறு மணி நேரப் பயணத்துக்குப் பின் மாலை நான்கு மணிவாக்கில் கோலாலம்பூருக்கு வடக்கே இருந்த 'க்வால கெடா' எனும் நகருக்கு வந்து சேர்ந்தோம். அது கடற்கரையை ஒட்டிய சிறிய மீன் பிடி நகரம். நெருக்கமான தெருக்கள், பாரம்பரிய வீடுகள் என அந்த ஊர் தூங்கி வழிந்து கொண்டிருந்தது. அங்கே அன்று மாலை தங்கிவிட்டு அடுத்த நாள் காலை லங்காவி போவதாக ஏற்பாடு. முடிந்தால் அன்று மாலை உள்ளூரை சுற்றிப் பார்க்கலாம் என நினைத்திருந்தோம். ஆனால், நாங்கள் பஸ் ஸ்டாண்டில் இறங்கிய நேரம் அங்கே நன்றாக இருட்டி மழை ஓங்கி பெய்து கொண்டிருந்தது.

''இந்த மழையில நாம ஊர சுத்திப் பாத்தாப்லதான்'' என்றான் ரவி.

அப்போதுதான் வானிலை பார்க்காமல் நாங்கள் அங்கிருந்து கிளம்பி வந்தது உறைத்தது.

ஜேகே ரேபேன் கண்ணாடி அணிந்திருந்தான். அவன் ஒரு சிகரெட்டை எடுத்து பற்ற வைத்துக்கொண்டு, மழையில் நனைந்தபடி சாலையில் போவோர் வருவோரை வெறித்துப் பார்த்துக் கொண்டிருந்தான்.

கடைசியாக பஸ்ஸிலிருந்து இறங்கிய வீணாவும் லீசாவும் எங்களிடம் தயங்கியபடி வந்து முகத்தில் கேள்வியுடன் ''இப்ப என்ன பண்றது?'' என்றார்கள்.

''ஹோட்டலுக்கு போகவேண்டியதுதான்'' என்றபடி, மழையில் கொஞ்சம் நனைந்து கேப் பிடித்து ஹோட்டலுக்கு வந்து சேர்ந்தோம். வரும் வழியெங்கும் யாரோ என்னைப் பின்தொடர்வது போலொரு உணர்வு வந்தது.

எச்சரிக்கையாக சுற்றிப் பார்த்து யாருமில்லை என உறுதிபடுத்திக் கொண்டேன்.

ஹோட்டல் கடைத்தெருவை ஒட்டிய சின்ன சந்துக்குள் இருந்தது.

பழைமையான கட்டடம். மூன்றடுக்கில் அந்தக்காலத்து பங்களா ஸ்டைலில் இருந்தது. மரப்படிகள் அழுக்கடைந்து போயிருந்தன. லீசா ரிசப்ஷனில் மலாயில் ஏதோ பேசிக் கொண்டிருந்தாள்.

எங்களுக்கு முதல் தளத்திலும், மேலே இரண்டாவது தளத்தில் லீசாவுக்கும் அறை தந்தார்கள். என்னுடன் ரவி தங்கிக்கொண்டான். இரண்டு சிறிய கட்டில்கள், மெத்தை, பழையகாலத்து பெயிண்டிங்குகள், பழசான மர மேஜை, நாற்காலிகள். அறையில் டிவி இல்லை. அறையில் பையை வைத்துவிட்டு கீழே வந்தோம். வெளியே மழை இன்னும் வேகமெடுத்து பெய்து கொண்டிருந்தது. கீழே வரவேற்பறையில் இப்போது ஒரு தமிழ்ப் பெண் இருந்தாள். வயது முப்பதுக்குள் இருக்கலாம். அவள் வெளிர் நிற டாப்ஸ் அணிந்திருந்தாள். லேசாக பவுடர் அப்பிய முகம்.மூக்கின் இடப்புறம் சின்ன தங்க மூக்குத்தி. சுருள் சுருளான முடியை விரித்து விட்டிருந்தாள். அவள் மழையில் நனைந்ததற்கு அடையாளம் எதுவுமில்லை.

அவள் நட்பாக சிரித்தபடியே ''தமிழ்நாடா?'' என்றாள்.

நாங்கள் பதிலேதும் சொல்லாமல் புன்னகைத்தோம்.

அவள் முகம் மலர்ந்தது. ''லங்காவி பாக்கவா?''

''ஆமாம்.''

''பூஜாங் பள்ளத்தாக்கு பாத்துட்டீங்களா?'' என்றாள்

''இல்ல ,இப்ப தான் வந்தோம். என்ன அது?''

''ஆமாவா. அது ஒரு ஹிஸ்டாரிக் சைட். 'கடாரம் கொண்டான்' அப்படின்னு நீங்க ஸ்கூல் பாடத்துல படிச்சதில்லை?'' அவள் குரலில் ஒரு ஏளனம் இருந்தது.

''படிச்சிருக்கோமே, இராஜேந்திர சோழன்தான?''

பொன்னியின் செல்வன் முன்னமே படித்திருந்ததால் சோழர்கள் பற்றி இன்னும் கொஞ்சம் தெரிந்துகொள்ளும் ஆர்வத்தில் அவள் முகத்தைப் பார்த்தேன்.

அங்கு வந்த ஜேகே ''பக்கத்துல சிகரெட் எங்க கிடைக்கும்?'' என அவளிடம் கேட்டான். அவள் புன்னகை மாறாமல் சாலைக்கு எதிர்ப்புறமிருந்த கடையை நோக்கி கைகாட்டிவிட்டு தொடர்ந்தாள்.

அப்ப 'கடாரம்' ன்னு சொல்லப்பட்ட இடம்தான் இந்தக் 'கெடா' மாநிலம்.

''தமிழ்நாட்டுக்கும் மலேசியாவுக்கும் பழங்காலத்துல இருந்த தொடர்பை இந்த பூஜாங் பள்ளத்தாக்கு ஏரியாவுல கண்டு பிடிச்சிருக்காங்க. இது சம்பந்தமா அங்க ஒரு மியூசியம் கூட இருக்கு. அதில பல்லவர், சோழர் கால கட்டடக் கலைச் சிறப்பை விளக்கி அகழ்வாதாரங்களையும், பல புகைப்படங்களையும் காட்சிக்கு வெச்சிருக்காங்க.

அந்தக் காலத்துல மலேசியா தாண்டி ஜாவா, சுமத்ரா, சீனா பல நாடுகளுக்கு தமிழ் வியாபாரிகள் வந்து வியாபாரம் பண்ணி யிருக்காங்களாம்.''

முகத்தில் ஆர்வம் கொப்பளிக்க, ''இத கொஞ்சம் பாருங்க!'' என்றபடி ரிசப்ஷன் டெஸ்கிலிருந்த ஒரு ஆல்பத்தை எடுத்துத் திறந்துக் காட்டினாள்.

அது பூஜாங் மியூஸியத்தின் ஆல்பம். அதில் இரண்டாயிரம் ஆண்டுகள் பழைமை வாய்ந்தவை என்ற குறிப்புடன் ஒரு பழைய கோயில் கோபுரம், பிள்ளையார், திருமால், பிரமன், அம்மன் சிலைகள், பழைய ஓவியங்களின் புகைப்படங்கள், நாளேடுகளில் வந்த செய்திக் கட்டுரைகள் பற்றிய பல குறிப்புகள் இருந்தன.

''மியூசியம் கூட இங்கிருந்து பக்கம்தான். நேரமிருந்தா கண்டிப்பா போய் பாருங்க'' என்றாள்.

''நாளைக்கு இருக்குமா?'' என்றேன்.

''ஞாயித்துக் கிழமையாச்சே.''

கொஞ்சம் அவளைப்பற்றி விசாரித்தோம். பிரிட்டிஷ் காலத்தில் ஸ்ரீலங்காவிலிருந்து இரண்டு தலைமுறைக்கு முன் வந்தவளாம்.

அவளுக்கு நன்றி சொல்லிவிட்டு ஹோட்டலுக்கு வெளியே வந்தோம். இன்னமும் மழை லேசாகத் தூறிக்கொண்டிருந்தது.

சூடாக எதையாவது குடிக்கவேண்டும் போலிருந்தது. எதிரே இருந்த கடையில் டீ ஆர்டர் செய்து குடித்தோம். குளிருக்கு இதமாக இருந்தது.

ரவி டீயை உறிஞ்சியபடியே,

''மச்சி, நம்மளால ஆறுமணி நேரம் பஸ்ல இங்க வர்றதுக்கே இவ்வளவு டயர்டா இருக்கே. அந்த காலத்துல எத்தனை ஆயிரம் மைல் தாண்டி இங்க வந்திருக்காங்க இல்ல, கிரேட்.''

''நாம இன்னைக்கு 'கிரேட்'ன்னு சொல்வோம்னா அன்னைக்கு இங்க வந்தங்க இல்லையே? இங்கிலீஸ்ல சொல்றது மாதிரி 'தே காட் ஃபயர் இன் தேர் பெல்லி'. அவங்களுக்குள் ஏதோ ஒரு தீராத வேட்கை, ஒரு தேடல் இருந்திருக்கணும்.''

''அப்புறம் இதுல இருக்குற பியூட்டிய பாத்தியா? பல ஆயிரம் வருசத்துக்கு முன்னாடி மலேசியா வந்த தமிழர்களைப் பத்தி பிரிட்டிஷ் காலத்துல வந்த அந்தத் தமிழ் பொண்ணு இப்ப வந்த நம்மகிட்ட சொல்றா பாத்தியா?'' என்றேன்.

''ம்,விநோதமா இருக்குல்ல'' என்றான் ரவி.

பதிலுக்கு ''தமிழால் இணைந்தோம்'' எனச் சொல்லி சிரித்தேன்.

எனக்கு பூர்வ ஜென்மத்திலேல்லாம் பெரிதாக நம்பிக்கையில்லை. ஆனால் நான் ஏன் இந்த தேசத்தை நேசிக்கவேண்டும். ஆழ்மனதில் நான் ஏன் இங்கேயே வாழ நினைக்கிறேன் எனத் தெரியவில்லை. ஆனால், தமிழ்நாட்டுக்கும் இந்த மண்ணுக்கும் ஏதோ ஒரு ஈர்ப்பு காலம் காலமாய் தொடர்ந்துகொண்டே இருப்பதாக நினைத்துக் கொண்டேன்.

ரவி மர்மமாய் புன்னகைத்தபடி ''ஓகே ஓகே. டுமாரோ, ஐ ஹேவ் எ சர்ப்ரைஸ் ஃபார் யூ!'' என்றான்.

நான் காதில் வாங்கவில்லை. எனக்கு சுஜாவின் ஞாபகம் வந்தது. அவள் இப்போது எங்கே என்ன செய்துகொண்டிருப்பாள்? என்னைப் பற்றி நினைத்துப் பார்த்திருப்பாளா? லண்டனிலிருந்து பத்மாவுக்கு ஃபோன் செய்திருப்பாளோ? பத்மாவிடம் பேசவேண்டும் என நினைத்துக் கொண்டேன்.

நாளை லீசாவை தனியாகச் சந்திக்கும் வாய்ப்பு கிடைக்குமா? அப்படியே கிடைத்தாலும் நான் எதிர்பார்ப்பதைத் தருவாளா? சாலையை வெறித்துப் பார்த்தபடி யோசித்துக் கொண்டிருந்தேன்.

''இருட்டிடுச்சு போலாமா?'' என்றான் ரவி. சட்டென உணர்வு வந்தவனாய் எழுந்தேன். வெளியே மையாக இருட்டியிருந்தது. ரோட்டில் வாகனங்கள் ஒளிக்கீற்றுகளாய் நகரத் தொடங்கியிருந்தன. அன்று இரவு உணவை அறைக்கே வரவைத்து சாப்பிட்டுவிட்டுப் படுத்தோம்.

★

க்வால கெடாவிலிருந்து காலை எட்டு மணிக்குப் புறப்பட்ட முதல் படகில் லங்காவி தீவுக்குக் கிளம்பினோம்.

லீசாவும், வீணாவும் சொல்லி வைத்தாற் போல் கறுப்பு டீஷர்ட், நீல ஜீன்ஸில் வந்திருந்தனர். டீஷர்டின் கறுப்பு நிறம் அவர்களின் இயற்கையான வெள்ளை நிறத்திற்கு மேலும் அழகூட்டுவதாக இருந்தது. அன்றும் வழக்கம்போல் வீணாவின் முகத்தில் சாந்தம் வழிந்தோடியது.

படகுக்குக் காத்திருக்கும் நேரத்தில் வழக்கத்துக்கு மாறாக லீசாதான் அதிகம் பேசிக்கொண்டிருந்தாள். இங்கே வருவது அவளுக்கு இரண்டாவது தடவையாம்.

''ஏன் எங்க பாத்தாலும் லங்காவி தீவின் பெயரோடு ஒரு கழுகு சின்னம் போடுறாங்க. கழுகுக்கும் லங்காவிக்கும் என்ன சம்பந்தம்?'' என்றான் ரவி.

''சம்பந்தம் இருக்கே. 'லங்காவி'ன்றது 'லங்க்', 'காவி' எனும் இரண்டு உள்ளூர் வார்த்தைகள் சேர்ந்தது. 'லங்க்' என்றால் கழுகு. 'காவி' ன்னா கறுத்த ஆரஞ்சு. இங்க கறுத்த ஆரஞ்சு நிற கழுகுகளை நிறைய பார்க்கலாம் அதான்.'' என்றாள்.

அதை மறுப்பதுபோல் பேசிய வீணா ''இந்த லங்காவிய இராமாயணத்தில் வரும் 'லங்கா' உடன் தொடர்புபடுத்துறவங்களும் இருக்காங்க. அது மாதிரி சமஸ்கிருதத்தில் இதுக்கு 'பல அழகான தீவுகள்'ன்னு அர்த்தம் சொல்றவங்களும் இருக்காங்க'' எனச் சொல்லி எங்களை ஆச்சர்யப்படுத்தினாள்.

''நம்மளோட ரெண்டு டூரிஸ்ட் கைடுங்க வந்தது தெரியாம போச்சே, அவங்களுக்கு ஃபண்ட் கலெக்ட் செய்வோமா?'' என்றான் ரவி குறும்புடன். இருவரும் அதை ரசித்துச் சிரித்தார்கள்.

படகில் கீழே பயணிகள் அமரவும், மேலே திறந்த வெளியில் நிற்பதற்கும் வசதி செய்திருந்தார்கள். படகில் உள்ளூர்காரக்களைத் தவிர்த்து ஜப்பானியர்கள், வெள்ளைக்காரர்கள் என பலதரப்பட்ட சுற்றுலாப் பயணிகளின் தலைகள்.

ஏறக்குறைய ஒருமணி நேரத்திற்கு மேலான படகுப் பயணத்தில் லங்காவி பற்றிய நிறைய தகவல்களை டிவியில் ஒளிபரப்பினார்கள். லங்காவி என்பது ஒரு பெரிய தீவு அல்ல. அது நூற்றுசொச்ச தீவுகள் அடங்கிய ஒரு கொத்து என்பது போன்ற இத்யாதிகள். தீவை நெருங்கும்போது தூரத்தில் பச்சைத் திட்டுகளாக பல மலைக் குன்றுகள் கடலில் முளைத்திருந்தன.

எங்களை ஈகிள் ஸ்கோயர் எனும் இடத்தில் இறக்கிவிட்டு அது தான் லங்காவியின் 'ஹால் மார்க்' என்றார்கள். சூரியன் சோம்பலை முறித்தபடி மேகப் போர்வை விலக்கத் தொடங்கியிருந்தான். அங்கிருந்து தூரத்தில் ஒரு பெரிய பறவையின் சிலை ஒன்று நிழலாய் தெரிந்தது.

நாங்கள் அந்தப் பறவையின் பின்புறத்தில் இறக்கிவிடப் பட்டிருந்தோம்.

கழுத்தில் கேமரா மாலை சகிதமாக அதை நோக்கி நடக்கத் தொடங்கினோம். அருகில் நெருங்கிய பின்தான் அது ஒரு கழுகின் உருவம் எனத் தெரிந்தது.

ஒரு பீடத்தின் மீது மிகப் பிரமாண்டமான கழுகு மேற்கேயிருந்த கடலை உற்றுப் பார்த்தபடி வானில் பறக்க எத்தனித்திருந்தது. கழுகின் உருட்டும் கண்களும் ,ஆரஞ்சு வண்ண இறகுகளும்கூட மிகத் தத்ரூபமாக இருந்தன.

கழுகைப் பார்த்த ரவி மிக உற்சாகமானான்.

''மச்சி, இதை நீ படத்துல பார்த்திருக்கேல்ல'' என்றான்.

''படத்துலயா?''

''நிறைய தமிழ் படங்கள்ல வந்திருக்கே. சாந்தி தியேட்டர்ல ஓடுச்சே? அது என்ன படம்? ஆங்! 'பார்த்தேன் ரசித்தேன்.''

''அந்த 23C பஸ் படமா?''

''அதேதான், அந்த 'பூவே புன்னகை காட்டு'' பாட்டுக்கு நடிகர் பிரசாந்தும் லைலாவும் சேர்ந்து இதே, இதே இடத்துலதான் ஆடுவாங்க'' என உற்சாகத்தில் திளைத்தான். கொஞ்சம் விட்டால் அந்த நடனத்தை அங்கேயே அவனே ஆடக்கூடிய உற்சாகத்தி லிருந்தான்.

எல்லோரும் கழுகின் காலடியில் ஃபோட்டோ எடுத்துக்கொண்டோம்.

ரவி வீணாவுக்கும், லீசாவுக்கும் நடுவில் நிற்பதுபோல் ஒன்று எடுத்துக் கொண்டான்.

வீணா ''நாமெல்லாம் சேர்ந்து நிக்கலாமே'' என்றாள். லீசா கிளிக் எனும் சத்தத்தில் எங்களை கேமராவுக்குள் அடைத்தாள். எனக்கும் அவனுக்கும் நடுவில் வீணா நின்றாள். முதன் முறையாக ஒரு இளம் பெண்ணுடன் எடுத்துக்கொள்ளும் படம். மனத்துக்குள் லேசான குறுகுறுப்பு. அது நன்றாக வரவேண்டும் எனக் கவலைப்பட்டேன்.

எல்லோரும் பேசியபடியே நடந்தோம். வீணா என் குடும்பத்தைப் பற்றி விசாரித்தாள். பேச்சு தமிழ்நாட்டுச் சாப்பாடு பற்றித் திரும்பியது. ''ஐ லைக் பொங்கல், வெரி நைஸ்'' என அவள் குழந்தையாய் குதூகலித்தாள். அங்கிருந்து எல்லோரும் சேர்ந்து ஒரு வேன் பிடித்து தீவைச் சுற்றிப் பார்ப்பதாக முடிவெடுத்தோம். ஜேகேவும் மற்றவர் களும் தனிக் குழுவாகச் சுற்றினாலும் எங்களுடனே பயணப்பட்டனர்.

வேனில் போகும் வழியெங்கும் பசுமை. இயற்கை வஞ்சனை யில்லாமல் நல்ல வாளிப்பாய் இருந்தாள். மலைகள், பச்சைக் காடுகள், மலையில் வெள்ளைத் திரைச்சீலையாய் தொங்கும் அருவிகள். அங்கொன்றும் இங்கொன்றுமான மர வீடுகள் என கண்ணுக்கும் உடலுக்கும் குளிர்ச்சியாக தீவின் சூழல் ரம்யமாயிருந்தது. இது நாள்

வரை புதுமை, நவீனம் என பரந்து விரிந்துகிடக்கும் கான்கிரீட் காடான கோலாலம்பூரில் சுற்றித் திரிந்த எனக்கு, இன்று இந்த தேசத்தின் குளிர் முகத்தைப் பார்ப்பது போலிருந்தது.

சற்றே மலைப்பாங்கான இடம் என்பதால் சாலை நேர்கோடில்லாமல் நெளிந்து, ஏற்ற இறக்கங்களோடு இருந்தது. என் கையிலிருந்த பிரச்சனையை அந்தச் சாலையுடன் ஒப்பிட்டுப் பார்த்தேன். இதில் எதிர்பாராமல் நிறைய திருப்பங்கள். ஆபத்தான வளைவுகள். அதைத்தாண்டி சம்பத், ஜேகே ,ஸ்டண்ட் ஆசாமி,டி-டே ஆசாமி போன்ற சிவப்பு விளக்குகள் வேறு.லீசா, சாரா, ரவி, சிங், லீ போன்றவர்களை பச்சை விளக்குகள் என என்னால் எளிதாக கடந்து செல்லமுடியவில்லை. அவர்கள் சிவப்பாக மாறப்போகும் மஞ்சள் விளக்குகளாகக் கூட இருக்கலாம். பொறுத்திருந்துதான் பார்க்கவேண்டும்.

அதுபோல இன்று லீசாவிடம் தனியாகப் பேச ஓர் நல்ல சந்தர்ப்பம் கண்டிப்பாக அமையும் என எதிர்பார்த்திருக்கிறேன்.

ஜேகே பேச்சுக் கொடுத்தான்.

''ரவி, காக்க காக்க படத்துல ஒன்றா ரெண்டா பாட்டுல 'கபாலக் காதலா'னு ஒரு வரி வருதே அதுக்கு என்ன அர்த்தம்?''

ரவி சிரித்தபடி ''காலக் கொடுமையே. டேய், அது கபாலக் காதலா இல்லடா. கலாபக் காதலா. கபாலம்னா மண்டை.''

''சரி, ஏதோ ஒண்ணு. நீதான் எல்லா படத்தையும் வுடாத பாக்குறீயே... அப்படினா என்ன?''

''யாருக்கு தெரியும்.''

ரவி என்னைப் பார்த்து ''ஏ, படிச்சவனே, கேக்குறது காதுல வுழுந்துதா?'' என்றான்.

''கலாபம்னா மயில்'' என்றேன்.

அதைத் தொடர்ந்தாற்போல் வேன் டிரைவர் ஆங்கிலத்தில் பேசினார்.

''அடுத்து 'வோயிட் சேண்ட் பீச்' போகலாம், தே ஆர் மலேசியாஸ் பெஸ்ட்'' என்றார்.

அவர் சொன்னதை நிரூபிப்பதுபோல இருந்தது அந்த அழகிய கடற்கரை. நான் இதுவரை பார்த்திராத வெள்ளை வெளேரென்ற மண். எதிரே நீலப் பாய் விரித்தது போன்ற தெளிவான அமைதியான கடல். கடலில் தூரத்தில் முளைத்திருந்த மலைக்குன்றுகள் பச்சை மாமலை போல் மேனி கொண்ட பெருமாள் பள்ளிகொண்டதை நினைவுபடுத்தின.

கடற்கரையில் எங்களைத் தவிர கண்ணுக்கெட்டிய தூரம் வரை வேறு மனிதத் தலைகளைப் பார்க்க முடியவில்லை.

அலைகளற்ற அந்தக் கடலைப் பார்க்க எனக்கு ஆச்சர்யமாக இருந்தது.

கடற்கரை மணல் கூட வழக்கத்தைவிட மிக நுண்ணியதாக இருப்பதாக பாதங்கள் சொல்லின.

''சுதா இந்த இடத்தையாவது படத்துல பாத்துருக்கியா?'' என்றபடி தனது சினிமாப் புராணத்தைத் தொடங்கினான்.

''ஞாபகமில்லையே''

''இப்ப பிரபலமா ஓடுதே 'சாணக்யா சாணக்யா!' பாட்டு. 'தம்' படத்துல வருமே. சற்று இடைவெளி விட்டு சிம்பு நடிச்ச படம் மச்சி.'' என்றான்.

''தட் சாங்க், இஸ் ஆசம்'' என்றாள் வீணா.

''அப்போ உனக்கு தமிழ் புரியுமா?'' என்றேன் அவளிடம்.

''ம், சம்பத் வீட்ல அதான பேசுறாங்க'' என்றாள் சலிப்புடன்.

'வீணா சம்பத் வீட்டுக்கு போய் தங்கிட்டா'' என ரவி சொன்னதை நினைத்துக்கொண்டேன்.

வழியில் பொழுது போகாமல் வேனில் இருந்த டிரைவரிடமும் அவருடைய கிளீனரிடமும் பேச்சுக் கொடுத்தபடி வந்தோம். லங்காவிப் பற்றி பொதுவாக பேசிக்கொண்டிருந்தோம்.ரவி அவர்களிடம் சாதாரணமாக ''உங்களுக்கு எந்த ஊர்?'' என்றான். அவர்கள் ''கராச்சி, பாகிஸ்தான்'' என்றார்கள். அதைக் கேட்ட ரவி உட்பட வேனிலிருந்த எங்கள் குழுவினரின் முகம் மொத்தமாக கறுத்தது போலிருந்தது. சட்டென இதுவரை சூழ்ந்திருந்த கொண்டாட்ட மனநிலை கரைந்து வார்த்தைகளால் விவரிக்கமுடியாத ஒரு அசாதாரண மௌனம் அங்கே ஆட்கொண்டது. அதன் பிறகு வேனில் யாரும் எதுவும் பேசவில்லை. எங்களை எந்தவொரு உணர்வு ஆட்கொண்டு அப்படி செய்யத் தூண்டியது என்பதற்கான சரியான விடை எனக்கு கடைசிவரை பிடிபடவேயில்லை.

லீசாவைச் சந்திக்க நான் எதிர்பார்த்த சந்தர்ப்பம் 'பிளாக் சேண்ட் பீச்' எனும் கறுப்பு மண் கடற்கரைக்கு போனபோது கிடைத்தது. அப்போது மதியமாகியிருந்தது. மழை லேசாக தூரத் தொடங்கியிருந்தது.

லீசா ''நான் பாத்த இடம்தான். தூர இருந்தே பார்க்கிறேனே'' என இறங்கி அங்கிருந்த மரத்தடியில் மழைக்கு ஒதுங்கினாள்.

வீணா கடற்கரைக்கு மற்றவர்களுடன் ரவியைப் பின்தொடர்ந்தாள். நான் அந்தச் சந்தர்ப்பத்தைப் பயன்படுத்தி லீசாவுடன் பேசத் தொடங்கினேன். அவளிடம் என்ன கேட்பது, திரும்பி வேறேதும் கேட்டால் என்ன மாதிரி பதில் சொல்வது என மனதளவில் ஓரளவு ஒத்திகை பார்த்திருந்தேன்.

''லீசா, போர்ட்டிக்சன்ல உன்னை அப்செட் பண்ணிட்டேனா?''

சற்று நேரம் எதிரே ஏகாந்தமாய் திறந்து, விரிந்து கிடந்த கடலை உற்றுப் பார்த்துக்கொண்டிருந்தவள், சட்டென முகத்தைத் திருப்பி,

''சீரியஸ் மேட்டர் டிசர்வ் இட்ஸ் சீரியஸ்னஸ்'' என்றாள்.

''எனக்கு புரியல.''

''நீ குளோஸ்டு ரூம் மீட்டிங் செட் பண்ணணுமான்னு கேட்டதை சொல்றேன்.''

''அதுல என்ன பிரச்சனை?''

''உனக்கு உண்மையிலேயே தெரியாதா இல்ல...''

''நீ என்ன சொல்ல வர்ற?''

''இங்க, மலேசியாவில் கணவன் மனைவியாக இல்லாமல் ஒரு ஆண் பூட்டிய அறையில் இஸ்லாமியப் பெண்ணுடன் இருந்தால் ஷரியா சட்டப்படி குற்றம். அது இஸ்லாமிய ஆணாக இருந்தால் 'கல்வாட்'ன்னு தண்டிப்பாங்க. அதுவே வேற்று மத ஆணாக இருந்தால் சிறை தண்டனை கண்டிப்பாக உண்டு.''

நான் அதிர்ச்சியில் உறைந்தேன்.

''அது உன்னைப் புண்படுத்தியிருந்தால். ஐம்ஸாரி'' என்றேன்.

''பூட்டிய அறையிலிருந்த திருமணமாத ஜோடிகளுக்கு தண்டனை'னு பேப்பர்ல அடிக்கடி வருமே நீ பாத்ததில்லை?''

''நோ.''

''ஷரியா சட்டம்னா?''

''அது இஸ்லாமிய நாடுகளில் கடைப்பிடிக்கப்படும் சட்டம்.''

''அது மட்டுமல்ல. சமயங்களில் அந்த ஆணை உடனே மதமாற்றம் செய்து அந்தப் பெண்ணுக்கு கல்யாணம்கூட செய்துவைப்பார்கள்.''

''தேட் வாஸ் எ ஜோக். அதுல இவ்வளவு விஷயம் இருக்குனு எனக்கு தெரியாது'' என்றேன்.

''வீட்ல போய் யோசிச்சப்ப, நானும் அதான் நினைச்சேன். ஆனா அதற்கு பிறகு நாம சந்திச்சுக்க வாய்ப்பு கிடைக்கல. அதைப் பத்தி மறந்தே போயிட்டேன்.

சொல்லு... உனக்கு என்ன? அந்த ப்ராஜெக்டோட மொத்த மதிப்பு தானே தெரியணும். அடுத்த நாளே டாக்குமெண்ட்ஸை ஃரிபர் பண்ணிட்டேன். 8 மில்லியன் ரிங்கிட்ஸ். எட்டு மாத அஸைன் மெண்ட், கன்ஸல்டிங் சர்வீஸ் இது போதுமா?''

''ரொம்ப தேங்ஸ்.''

''இது நமக்குள்ளயே இருக்கட்டும் லா, எதுக்குத் தேவையில்லாத பிரச்சனை'' என்றாள்.

''அப்ப இந்த விஷயத்தை பத்தி நீ யார்கிட்டயும் பேசலையா?''

''இல்லையே.''

தூரத்தில் ரவியும் மற்றவர்களும் கடற்கரையிலிருந்து திரும்பிக் கொண்டிருந்தார்கள்.

''வேனுக்கு போலாமா?'' என்றாள்.

மழை இடித்துப் பெய்யத் தொடங்கியது.

★

க்வால கொடா வரும் வழியெங்கும் லீசா சொன்ன விஷயத்தைச் சுற்றியே மனம் ஓயாமல் சுழன்று கொண்டிருந்தது. அறைக்கு வந்ததும் வராததுமாக உடை மாற்றுவதற்குள் ''சரி, கிளம்பு, வா போலாம்'' என்றான் ரவி.

''நீ சொல்ற இடத்துக்கெல்லாம் வரல. அதெல்லாம் எனக்கு புடிக்காது'' என்றேன்.

''இங்க லங்காவி வரைக்கும் வந்துட்ட அப்புறம் என்ன? சரி, ஓப்பனா சொல்றேன். இப்ப வராம எப்ப போகப் போற? நீ,ஊருக்கு வேற போறீயே. வா போகலாம்''

என் கையைப் பிடித்து இழுக்காத குறையாக அங்கே அழைத்துச் சென்றான் ரவி.

அந்த இடம் சாலையின் சராசரி நெரிசல்களிலிருந்து சற்று விலகி குட்டை மரங்கள் சூழ மறைவாக இருந்தது.வாசலில் கண்களுக்குக் குளிர்ச்சியாக பச்சைக் கம்பள புல்தரை. சின்னதான செயற்கை நீரூற்று. பழைய ஓட்டு வீட்டின் அமைப்பில் கூரை. கண்களை உறுத்தாத

வெளிப்புற சுவர்ப்பூச்சு. சுற்றி குரோட்டன்ஸ் தொட்டிகள். நிழலான காரியங்களை மறைக்கும் கறுப்புக் கண்ணாடியாலான கதவுகளோடு இருந்தது.

ரிசப்ஷனில் ஆளுயர கண்மூடி தியானிக்கும் புத்தர் சிலை, மங்கலான ஒளி. மிக நேர்த்தியான வடிவமைப்பில் ஃபர்னிச்சர்கள், பெரிய தொட்டிகளில் மரக் கன்றுகள், தாழ்வான கூரை என உள்ளே குளிர்நிழல் வடிந்து கொண்டிருந்தது.

ரவி நேற்று சர்ப்ரைஸ் என்றதன் அர்த்தம் புரிந்தது. அங்கு போனபோது தான் ரவியும் மற்றவர்களும் இதை முன்பே திட்டமிட்டிருந்தார்கள் எனத் தெரிந்தது. லங்காவி பயணத்தையே இதை மனதில் வைத்துதான் ஏற்பாடு செய்திருப்பார்களோ எனத் தோன்றியது. ரிசப்ஷனில் பேசினார்கள். மொத்தமாக இத்தனை ஆண்களை அவர்கள் எதிர்பார்த்திருக்க மாட்டார்கள்போல.

கடைசி நேரத்தில் கூட, ரவி ஒரு படிமேலே போய் ''நீ தப்பா நினைக் காட்டி சொல்றேன். உனக்கு காசுதான் பிரச்சனைனா நான் தர்றேன் மச்சி, ஒத்துக்கோ'' என்றான். வலுக்கட்டாயமாக இழுத்தபோதும் நான் மறுத்துவிட்டேன்.

ரவி ''சைனீஸ்'' என்றான். மற்றவர்கள் மலாய், தாய்லாந்து என ஆளுக்கொன்றாய் செலக்ட் செய்தார்கள்.

சிறிது நேரக் காத்திருப்புக்குப் பின் உள்ளேயிருந்து எட்டிப் பார்த்த 'அந்த' சீனப் பெண்ணிற்கு இருபது வயதிருக்கலாம். சாதாரண உடையிலிருந்தாள். ரவியை நெருங்கி கைகுலுக்கியவள் வசீகரமாய் புன்னகைத்தாள். வாயில் நுழையாத ஒரு பெயரைச் சொல்லி அறிமுகப்படுத்திக் கொண்டாள். கண்டிப்பாக அது நிஜப் பெயரில்லை எனப்பட்டது எனக்கு.

அப்பட்டமாக வழிந்தபடி நின்று கொண்டிருந்த ரவியை வழிகாட்டி உள்ளே அழைத்துச் சென்றாள் அவள். ''சீன ஃபிகருங்களுக்கு கண்களே இல்லைனா கூட பரவாயில்லை, ஆனா அழகா இருக்காளுங்க'' என ரவி ஒருமுறை சொன்னதையும், அதை ''கோழி குருடாயிருந்தாலும் குருமாவுக்கு தேவை ருசிதான மச்சி'' என ஜேகே ஆமோதித்ததையும் நினைத்துக்கொண்டேன்.

கணினித் திரையில் புகைப்படங்கள் நகர்வதைப்போல, வந்த தாய்லாந்து, மலாய் இளஞ்சிட்டுகளுடன் மற்றவர்கள் உள்ளே பறந்து கொண்டிருந்தனர். கடைசியாக சைனீஸுக்காக காத்திருந்த ஒருவனிடம் மட்டும் 'தாய்லாந்துதான் இருக்கு போறீங்களா?' என்றார்கள். அவன் அரை மனத்துடன் தலையாட்டிவிட்டு உள்ளே சென்றான்.

நானும், ஜேகேயும் மட்டும் அங்கு கிடந்த பிரம்பு நாற்காலிகளில் தஞ்சமடைந்தோம். மெலிதான இசையோடு சுகந்தமான சென்ட் வாசனை. எங்களைத் தவிர வேறுயாரும் அங்கு காத்திருக்கவில்லை.

எனக்கு அதிர்ச்சியாக இருந்தது.எப்படி இவர்களால் முடிகிறது. அதுவும் கல்யாணத்திற்கு முன்பாக. உங்களின் முதல் ஸ்பரிசம் உன்னவளோடு இல்லையெனில் அவளுக்கு நீங்கள் தரும் பரிசுதான் என்ன? விடாமல் தூறிக் கொண்டிருக்கும் இந்த மழைக்காலத்து பின் அந்தியில்,முகம் தெரியாத ஒருத்தியிடம் பகிர்ந்து கொள்ளவா உங்கள் அந்தரங்கம்? அதைத் திறக்கும் கள்ளச்சாவி அல்லவா இது? அருவருப்பாயிருந்தது.

சில விஷயங்கள் ஆணுக்கும் பெண்ணுக்கும் பொதுவானது தானே. பதில் சொல்லதான் யாருமில்லை. எனக்கு அவளின் நினைவு வந்தது. என் அந்தரங்கத்தைத் திறக்கும் சாவி கண்டிப்பாக அவளிடம் மட்டுமே இருப்பதாக மனதார நம்புகிறேன்.

உள்ளே என்ன நடக்கிறது என தோராயமாக உத்தேசித்தாலும் உறுதியாகத் தெரியவில்லை.ஒரு திகில் கலந்த குறுகுறுப்புடனே காத்திருந்தேன். உள்ளே போயிருந்திருக்கலாமோ எனும் ஆசை லேசாகத் துளிர்விட்டுக் கருகியது .வெளியே மழை வலுத்திருந்தது.

நடு மேஜையில் ஒரு பித்தளை வாஸில் புதுமலர்கள் கொத்தாக வைக்கப்பட்டிருந்தன. அங்கு கிடந்த வண்ண ஆயில் பிரிண்ட் பத்திரிகைகளை ஜேகே புரட்டிக் கொண்டிருந்தான். அவன் மற்றவர் களுடன் உள்ளே போகாதது ஆச்சர்யமாக இருந்தது. எனக்கு ஜேகேவிடம் பெரிதாக பேசுவதற்கு எதுவுமில்லை இருந்தாலும், நேரத்தைக் கடத்த அவனிடம் பேச்சு கொடுத்தேன்.

''நீ போகலையா?''

''நான்தான் நேத்து நைட்டே வந்துட்டேன்ல.இந்த ஐடியாவை இவனுங்க கையில சொன்னதே நான்தான். எங்கிட்டயேவா?'' என்றவனின் முகத்தில் பெருமிதம் தெரிந்தது.

பிறகு ஏதோ நினைத்தவன்போல் ''சுதா, என்ன அடுத்த வாரம் ஊருக்கு போல, கேள்விப்பட்டேன்.'' சற்று இடைவெளி விட்டு, ''ஒரு வழியா பொட்டிய கட்றியா?'' என்றான்.

ஆமாம் என்பது போல தலையாட்டினேன். நான் அவனுடன் இயல்பாய் பேசக்கூடாது என்பதில் கவனமாக இருந்தேன்.

''நீ எங்கையில பயங்கர காண்டா இருக்கேனு தெரியும். ஊருக்கு போறச்சுல ஒண்ணு தெரிஞ்சுட்டு போ.''

நான் என்ன என்பதுபோல் அவனைப் பார்த்தேன்.

''சம்பத்துக்கும் வீணாவுக்கும் ரெண்டு வருஷ பழக்கம். இந்தியாவி லேயே சேட் ஃபிரண்ட்ஸ். இப்ப ரெண்டு பேரும் லவ் பண்றாங்க. அவளை இங்க கூட்டிவந்து வேலை வாங்கித் தந்ததே அவருதான். இந்தக் கதையெல்லாம் தெரியாம நீ பாட்டு டான்ஸ் அது இதுன்னு அவகிட்ட நெருங்கிப் பழகினது சம்பத்துக்கு சுத்தமா புடிக்கல. நீ குறுக்க பூந்து காரியத்தை கெடுத்துடுவன்னு நினைச்சுதான் உன்னை ஆரம்பத்துலயே கண்டிச்சு வைக்கச் சொன்னாரு. நான்தான் கொஞ்சம் டிலே பண்ணீட்டேன். இப்போ அவங்க கூடிய சீக்கிரம் கல்யாணம் செய்துக்க போறாங்க.'' என தன்னிலை விளக்கம் தருவதுபோல் பேசினான்.

லேசாக திரை விலகியது போலிருந்தது. எனக்கு சம்பத் மேல் கோபம் கொப்பளித்தது. எந்தப் பிரச்சனையாக இருந்தாலும்,என்னை ஒரு வார்த்தை கேட்டிருக்கலாமே , மூன்றாம் மனிதர்களிடம் சொல்லி செய்கிற விஷயமா... மனம் குமுறியது.

நான் பதிலேதும் சொல்லாததால் அங்கே அசௌளரிகமான மௌனம் நிலவியது.

அவன் தொடர்ந்தான்.

''என்னதான் வெளியில சுர்ருனு பேசினாலும் சம்பத் ரொம்ப நல்லவரு. ஊர்ல சாதாரண சிசர்ஸ் சிகரெட் அடிச்சிக்கிட்டிருந்த நான் இப்போ மால்பரோ அடிக்கிறேன்னா அதுக்கு காரணம் அவருதான்.

ஆனால், அவரு உன் மேல இன்னமும் செம காண்டுல இருக்க நான் காரணம் இல்லை'' என்றான் புதிராய்.

''கொஞ்சம் புரியிற மாதிரி சொல்றியா?''

''போர்ட் டிக்சன் போனப்ப நீ வீணா ரூமுக்கு நைட்டுல போனேன்னு யாரோ சம்பத்துகிட்ட போட்டு குடுத்துருக்காங்க.

மனுஷன் ஒருநாள் ஓவரா தண்ணி அடிச்சுட்டு எங்கையில உளறினதை வச்சு சொல்றேன். நீ என்னை மாட்டிவிட்டுடாத.''

எங்களைப் பார்த்து ''கண்டிப்பாக நீங்க உள்ளே போகலையா?'' என சிரித்தபடி கண்ணடித்த அந்த ரிசப்ஷனிஸ்ட்டுக்கு வயது நாற்பதுக்குள் இருக்கக்கூடும். முகத்தில் தாய்லாந்து சாயல் தெரிந்தது. மார்பகங் களை இறுக்கிப்பிடித்தபடி கவர்ச்சியாக உடையணிந்திருந்தாள். அத்தனை பெண்களையும் அதிகாரம் செய்யும் தோரணையில் அவள்தான் இங்கு இன்சார்ஜ் எனத் தெரிந்தது.

அதை எதிர்பார்த்தவன்போல ஜேகே, ''எங்களுக்கு டிஸ்கவுன்ட் எதாவது உண்டா?'' என்றபடி டெஸ்க் அருகே சென்று அவளைக் கிட்டப் பார்வை பார்த்தான். அவள் மெலிதாகச் சிரித்தபோது எதிர்பாராமல் அவளின் இடது மார்பில் மெள்ள கை வைத்து...

அப்போது அவள் கண்களில் தெரிந்த மிரட்சியை ஜேகே நன்றாக பயன்படுத்திக் கொண்டான். ஆரம்பத்தில் கொஞ்சம் மிரண்டவள் பின் மறுப்பேதும் சொல்லாமல் நெளிந்தபடியே,

''நீங்கெல்லாம் யாரு போலீஸா?'' என்றாள் பயந்தபடி.

ஜிம்மிற்குப் போகும் எங்கள் உடல்வாகையும் கிராப் முடிவெட்டையும் பார்த்து அப்படி ஊகித்திருப்பாள் போலிருக்கிறது. ஏதோ நினைப்பில் நான் ''ஆமாம்'' என்றேன். அப்போதும் புத்தர் ஆழ்ந்த அமைதியில் கண்மூடித்தான் இருந்தார். சிறிது நேரத்தில் ஒவ்வொருவராக வெளியே வந்தவர்களின் முகம் சந்தோஷத்தில் பூரித்திருந்தது. ஏதோ கிடைக்காத ஒன்றை அடைந்ததைப் போலொரு பெருமிதம் அவர்கள் நடையில் தெரிந்தது.

வெளியே வரும்போது அங்கிருந்த போர்டைக் கவனித்தேன் 'மசாஜ் பார்லர்' என்றிருந்தது. உள்ளே நடந்ததைப் பற்றி நான் எதுவும் கேட்கவில்லை. அவர்களும் சொல்லவில்லை.

அறைக்கு வந்த ரவி சூடான வெந்நீரில் குளித்தான். குளியலறையி லிருந்து வந்த நீராவிப் புகை அன்றைய இரவு முழுக்க அறையில் சுற்றிக்கொண்டிருந்தது.

21

லங்காவியில் காலையில் பஸ் பிடித்து வீட்டுக்கு வரும்போது நான்கு மணியாகி யிருந்தது. வழியில் மஸ்ஜித் ஜாமேக் செட்டி நாட்டு மெஸ்ஸில் எல்லோருக்கும் ‘போங்குஸ்’ வாங்கிக் கொண்டோம். பார்சல் சாப்பாட்டை இங்கே அப்படித்தான் சொல்கிறார்கள்.

இரண்டு நாட்கள் வெளியே ஊர் சுற்றியது அலுப்பாயிருந்தது. இது மாதிரி வெளியூர் பயணங்களை ஒருபொழுதுபோக்கு என என்னால் எளிதாக ஒதுக்கிவிட முடியவில்லை. ஒரு நல்ல பயணம் சமயங்களில் நமது பிரச்சனைகளுக்கும், குழப்பங்களுக்கு மான விடையாகிறது. அது ஒருவனைப் பணிவுள்ளவனாக்குகிறது. இந்தப் பரந்த உலகில் ஒருவனுடைய இருப்பு எவ்வளவு சின்னஞ்சிறியது என்பதை உணர்த்துகிறது. சமுத்திரத்தில் கலந்த ஒரு துளி மழைபோல. பெரிய மலையடிவாரத்தில் சிறு எறும்புபோல. அந்த வகையில், நான் எனும் ஆணவத்தை அழித்து ஒருவனை இயற்கையின் முன் அவனை மண்டியிட வைக்கிறது. அது சமயங்களில் பேட்டரி ரீசார்ஜ் செய்வதுபோல.

பஸ்ஸில் வரும்போது அரட்டையும் கும்மாளமும் களைகட்டியிருந்தது.

‘‘ரவி, நாமெல்லாம் ஒண்ணா கேன்டிங் போணும்டா’’ என்றான் ஜேகே.

''என்ன மச்சி அங்க திடீர்னு?'' என்றான் ரவி.

''அங்கதான் கேம்லிங், கேசினோ, தீம் பார்க்னு சூப்பரா இருக்குமாம் மச்சி, லோக்கல் பசங்க சொன்னாங்க. கண்டிப்பாக இரண்டு நாளாவது தேவைப்படுமாம்.''

''அங்க போய் என்ன மகாபாரத தருமர் மாதிரி சூதாட போறியாக்கும்?'' என்ற ரவி கிண்டலாய் சிரித்தான்.

''எங்கையில காசுமில்ல பொண்ணுமில்ல. உனக்கென்ன இரட்டைச் சுழி.''

வீணாவையும், லீசாவையும் தன்னுடன் இணைத்தே இரட்டைச் சுழி என ஜேகே கிண்டலடிப்பதைப் புரிந்து கொண்ட ரவி அடுத்து பேசாமல் அடங்கினான்.

''அப்படி போறதா இருந்தால், கண்டிப்பா பாஸ்போர்ட் எடுத்துட்டு போங்க'' என்றொரு பெண் குரல் வந்தது. அது லீசாவின் குரல். கேன்டிங் ஹைலேண்ட் என்பதைக் கேட்டிருப்பாள்போல.

''பாஸ்போர்ட்டா?''

''ம், கேன்டிங் சூதாட்டம் மையம்தான். அங்க நிறைய சூதாட்ட விடுதிகள் இருந்தாலும் இஸ்லாமியர்கள் விளையாட முடியாது. அதனால போலீஸ் கண்காணிப்பு இருக்கும்.''

''ஓ, தேங்க்ஸ்.''

''அது மலேசியாவில் பாக்கவேண்டிய இடம். யூ வில் டெஃபனட்லி என்ஜாய் த கேபிள் கார் ரெய்ட்'' என்றாள்.

பேச்சினூடே ரகு என்னிடம் ''எங்கள் ரத்த ஓட்டம் அதிகமாயிடுச்சு, நாங்கள் இப்ப ரொம்ப ஃபிரஷா இருக்கோம்!'' என ஆணழகன்போல் கையை மடக்கிக் காட்டி பரிகாசமாய் சிரித்தான்.

அதற்கான உண்மையான அர்த்தம் புரியவில்லை.அதை மேலே நோண்டிக் கேட்கவும் விருப்பமில்லை. ஆனால்,நான் லீசாவிடம் தனியாகப் பேசியபின் அவன் மேல் இருந்த ஆத்திரம் அதிகமாகியது. என்னிடம் உண்மைகளை ஜேகே சொன்னதால் அவன் நல்லவனாகி விடப் போவதில்லை. ஆனால் அவனைக்கூட ஒரு கருவி என ஒரு விதத்தில் மன்னித்துவிடலாம்போல. ஆனால் ரவி? அவனைக் கண்டிப்பாக அப்படி மன்னிக்கத் தோன்றவில்லை. கூடவே இருந்து கழுத்தை அறுத்திருக்கிறான். என்னைச் சுற்றி நடந்த எல்லா விஷயங் களையும் சம்பத்திடம் சொல்லி நல்ல பெயர் வாங்கியிருக்கிறான். இவையெல்லாம் ஒரு புரபசனல் செய்கின்ற வேலையாய் தெரிய வில்லை. நைஸாகப் பேசி ரவியிடம் விஷயங்களை வாங்கிக்கொண்ட

சம்பத்தைப் பாராட்டுவதா இல்லை ரவியையா? ஆனால், அவர்களுக்கு நடுவில் ஏதோ ஒரு ஒத்த அலைவரிசை, ஒரு புரிதல் இருக்கிறது என்பது மட்டும் புரிந்தது. சம்பத்துக்கு அவன் விசுவாசமாய் இருக்கிறான் என்றால் அவன் எனக்குச் செய்ததை என்ன சொல்வது? துரோகம்? பச்சைத் துரோகம்...

இந்த ரவிக்கு நான் கேட்காமலே எத்தனை சிறிய, பெரிய உதவிகள் செய்திருக்கிறேன்.

இப்படித்தான் ஒருநாள் அலுவலகத்தில் இருந்தபோது அவசரமாக பார்க்கவேண்டும் என அந்த வயதான மலேசிய அட்மின் நிர்வாகி ஆள் அனுப்பிவிட்டார். அவரைப் போய்ப் பார்த்து என்னவென்று விசாரித்தால் ரவி ஒரு ரிம் பேப்பரில் கலர் பிரிண்ட் அவுட்கள் எடுத்திருக்கிறான் என்றார். மூக்குக் கண்ணாடியை சரிசெய்தபடியே,

''பிரிண்ட் தரும்போது எத்தனை பக்கங்கள்னு கூடவா பாக்க மாட்டாங்க? ஏன் இது போன்ற முட்டாள்தனங்களை அனுமதிக் கிறீர்கள்?'' என எகிறினார்.

''லீவ் இட், சம் ஹொ மிஸ்டேக் வுட்ஹெவ் ஹேப்பண்ட்'' என்றேன்.

''சும்மா இல்ல சார். ஏறக்குறைய 500 பக்கங்கள், எத்தனை மரங்களை வெட்டினாங்களோ தெரியல. அதுவும் கலர் பிரிண்ட் வேற.இதே வேலையை எங்கள் ஊழியர் செஞ்சிருந்தால் கண்டிப்பாக பெரிய அபராதம் உண்டு.

இதை செஞ்சது ஒரு கான்ட்ராக்டர் வேற.

என்னைக் கேட்டா சம் ஒன் ஹெஸ் டு பி ஃபயர்ட்! இல்லை, கண்டிப்பா ஒரு வாரம் சஸ்பண்ட்டாவது செய்யணும்'' என்றார் கடுமையாக,

அடப்பாவி, ஒருவனை வேலையை விட்டு நீக்கவேண்டும் என்பதை எத்தனை எளிதாகச் சொல்கிறார் என நினைத்துக் கொண்டேன். இந்த அட்மின் நிர்வாகிகளே இப்படித்தான் நிறுவனமே தங்கள் ஒருவரை மட்டும் நம்பி நடப்பதுபோல் பேசுவார்கள்.

அங்கிருந்தபடியே ரவியிடம் ஃபோனில் விசாரித்தேன். ஏதோ பெரிய டாக்குமெண்டை தன் சொந்த உபயோகத்துக்கு பிரிண்ட் அவுட் எடுத்திருக்கிறான். ''தப்பு நடந்து போச்சு சுதா, ப்ளீஸ்'' என்றான்.

அவனைக் காப்பாற்ற பளிச்சென ஒரு யோசனை மனத்தில் தோன்றியது.

ஃபோனைத் துண்டித்துவிட்டு, அவரைக் குளிர்விக்கும் விதத்தில்,

''அது ப்ராஜெக்ட் சம்பந்தமா நான் எடுக்கச் சொன்ன பிரிண்ட் அவுட் தான். ஆனால், கலர் பிரிண்ட் இல்ல. கறுப்பு வெள்ளை. பட் ஹி டிட் பை மிஸ்டேக். சாரி பார் தட்'' என்றேன் கொஞ்சம் இளகிய குரலில்.

''அப்படியா?''

''இனிமே வேறு யாரும் மறதியா இதுபோல அதிக பக்கங்கள் பிரிண்ட் எடுக்காமல் இருக்க கம்ப்யூட்டரில் சில தந்திரவேலைகள் செய்ய முடியும். ஃப்ரீயா இருக்கும்போது வாங்க பேசுவோம்'' என அவரை அரவணைத்துப் பேசினேன்.

''ரியலீ? பிரிலியண்ட்'' என்றார்.

இன்னொரு நாள் யாரோ புதிதாக வேலையில் சேர்ந்த கான்ட்ராக்டர் ஒருவனை தன்னுடைய பஞ்சிங்கார்டில் ஆபிஸுக்குள் விட்டிருக் கிறான். ஹெச். ஆரில் 'டெயில் கேட்டிங்' ஒரு பாதுகாப்பு மீறல் என அதிருப்தி அடைந்து பெரிய விவகாரமாக்கிவிட்டார்கள்.

ரவி முகம் வெளிறி பாவமாய் வந்து நின்றான்.நான் போய் பேசினேன்.

''இது போல கட்டடத்தின் உள்ளே தெரியாதவர்களை அனுமதிப்பது பெரிய குற்றம் சார். இது ஒரு பேங்கோட டேட்டா சென்டர். பாதுகாப்பு மீறலை கண்டிப்பாக அனுமதிக்க முடியாது.''

''என்னதான் முடிவு செய்திருக்கீங்க?''

''இவங்களுக்கு கொடுக்கப்படும் தண்டனை மத்தவங்களுக்கு ஒரு பாடமா இருக்கணும்'' என கறாராகச் சொன்னார்கள்.

வேலையை விட்டு இரண்டு பேரையும் தூக்கிடுங்க எனச் சிபாரிசு செய்தார்கள்.

இரண்டு நாள் தொடர்ந்து பேசியதில் ஒருவழியாக ரவியை மட்டுமாவது என்னால் காப்பாற்ற முடிந்தது. இது போன்ற உதவி களுக்கு ரவி எனக்குக் காட்டும் நன்றி இதுதானா? வெறுப்பாயிருந்தது.

ஜேகே சொன்னது ஞாபகத்திற்கு வந்தது 'ஆரம்பத்தில் சம்பதும் வீணாவும் சேட் ஃபிரண்ட்ஸ், கூடிய விரைவில் கல்யாணம் செய்துக்க போறாங்க.' அவன் சொன்னது உண்மையாகத்தான் இருக்கும். சந்தேக மில்லாமல் அவர் தீவிரமாக யாஹூ சேட் செய்யக்கூடியவர் தான். இப்படித்தான் சம்பத் என்னுடன் பழைய நிறுவனத்தில் வேலை செய்யும்போது தொடர்ச்சியாக ஒருவாரத்திற்கு இரவு முழுவதும் அலுவலகத்தில் தங்கி இன்டர்நெட்டில் தகவல் சேகரிப்பதாகச் சொல்லிவிட்டு விடிய விடிய 'சேட்' செய்வதாக இரவு ஷிஃப்டில் வேலை செய்தவர்கள் முணுமுணுத்தது நினைவுக்கு வந்தது.

அதே ஆட்கள் லோக்கல் பாரிஸ் கார்னரில் இருந்தபடி 'சேட்' டில் ஐரோப்பிய பாரிஸில் இன்று குளிர் அதிகம் என பெண்களுடன் சுதந்திரமாக கதைக்கத்தான் செய்தார்கள். அப்போது அது எல்லோரும்

ஒளிவு மறைவாக செய்துகொண்டிருந்த விஷயமானதால் யாரும் பெரிதாகக் கண்டுகொள்ளவில்லை. ஆனால் சம்பத் அதை தன் வாழ்வில் அடுத்த கட்டத்திற்கு எடுத்துச் சென்றிருக்கிறார்.

வீணா பற்றி என்னிடம் நேரடியாகப் பேச ஆரம்பத்தில் அவருக்கு தர்ம சங்கடமாக இருந்திருக்கலாம். 'நான் இணையத்தில் ஒரு பெண்ணைத் தேடிப் பிடித்தேன். முகம் தெரியாமல் அறிமுகமானாள். சேட் செய்தோம். பரஸ்பரம் ஃபோட்டோக்களை பரிமாறிக் கொண்டோம். பின் முகம் பார்த்துப் பழகினோம். நெருக்கமானோம். அவளை நான் விரும்பினேன். அதன் தொடர்ச்சியாக நானே வெளிநாடு கூட்டிவந்து வேலை வாங்கித் தந்தேன். இப்போது கல்யாணம் செய்து கொள்ளப் போகிறேன். நீ தலையிடாமல் ஒதுங்கிக்கொள்' என்றெல்லாம் சொல்ல அவர் கூச்சப்பட்டிருக்கக் கூடும்.

சைபர் உலகில் இருந்து ஒருத்தியை அழைத்து வந்து எதார்த்தமான நிஜ உலகில் 'இனி இவள்தான் என் தேவதை!' என அவ்வளவு எளிதில் அறிமுகப்படுத்திவிட இயலுமா என்ன? அப்படிச் செய்தாலும் சமூகத்தில் அவரைப் பற்றிய கண்ணோட்டம் என்னவாக இருக்கும். அந்த நிழலை நிஜமாக்கும் முயற்சியில்தான் அவர் தடுமாறி விட்டாரோ? அதன் தொடர்ச்சியாகதான் அவர் என்னிடமும், ரவியிடமும் ஜேகேயை அனுப்பி இருக்கக்கூடும். பெற்றோர்கள் பார்த்து சொந்த சமூகத்தில், ஜாதியில் வரன் பார்ப்பதைத் தவிர்த்து காதல் திருமணம் செய்வதையே சற்று புதுமையாக, வேறு கண்ணோட்டத்தில் பார்க்கும் மனநிலை இருக்கும்போது, இணையம் மூலம் துணையைத் தேடிக்கொள்வதை சினிமா எனும் ஃபேன்டசி யாகவே நினைக்கவேண்டியிருக்கிறது. இல்லையென்றால் சம்பத் செய்ததுபோல அவர்களை நிஜ உலக நண்பர்களாக அறிமுகம் செய்து விட்டு இணையத் தொடர்பை சுத்தமாக மறைத்துவிட வேண்டியது தான். ஆனால் இதற்காக சம்பத் ஜேகே மூலம் அரங்கேற்றியவை எல்லாம் கண்டிப்பாக டூ மச் எனத் தோன்றியது.

பொய்யைப் பற்றி சம்பத் முன்பு ஒருமுறை டேபிள் டாக் மீட்டிங்கில் எங்களிடம் பகிர்ந்து கொண்ட ஒரு விஷயம் நினைவுக்கு வருகிறது. ''பெரிய பொசிசன்லயும், வியாபாரத்திலையும் பெரிசா சென்டிமென்ட் பார்க்கக்கூடாது. அன்றைய நிலையில் எது சரியோ, எது தேவையோ அதை செய்யணும். ரொம்ப யோசிக்காமல் தேவைப்பட்டால் பொய்யும் பேசித்தான் ஆகணும்'' என்றார். அது இரக்கமற்ற ஒரு வியாபாரியின் பிரசங்கமாக எனக்குத் தோன்றியது.

அவர் சொல்வதை செய்துகாட்டக் கூடியவர்தான். அப்படிதான் இந்தியாவில் முந்தைய நிறுவனத்தில் எங்களுடன் வேலைபார்த்த ஒருவன் சமீபத்தில் ஒரு சம்பவத்தைச் சொன்னான்.

அவன் வெளிநாட்டு வாய்ப்புகள் ஏதுமின்றி வருடமதிப்பீடு எனும் அப்ரைசலிலும் பெரிதான சலுகைகள் ஏதுமின்றி சோர்ந்து போயிருந்த சமயம், அவனுடைய முகவாட்டத்தை மிகச்சரியாகப் புரிந்து கொண்ட சம்பத் அவனைத் தனியாக அழைத்துப் பேசினாராம்.

''இவனுங்க என்ன பெரிய பிஸ்கோத்து பசங்க. உன்னோட திறமைக்கு எத்தனையோ வாய்ப்புகள் இருக்குபா. ''என்றவர்'' நீ கவலையவிடு. என்னோட ஃபிரெண்டு மூலமா ஜெர்மனிக்கு ஒரே வாரத்தில உன்னை அனுப்புறேன்'' என மிக நம்பிக்கையாக பேசியிருக்கிறார்.

''சீக்கிரம் பாஸ்போர்ட் எடுப்பா!'' என்றும் அவசரப்படுத்தியிருக்கிறார். அவன் ஆசையில் அவதி அவதியாய் அலைந்து திரிந்து ஒரு மாதத்தில் பாஸ்போர்ட் வாங்கிவிட்டு நேராக அவரைப் பார்த்துப் பேசியிருக்கிறான். நண்பருக்கு இ-மெயில் அனுப்பியிருப்பதாக ஒரு மாதம் இழுத்தவர். இப்பதானே பாஸ்போர்ட் வந்திருக்கு, பொறுமையா இருப்பா'' என இன்னொரு மாதம் இழுத்திருக்கிறார். பிறகுதான் தெரிந்தது அவர் அன்றைக்கு அவனைச் சமாதானப்படுத்த வேண்டும் என்பதற்காக இல்லாத ஜெர்மன் நண்பரை தெருவில் இழுத்து விட்டிருக்கிறார் என்று. இப்படி பொய்யைக்கூட உண்மைபோல மிகத் தத்ரூபமாகப் பேசி மோடிமஸ்தான் வேலை செய்வதில் வல்லவர் அவர்.

சட்டென எனது ரகசிய சிநேகிதி ஓவியாவின் நினைவு வந்தது. நாங்கள் இ-மெயிலில் பேசிக்கொள்கிறோம் நண்பர்களாக. ஆனால், இன்னமும் பரஸ்பரம் ஃபோட்டோக்களை பரிமாறிக்கொள்ள வில்லை. அந்நிய மொழி பேசி எல்லாம் காதல் வரும் என்பதில் எனக்கு துளியும் நம்பிக்கையில்லை. ஆனால் இதுவரை பழகியதிலிருந்து அவளைப் பற்றிய ஒரு பிம்பம் என்னுள் இருக்கிறது. அந்த நீர்க்குமிழி நேரில் பார்த்தால் உடையக்கூடும். எனக்குத் அதை உடைக்க விருப்ப மில்லை. சேட்டில் தடையின்றி டிஜிட்டல் புன்னகைப்பவர்கள், கட்டுப்பாடின்றி வரம்புமீறுபவர்கள் எல்லோரும் நேரில் கண் பார்த்துப் பேசும் வலு உள்ளவர்களா என்ன? சந்தேகம்தான்.

வீணாவின் இரவு சம்பவத்தை நினைத்துக்கொண்டேன். என்னையும் அவளையும் தவிர அந்தச் சம்பவத்தைத் தெரிந்தவர்கள் யாரோ கற்பனை கலந்து உளவு சொல்லியிருப்பார்களா இல்லை வீணாவே..? அன்று இரவு அவளைச் சந்திக்க நினைத்தபோது என்னைத் தடுத்த உள்ளுணர்வை உதாசீனப்படுத்தியது முட்டாள்தனமாகப்பட்டது.

ஆனால் சம்பத் இந்த விவகாரத்தை என்னிடம் தைரியமாக முகத்திற்கு நேராக விசாரித்து உறுதிசெய்திருக்கலாம்.தனது எதிர்கால வாழ்க்கை சம்பந்தப்பட்டதை சம்பத் ஏன் இப்படி அணுகவேண்டும். இது நம்பிக்கை சம்பந்தப்பட்டதல்லவா? இதில் என்னை ஏன் இவர் பலிகடாவாக்க வேண்டும்? அவமானகரமான சூழலில் என்

வேலையைப் பறித்து இந்தக் கெட்ட ஆட்டம் ஆடி இவர் என்னை வீழ்த்தவேண்டிய கட்டாயம்தான் என்ன? உலகமெங்கும் சதுரங்க ஆட்டத்தின் விதி ஒன்றாகத்தான் இருக்கிறது. ராஜாக்கள் தங்கள் ராணிகளைப் பாதுகாக்க சிப்பாய்களை இரக்கமின்றி பலியாக்கு கிறார்கள். அவர் எளிதாக வென்றிருக்க வேண்டிய ஆட்டத்தில், தவறான காய் நகர்த்திய அவரின் ஆட்டத்தை வெட்டி வீழ்த்தவேண்டும் என வெறிகொண்டேன். நெஞ்சில் ஒரு பரபரப்பு தொற்றிக்கொண்டது.

எது எப்படியானாலும் லங்காவியில் லீசாவிடம் ப்ராஜெக்ட் பற்றி பேசமுடிந்தது என் அதிர்ஷ்டம்தான். ஆனால் இது முடிவல்ல, ஒரு தொடக்கம். நான் தீர்க்க நினைக்கும் அந்தப் புதிரின் கடைசி துப்பு கிடைக்கும் வரை எனது தேடலைத் தொடர வேண்டும் என நினைத்துக் கொண்டேன்.

டி-டே ஆசாமியின் நினைவு வந்தது.பேசினேன். கடந்த முறை பேசாமல் நடுவில் இணைப்பைத் துண்டித்தவன். இந்த முறை கொஞ்சம் பேசினான். மிகக் கொஞ்சமாக.

‘‘மேன், வாட்ஸ் யுவர் ப்ராப்ளம்? ஏன் ஃபோன்ல தொடர்ச்சியா தொல்ல பண்ற?’’

‘‘டி-டே விஷயமா கொஞ்சம் பேசணும்.’’

‘‘அதுல பேச ஒண்ணுமில்லையே, யூ நோ ஒன் திங். நான் கேபிபிலயே இப்போ இல்லை.’’

‘‘தெரியும்’’ என்றேன்.

‘‘அப்புறம், பேச என்ன இருக்கு?’’

நான் பதில் பேசும் முன்பே,

‘‘சி, நான் இப்போ தாய்லாந்தில் இருக்கேன். டோண்ட் வேஸ்ட் மை டைம். ஸ்டாப் காலிங் மீ.’’

காட்டமாகச் சொல்லிவிட்டு ஃபோனை வைத்தான். ஏமாற்றமா யிருந்தது.

பசித்தது. சாப்பிட்டேன். செட்டியார் மெஸ் இட்லி மல்லிகைப் பூ. வழக்கம் போல். அறைக்குள் லைட்டைப் போட்டு வாங்கி வந்திருந்த அன்றைய தினசரியை படுக்கையில் படுத்தபடி புரட்டிக் கொண்டிருந்தேன். வழக்கமான கொலை, கொள்ளையைத் தாண்டி ‘எந்த இனத்தவரையும் பாரபட்சமாக நடத்தவில்லை - பிரதமர் சூ என்பது போன்ற டெம்ளேட்டான விஷயங்கள். ஆனால் மூன்றாம் பக்கத்தில் வெடி வைத்திருந்தார்கள். அதிர்ந்து நிமிர்ந்து உட்கார்ந்தேன்.

'வனநாயகனும் பில்லியன் ரிங்கிட் மரத்திருடர்களும்' எனும் தலைப்பில் எழுதப்பட்டிருந்த கட்டுரை இப்படிச் சென்றது...

மனிதவளர்ச்சிக்காக பூமியின் தொன்மையான வாழ்வாதாரமான இயற்கை தொடர்ந்து சீரழிக்கப்படுகிறது. அதன் தொடர்ச்சியாகத்தான் மலேசியா தனது அரிய சொத்தான மழைக்காடுகளை இழந்து கொண்டி ருக்கின்றது. **எனத் தொடங்கியது அந்த அரைப்பக்கக் கட்டுரை.**

ஆசியாவில் மரப்பொருட்கள் ஏற்றுமதிச் சந்தையில் முதலிடம் வகிக்கும் மலேசியா தன் இயற்கைச் செல்வங்களை வேகமாக இழந்து வருவதிலும் முதலிடம் வகிக்கிறது.ஏற்றுமதி மூலம் நல்ல அன்னியச் செலாவணியை ஈட்டும் அதே சமயத்தில் சட்டவிரோதமாக மரங்களை வெட்டி ஏற்றுமதி செய்வதால் அதிக அளவில் இழக்கவும் செய்கிறது. உதாரணமாக கிழக்கு மலேசியாவில் 80% காட்டு மரங்கள் திருட்டுத்தனமாக வெட்டி அழிக்கப்படுகின்றன.....

இப்படிக் கட்டுப்பாடின்றி மரங்களை அழித்தல்,வேட்டையாடுதல் போன்ற சட்டவிரோதச் செயல்களால் காட்டுயிர்கள் தங்கள் வாழ்விடங் களை இழப்பது மிகப் பெரிய அச்சுறுத்தல். அப்படி அழிந்து அருகி வரும் வன உயிரினங்களை பட்டியலிடும் சர்வதேச நிறுவனம் சமீபத்தில் வெளியிட்ட சிவப்புப் பட்டியலில் மலேசியாவின் தனித்தன்மையான வனநாயகன் என்றும் காட்டு மனிதன் என்றும் அழைக்கப்படும் ஓராங் ஊத்தானையும், மலேசியப் புலியையும் குறிப்பிட்டுள்ளது. புவி வெப்பமயமாதலுக்கும் இந்த மழைக் காடுகளின் அழிவிற்கும் நேரடித் தொடர்பிருக்கிறது. உலக ஐக்கிய நாடுகள் இந்த விவகாரத்தில் நேரடியாகத் தலையிடுவதற்கு முன் இது குறித்து மலேசிய வனவிலங்கு ஆணையம் உடனடி ஆய்வு செய்து ஒரு வெள்ளை அறிக்கை சமர்ப்பிக்க வேண்டும்.

இப்படி கட்டுப்பாடின்றி, சமயங்களில் சட்டவிரோதமாக மரங்களை வெட்டி, வாங்கி, விற்க்கப்படும் 'இல்லீகல் லாகிங்' எனும் வர்த்தகத்தில் சிறு மர வியாபாரிகளில் தொடங்கி பெரிய பலம் பொருந்திய அரசியல் பின்புலமுள்ள பிரமாண்ட கார்பரேட் நிறுவனங்களுக்கும் தொடர்பிருக்கிறது. குறிப்பாக கிழக்கு மலேசியாவை தலைமை யிடமாகக் கொண்டு செயல்படும் என ஆர்பென் குழுமத்தின் பெயரைக் குறிப்பிட்டிருந்தார்கள்.

மலேசிய ஊழல் ஆணையம் (எம்ஏசிசி) இதில் உடனே தலையிட்டு இந்த சட்டவிரோத நடவடிக்கைகளைத் தடுத்தால் வன விலங்குகளைக் காப்பதோடு மட்டுமல்லாமல் மத்திய, மாநில அரசுகளுக்கு முறையாக வரவேண்டிய பல பில்லியன் ரிங்கிட்டுகள் இழப்பைத் தடுக்கமுடியும்.

கட்டுரையின் கீழே எமது சிறப்பு நிருபர்- சாரா என்றிருந்தது. அருகில் ஸ்டாம்ப் சைஸ் படத்தில் அவள் சிரித்துக்கொண்டிருந்தாள்.

கட்டுரையில் சூழியல், பொருளாதாரம் எனும் இரண்டு முக்கிய ஆயுதங்களைக் கையில் எடுத்திருக்கிறாள். உள்ளூர் ஊழலை சர்வதேசப் பிரச்சனையாக்கி இருக்கிறாள். இது போன்ற பகிரங்க குற்றச்சாட்டுகளை அந்த முன்னணி தினசரியில் தகுந்த ஆதாரங்கள், தரவுகள் இல்லாமல் கண்டிப்பாக வெளியிட்டிருக்க மாட்டார்கள்.

இனி தொடர்ச்சியாக இயற்கை ஆர்வலர்கள், சமூகநலவாதிகளின் எதிர்வினைகள், கருத்துக் கட்டுரைகள், டிவி பேட்டிகள் எனும் மீடியா ஸ்டண்டுகள் தொடங்கிவிடும். குறிப்பாக இதை வாசிக்கும் எனது கம்பெனி சேர்மனின் எதிரிகளுக்கு அல்வா சாப்பிட்டது போலிருக்கும். விடாப்பிடியாக வெள்ளை அறிக்கை, விசாரணை என இனி வரும் நாட்களில் இதைப் போட்டுக் கிழிப்பார்கள் எனத் தோன்றியது.

இவள் இப்பொழுதுதான் ஸ்விட்ச்சைப் போட்டிருக்கிறாள். கூடிய விரைவில் அணை உடையப் போவதாகத் தோன்றியது. இவ்வளவு சவாலான காரியம் செய்தவளை உடனே பாராட்டவேண்டும்போல இருந்தது. ''ஃபென்டாஸ்டிக் ஆர்டிக்கள். லுக்கிங் ஃபார்வேர்டு சீ யூ!'' என்று குறுஞ்செய்தி அனுப்பினேன்.

இந்தக் கட்டுரை நல்ல விஷயம்தான். ஆனால் சாரா? இப்போது பெயர் மட்டுமில்லாமல் படத்தையும் சேர்த்து வெளியிட்டுவிட்டார்களே?

சாராவிடமிருந்து உடனடியாக பதில் வந்தது. 'உனது வாழ்த்துகளுக்கு நன்றி, நாளை மறுநாள் பார்க்கலாம்' என்றிருந்தாள்.

அவளிடம் நிறைய பேசவேண்டியிருக்கிறது. ப்ராஜக்டை பற்றி, முக்கியமாக சிங்கைப் பற்றி. அதற்குள் எப்படியாவது லண்டனில் இருக்கும் சுஜாவிடம் பேச முயற்சிக்க வேண்டும் என நினைத்துக் கொண்டேன்.

ஊருக்குப் போக இன்னும் சரியாக ஒரு வாரம் இருந்தது.

அன்று நள்ளிரவில் சந்தோஷக் கனவு வந்தது. நீதி மன்றக் காட்சி. கறுப்பு உடையில் எனக்காக வாதிடும் அழகான வழக்கறிஞராக சாரா. சாட்சிக் கூண்டில் இளமை பொங்க லீசாவும், சுஜாவும். குற்றவாளிக் கூண்டில் சில முகமறியா மனிதர்கள். பரபரப்பான நீதிமன்றக் காட்சிகளுக்குப் பின் இறுதியில் நீதி கிடைத்தபோது விடிந்திருந்தது.

22

ஊருக்குக் கிளம்ப தாயாராகிக்கொண்டிருந்தேன். கட்டிலின் கீழேயிருந்த பெட்டியை எடுத்து தூசி தட்டித் திறந்தேன். சட்டை, பேன்ட், டீஷர்ட்டுகள், உள்ளாடைகள், சிடிகள், படித்துத் தள்ள கொண்டுவந்த புத்தகங்களை மறக்காமல் எடுத்து வைத்தேன். ஒரு ஜீன்ஸ் ஆறு, ஏழு சட்டைகளின் எடைக்குச் சமமாக இருக்கும் போலிருந்தது. அவ்வளவு கனம். இதுவரை ஊருக் கென்று நான் பெரிதாக எதுவும் வாங்கிக்கொள்ளவில்லை. திட்டமிட்ட விடுமுறை பயணமாக இருந்தால் தேவை யானதை தேடிப் பிடித்து பொறுமையாக வாங்கியிருக்கலாம்.

ஆனால், தம்பி கேட்டதால் ஒரு சிடி பிளேயர் மட்டும் வாங்கிக் கொண்டேன். கூடவே ரவியும் வந்திருந்தான். அவன் தெருக்கடை களில் பேரம் பேசுவதில் கெட்டிக்காரன். எந்தப் பொருளாக இருந்தாலும் என்ன விலை யிருந்தாலும் ஒன்றுக்குப் பாதியாக பயப்படாமல் கேட்பான். கேட்டால் ''ஆமா, அவன் சாமானுக்கு அவன் விலைய சொல்றான். நாம கேக்றத கேப்போம். புடிச்சா தரட்டுமே.''

''அப்புறம், இங்க புதுசா 'டிவிடி பிளேயர்' வந்துருக்கு. ஆனா, தமிழ் படமெல்லாம்

டிவிடில நம்மூர்ல வர இன்னும் எத்தனை நாளாகுமோ. வெறும் சிடி பிளேயரை வாங்கு பாத்துகலாம்'' என்றான்.

''ஒரு டிஜிட்டல் கேமரா வாங்கிகோ மச்சி, ஊருல போய் மலேசியா ரிட்டன்னு கெத்து காட்ட வேணாமா?'' என்றான் கிண்டலாய்.

''அதெல்லாம் தேவையில்லை. வெறும் கேமராவே போதும். கோடக் கம்பெனியோடது வாங்கிக்கலாம்.''

''ஜென்ஸ் பர்ஃபியூம்ஸ் வாங்கிக்கோ. கைக்கு கீழ, உடம்புக்கு அப்புறம் சட்டைக்கு என்றான்.''

''அதெல்லாம் நம்ம உடம்புக்கு ஆகாது. சட்டைக்கு மட்டும் ஒண்ணு போதும்'' என மறுத்தேன்.

''என்னது உடம்புக்கா?''

''சரி பர்ஸுக்குன்னு வச்சுக்க'' என டக்கெனச் சொல்லி சிரித்தேன்.

அநாவசியமாக தேவையற்றதில் செலவு செய்வது ஏனோ பிடிப்பதில்லை. படித்து முடித்தவுடன் பத்தாயிரம் ரூபாய் மாத வருமானத்தில் வேலைக்குச் சேர்ந்த நான் முதலில் லட்ச ரூபாயை என் வங்கிக்கணக்கில் சுளையாகப் பார்த்தது இங்கு வந்தபிறகுதான். இனி நான் ஊருக்குப் போய் முதலில் இருந்து தொடங்கவேண்டும்.

காலையில் சப்பாத்தி போட்டிருந்தார்கள். நெய் ஊற்றி சுட்ட சப்பாத்திகளை ஓரங்கட்டிவிட்டு எண்ணெய் விட்டதை எடுத்துச் சாப்பிட்டுக் கொண்டிருந்தேன்.பத்மா பேசினாள்.

''என்ன சார் ஊருக்கு போறீங்க போலருக்கு?'' என்றாள் பூடகமாய்.

அப்போதுதான் அவளுக்குச் சொல்லாதது நினைவுக்கு வந்தது.

''அப்போ சுஜாகிட்ட பேசுனியா?'' என பேச்சை மாற்றினேன்.

''ஆமாம்.''

''என்னை பத்தி வேற என்ன சொன்னா?''

''ஏன் தெரிஞ்சுக்க ரொம்ப ஆர்வமா இருக்கபோல இருக்கு?'' குறும்பாகச் சிரித்தாள்.

''அவளோட லண்டன் நம்பர் இருக்கா?, அவகிட்ட ஒரு முக்கியமான விஷயம் பேசணும்.''

''இன்னைக்கு நைட் ஃபோன் அடிக்கிறேன்னு சொன்னா, வாங்கி வைக்கிறேன். நான் நாளைக்கு காலையில் பதினொரு மணிக்கிட்ட

பத்து மலை கோயிலுக்கு வர்றேன். அப்ப வந்து வாங்கிக்கோ. சரியா?'' என ஃபோனை வைத்தாள்.

★

பத்து மலையில் பிரசித்தி பெற்ற முருகன் கோயில் இருப்பதாக தெரியும்.ஒரு முறை கோயிலை வந்து பார்க்கவேண்டும் என நினைத்திருந்தேன். இன்று அதுவும் ஊருக்கு போவதற்கு முன் பத்மாவால் நிறைவேறி இருக்கிறது. கோயிலுக்கு கேபில் போய் இறங்கினேன். திட்டமிட்டு டிரைவர் சிங்கைத் தவிர்த்தேன்.

பழனி முருகன்போல் கோவணாண்டியாக மலை உச்சியில் நின்று காட்சி கொடுப்பார் என நினைத்திருந்தேன். மாறாக எதிரே இருந்த மலையில் மரங்கள் மண்டிக் கிடந்தன.அந்த மலையும் கரும்பாறை களாக இல்லாமல் வெள்ளை நிறத்தில் இருந்தது. செங்குத்தான கான்கிரீட் படிக்கட்டுகளைத் தாண்டி மேலே கோயில் இருப்பதற்கான அறிகுறி எதுவுமில்லை.

தோரணவாயிலைக் கடந்து யோசனையோடு உள்ளே நுழைந்ததும் ஸ்ரீ சுப்ரமணியசுவாமி கோயில், பத்து கேவ்ஸ் என்ற சிவப்பு வர்ண போர்டு வரவேற்றது.

சீர்காழி கோவிந்தராஜன் ஒலிப்பெருக்கியில் மனமுருகிப் பாடிக் கொண்டிருந்தார். பாற்குடம், காவடி, அலகு குத்திய பக்தர்கள் என நல்ல கூட்டம். நாதஸ்வரம், மேளம், செண்டை மேளம், காவடி யாட்டம் எனக் களைகட்டியிருந்தது.ஆங்காங்கே சந்தனம் தடவிய மொட்டைத் தலைகள் என ஒரு நிமிடம் தமிழ்நாட்டில் இருப்பது போலொரு உணர்வு வந்து சென்றது.

கூட்டத்தில் அவளைக் கண்களால் தேடினேன். ஃபோன் செய்யலாம் என நினைத்தபோது, மென்மையான தோள் தொடுதலுக்குத் திரும்பினேன். அவள் பளிச்சென சிரித்தபடி நீலநிற பட்டுச்சேலையில் நின்று கொண்டிருந்தாள்.

''என்ன பயந்துட்டியா?'' என்றாள் சிரிப்பு மாறாமல்.

நான் அதிர்ச்சியை மறைத்து சிரிக்க முயன்று தோற்றேன்.

''கேப் எடுத்தியா?'' என்றவள் சேலையில் கூடுதல் அழகாய்த் தெரிந்தாள். இத்தனை நாள் இவள் எங்கிருந்தாள்? எனும் மலைப்பை மறைத்தபடி ''ம், நல்ல கூட்டமா இருக்கே?'' என விசாரித்தேன்.

''ஏதோ விசேஷமாம். இதைவிட தைப்பூசம் இங்க நல்லா பெரிசா நடகுக்கும். உள்ளூர் விடுமுறை வேற, கேக்கனுமா கூட்டத்துக்கு?''

பக்கவாட்டில் ஏதோ கட்டடவேலை நடைபெறுவதுபோல் உயரமான பெரிய தடுப்பு இருந்தது.

''என்ன வேலை நடக்குது தெரியுமா? இங்கதான் உலகிலேயே உயரமான முருகன் சிலை வரப்போகுது'' என்றாள்.

''இங்க ஏர்போர்ட்ல தொடங்கி ட்வின் டவர் வரை எல்லாமே பெரிசுதானே'' என்றேன் விகல்பமில்லாமல். அவளுக்கு அது புரிந்திருக்க வாய்ப்பில்லை.

அப்போதுதான் அவளை ஒட்டிபடி நின்று கொண்டிருந்த சிறுமியை கவனித்தேன். வயது ஏழு இருக்கலாம். பட்டுப்பாவாடை சட்டை. ஜிமிக்கி. இரட்டைச் சடையில் நெருக்கக் கட்டிய மல்லிகைப் பூ.சாயலில் மகாநதி ஷோபனாவை நினைவுபடுத்தினாள். துறுதுறு வென்றிருந்த அவள் கண்களில் குறும்புத்தனம் அலைமோதியது.

''மாமாவுக்கு பெயரைச் சொல்லு!'' என்றாள்.

சொன்னாள். உற்சாகமாய்.

கீழே இருந்த சில்லறைச் சன்னிதிகளில் விநாயகரை வணங்கிவிட்டு மேலே ஏறத் தொடங்கினோம்.

கான்கிரீட் படிகள். ஒன்று இரண்டு என 272 வரை பக்கவாட்டில் குறித்திருந்தார்கள். சிறுமி எங்களை முந்திக்கொண்டு பட்டுப் பாவாடையை சற்று உயர்த்திப் பிடித்தபடி படிகளில் வேகமாக தடதடத்தாள். நாங்கள் இருவரும் பொறுமையாகப் பேசிக்கொண்டே நடந்தோம்.

''சுஜாகிட்ட பேசுனியா?''

''பொறுமை பொறுமை. முதல்ல சாமி கும்பிடுவோம்'' என்றாள் சிரித்தபடி.

மேலே புறாக்கள் படபடத்தன. பக்கவாட்டுச் சுவரில் குரங்குகள் சோம்பேறியாய் பேன் பார்த்துக்கொண்டிருந்தன. அவை கண்டிப்பாக உர்ராங்குட்டான்கள் இல்லை.

படிகள் முடிந்த இடத்தில் ஆங்கில வி (V) எழுத்துபோல இரண்டு பாதைகள் இருந்தன. அங்கே நுழைந்ததும் சில்லென்று உணர்ந்தேன். ஏதோ ஒரு உணர்வு தாக்கியது. மூலவரை வலது பக்கம் போய் பாக்கணும் என்றாள்.

மேலே அண்ணாந்து பார்த்தேன். என் கண்களையே என்னால் நம்ப முடியவில்லை. இருளைப் பிளந்ததுபோல் சூரிய வெளிச்சம்

அம்புகளாய் மேலிருந்து வீழ்ந்துகொண்டிருந்தது. அப்போதுதான் இது மலைக் கோயில் இல்லை குகைக் கோயில் எனப் புரிந்தது.

''இடதுபக்கம்?''

''இருட்டு குகை.''

''அப்படினா? பொறுமை பொறுமை'' என்றாள் மறுபடியும் சிரித்தபடி.

அங்கே நின்று கொண்டிருந்த அந்த மலேசிய தமிழ் கைடுக்கு சார்ட்ஸூம் டிசெர்டும் போதுமானதாயிருந்தது. அவனை ஆழ்ந்து கவனித்துக் கொண்டிருந்த இரண்டு வெள்ளைக்கார யுவதிகளிடம் கைகளால் நடனமாடியபடி பேசிக்கொண்டிருந்தான். ஓசியில் காது கொடுத்தேன்.

இது மலை இல்லை. சுண்ணாம்புக் குன்றுகள்.அதான் வெள்ளையா இருக்கு... *40* கோடி ஆண்டுகள் பழசு. இயற்கையாக அமைந்த இந்தக் குகைகளில் கோயிலை *1891*ல கட்டியிருக்காங்க.

அவன் ''மேல கொஞ்சம் பாருங்க'' என்றபடி கையை உயர்த்திய போதுதான் கவனித்தேன்.

குகையின் உட்புறத்தில் வெள்ளைச் சர்க்கரையைப் பாகாய் உருக்கி ஊற்றியபோது உறைந்தது போன்றதொரு நிலையில் பாறைகள். குகையின் மேலிருந்த பெரிய திறப்பின் வழி சூரிய ஒளியோடு எப்போதோ பெய்த மழை நீரும் கசிந்து கொண்டிருந்தது. அங்கிருந்து மெள்ள நகர்ந்தேன்.

அந்தக் கூட்டத்திலும் நல்ல சாமி தரிசனம் கிடைத்தது. முருகன் வள்ளி தெய்வானையுடன் காட்சி தந்து கொண்டிருந்தார்.

வரும் போது 'இருட்டு குகை' யை வெளியே நின்றபடியே எட்டிப் பார்த்தோம். பெயரைப் போல குகையின் வாயில் இருண்டிருந்தது. பூரண அமைதி. மேலே தொங்கியபடி ஜிம்னாஸ்டிக் செய்யும் வௌவால்கள் தவிர வேறு யாருமில்லை.

பத்மா பேசினாள்.

''இன்னும் பத்து நிமிஷம் இருக்கு. நம்ம டயம் சரியா இரண்டு மணிக்கு சுஜா எனக்கு ஃபோன் அடிப்பாள். போதுமா?''

''அப்படி என்னதான் அவகிட்ட பேசணுமோ?''

நான் பதிலேதும் சொல்லாமல், பேச்சை மாற்ற ''அந்த சின்ன பொண்ணு...?'' என லேசான தயக்கத்தோடு இழுத்தேன்.

''அவ என்னோட அக்கா பொண்ணு.''

''அக்கா கூட வரலியா?''

''அவ வர முடியாது.''

''முடியாதா?''

''அது பெரிய கதை.''

''நீ கீழ போய் கடைசிப் படில நில்லுமா. நான் இந்த மாமாகிட்ட பேசிட்டு வந்துடுறேன்.'' 'சரி சித்தி!' என ராகத்தோடு பாடிவிட்டு சிறுமி ஜூட் விட்டாள்.

''எங்களுக்கு சொந்த ஊர் கேஎல் இல்ல. நாங்க சிரம்பான் ரப்பர் தோட்டத்துல இருந்து இங்க வந்தோம். அப்பா அங்கதான் வேலை செஞ்சார். அக்கா என்னோட பத்துவயசு மூத்தவ. நாங்கெல்லாம் அங்க தமிழ் பள்ளியில ஒண்ணாதான் படிச்சோம். அப்பாவுக்கு முன்னாடி மாதிரி தோட்டவேலையும் இல்லை. அவருக்கு உடம்பும் முடியல. அதனால அக்காவுக்கு டீச்சர் வேலை கிடைச்சப்பறம் குடும்பத்தோட கேஎல் வந்துட்டோம். அவ கூட வேலை செய்ற ஒரு தமிழ் இஸ்லாமிய பையனை ஆசைப்பட்டா. அதுக்காக இந்து மதத்திலேருந்து வெளியாயி இஸ்லாத்துல சேந்துட்டா.''

''மதம் மாறிட்டாங்களா?''

''ம், இஸ்லாமியரும் இஸ்லாம் அல்லாதவங்களும் கல்யாணம் செய்யமுடியாதே. அதுக்காக அவ பேரைக் கூட மாத்திகிட்டா.''

''உங்க அப்பா என்ன சொன்னார்?''

''அப்பா என்ன, எங்க வீட்டுல யாருக்கும் இதில சுத்தமா விருப்பமே இல்லை. ஆனா அவ இஷ்டப்பட்டு கல்யாணம் செஞ்சுகிட்டா. மூணு வருஷம் சந்தோஷமாதான் இருந்தாள். அதுக்கப்பறம், அவனுக்கு இன்னொரு பொண்ணோட தொடர்பாகி அவளையே இரண்டாம் கல்யாணம் செஞ்சுகிட்டான்.''

''டைவர்ஸா?''

''இல்ல, அது இஸ்லாமியர்களுக்குத் தேவையில்லை. இப்ப அஞ்சாறு வருஷமா எங்க வீட்டுலதான் இருக்கா. மனசொடிஞ்சு போன அவ வேற வேலைக்கும் போகல. வேற தமிழரைக் கல்யாணம் பண்ணலாம்னா அவளால இப்ப மறுபடியும் இந்துவாகவும் மாறமுடியாது.

அவளைப் பேசவிட்டுவிட்டு, அமைதியாய் கவனித்துக் கொண்டிருந்தேன்.

''...வீட்டுல வேற வருமானமும் இல்லை. என்னோட சம்பாத்யத்துல தான் இப்போ குடும்பம் ஓடுது'' என்றாள் தயங்கியபடி.

''அதெப்படி விடுறது, கேஸெல்லாம் போட முடியாதா?''

''இங்க இஸ்லாமியர்கள் சம்பந்தப்பட்டஎல்லா விவகாரங்களுக்கும் ஷரியா கோர்ட்டுக்குதான் போகணும். நாங்களும் அலைஞ்சு பாத்துட்டோம்.பணம், நேரம் விரயமானதுதான் மிச்சம். அந்தக் கவலையிலேயே எங்கப்பாவும் போய் சேந்துட்டார். இப்ப அவளோட வாழ்க்கையே பெரிய சிக்கல்ல இருக்கு. அது மட்டுமில்லாம இந்த சின்னப்பொண்ணு வாழ்க்கையும் சேர்ந்து கேள்விக்குறியா ஆயிட்டு.'' என்றபோது அவள் கண்களின் ஓரத்தில் ஈரம் எட்டிப் பார்த்தது.

''தயங்கியபடி உன்னோட கல்யாணம்?'' என்றேன்.

ஒரு பதிலும் சொல்லாமல் சில கணங்கள் அவள் என்னைப் பார்த்தாள். அந்த மௌனத்திற்கான அர்த்தம் எனக்கு விளங்கவில்லை.

குகைச் சுவரை வெறித்துப் பார்த்தபடி ''அம்மா எனக்காவது ஜாதகப் பொருத்தத்தோடு நல்ல படிச்ச தமிழ் மாப்ளையை பாக்கணும்னு ஆசைப்படுறாங்க.''

''அதுல ஒண்ணும் தப்பில்லையே...''

''ம், நாங்க பெருசா ஜாதி எல்லாம் பாக்றதில்லை. ஆனா, நாங்க தேடுற மாதிரி படிச்சவனா கிடைக்கணுமே. அப்படியே கிடைச்சாலும் குடும்பத்துல இவ்ளோ பிரச்சனை இருக்கும்போது வருவாங்களானு தெரியல'' என்றபோது அவள் குரல் கம்மியது.

எனக்குத் திகைப்பாயிருந்தது. ''கண்டிப்பா நல்லது நடக்கும் பத்மா. நீ ஏன் மனசை போட்டு குழப்பிக்கிற.'' எனச் சமாளித்தேன்.

''ம், நீயும் உன் ஃபிரண்ட்ஸை எனக்கு இன்ட்ரோ குடுக்கலாம் ஒண்ணும் தப்பில்ல'' எனச் சொல்லி கலகலப்பானாள்.

பத்மாவின் ஃபோன் இன்னிசையில் சிணுங்கியது. டக்கென கண்களைத் துடைத்துவிட்டு ஃபோனை கையில் கொடுத்தவள் சிரித்தபடி 'அவதான், நீயே பேசு!' எனச் சொல்லிவிட்டு புடவை சரசரக்க அங்கிருந்து நகர்ந்தாள். அவள் ஃபோனில் பெண்வாசம் வீசியது.

சுஜா பேசினாள்.

‘‘எப்படி இருக்க?’’ என்றாள்.

சிறிது நேர மௌனத்துக்குப் பிறகு. ‘‘என்னையெல்லாம் ஞாபகம் இருக்கா?’’ என்றேன் பொய்க் கோபத்துடன்.

‘‘இல்லையே ஃபோனை சுவிச்ஆஃப் செஞ்சு வச்சவங்களை ஞாபகம் இருக்காதே!’’ என்றாள் சிரித்தபடி.

‘‘ஏன், அம்மா நான் அனுப்ற மெயிலை படிக்கமாட்டாங்களோ?’’

‘‘மெயிலா? இதுவரை அப்படி எதுவும் வரலையே!’’

‘‘ஆபிஸ் ஐடிக்குதான் அனுப்பினேன். ஸ்பெமுக்கு குப்பைனு போயிட்டு போல.’’

‘‘ஏய், தப்பா நினைக்காத. லண்டன் ஹெட்ஆபிஸ்க்கு திடீர்னு கிளம்பி வரவேண்டியதாயிடுச்சு. போகவேண்டிய ஆளு கடைசி நேரத்தில கழண்டுட்டான். நான் வரவேண்டியதா போச்சு. எனக்கு இங்க அண்ணன் இருக்கறதால பிரச்சனை இல்ல. திஸ் இஸ் செகண்ட் ஹோம் ஃபார் மீ.’’

ப்ராஜெக்ட் பற்றி பேசினோம். ‘‘உனக்கு நான் அப்பவே மதிப்பை சொல்லலை? நானும் லீயும்தானே ஃபைனல் செய்தோம். தட் ஸ் இன் மை ஹார்ட்.’’

சொன்னாள். ப்ராஜக்டின் மதிப்பு 6 மில்லியன் ரிங்கிட் எனக் கொடுத்திருக்கிறார்கள். சுஜாவின் கம்பெனி 6 மில்லியன் கேட்டிருக் கிறார்கள். ஆனால் ஆர்பென் அதே ப்ராஜக்டை 8 மில்லியனுக்கு செய்வதாக ஒப்பந்தமிட்டிருக்கிறார்கள். இந்த ஒரு குறிப்பே அந்த ப்ராஜக்டில் ஏதோ தில்லு முல்லு நடந்திருப்பதற்கு சாட்சி என நினைத்துக்கொண்டேன். சாராவை உடனே பார்த்தாக வேண்டும் என மனம் பரபரத்தது. சுதாரித்தபடி,

‘‘அங்க மணி என்ன இப்போ?’’ என்றேன்.

‘‘ஏழு மணி. டின்னருக்கு அண்ணனோட ஃபிரண்டு வீட்ல கூப்பிட்ருக்காங்க.’’

‘‘நான் இங்க இருக்கறப்பவே, அப்பா, அம்மாவும் எங்களோட ஜாயின் பண்ணுவாங்கனு நினைக்கிறேன்.’’

‘‘நீ, கோயிலுக்கு உள்ளுக்கா இருக்க?’’ என்றாள் கொஞ்சலாக.

‘‘ம்.’’

‘‘எனக்காக வேண்டிக்க சுதா. அப்புறம், ஊருக்கு போய் மெயில் பண்ணு. மறந்துடாத, பேசுவோம் ஓகே?’’ என்றாள்.

அந்த உரையாடல் சாதாரணமாக முடிந்ததில் எனக்கு சற்று ஏமாற்றமே.

குகையிலிருந்து வெளியே வந்தேன். வெளிச்சமாயிருந்தது. பத்மா கீழே நின்று கொண்டிருந்தாள். இளநீர் வாங்கிக் குடித்தோம். பணம் நான் கொடுத்தேன்.

விடைபெறும் வேளை நெருங்க நெருங்க, சூழலில் கனம் சற்று கூடிக் கொண்டே போவது போலிருந்தது. நான் தாமதிக்காமல், ‘‘நான் கிளம்பறேன் பத்மா’’ என்றேன்.

தலையாட்டினாள். ‘‘போயிட்டு வர்ரேனு சொன்னால் என்ன?’’ என்றபடி சிரிக்க முயன்றாள்.

நான் அவளை ஒட்டிக்கொண்டிருந்த சிறுமியின் கன்னத்தைச் செல்ல மாகக் கிள்ளிவிட்டு விடைபெற்றேன்.

‘‘மாமாவுக்கு பை சொல்லு’’ என்றாள்.

கேப் கிளம்பியது. பின்புறக் கண்ணாடி வழியாக திரும்பிப் பார்த்தேன். பத்மா என்னை வைத்த கண் வாங்காமல் பார்த்துக்கொண்டிருந்தாள். அவள் திரும்பும் முன் நான் திரும்பினேன். காரின் முன்னே சாலை மங்கலாக நீண்டு கிடந்தது.

23

புக்கிட் ஜலில் எல்.ஆர்.டி ஃகீகூ (Light Rail Transit) ஸ்டேஷனில் மாலை ஆறு மணிக்கு பார்க்கலாம் என சாரா குறுஞ்செய்தி அனுப்பி யிருந்தாள். கொஞ்சம் நேரமிருந்தது. லிட்டில் இந்தியாவில் திரிந்தேன். ஊருக்கு வெறும் கையுடன் போக மனதில்லாமல் தங்கைக்கு ஒரு சுடிதாரும், அம்மா ரொம்ப நாளாக சொல்லிக் கொண்டிருந்த சார்ஜ் செய்யும் வசதியுடன் டார்ச் லைட்டும் வாங்கினேன். சமயங்களில் ''இந்தியாவுல இல்லாத சாமானா?' என்றால், ''வெளிநாட்டில் வாங்கினா நல்லா இருக்குமே'' என இழுப்பாள். அப்புறம், தமிழ் சினிமா பார்ப்பதாலோ என்னவோ என் சொந்த சம்பாத்தியத்தில் என்னவளுக்கு ஒரு சேலை வாங்கித் தரவேண்டும் எனும் ஆசை ரொம்பநாள் இருந்தது. கடைசியாக இன்று தேடித்தேடி எனக்குப் பிடித்த மாதிரி ஒரு சேலை வாங்கினேன். யார் மூலமாக அதை அவளுக்கு சேர்ப்பிப்பது என்பதுதான் குழப்பமாக இருக்கிறது.

ஸ்டேசனுக்கு கேபில் வந்து இறங்கினேன் . மழை பெய்து ஓய்ந்து வானம் மூட்டமாக இருந்தது. கால்பந்து மைதானத்தை ஒட்டியிருந்த அந்த ஸ்டேசன் சற்று

உயரத்தில் இருந்தது. தடுப்பு போலிருந்த பளபள இயந்திரம் வாய்திறந்து டிக்கெட்டை விழுங்கிவிட்டு கைகளை விலக்கி உள்ளே அனுமதித்தது. மேலே பிளாட்பாரம் சுத்தமாக துடைத்து வைத்தது போல ஜன நடமாட்டமில்லாமல் இருந்தது.

கடைசியாக இருந்த பெஞ்சில் பையை வைத்துவிட்டு ஆசுவாசப்படுத்திக் கொண்டேன். அவள் பத்து நிமிடம் தாமதமாக வந்து கொண்டிருந்தாள். அவளை இனி நான் எந்தக் கேள்வியும் கேட்க முடியாது. சமீபத்தில் மீடியா வட்டாரத்தில் பரபரப்பு ஏற்படுத்தி யிருப்பவள். முக்கிய நபராகிவிட்டாள். ஒரே வாரத்தில் சர்ச்சைக்குரிய இரண்டு முக்கிய கட்டுரைகள். அதுவும் முக்கியப் புள்ளியான சேர்மனையும் ஆர்பென் குழுமத்தின் அஸ்திவாரத்தை அசைக்கும் விதமாக.

அவள் கையில் ஒரு உயர்ந்த ரக லெதர் பேகுடன் வந்தாள்.

''நேரா ஒரு மீட்டிங் முடிச்சுட்டு வர்றேன்லா'' மெலிதாக சிரித்தாள். அவள் முகத்தில் லேசான களைப்பு தெரிந்தது.

பேகை வைத்துவிட்டு பறந்து கொண்டிருந்த கூந்தலை லேசாக விரல்களால் கோதியபடி பெஞ்சில் சாய்ந்து உட்கார்ந்தாள்.

''கங்க்ராட்ஸ் ஃபார் தோஸ் ஆர்டிகல்ஸ்'' என்றேன்.

முகம் மலர்ந்தாள்.

டிவி நடிகை தாக்கப்பட்ட விவகாரத்தை அவளிடம் நான் கிளர விரும்பவில்லை.

ஆனால் அவள் பேசினாள். ''உங்க சேர்மன் அந்த டிவி நடிகையோடு கொஞ்ச நாள் சுத்தி இருப்பார்போல. சம்பவம் நடந்த அன்னைக்கு அவரை வேறொரு பெண்ணோடு ரெஸ்டாரெண்டில் பார்த்தவள் கோபத்தில் கத்தியிருக்கிறாள். அந்தக் கைகலப்பில் அவள் முகத்தில் குத்தி, அடிவயிற்றில் உதைத்து, கழுத்தை நெரித்து தாக்கி காயப்படுத்தி யிருக்கிறார். இந்தச் சம்பவத்தை நேரில் பார்த்த சாட்சிகள் இருந்தும் கூட போலீஸ் உங்க சேர்மன் மேல் எந்த நடவடிக்கையும் எடுக்கவே யில்லை. ஏன் அவர் பேரைக் கூட அவங்க கசியவிடலை. நான்தான் முதலில் அதை தைரியமாக எழுதினேன். எவ்ளோ அநியாயம் பாரு? பாவம் அந்தப் பொண்ணு'' என வெகுண்டாள்.

நான் பேச்சை மாற்றும் விதத்தில், ''வன நாயகன்ற தலைப்பில் எழுதுன கட்டுரை எனக்கு புடிச்சிருந்தது. கிரேட் வொர்க்.'' மறுபடியும் வாழ்த்தினேன்.

''எல்லா கிரடிக்டையும் நான் எடுத்துக்க முடியாது. ஏன்னா,அந்தக் கட்டுரைக்கு பின்னால் ஒரு டீமோட மிகப் பெரிய உழைப்பு இருக்கிறது.''

''முக்கியமா டிரைவர் சிங் அங்கிளோட இன்புட்ஸ். அப்புறம் அவரோட பையனின் உழைப்பும் இருக்குது.''

''சிங்கோட பையனா?''

எஸ், சிங் மூலமாகதான் எனக்கு அறிமுகமானான். ரொம்ப துடிப்பானவன் ஒரு இயற்கை ஆர்வலன் கூட. அவனோட அப்பாவை பார்த்து இன்ஃபுலியன்ஸ் ஆயிருப்பான்போல. அவன் கல்லூரி ஆய்வறிக்கையே மலேசியாவின் அழிந்துவரும் இயற்கை வளங்களைப் பற்றியதுதான். அவன் பெரும்பாலான நேரங்களில் கிழக்கு மலேசியாவின் காடுகளில்தான் சுத்திக் கொண்டிருப்பானாம். ஓராங்குட்டான் குரங்குகளை சாப்பிடுபவர்களோட இரவு தங்கி பேட்டி எடுத்து அந்த குரங்குகளின் மறுவாழ்வு மையங்களில் டிரைனிங் எடுத்துகிட்டு.. அதே சமயத்துல கொஞ்சம் கோபக்காரனும் கூட.

வெரி இன்ட்ரஸ்டிங் பர்சனாலிட்டி. ஒரு கட்டத்துல அவன் இகோ டெரரிஸ்ட் அல்லது சுற்றுச்சூழல் ஆதரவு பயங்கரவாதி ஆகப்போறான்னு சிங் பயந்தாராம். நல்ல வேளை அவரு நினைச்ச மாதிரி அப்படி எதுவும் நடக்கலை. அவன மாதிரி அர்ப்பணிப் பெல்லாம் என்னால கண்டிப்பா முடியாதுப்பா'' என தோள்களைக் குலுக்கினாள்.

''சுற்றுச்சூழல் ஆதரவு பயங்கரவாதியா?'' நான் வியந்தேன்.

''ம், இயற்கையை அழிக்கும் விதத்தில் சுற்றுச்சூழலுக்கு எதிரானவர் களை தண்டிக்க சட்டத்தை தங்கள் கையில் எடுப்பவர்களை அப்படி தான் சொல்றாங்க.''

''ஆனால் அதெல்லாம் சட்டவிரோதம், இல்லையா?''

''வெரி மச். ஆனால் அவங்க சுற்றுச்சூழலுக்கு எதிரானவர்களின் உடமைகளை அடிச்சு நொறுக்குறது மாதிரியான ரெகுலர் வேலை களை தாண்டி வித்தியாசமா சில விஷயங்களை செய்வாங்க. உதாரணமா, பலநூறு வருஷ பெரிய மரங்கள் வெட்டப்படுவதை தடுக்க அம்மரங்களில் கண்ணுக்கு தெரியாத ஆணிகளை அடிச்சு வைச்சுடுவாங்களாம். அந்த மரங்களை அறுக்கும் பட்டறைகள் நாசமாவது மட்டுமில்லாமல் வேலைசெய்யும் தொழிலாளர்களுக்கும் பெரும் ஆபத்தில் போய் முடியுமாம்.

இயற்கையான காடுகளை அழிக்கிறவங்க எல்லாம் பேராசை புடிச்சவங்க இல்ல?.'' கேள்வியோடு என்னை பார்த்தவள் தொடர்ந்தாள்.

நான் ஆமாம் என்பதுபோல் தலையசைத்தேன். குளோபல் வார்மிங் எனும் உலக வெப்பமயமாதல் பற்றியும் காட்டு விலங்குகள் பற்றியும் பேசிக்கொண்டிருந்த அவள் புளூ கிராஸ் தேவதையாகத் தெரிந்தாள்.

''சொல்லு, வேற என்ன அப்டேட்?'' என விஷயத்துக்கு வந்தாள்.

முதலில் சிங்கைப் பற்றிச் சொன்னேன். அவர் வீட்டுக்குத் தேடி வந்தது. அவளைப் பற்றி சொன்ன விஷயங்கள், அறிவுரைகள் எல்லாம் சொன்னேன்.

உற்றுப் பார்த்தபடி கேட்டுக் கொண்டிருந்தாள்.

''முகம் மாறாமல், அப்படியா சொன்னாரு?.''

''நாம நினைச்ச மாதிரி அவரு ஒண்ணும் நல்லவரில்லை'' என்றாள் மெதுவாக.

சிங் சொன்ன அதே வார்த்தைகள். நான் கேள்வியோடு அவளைப் பார்த்தேன்.

''அவருக்கு என்ன வயசு?, எனக்கு என்ன வயசு?''

கேள்வி கேட்பதுபோல் என்னைப் பார்த்தாள். நான் பதிலேதும் சொல்லவில்லை.எதற்காக இப்படிக் கேட்கிறாள் என்றும் சரியாகப் புரியவில்லை.

''அவருக்கு என்னோட அப்பா வயசு இருக்குமா, என்னை லவ் பண்றாராம்.

செல்ஃபோனை வேற பிடுங்கி, நான் யார் யாருடன் என்ன பேசுறேன்னு

ஏன் பேசுறேனு கேள்வி கேட்க ஆரம்பிச்சாரு. அவர் சொல்றபடி நான் நடக்கணுமாம். ஒரு கட்டத்துல முட்டாள் தனமா கல்யாணம் செஞ்சுக்க சொல்லி கேட்டாரு.

எனக்கு ஆத்திரம் வந்தது. ஒரு நாள் கோவத்துல திட்டினேன். அந்த மனுஷன் அதோட நிறுத்தாம என்னை கல்யாணம் பண்ணப்போறதா தன் வொய்ஃப் கிட்டயும் போய் சொல்லியிருக்காரு.''

நான் சாராவை சந்திக்கச் சென்றபோது அவள் சிங்குடன் ஹோட்டலிலிருந்து தனியாக வெளியேறிய சம்பவம் நினைவுக்கு வந்தது. அந்தப் பெரியவர் இதையெல்லாம் செய்யக்கூடியவரா?

யோசனையாக இருந்தது. ஆனால் சாரா சொல்வதை நம்பாமலும் இருக்க முடியவில்லை. இதற்கு எந்தமாதிரி ரியாக்ட் செய்வதும் என்றும் புரியவில்லை.

''அந்த அம்மா எனக்கு ஃபோன் பண்ணி இங்லீஸ்லயும் ஹிந்தியிலயும் மாறி மாறி ரெண்டுநாள் மோசமா கத்தினாங்க.''

''நீ என்ன பண்ணின?''

''வாட் டு டூ, நான் அவங்களை தப்பு சொல்ல மாட்டேன். இந்த வயசுல இவருக்கு ஏன் இந்த புத்தி? சொல்லு.''

நான் சூழ்நிலையை சகஜமாக்குவதுபோல் ''நீ ஏன் நல்ல ஹிந்தி கிளாஸா சேரக் கூடாது?'' என்றேன் சிரித்தபடி.

''பீ சீரியஸ், இதெல்லாம் எனக்குத் தேவையா? இன்டியன் கல்சர் தெரிஞ்சுக்க ஒரு நல்ல ஃபிரண்டா பழகினதுக்கு, அவரு செஞ்ச வேலைய பாத்தியா? இப்போ உன்கிட்ட வந்து வேற என்னை பத்தி தப்பு தப்பா சொல்லியிருக்கார். இன்னும் யார்கிட்டயெல்லாம் என்ன சொல்லுவாரோ? வேற வழியில்லாட்டி எங்க வீட்டுல சொல்ல வேண்டியதுதான்'' என்றாள் தீர்மானமாய்.

அப்போது வந்து நின்ற டிரையினிலிருந்து சிலர் இறங்கி நடந்தார்கள். அந்தச் சந்தர்ப்பத்தை பயன்படுத்திக்கொண்டு பேச்சை மாற்றினேன்.

''பிராஜக்ட் விஷயமா ஆபிஸ் அகௌண்டட்டிடம் பேசினேன்.''

என்னை உன்னிப்பாக கவனித்து, ''ம் என்ன சொன்னாங்க?''

லீசாவிடமும், சுஜாவிடமும் திரட்டிய தகவல்களை முழுவதுமாக சொன்னேன். இதில் லீயின் பங்கு பற்றியும் சொன்னேன்.

பையைத் திறந்து ஒரு சிறிய நோட்டில் குறித்துக்கொண்டாள்.

''ரிபரென்ஸ் எல்லாம் நம்பிக்கையானவங்கதானே?''

''கண்டிப்பாக.''

''நீ சொன்ன தகவல்களைப் பார்த்தால், ஆர்பெனை விட லண்டன் கம்பெனியின் திட்டமதிப்பு 2 மில்லியன் ரிங்கிட்கள் குறைவா இருக்கே. அப்படினா அவங்களுக்கு தானே ப்ராஜெக்ட் தந்திருக்கணும்.''

''அதான் எனக்கும் புரியல. எங்க ஆர்பென் ஐடி ரொம்ப புதுசு. ஆரம்பிச்சு ஒருசில வருஷங்கள்தான் ஆகுது. அதுமட்டுமில்லாமல் இதுதான் ஆர்பென் பண்ற முதல் பெரிய ப்ராஜெக்ட் கூட. இதுவரை மெர்ஜர் ப்ராஜெக்ட் எதையும் செய்ததில்லை. ஆனால், ஆர்பெனை

விட குறைந்த ஒப்பந்தக் குறிப்பு தந்த லண்டன் கம்பெனி 150 வருச பாரம்பரியம் கொண்டது. இது போன்ற மெர்ஜர் பிராஜெக்ட்கள் பல நூறு செய்த அனுபவம் அவங்களுக்கு இருக்கு. அப்படி இருந்தும், அவங்களுக்கு இல்லாமல், எங்களுக்கு அந்த ப்ராஜெக்ட் கிடைச்சது ரொம்ப ஆச்சர்யமாயிருக்கு. கேபிபி ஏன் அந்த முடிவை எடுத்தாங்கனு தெரியல'' என்றேன்.

''ஆர்பென் ஐடிக்கு ப்ராஜெக்டை தரச் சொல்லி அவங்களுக்கு அழுத்தம் தரப்பட்டிருக்கலாம் யாருக்கு தெரியும்? இதெல்லாம் தெரியாம நீ அகௌண்டன்ட விசாரிக்கப் போக, எங்கே உண்மைகள் வெளிய தெரிஞ்சுடப் போதுன்னுதான் உன்னை வெளியேத்திட்டாங்க போல.'' என்றாள்.

''இதில் லீ யோட பங்கு என்ன?''

''தகவல் திருட்டு, தன்நல முரண்பாடு அல்லது கான்ஃப்லிக்ட் ஆஃப் இன்ட்ரெஸ்ட் வேறென்ன? சரி, இப்ப என்ன பண்ணலாம்.'' என்றேன்.

''ஐ ஹெவ் டு ஸ்பெண்ட் டைம். இதெல்லாம் ஒரு நல்ல தொடக்கம் தான். நம்மகிட்ட இருக்கும் மேலோட்டமான தகவல்களை வெச்சு உறுதியா தப்பு நடந்திருக்குனு நிரூபிக்க முடியாது. இன்னமும் வலுவான டாக்குமெண்ட்ஸ் போன்ற ஆதாரங்கள் தேவை. முதலில் இந்த இரண்டு கம்பெனிகளை பத்திய விவரங்களை, பின்புலத்தை ஆதாரபூர்வமா சேகரிக்கணும். அப்புறம், மலேசிய சென்ட்ரல் பேங்க் இந்த ப்ரஜெக்ட் பற்றி பொதுவில் வைத்திருக்கும் ஆவணங்களையும் நோண்ட வேண்டும். அதில் நமக்கு சாதகமான தகவல்களை திரட்ட வேண்டும்.

இதெல்லாம் ஒருபக்கம் இருக்கட்டும். டி-டே அன்னைக்கு நடந்த விநோத சம்பவங்களுக்கான காரணகர்த்தாவை உன்னால நெருங்க முடிஞ்சுதா?''

''ம், பேசினேன். தாய்லாந்தில் இருக்கிறான். நான் ஃபோன் பண்ணினால் கடுப்படிக்கிறான்.''

''இந்த விவகாரத்தை ஃபைனான்சியல் கோணத்தில் பார்க்கும் அதே நேரத்தில் அவனோட லீடையும் நாம விட்றக் கூடாது. 'Leaving No Stone Unturned' அப்படினு சொல்வது மாதிரி முயன்ற வரை சாத்தியமான எல்லா முயற்சிகளையும் செய்யச் சொல்லி என்னோட புலனாய்வு மூளை சொல்கிறது 'என தன் நெற்றியின் ஓரத்தில் ஒற்றை விரலால் லேசாகத் தட்டியபடி சிரித்தாள்.

''முடிஞ்சால் அவனிடம் கடைசியாக ஒருமுறை பேசிப்பாரு. ஏதாவது

தகவல் கிடைக்கலாம்'' என்றாள்.

வானம் இருளை வரவேற்றிருந்தது. ஸ்டேஷன் மெல்லிய ஒளியில் நனையத் தொடங்கியது.

அப்போதுதான் சற்று தூரத்தில் இருந்த அந்தப் பெஞ்சைக் கவனித்தேன்.

இரண்டு பேர் உட்கார்ந்தபடி எங்களைப் பார்த்துக் கொண்டிருந்தனர். அதில் ஒருவன்... ஒருவன்... ஸ்டண்ட் ஆசாமி. தூக்கிவாரிப் போட்டது. இன்னோருவன் புதுமுகம். குறுந்தாடி, ஒடுங்கிய கன்னங்கள். எனது வலது மணிக்கட்டைப் பார்த்தேன். வீக்கம் வடிந்தது போலிருந்தது. நகக்கீறல்கள் சிவந்து காய்ந்துபோயிருந்தன. எனக்கு சட்டெனக் கோபம் வந்தது.

சாராவிடம் மணிக்கட்டைக் காட்டி பதற்றத்தோடு நடந்ததைச் சொல்லி முடித்தேன்.

''இவ்ளோ லேட்டா இத சொல்றே. முன்னமே போலீஸ் கிட்ட போயிருக்கவேண்டியதுதான?. இல்ல என்கிட்டயாவது நீ சொல்லியிருக்கலாமே?...''

படபடத்தாள்.

''வெளிநாட்ல வந்து எதுக்கு போலீஸ் விவகாரம் எல்லாம். நான்தான் ஊருக்குப் போறேனே.''

''சீ ஐ ம் எ ஜர்னலிஸ்ட். எனக்கு கேஎல்ல ஒரு சில முக்கிய ஆபிசர்ஸை தெரியும். போலீஸ்ல முக்கால்வாசி மலாய்க்காரர்கள். சோ நோ ப்ராப்ளம். எங்க அப்பாவே ரிட்டயர்டு மிலிட்ரி ஆபிஸர். யாரும் எதுவும் பண்ண முடியாது. டோண்ட் வொரி!'' என்றாள் நம்பிக்கையாக.

அவள் யாருக்கோ ஃபோன் செய்து மலாயில் பேசிக்கொண்டிருந்தாள்.

அப்போதுதான் கவனித்தேன். வெறிச்சோடிக் கிடந்த ஸ்டேஷனில் எங்கள் நான்கு பேரைத் தவிர வேறு யாருமில்லை. நடக்கப் போகிற சம்பவங்களில் அதீத எச்சரிக்கை தேவை என்று மட்டும் உள்ளுணர்வு சொன்னது.

''ஃபோன் பண்ணி சொல்லிட்டேன், போலீஸ்காரங்க இப்ப வந்துடு வாங்க. விசாரிக்கட்டும். ஸாரி என்ன பேசிகிட்டிருந்தோம்?'' என்றாள்.

''ஆங், உன் ப்ராஜக்ட் பத்தி. இதை நாளைக்கே எல்லாம் எழுத

முடியாது. வில் டேக் சம் டைம். ஒரு இன்வெஸ்டிகேடிவ் ஜர்னலிஸ்டா சில சமயங்களில் ஒரு கட்டுரையை தயார் செய்ய பல மாதங்கள் ஏன் சமயங்களில் வருஷங்கள் கூட ஆகலாம். அது எந்த மாதிரி விவகாரம் என்பதைப் பொருத்தது. அந்த சட்டவிரோத மர வியாபாரம் பத்தின கட்டுரைக்கு எனக்கு மூணு மாசம் தேவைப் பட்டது. இந்த பிராஜெக்ட் விவகாரம் அவ்ளோ நாளாகாது. நீ ஊருக்கு போறதுக்குள்ள இதை செய்ய முடியுமான்னு பாக்குறேன். அநியாயமா வேலை பறிபோன உன் கோபம் நியாயமானது. அதே சமயத்தில் பேங்க் வாடிக்கையாளர்களுக்கு உண்மைகள் தெரிஞ்சாகணும். ஒரு ஜர்னலிஸ்டா அத செய்றது என் கடமை. பட் இது உள்ளூர் ஊழல் விவகாரம் அதனால மாறும் அரசியல் சூழலையும் நாம கணக்கில் எடுத்துக்கணும்.''

நான் கேள்வியாய் அவளைப் பார்த்தேன்.

''பிரதமர் தேர்தல் வர்றதால பத்திரிகைகள் மேல அரசாங்க கெடுபிடிகள் அதிகமாக இருக்குது. இந்த வருஷ ஆரம்பத்துல ஜனவரியில் 'மலேசியாகினி' ஆன்லைன் பத்திரிகைக்கு என்ன ஆச்சு தெரியுமா? என்றவள் தொடர்ந்தாள்.

''அவங்க ஆன்லைனில் பூமிபுத்ரா விவகாரமா ஒரு வாசகர் எழுதிய கடிதம் ஒண்ணை வெளியிட்டாங்க. அதை எழுதிய வாசகர் விவரங் களை நேர்மையாக தரலன்னு, போலீஸ் அவங்க ஆபிஸில் இருந்த பதினைஞ்சு கம்ப்யூட்டர்கள், சர்வர்களைக் கைப்பற்றி எடுத்துட்டு போயிட்டாங்க. அடுத்த வாரம் புது பிரதமர், புது அமைச்சரவை. சோ லெட்ஸ் வெயிட் ஃபார் த ரைட் டைம்'' என்றாள்.

சற்று ஏமாற்றமாக இருந்தது. ஆனாலும் இது எடுத்தோம் கவிழ்த்தோமென செய்யும் வேலையில்லையே என நினைத்தேன்.

பேச்சில் கவனமாக இருந்த நான் எதேச்சையாக பெஞ்ச் ஆசாமிகளைப் பார்த்தேன். இருவரும் எழுந்து நின்று, ஜாடையாக ஏதோ பேசிக் கொண்டது மங்கலான வெளிச்சத்தில் தெரிந்தது. பின் தீர்மானித்தவர்கள்போல நாங்கள் இருந்த திசை நோக்கி நடக்கத் தொடங்கினர்.

பதறியபடி சாராவிடம் சொன்னேன்.

''பிளாட்பாரத்தில் யாருமில்லை. இங்க இருக்க வேண்டாம்,கிளம்பு கீழ போய் நிக்கலாம் வா'' எனச் சொல்லி அவசரமாக கரங்களைப் பற்றிக் கொண்டாள். மெத்தென்றிருந்தது. சேர்ந்தபடி சற்று வேகமாக நடக்கத் தொடங்கினோம்.

பூட்ஸ் கால்கள் தடதடத்தன.

பின்னால் திரும்பினோம். இதுவரை நடந்து வந்துகொண்டிருந்த அவர்கள், இப்போது எங்களை நோக்கி ஆவேசமாக ஓடிவரத் துவங்கினர்.

தங்களுக்குள் ஏதோ மலாயில் சத்தமிட்டபடி விரட்டினர். அவர்கள் முகத்தில் ஒரு வேகமிருந்தது. கையில் கிடைத்தால் ரசாபாசமாகி விடுவோம் எனத் தெரிந்தது.

சாரா இழுத்த இழுப்புக்கெல்லாம் இணங்கி நான் அவளுடன் சேர்ந்து ஓடிக்கொண்டிருந்தேன். மூச்சிரைத்தது. இதயம் அளவுக்கதிகமாக 'லப்டப்'பியது. வியர்வையில் நனைந்தேன்.

கீழே இருண்ட நெடுஞ்சாலையில் வெளிச்சப் புள்ளிகளாக போக்கு வரத்து நகர்ந்துகொண்டிருந்தது. எங்களுக்கும் ஜனநடமாட்டத்துக்கும் இருந்த தூரம் அந்த உயரப் படிக்கட்டு. ஏறக்குறைய முப்பது படிகளிருக்கும். இருட்டாயிருந்தது. அவள் தன் கையை விடுவித்தபடி ''லெட் ஸ் கோ!'' என்றபடி தாமதிக்காமல் படிக்கட்டின் வலதுபுறச் சுவரை ஒட்டியபடி சரசரவென்று இறங்கி ஓடினாள்.நான் இடப்புற மாக ஓடினேன்.

அவர்கள் நெருங்கிவிட்டார்கள். எனக்கு அட்ரினலின் தேவைக்கதிக மாக சுரந்தது. அதற்கப்புறம் சில சம்பவங்கள் ஃபாஸ்ட் ஃபார்வேர்டில் நடந்தேறின. நான்கு நான்கு படியாக தாவியபடி வந்த ஸ்டண்ட் ஆசாமி என்னை நெருங்கி... நெருங்கி... இடது தோள்பட்டையைப் பிடித்து விட்டான்.அந்தப் பிடி இறுக்கமாயிருந்தது. முரட்டுப் பிடி. வேலை செய்து காய்த்துப் போன கைகளாயிருக்க வேண்டும். நான் சற்று நிதானித்து பக்கவாட்டில் திரும்பி ஏதோ ஒரு வேகத்தில் என் பலங்கொண்ட மட்டும் அவன் கையில் குத்தினேன்.

அதை சற்றும் எதிர்பாராத அவன் என் கைகளை சட்டென விடுவித்து விட்டான். ஓடிக்கொண்டிருந்த நான் படிக்கட்டில் இருந்து இறங்கி நிதானிக்கும் முன் இன்னொருவன் சாராவின் கையை வலுவாக பிடித்துவிட்டிருந்தான். இறுகிப்போன அவன் முகத்தில் மனிதாபி மானமற்ற மூர்க்கம் தெரிந்தது. அவனுடைய அடுத்த அசைவு இன்னும் வன்மமாக இருக்கும்போல இருந்தது. அவள் தன் கையை விடுவிக்க பலம்கொண்ட மட்டும் இழுத்து சிரமப்பட்டுக் கொண்டிருந்தாள். நான் அவளுக்கு உதவ நினைத்து அவனை நெருங்கியபோது என் பின்புறத் தோள்பட்டையில் பலமான குத்து ஒன்று விழுந்தது. எலும்பு நொறுங்கும்படியான குத்து. என் பின்னால் வந்தவன் கூரற்ற ஏதோ ஒரு உலோக வஸ்துவால் பலமாக குத்தியது போலிருந்தது. வலி

பின்னியது. என் ஆண்மையை கேலி செய்தது போன்றதொரு வேகம் வந்தது. என் கோபம் இப்போது ஆத்திரமாகி இருந்தது. அவனை மூர்க்கத்தனமாக திரும்பத் தாக்கவேண்டும் எனும் ஆத்திரத்தோடு திரும்பினேன்.கண நேரத்தில் இன்னொருவன் சட்டென என்னை முதுகுப் புறத்திலிருந்து தள்ளிவிட.. நான் நிலை குலைந்து.. தடுமாறி.. நிதானிக்க முடியாமல்.. தலை முன்னே சாய படியில் படாரென பெரும் சத்தத்துடன் விழுந்தேன். கையிலிருந்த பை விழுந்து, கிழிந்து சிதறியது. முகம் படியில் மோதி...

எனக்கு சில நொடிகள் சகலமும் நின்றது போலிருந்தது. ''என்ன ஆச்சு? என்ன ஆச்சு?'' என உலுக்கிய சாராவின் குரல் கேட்டு தலை தூக்கிய போது என் வாயிலிருந்து கொழகொழப்பான திரவம். உப்புக் கரித்தது. அதிர்ச்சியாய் இருந்தது.

கண்ணில் திரை விழுந்ததுபோல காட்சி தெளிவற்று மங்கலானது. கடைசியாக அங்கே டிரைவர் சிங்கைப் போல ஒருவர்.. பிறகு..பிறகு டப் என துப்பாக்கி வெடிக்கும் சத்தம்...

24

கண் விழித்தபோது நல்ல இருளாயிருந்தது. ஒரு நொடி எங்கேயிருக்கிறேன் எனப் புரியவில்லை. வெளி உலகில் இருப்பது போல இருந்தது. நான் படுக்கையில் படுத்திருந்தேன். மருத்துவமனையின் பிரதியேக வாசனை. சுற்றிப்பார்த்தேன். அறையில் யாரும் இருப்பது போலத் தெரியவில்லை. கண்களைக் கசக்கியபடி கைக்கடிகாரத்தில் மணி பார்த்தேன். இருட்டில் ஒளிரும் முட்கள் மணி இரண்டைக் காட்டின. நள்ளிரவாயிருக்கும் போல.

வலது தோள்பட்டை பாரமாயிருந்தது. வலி பின்னியது. ஆனால் கைகளைத் தூக்க முடிந்தது. கீழுதட்டை லேசாக தொட்டுப் பார்த்தேன்.உலோகக் கம்பி போலொன்று கைகளை உறுத்தியது. கிழிந்த உதட்டில் தையல் போட்டிருப்பார்கள்போல. உதடு வீங்கியிருப்பதை உணர்ந்தேன். உதட்டில் இரத்தம் காய்ந்து போய் சொர சொரப்பாயிருந்தது. ஆனால் வலியில்லை. நாக்கால் முன்பற்களை லேசாக எத்திப் பார்த்தேன். முன் மேல் வரிசையில் இரண்டு பற்கள் பாதியில் உடைந்து ஓட்டையாகி இருந்தது. அதிர்ச்சியில் அந்த நொடி தீயைத் தீண்டியது போல உணர்ந்தேன்.

நேற்றைய சம்பவத்திற்குப் பின் மயக்கமாகிவிட்டேன்போல. கடைசியாக என்னுடன் இருந்த சாராவின் நினைவு வந்தது. அவள் இப்போது எங்கிருக்கிறாள்? ஏன் இப்போது உடன் இல்லை? டிரைவர் சிங்கையும் அங்கே பார்த்த ஞாபகம் வந்தது. அவர் திடீரென எங்கிருந்து வந்தார். ஏன் வந்தார்? சினிமாவில் நடந்தது போலிருந்தது. என்னைப்போல வேறு யாராவது அப்போது அடிபட்டிருப்பார்களா? என்னுடைய தோள்பட்டையைத் தாக்கிய அந்த உலோக வஸ்து என்னவாக இருக்கும் கூரான கத்தி போலில்லையே. மொழு மொழுப்பாக இருந்ததே. உச்சமாக அங்கே துப்பாக்கி வெடிக்கும் சத்தம் வேறு கேட்டதே. துப்பாக்கியால் சுட்டிருப்பார்களோ? யார் யாரைச் சுட்டிருப்பார்கள்? துப்பாக்கியைப் பயன்படுத்தும் அளவுக்கு அவர்கள் ஆபத்தானவர்களா? நான் திகிலாய் உணர்ந்தேன். பயம் அப்பிக்கொண்டது.

அரை மயக்கத்தில் நடந்தவை ஒவ்வொன்றாக நினைவுக்கு வரத் தொடங்கியது. நேற்று...

எல்லாம் கண்மூடித் திறப்பதற்குள் நடந்து முடிந்துவிட்டது. கீழே விழுந்ததில் கீழுதட்டில் அடிபட்டு இரத்தம் கொட்டி சட்டையின் முன்புறத்தை சிவப்பாக்கியிருந்தது. அப்போதுதான் இரண்டு முன்வரிசைப் பற்கள் உடைந்ததை நாக்கு சொன்னது.

திடுதிப்பென சிவப்பு, நீல விளக்குகள் சுழல போலீஸ் கார் வந்து நின்றது. பரபரப்பாக இறங்கிய ஒரு போலீஸ்காரர் தெறித்து ஓடிய இருவரை விரட்டியபடி பின்னால் ஓடினார். மற்றோரு போலீஸிடம் சாரா தன் கையைக் காட்டியபடி ஏதோ மலாயில் பதற்றமாய் பேசினாள். அவள் கையை சற்று உற்றுப்பார்த்துவிட்டு, தன் காரிலிருந்து கத்தையாக பஞ்சைக் கொண்டுவந்து என் வாயில் திணித்தார். சில நொடிகள் மெத்தென உணர்வற்ற நிலை. நொடியில் வெள்ளைப் பஞ்சு சிவப்பு வண்ணம் பூசிக்கொண்டது.

பல் உடைந்ததால் ஈறு வலித்தது. உதடு 'விண் விண்' என குத்தி தொடர்ச்சியாக வலித்தது. பலமிழந்தேன். எழுந்திருக்க முடிய வில்லை. பல் உடைந்து, உதடு கிழிந்து விபரீதம் நடந்து விட்டதை நினைத்தபோதே உடல் குலுங்கியது. அழுகை முட்டியது.

''மத்ததை நாங்க பாத்துகுறோம், ஹாஸ்பிடல் பக்கத்துலதான் நீங்க நடந்தே போகலாம்'' என போலீஸ்காரர் சொன்னதை நம்பி நடக்கத் தொடங்கினோம். சாரா ஆதரவாக கைகளைப் பற்றியிருந்தாள்.மழை லேசாக தூரத் தொடங்கியிருந்தது.

'எமர்ஜென்ஸி' என சிவப்புவண்ணத்தில் ஒளிரும் மருத்துவமனை போர்டு கண்ணுக்குத் தெரிந்தது. ஆனால் சாலை நீண்டுகொண்டே

போவதுபோல இருந்தது. எங்கள் பின்னால் காவலாக வந்த போலீஸ்காரர் ஃபோனில் யாருக்கோ மலாயில் விடாமல் தொடர்ந்து ஆணை பிறப்பித்தபடி நடந்து வந்துகொண்டிருந்தார்.

வந்தவுடன் டாக்டர்கள் உடனடியாக அவசர சிகிச்சையில் அனுமதித்து கிழிந்த உதட்டைச் சேர்த்து தைத்தனர். அதற்கு முன் மருந்து தடவிய துணியால் உதட்டைத் துடைத்து நன்றாக சுத்தம் செய்தனர். லோக்கல் அனெஸ்தீஸ்யா எனும் உடல் முழுதும் வலி பரவாத மயக்க மருந்து கொடுத்ததால் வலி தெரியவில்லை.

என் கண்கள் கலங்கின. உடைந்த பற்களின் சுவரைத் தீண்டிய நாக்கிற்கு அது சொரசொரப்பாக புது அனுபவமாயிருந்தது. உள்ளே முன்பை விட அதிக காற்றோட்டமாய் உணர்ந்தேன். மனத்துக்கு கஷ்டமாய் இருந்தது. மூட வேண்டிய ஏதோ ஒன்று திறந்து கிடப்பதுபோலொரு உணர்வு தாக்கியது.

அப்போதுதான் இரவு சாப்பிடவில்லை என்பது ஞாபகம் வந்தது. லேசாக பசிப்பது போலிருந்தது. இந்த நள்ளிரவில் நான் இங்கே என்ன செய்து கொண்டிருக்கிறேன்? நான் எதற்காக இப்படி ஒரு ஊரில் வந்து அடைபட்டுக் கிடக்கிறேன்? அதுவும் கஷ்டமான இந்த நேரத்தில் ஒரு துணை கூட இல்லாமல்? நான் இந்த வனத்தில் தனித்திருப்பது புலனானது. இங்கே எத்தனை பேரை எனக்கு மானசிகமாய் தெரியும்? எனக்கு ஆற்றாமையாக இருந்தது. ரவிக்கு ஃபோன் செய்திருந்தால் கண்டிப்பாக ஓடி வந்திருப்பான் என நினைத்துக் கொண்டேன்.

யார் அவர்கள், ஏன் எங்களை அப்படி விரட்ட வேண்டும். அவர்களின் நோக்கம் என்னவாக இருக்கும்? என்னை இப்படிச் செய்வதால் அவர்களுக்கு என்ன லாபம். அவர்களின் குறி நானா இல்லை சாராவா? என்னைத் தாக்கக்கூடிய அளவில் எதிரிகள் யாருமில்லையே. சம்பத்தோ இல்லை ஆர்பென் சம்பந்தப்பட்டவர்கள் இதை செய்ய வேண்டிய தேவைதான் என்ன? டிரைவர் சிங் அங்கிருந்தாரே? சாராவுக்குத் தெரிந்தே இவையெல்லாம் நடந்திருக்குமோ? தன்னைச் சுற்றி ஆபத்து இருப்பதாக முன்பொரு முறை சொன்னாளே? அவள் டிரைவர் சிங்கைப் பற்றி சொன்னது? ஒரு வேளை அவருடைய வேலையாக இருக்குமோ? யார் சொல்வதை நம்புவது இல்லை நம்பக்கூடாது எனத் தெரியவில்லை.

குழப்பமாக இருந்தது. போலீஸ் வேறு இதில் சம்பந்தப்பட்டிருக் கிறார்கள் என்பதை நினைக்கையில் பயமாயிருந்தது. உலகெமெங்கும் போலீஸ்காரர்கள் ஒரே மாதிரியானவர்களா? ஊரில் இதுவரை நான் ஒரு முறைதான் போலீஸ் ஸ்டேஷனுக்கு போயிருக்கிறேன். அதுவும் பாஸ்போர்ட் வெரிபிகேஷனுக்கு . அதற்கும் கண்ணியமாக காந்தி

நோட்டு வாங்கிக்கொண்டார்கள். இங்குள்ளவர்கள்? தெரியவில்லை.

நேற்று இரவு நடந்த நிகழ்வுகள் திரும்பத் திரும்ப கெட்ட கனவுபோல நினைவில் சுழன்று கொண்டிருந்தது. கடைசியில் பசியில் தூங்கிப் போனேன்.

காலையில் கண்ணாடிபோட்ட சீனத் தாதியின் முகத்தில் விழித்தேன். ''ஹொவ் ஆர் யூ?'' என சிரித்தவள், மூக்கால் பேசினாள். நான் புன்னகைக்க முயன்று தோற்றேன். என் பதிலை எதிர்பார்க்காமல் கண்ணாடியை சரிசெய்தபடியே தாடையை லேசாக தூக்கிப் பிடித்து உதட்டுத் தையலைப் பரிசோதித்தாள்.

மணிக்கட்டைப் பிடித்துப் பார்த்தபடியே, ''தோள்பட்டையில் வலியிருக்கிறதா?'' என்றாள்.

ஆமாம் என்பதுபோல் தலையசைத்தேன்.

நேற்றைய சம்பவங்களை யாரிடமாவது முழுதாகக் கேட்டுத் தெரிந்து கொள்ள மனம் துடித்தது. ஆனால் இந்தத் தாதியிடம் கேட்க யோசனையாக இருந்தது. காலை உணவாக பிரட், பால், நறுக்கிய பழங்களுடன் அன்றைய ஆங்கில தினசரியும் வந்தது. அலசினேன். நல்லவேளையாக, அன்று சாரா புதிதாக எதுவும் எழுதவில்லை. சாப்பிட்டேன்.

அவள் கொடுத்த வலி மாத்திரையை அப்படியே விழுங்கினேன். அது தொண்டைக்குள் சிக்கி சிறு திணறலுடன் உள் சென்றுவிட்டது. கொஞ்சம் தண்ணீரோடு விழுங்கி இருக்கலாம் கடைசியில் கரையப் போகும் அந்த வலி மாத்திரையை என நினைத்துக் கொண்டேன். சற்று ஓய்வெடுத்தேன்.

மதியத்திற்கு மேல் சாரா வந்தாள். வெள்ளைத் துணியால் இடது கையில் தொட்டில் போட்டிருந்தாள். அவள் கூடவே ஒரு யூனிஃபார்ம் போலீஸ்காரரும் வந்திருந்தார். எனக்கு அதிர்ச்சியாக இருந்தது. அவள் நேற்றைய உடையில் இருந்தாள். தூக்கமற்ற கண்களுடன் அவள் முகம் லேசாக சுருங்கியிருந்தது. வலது கையால் என் உதட்டைப் பிடித்துப் பார்த்தவள் கரிசனத்துடன் நலம் விசாரித்தாள். என் முன்னால் ஒரு ஸ்டூலில் உட்கார்ந்து நேர்பார்வை பார்த்தபடி,

''கவலைப்படாத, எவ்ரிதிங் வில் பி ஆல் ரைட்!'' என்றாள்.

ஒரு கணம் இரவில் தூக்கமில்லாததால் பிரமை என நினைத்தேன்.

சுதாரித்து ''உன் கைக்கு என்ன ஆச்சு?'' என்றேன் அதிர்ச்சியை வெளிக்காட்டாமல்.

அவள் பதிலேதும் சொல்லாமல் நிமிர்ந்து எதிரே இருந்த போலீஸ்காரரைப் பார்த்தாள். அவரை நேற்றிரவு பார்த்தது போலிருந்தது. அவருக்கு என் வயதிருக்கும். நல்ல உடல்வாகு. கவனமாக சிரிப்பதைத் தவிர்த்துவிட்டு என் உடம்பு முழுமையும் துளைப்பதுபோல் பார்த்தார்.

''உங்க பேரு...'' சொன்னேன்.

''நேத்து இரவு நடந்ததை முழுசா சொல்லுங்க.''

சாராவை ஸ்டேஷனில் பார்த்ததில் இருந்து அதன்பின் நடந்த துரத்தல் வரை எதையும் மறைக்காமல் சொன்னேன். கையிலிருந்த சிறிய நோட்டில் குறிப்பெடுத்துக் கொண்டவர், தொண்டையைச் செருமியபடி,

''தேங்க்யூ. நீங்க நேற்றைய சம்பவத்தில் சொல்லாமல் விட்ட விஷயங்கள் இரண்டு. ஒண்ணு சாராவுக்கு இடது கை உடைஞ்சு போனது. அடுத்தது அந்த சிங்கோட மரணம். அங்க வந்த ரெண்டு பேரும் சாராவைக் கொல்ல வந்த எதிரிகள்னு நினைக்கிறோம். வந்தவங்க உங்களை துப்பாக்கியால் சுட முயற்சித்தபோது சிங் எதிர்பாராமல் குறுக்கே புகுந்து நெஞ்சில் தோட்டாவை வாங்கி யிருக்கிறார். சரியான நேரத்தில் அங்கு வந்த நாங்க குற்றவாளிகள் இரண்டு பேரையும் உடனே விரட்டி புடிச்சிட்டோம். அவங்களை கேங்க் ஆட்கள் எனும் கோணத்தில் விசாரிக்கிறோம். விசாரணை முடியாததால் எதையும் உறுதியாக சொல்லமுடியாது. அப்புறம், சிங் பத்தியும் மத்த விஷயங்களையும் சாராகிட்ட விசாரணை செஞ்சுட்டோம். இப்போ உங்களுக்கும் அந்த டிரைவருக்குமான உறவு பத்தி சொல்லுங்க'' என விசாரிக்கும் தொனியில் கேட்டார்.

அதிர்ச்சியாய் இருந்தது. டிரைவர் சிங்கைக் கொன்றுவிட்டார்கள் என்றபோதே துக்கம் தொண்டையை அடைத்தது. பேச்சே வரவில்லை. ரத்தமும் சதையுமாக பழகிய மனிதர் கொல்லப்பட்டார் எனும் செய்தியே உடலை உலுக்கியது. நான் பழகிய வரை நல்ல மனிதர். ஏன் இப்படி யாரோ முகமறியா ஒருவனால் ரயிலடியில் சுட்டுக் கொல்லப்பட வேண்டும்? இனி அறுத்தல்லவா தருவார்கள்? அதையும் தாண்டி இது அவருக்கு சம்பந்தமில்லாத ஒரு விஷயமாயிற்றே? ஏன் இந்தப் பிரச்சனையில் சிங் தேவையில்லாமல் தலையிட வேண்டும்? அவர் ஏன் அங்கு வந்தார்? விடையில்லை. எனக்கும் சாராவிற்கும் நண்பர் என்பதைத் தாண்டி, அவர் யாரோ ஒருவருக்கு தகப்பன், கணவன், தம்பி அல்லவா? கேள்விகள் தொடர்ந்தன... எனக்குத் தெரிந்தவற்றை மறைக்காமல் சொன்னேன். குறிப்பெடுத்துக்கொண்டு போனார்.

பின் சாராவுடன் தனியாகப் பேசும் வாய்ப்பு கிடைத்தது. பக்கத்து அறையில்தான் அனுமதிக்கப்பட்டிருக்கிறாளாம். அவள் கை மூன்று வாரத்தில் குணமாகிவிடுமாம். அவளும் என்னைப்போல சிங்கின் மரணம் எனும் அதிர்ச்சியிலிருந்து முழுமையாக மீளவில்லை என்றாள். கொல்ல வந்தவர்களின் நோக்கமும் என்னவாக இருக்கும் எனத் தெரியவில்லை என்றாள்.

''சுதா, அந்த சமயத்தில் அவர் ஏன் அங்கு வரணும். வந்தவர் ஏன் என்னை காப்பாத்தணும்? அவர் அங்க வராம இருந்திருந்தால்? உடம் பெல்லாம் நடுங்குது. நினைச்சே பாக்க முடியல.அவரோட மரணம் எவ்வளவு பெரிய இழப்பு இல்ல?'' என்றபோது அவளுடைய கன்னங்களில் கண்ணீர் வழிந்தோடியது. கொஞ்சம் பேசிக் கொண்டிருந்தோம். மெதுவாக என் தோள்பட்டையை முத்தமிட்ட உலோக வஸ்துவைப் பற்றிக் கேட்டேன். அவன் துப்பாக்கியைத் திருப்பி வைத்து என் தோள்பட்டையில் குத்தினானாம்.

நல்ல வேளையாக சாராவுக்கு பெரிதான காயமில்லை என நினைத்தேன். உடைந்த கையோடு நிரந்தரமாக ஒருவரால் இயல்பான வாழ்க்கை வாழ்வது என்பது மிகக் கொடுமை. அதுவும் பெண் எனும் போது? அந்த நினைப்பே கனமாக இருந்தது.ஆறுதலாக கொஞ்சம் பேசிக் கொண்டிருந்தாள். கடைசியில், ''இவங்க கொடுத்த சாப்பாடு நல்லாயிருந்துசா, நீ வேற வெஜிடேரியனாச்சே'' என்றாள்.

''ருசிச்சு சாப்டுற நேரமா இது.''

''நோ, யூ நிட் ஹெல்தி ஃபுட்'' என்றபடி தாதியை அழைத்து ஏதோ மலாயில் பேசினாள்.

''ஐ ம் ஸாரி, என்னை தேடி வந்தப்ப இப்படி ஆயிடுச்சே.''

நான் படுக்கையில் படுத்தபடி அவளைப் பார்த்துக் கொண்டிருந்தேன். பதிலேதும் சொல்லவில்லை. சிறிது நேர மௌனத்திற்கு பின், மெதுவாக,

''என்ன, உனக்கு என் மேல கோபமா?''

''அப்படியெல்லாம் எதுவுமில்ல'' என்றேன் வெறுமையாக.

''நீ எதுக்கும் கவலைப்படாத. போலீஸ் அந்த ரெண்டு பேரையும் விசாரணை பண்றாங்க. எந்த கேங், என்ன விவகாரம்னு தெரிஞ்சுடும்'' என்றாள்.

''கேங்கா?''

''ம், மலேசியாவில் சட்டவிரோதமாக செயல்படும் குண்டர் கும்பல்கள் நிறைய உண்டு. ஆளுக்கொரு நம்பர்னு தனி அடையாளத்தோட செயல்படும் அவங்களுக்கு தெரியாம இந்த மாதிரியான சட்ட விரோத செயல்கள் எதுவும் நடக்காது. நான் உயர் அதிகாரியிடம் பேசியிருக்கேன். அவர் அப்பாவோட நெருங்கிய நண்பர். அதனால, இதுல சம்பந்தப்பட்டவங்க யாராக இருந்தாலும் கண்டிப்பாக தண்டனை கிடைக்கும்'' என்றாள் உறுதியாக.

அப்போது பரிசோதிக்க வந்த டாக்டர் ஒரு தமிழர். மீசையில்லாமல் சிவப்பாக இருந்தார். ''தமிழ்நாடா?'' என்றவர், கைகுலுக்கி அறிமுகம் செய்துகொண்டு தோளில் தட்டிக்கொடுத்தார்.

''என்னப்பா கீழ விழுந்து வாயில வெத்தல பாக்கு போட்டுகிட்டியா?'' என்றார் கிண்டலாய். ''இல்ல... வந்த இடத்துல காதல் விவகாரமா? பொண்ணு யாரு இதுவா?'' என்று படபடத்தபடி சாராவைப் பார்த்தார். உற்சாகப் பேர்வழியாக இருப்பார் போலிருக்கிறது.

''அப்படியெல்லாம் எதுவும் இல்லை'' என்றேன் சோகையாக.

''தோள்பட்டையில இரத்த கட்டு. ஹீட் பேட்ச் போட்டால் இரண்டு நாள்ல சரியா போயிடும். பல் குத்தி கிழிஞ்ச உதட்டுக்கு ஸ்டிச்சஸ் போட்டாச்சு, இனிமே ஒண்ணும் பிரச்சனையில்லை'' என மளிகைக் கடை ரொக்கா வாசிப்பதுபோல படபடவென்றார்.

''உடைஞ்ச பல்லைதான் சரி செய்ய வேண்டியதுதான் பாக்கி.''

''நான் இந்தியா போகணுமே...''

''இந்தியாவா? எப்ப போறீங்க?''

''இன்னும் மூணு நாள்ல.''

''அதென்ன மூணு நாள் கணக்கு? எதாவது வேண்டுதலா? சான்ஸே இல்ல. ரூட் கேனல் பண்ணி, புதுப்பல்லு ஆர்டர் செஞ்சு அது வந்து பொருத்த, குறைஞ்சது ஒரு வாரத்திலேருந்து பத்து நாள் ஆகுமே.''

''ரூட் கேனலா?, ஸாரி. புரியல''

''நான் பல் டாக்டர் இல்ல இருந்தாலும் எனக்கு தெரிஞ்சத சொல்றேன். பொதுவா கீழே விழுந்து பலமான அடிபட்டால் பல்லோட மேற்பகுதி அதாவது கிரவுன் மட்டுமில்லாம பல்லை எலும்புடன் இணைக்கும் திசுக்களும், பற்கூழ் பகுதியும் கூட சேர்ந்து சேதமாகியிருக்கும். அந்தத் திசுக்களை அப்படியே விட்டால் அது இன்னமும் கெட்டு அழுகிப் போய் பெரிய பிரச்சனை ஆயிடும்.

அதனால ரூட் கேனல் அல்லது வேர்க் கால்வாய் சிகிச்சையில் சேதமடைந்த திசுக்களையெல்லாம் சுத்தப்படுத்தி நிரந்தரமாக சிமெண்ட்டால அடைச்சுடுவாங்க. அது முடிஞ்சு ஒரு வாரம் கழிச்சு புது பல்லை ஆர்டர் செய்து பழசு மேல பொருத்துவாங்க.

டென்டிஸ்ட் சாயந்தரம் வருவாரு, நீங்க அவருகிட்ட பேசுங்க. நான் சொன்னதா எதையும் சொல்லாதீங்க. டாக்டர்ஸ் டோன்ட் லைக் கிராஸ் டாக்'' என்றார் சிரித்தபடி.

''ஆல் த பெஸ்ட், டேக் கேர்!'' என மறுபடியும் தோளில் தட்டிக் கொடுத்துவிட்டுச் சென்றார்.

சாராவின் ஃபோன் சிணுங்கியது. வெளியே சென்றாள்.

திட்டமிட்டபடி ஊருக்குக் கிளம்ப முடியாது என்றபோது இதயத்தில் ஏதோ செய்தது. அந்த மதியம் நீண்டு கொண்டே இருந்தது. குளியலறைக் கண்ணாடியில் உடைந்த பல்லோடு என் முகத்தைப் பார்த்தேன். சிறுத்த கண்களைச் சுற்றி கருவளையம். சற்று முகம் வீங்கி அழுக்காக யாரையோ பார்ப்பது போலிருந்தது. எனக்கு சோகம் பிடுங்கித்தின்றது. அதற்காகவே குளியலறைக்கு விளக்கே போடாமல் போகத் துணிந்தேன். துக்கம் தொண்டையை அடைத்து எதிர்காலம் தன் குரூரப் பற்களைக் காட்டிச் சிரிப்பது போலிருந்தது. உடைந்த இரண்டு பற்களோடு என் தன்னம்பிக்கைச் சுவரும் சேர்ந்து உடைந்ததாய் உணர்ந்தேன். நம்மிடம் இருக்கும் எதோ ஒரு சின்ன விஷயத்தைக் கூட இழந்தால்தான் அதன் அருமை புரியும் என்பது தெளிந்தது.

சேமிப்பாக வைத்திருந்த கடைசி மாச சம்பளத்தை மெடிக்கல் பில்லுக்கு தெண்டம் அழவேண்டியிருக்கும் என்பதை நினைக்கையில் மேலும் ஆற்றாமையாக இருந்தது. வீட்டு ஞாபகம் வந்தது. அம்மாவின் முகத்தை இந்த அலங்கோலத்துடன் எப்படிப் பார்ப்பது? நினைத்தபோது உடல் கூனிக்குறுகி குலுங்கியது. அடிபட்டது எனச் சொல்லலாமா? சொன்னால் நம்புவார்களா? ஆபிஸில் கொடுத்த டிக்கெட்டின் தேதியை மாற்றிக் கேட்கலாமா? செய்வார்களா? எப்படியாவது சீக்கிரமாக பல்லை சரிசெய்ய வேண்டுமெனத் தோன்றியது. யோசனையோடு படுக்கையிலிருந்து எழுந்து தண்ணீர் குடித்தேன்.

மாலையில் டென்டிஸ்ட் வந்தார். மலாய்க்காரர். கூடவே வந்த இளம் தாதி ஹிஜாப் அணிந்து வெள்ளை நிற பர்தாவிலிருந்தாள். அவள் என்னை சற்று பரிதாபமாகப் பார்ப்பது போலிருந்தது.அவள் கண்களைத் தவிர்த்தேன். டாக்டர் பல்லைக் கையிலிருந்த பூதக்

கண்ணாடியில் பரிசோதித்தார். எதிர்பார்த்ததுபோல குறைந்தது பத்து நாட்களாகும் என்றார்.

''நான் இந்தியா போகணுமே?''

''இப்படியேவா போகப் போறீங்க?''

நான் தயங்கினேன்.

''முதல்ல எக்ஸ்ரே எடுத்துப் பாக்கலாம், வாங்க'' என்றார்.

அந்த இளம்பெண்ணின் பின்னை தொடர்ந்தேன். லேபில் எல்லா பற்களையும் விதம் விதமாக படமெடுத்தார்கள். எக்ஸ்ரேவைத் தூக்கி வெளிச்சத்தில் உற்றுப்பார்த்தவர். ''நீங்க ஊருக்கு போக ஒரு வழி சொல்றேன்'' என்றார்.

''பிளீஸ்.''

''ரூட் கேனல் எல்லாம் உடனே பண்ண வேணாம், பற்களுக்கும் நாம கொஞ்சம் ஓய்வு கொடுக்கணும். இங்கே தற்காலிக பல்லை பொருத்திடலாம். அப்பறம் இந்தியா போய் சில வாரங்களுக்கு பிறகு ரூட் கேனல் செஞ்சு பர்மனன்ட் பொருத்திக்கோங்க. ஓகேவா?'' என்றார்.

''தேங்யூ!!''

''இன்னைக்கு பல் அளவு கொடுத்திடுங்க, நாங்க அதுக்கு பொருத்த மான பல்லை தேர்ந்தெடுத்து நாளைக்கு பொருத்திடுறோம். சோ, யூ பெட்டர் ஸ்டே டு நைட்'' என்றார்.

''ஆனா, ஜாக்கிரதையா இருங்க. கடினமான பொருட்களை சாப்பிடாதீங்க. அப்புறம், ஊருக்கு போன உடனே டாக்டரப் பாருங்க. இல்லாட்டி கஷ்டமாயிடும்.''

அளவெடுத்துக் கொண்டார்கள். அறைக்குத் திரும்பினேன். இரவு இந்திய உணவு வந்தது.

செல்ஃபோனைத் தேடி எடுத்தேன், அப்போதுதான் கவனித்தேன். பல தவறிய அழைப்புகள், பல குறுஞ்செய்திகள். பத்மா அனுப்பிய செய்தியில் 'ஹோப் யூ ரீச்ட் சேஃப். வெரி நைஸ் சீயிங் யூ' என்றிருந்தது. ரவி பேச அழைத்திருக்கிறான். நேற்றிலிருந்து நான்கு முறை முயன்றிருக்கிறான். ரவிக்கும் சுஜாவுக்கும் குறுஞ்செய்தி அனுப்பிவிட்டு சாப்பிட்டேன். டாக்டர் கொடுத்திருந்த வண்ண மாத்திரைகளை பட்டைகளிலிருந்து விடுதலை செய்து விழுங்கினேன்.

நேற்றைய நிகழ்வை சிந்தித்த மனம் எங்கோ சஞ்சரித்து பின் கடைசியில் வட்டம்போல அங்கேயே முடிந்தது.

எவ்வளவோ இடைஞ்சல்களுக்குப் பின் சிங்கின் மரணத்தோடு என்னுடைய ஏறக்குறைய ஒருவருட மலேசிய வாழ்க்கை முடிவுக்கு வருவதாகத் தோன்றியது. சம்பத் பேச்சைக் கேட்டு டிக்கெட் எடுத்து ஊரிலிருந்து கிளம்பிய அந்த நாளை நினைத்துக்கொண்டேன். தேவை யில்லாமல் என் வேலையைப் பறித்து நெருக்கடி தந்து என்னை அவமானப்படுத்தியவர்களை தண்டிக்க வேண்டும் எனத் தொடங்கிய என் பயணம் இன்று டெட் எண்டில் நிற்பது போலிருந்தது. இப்போது ALL I HAVE IS MINE எனத் தோன்றியது. இதெல்லாம் எப்போது முடியுமென நினைக்கத் தோன்றுகிறது. இதுவரை சேகரித்த தகவல் களுக்கு தகுந்த ஆதாரங்களைத் திரட்டி சாரா பேப்பரில் எழுதினால் மட்டுமே சம்பத்தும் அவருடன் சம்பந்தப்பட்டவர்களும் தண்டிக்கப் பட வாய்ப்பிருக்கிறது.

அது நடக்காவிட்டால்? அந்த டி-டே ஆசாமி? அவனை எப்படியாவது தொடர்புகொண்டால் இந்த விடுகதைக்கு விடை கிடைக்க வாய்ப்பு இருப்பதாகத் தோன்றியது. இவ்வளவு குறுகிய அவகாசத்தில் அது நடக்குமா? திரும்பவும் அவன் மேனேஜரை தொடர்பு கொண்டால் என்ன? யோசனையாக இருந்தது. விளக்கை அணைத்துவிட்டுப் படுத்தேன்.

நள்ளிரவு ஆழ்ந்த தூக்கம். திடீரென யாரோ என் மார்பின் மேல் ஏறி அமர்ந்துகொண்டு முகத்தை அழுத்துவதுபோல் இருந்தது. மூச்சு முட்டியது. தண்ணீருக்குள் யாரோ அழுத்தி மூழ்கடிப்பது போன்ற தொரு உணர்வு. திமிறினேன். பலனில்லை. சக்தியெல்லாம் திரட்டி எழ முயன்றேன் முடியவில்லை. சிந்தனை தாறுமாறாக ஓடியது. திகிலாக இருந்தது. பூட்டிய அறைக்குள் யாராக இருக்கும்?

25

உடல் முழுவதும் நரம்புகள் சுருட்டி இழுத்தன. கஷ்டப்பட்டு கண்திறந்து யாரெனப் பார்க்க எத்தனித்தேன். என்னால் கண்களைத் திறக்கவே முடியவில்லை. இமைகள் ஒட்டிக் கொண்டதுபோல பிரிக்க முடியவில்லை. அந்தக் கோரப்பிடி இறுகி நாக்கு வறண்டது. சாவின் விளிம்பைத் தொடப்போவது போலிருந்தது. வேறு வழியின்றி கத்தி மரண ஓலம் எழுப்ப முயன்றேன். குரல் வெளியே வரவில்லை. பயத்தால் நடுங்கியபடி மீண்டும் உடலின் சக்தியெல்லாம் ஒன்றாகத் திரட்டி கையை ஊன்றி எழ முயன்றேன். பலனில்லை. கைகால்களை அசைக்கவே இயலாமல் உடலே உணர்ச்சியற்று இருந்தது. ஆனால் , மூச்சு முட்டி நெஞ்சு தாறுமாறாகத் துடித்தது. சுமார் இரண்டு நிமிடங்களுக்கு கைகால்களை உதறிப் பார்த்த பின் நான் இதற்குமேல் ஒன்றும் செய்ய முடியாது எனும் கையறு நிலையை அடைந்தேன். வேறு வழியில்லாமல் சாகத் தயாராகி மரணத்தின் கையில் என்னை ஒப்படைத்த தருணத்தில் இரும்புப் பிடியின் அழுத்தம் படிப்படியாக குறைந்து முழுமையாக விடுதலையானேன்.

இப்போது கண்களைத் திறக்க முடிந்தது. ‘வெடவெட’த்து எழுந்து அறையின்

விளக்கைப் போட்டேன். விளக்கொளி கண்களைக் கூசியது. சுற்றிப் பார்த்தேன். அறையில் என்னைத் தவிர யாரும் இருப்பது போல் தெரியவில்லை. திகைப்பாயிருந்தது.நான் உணர்ந்தது கண்டிப்பாக கனவு இல்லை. சத்தியமாக நிஜம். தொப்பலாக வியர்வையில் குளித்திருந்தேன். உதட்டுத் தையல் லேசாக வலித்தது. இதற்கு என்ன அர்த்தம்? நேற்றைய சாப்பாட்டில்..? குழப்பமாகவும் அச்சமாகவும் இருந்தது.

விளக்கைப் போட்டபடியே திரும்பப் படுத்தேன். எனக்கு ஆவி, பேய் இவற்றிலெல்லாம் அவ்வளவாக நம்பிக்கையில்லை.ஆனால் இந்த நிகழ்வு விசித்திரமாகவும் அதிர்ச்சியாகவும் இருந்தது. எனக்குள் என்ன மாதிரியான விளக்கம் சொல்லிக்கொள்வதென்று தெளிவாகத் தெரிய வில்லை. நடந்த சம்பவத்தை ஒரு கெட்ட கனவு என எளிதாக உதாசீனப் படுத்தவும் முடியவில்லை. யாரிடமாவது சொன்னால் நம்புவார்களா? தெரியவில்லை. வெகுநேரம் தூக்கம் வராமல் புரண்டுகொண்டிருந்த நான் எப்போது தூங்கினேன் எனத் தெரியவில்லை.

மருத்துவமனை அமைதியை உலுக்கும் குழந்தையின் அழுகைபோல் செல்ஃபோன் அலறியபோதுதான் திடுக்கிட்டு எழுந்தேன். மணி காலை ஒன்பதாகியிருந்தது. ஃபோன் டி-டே ஆசாமியின் எண்ணைக் காட்டி அரற்றியது. பல யோசனைகளுடன் ஃபோனை எடுத்தேன்.

''ஹலோ.''

''டிரைவர் சிங் இரண்டு நாளைக்கு முன் உங்க ஃபோன் நம்பரை குடுத்து பேசச் சொன்னார்.'' என்றது.

''சிங்கா?''

''எஸ், தன்வீர் சிங், உங்களுக்கு வேலை போயிட்டுனு கேள்விப் பட்டேன். ஐ திங். ஐ கேன் ஹெல்ப் யூ.''

''நாம விரிவா பேசணுமே!''

''ஒய் நாட், சுயூர், என்னிடம் இருக்கும் சில விஷயங்கள் உங்களுக்கு கண்டிப்பாக உதவும். பட், ஐ கேனாட் மேக் த டீல் ஓவர் த ஃபோன்.'' என்ற குரலில் கண்டிப்பு இருந்தது.

அவன் குரலில் செய்தி இருப்பதாகத் தோன்றியது. மருத்துவமனையின் அட்ரஸைச் சொன்னேன்.

ஃபோனில் டீலா? என்ன சொல்ல வருகிறான்? அப்புறம் டிரைவர் சிங் இன்று உயிரோடு இல்லை என்ற விஷயம் இவனுக்குத் தெரியுமா?

குழப்பத்தோடு இருந்தபோது கதவு தட்டப்பட்டது. யோசனையோடு திறந்தேன். சாராவுடன் ஒரு போலீஸ்க்காரர் நின்றிருந்தார். உள்ளே வரச் சொன்னேன்.

சாராவுடன் வந்த அந்த மலாய் போலீஸ்க்காரருக்கு ஐம்பது வயதிருக்கலாம். முழுவதுமாக நரைத்திருந்தது. மீசை வைத்திருந்தார். நல்ல உடல்வாகு. தீர்க்கமான பார்வை. கறுப்புநிற போலீஸ் தொப்பி. அதிலிருந்த உலோகப் பட்டையில் மலேசியப் போலீஸ் சின்னமான புலி ஆவேசமாக முறைத்தது. அவரிடம் உயரதிகாரிக்கு உரிய மிடுக்கு இருந்தது.

என் கையைக் குலுக்கி அறிமுகப்படுத்திக்கொண்டார், அவரது கைகுலுக்கலில் ஒருவித கண்டிப்பு தெரிந்தது. அவர் படுக்கையை கைகாட்டி என்னை உட்காரச் சொன்னார். வழக்கமான விசாரிப்புகளுக்கு, பிறகுப் தொண்டையைச் செருமியபடி பேசத் தொடங்கினார்.

''அன்னைக்கு ராத்திரி என்ன ஆச்சு?'' என்றார் ஆங்கிலத்தில்.

சாராவை ஒரு முறை பார்த்துவிட்டு திரும்பவும் வரிசையாகச் சொன்னேன். கவனமாகக் கேட்டுக்கொண்டார்.

''அந்த இரண்டு பேரோட முதல்கட்ட விசாரணை முடிஞ்சது. விசாரித்த வரை அதுல ஒருத்தன் கேஎல் கேங்க சேர்ந்தவன். இன்னொருத்தன் சினிமாவில் ஸ்டண்ட் ஆர்டிஸ்ட். இரண்டு பேருக்கும் கிரிமினல் பேக்ரவுண்டு இருக்கு. பெரிய இடத்து கைக்கூலியா வந்திருக்கானுங்க. அவங்களோட நோக்கமே சாராவின் நடவடிக்கைகளை தினமும் கண்காணிச்சு மேல உள்ளவங்களுக்குத் தவறாம தகவல் தருவதுதான். ஒருகட்டத்தில் அவளோட நடவடிக்கைகள் கைமீறிப் போனதால் கொலை செய்ய முயற்சி செய்திருக்கானுங்க. இதுல தேவையில்லாம சில விஷயங்கள் நடந்து இப்போ சிங்கிற்கு உயிரே போயிட்டு.'' என்றவர் அஞ்சலி செய்வது போல் தொப்பியைக் கழற்றினார்.

நான் சற்று நேரம் எதுவும் விளங்காமல் திகைத்தேன். மேலே மின்விசிறி சுழன்றுக் கொண்டிருந்தது.

''புரியல.''

''டிரைவர் சிங்கை பற்றி அவர் வீட்டில் பேசினோம். சாரா விஷயமா வீட்டுல சண்டைபோட்டவர் ஒரு கட்டத்தில் மனசு திருந்தியிருக்கார். அவர் நடந்த விஷயங்களுக்கு மன்னிப்பு கேட்க சாராவைப் பார்க்க வழக்கமான ஸ்டேஷனுக்கு வந்த இடத்தில நடந்ததுதான்

உங்களுக்கே தெரியுமே...''

''ஹீ இஸ் ரிமார்கபுல்.''

சாரா தொடர்ந்தாள். ''அந்த இரண்டு பேருமே ஆர்பென்னால் வேலைக்கு அமர்த்தப்பட்ட ஏஜண்ட்ஸ். அவங்க வேலையே என்னோட மூவ் மெண்ட்ஸை வாட்ச் பண்றதுதான்.''

''புரியுது, அதுல நான் எங்கே வந்தேன்?''

''அதுதான் உன் துரதிஷ்டம், தப்பான சமயத்துல வந்து தானா மாட்டிக்கிட்ட. என்னோட சேர்ந்து உன்னையும் பாத்தவனுங்க நாம சேர்ந்து வேலை செய்றோம்னு உன்னையும் கொடூரமா தாக்கிருக் கானுங்க. பாவம் சிங் சம்பந்தமில்லாமல் பலியானார்.''

போலீஸ்க்காரர் பேசினார், ''அவங்க ரெண்டு பேர் மேலயும் கேஸ் ஃபைல் பண்ணி கைதும் பண்ணிட்டோம்.ஆனால், இவங்கள ஏவி விட்டவங்க அரசியல், பொருளாதாரத்தின் உச்சத்தில் இருப்பதால் உடனடியாக நடவடிக்கை எடுக்க சில தடைகள் இருக்கு. ஆனால், அவங்கமேல கண்டிப்பாக நடவடிக்கை எடுப்போம். இந்த விவகாரத்துல உங்க ரெண்டு பேரையும் காயப்படுத்தினது மட்டு மில்லாமல் சிங்கை கொலை செய்ததால் இதை கிரிமினல் வழக்காக ஃபைல் பண்ணிட்டோம். அதுக்கு கடுமையான தண்டனை உண்டு.

அப்புறம், சாராகிட்ட நாங்க முறையான கம்ப்ளெயின்டை முன்னாடியே வாங்கிட்டோம். நீங்க உடனடியா இந்தியா போறதா சாரா சொன்னாள். அதனால நீங்க மறக்காம போத்துக்கு முன்னாடி லீகல் பேப்பர்ஸ்ல எல்லாம் சைன் பண்ணிடுங்க. அதுக்கப்பறம் , நீங்க கேஸ் சம்பந்தமா திரும்ப மலேசியா வரத் தேவையில்லை. இந்தியா அட்ரஸையும் குடுத்துட்டு போங்க... நாங்க சாராவை வைச்சு பாத்துக்கிறோம்.

''பை த வே நீங்க ஊருக்கே போகத் தேவையிருக்காது போல'' என அவர் எழுந்து கைகுலுக்கினார்.

புரியாமல் சாராவைப் பார்த்தேன்.

அவள் சிரித்தபடி,''டிரஸ்ட் மீ. இதனால ஒரு நல்லகாரியம் நடந்துருக்கு. போற போக்குல உன்னை திரும்ப வேலைக்கு கூப்பிடுவாங்க போல.''

''என்ன உளர்ற?''

''லிசன், அந்த ரெண்டு பேருக்கும் ஆர்பென் ஐடிக்கும் சம்பந்தம் இருக்குமோன்னு முதல்ல சந்தேகப்பட்டு போலீஸ் ஹெச்சாரை

கூப்பிட்டு விசாரிச்சிருக்காங்க.முதல்கட்ட விசாரணையில், இந்த சம்பவத்துக்கும் நீ வேலை பார்த்த ஆர்பென் ஐடிக்கும் நேரடியா தொடர்பில்லைனு தெரிஞ்சுது.

ஆனாலும், போலீஸ் உன்னோட கேஸ் வேற மாதிரி தடம் மாற வாய்ப்பு இருக்குனு புரிஞ்சுகிட்டு மனிதவள மற்றும் இமிகிரேசன் ஆபிஸர்களை ஆர்பென் ஐடி பத்தி விசாரிக்க சொல்லியிருக்காங்க.'' என்றாள்.

அப்பதான் ஹெச்ஆர் 'நாங்க சுதா டிஸ்மிஸ் பத்தி விசாரிக்கிறோம்னு' சொல்லியிருக்காரு. விசாரணைனு வந்ததால் பின்னாடி உனக்கு வேலை போன பின்புலத்தை ஆராய்வாங்க. மீடியாவில் வர வாய்ப்பிருக்கு. ஆர்பென் குழுமத்தின் பேரு கெட்டு போயிடும்னு நினைச்சாரோ என்னவோ? இல்ல அவங்களோட இமிகிரேசனிலயே வேற பிரச்சனை இருக்கோ தெரியலை'' என்றார்.

''எதுக்கு அதேல்லாம் தேவையில்லாம''

''நோ, நோ, தட்ஸ்த புரசீஜர்'' என்றார் போலீஸ் ஆபிசர்.

''அதோட சாரா முன்கூட்டியே எல்ஆர்டி ஸ்டேசனிலிருந்து அந்த இரண்டு ஆசாமிகளைப் பற்றி எங்களுக்கு ஃபோன் செய்து தகவல் சொன்னது ஒரு பிரிலியண்ட் மூவ். அப்படி செய்யாம இருந்திருந்தால் இரண்டு போலீஸ்காரங்க அங்க வந்து இவங்களை பிடிச்சு, தண்டிக்கிறது, அப்படிங்கிறது நடக்காத காரியமா இருந்திருக்கும்.''

''குட் ஜாப் சாரா!.''

''தேங்க்யூ வெரி மச்'' என்றேன்.

''அதுல பாதியை சாராவுக்கு சொல்லுங்க. அவள்தான் நைட்டெல்லாம் உக்காந்து நிறைய சிரமப்பட்டாள்.''

''அப்புறம், எங்க நாட்டுல உங்களுக்கு இப்படி ஒரு அசம்பாவிதம் நடந்ததுக்கு, ஸாரி.''

''சாரா, இனி நீ ரொம்ப கவனமா இருக்கணும். இந்த ரெண்டு பேரை கைது செஞ்சதால எல்லாமே முடிஞ்சு போகலை. தேவைப்பட்டால் அதுபோல அவங்களால பலநூறு பேரை அனுப்ப முடியும்.நீ மோதுறது பல மில்லியன் ரிங்கிட்ல வியாபாரம் பண்றவங்க கூட, உன்னை மாதிரி ஆட்களை எளிதாக தின்று செரித்து விடுவார்கள்.

உன்னோட அப்பா மிலிட்ரியில இருந்து எனக்கு நல்ல தோஸ்த். அதனால ஒரு 'நல விரும்பிம்'ன்ற முறையில இதைச் சொல்றேன்.''

''உங்க அட்வைசுக்கு தேங்ஸ். கை தானே உடைஞ்சிருக்கு உயிர் போகலையே. அப்புறமென்ன?. என்னோட குறிக்கோள் ரொம்ப சிம்பிள் அங்கிள். மார்டின் லூதர் கிங் சொன்னது தான். ஓட முடியலையா? நட. நடக்கவும் முடியலையா? தவழு. இப்படி ஏதோவோரு வகையில் நாம முன்னேறிக் கொண்டிருக்கனும்'' என்ற போது அவள் உயர்ந்திருந்தாள் என் மனத்தில்.

''ஐ அன்டர்ஸ்டான்ட். பட் பீ கேர்புல் அவ்ளோதான். அப்புறம், அப்பாவை நான் கேட்டதா சொல்லுமா!.''

''டேக் கேர் மிஸ்டர் சுதா.'' கை குலுக்கினார்.

''அப்போ நான் கிளம்பறேன். ஆங், சாரா நீ எப்ப பாத்தாலும் பேப்பர்ல பிரச்சனைகளை மட்டும் எழுதாம, நாங்க செய்ற இதுமாதிரியான சில நல்ல விஷயங்களையும் சேர்த்து எழுதுமா!'' என சத்தமாக சிரித்தபடி எழுந்தார்.

சாரா பேசிக்கொண்டிருந்தாள். ''சுதா, உனக்கு திரும்பவும் வேலை கொடுத்து இருக்க சொன்னா இருப்பியா?'' என்றாள் சாரா.

அவளுக்கு பதில் சொல்ல நான் ரொம்ப யோசிக்கவில்லை.

''நாட் ரியலீ. ஆர்வமில்லை. இவ்வளவு நடந்தப்பறமும் அவங்க எனக்கு வேலை தர்றது பெரிய இடைஞ்சல்தான். அப்பாவி சிங்கை கொன்னு, நம்மை இந்த அளவு துன்புறுத்தி கஷ்டப்படுத்துறவங்களை அடையாளப்படுத்தி தண்டனை வாங்கித் தர்ரதுதான் முக்கியம். அந்த எஜமானர்களின் அடிமையாக தொடர விருப்பமில்லை என்ற பொருளில் ''I am not going to be the slave to this master again'' என்றேன்.

''ம், புரியுது'' என்றாள்.

''இப்போ டிபார்ட்மெண்ட் என்கோயரிக்கு பயந்து வேலை தர்ர இவங்க அப்புறம் என்ன பண்ணுவாங்களோ. இவங்க என்னை வேலையை விட்டு தூக்கினதுக்கான உண்மை வெளிய வருதோ அன்னைக்கு தான் எனக்கு நிம்மதி.அதுக்குதான் நாம முயற்சி செய்யனும். இவங்களையெல்லாம் நம்ப முடியாது. நான் ஊருக்கு போறதா முடிவு பண்ணிட்டேன்.'' என்றேன்.

''ஊருக்கு போறது உன்னோட இஷ்டம். இதை போலீஸ் கிரிமினல் இன்வெஸ்டிகேட் பண்ணும். அதே நேரத்தில் நான் மெர்ஜர் ப்ராஜக்ட் செலக்சன் விஷயமா எவிடன்ஸை சேகரிச்சு உண்மையை கண்டிப்பா பப்ளிஷ் செய்வேன்.''

தொட்டிலில் தொங்கிக் கொண்டிருந்த இடது கையை தன் வலதுகை யால் தடவியபடி ''டெபனட்லி, ஐ வில் டிரை மை லெவல் பெஸ்ட்.'' என்றாள் உறுதியாக.

★

அவளுடன் பேசிக்கொண்டிருந்தபோதே, ஃபோனில் பேசியவன் வந்து சேர்ந்திருந்தான்.

ஆள் பார்ப்பதற்கு வடக்கத்திய ஹீரோ போலிருந்தான். இள வயது. உயரம் - மலேசியர்களின் சராசரி உயரத்திற்கு சற்று அதிகம். கையில் சின்ன லேப்டாப் பேக். செழிப்பு உடலிலும் முகத்திலும் தெரிந்தது. நீல ஜீன்ஸ். பொருத்தமான நிறத்தில் டீஷர்ட், கௌ பாய் ஷூ அணிந்திருந்தான். எல்லாமே பிராண்டட் அயிட்டங்கள். துறுதுறுப்பா யிருந்தான். பேசும்போது தோள்களைக் குலுக்குவது, நுனி நாக்கில் சரளமான உயர்தர ஐரோப்பிய ஆங்கிலம், தேவைக்கேற்ப குரலில் ஏற்ற இறக்கம் என அவன் நடவடிக்கைகள் சற்று வித்தியாசமாயிருந்தது.

நலம் விசாரித்தவன் தன்னை டி-டேயின் நடவடிக்கை×43ன் இன்சார்ஜ் என அறிமுகப்படுத்திக் கொண்டான். நேற்றுதான் தாய்லாந்திலிருந்து வந்தானாம். டிரைவர் சிங் விஷயத்தைச் சொன்னேன். அதிர்ந்தான். சாராவை அறிமுகப்படுத்தினேன். அவளிடம் ''நீங்க தப்பா நினைக்கா விட்டால், கேன் வீ ஹெவ் லிட்டில் பிரைவெசி ப்ளீஸ்'' என்றான் ஹாலிவுட் பாணியில்.

அதைக் கேட்டு, எழுந்து வெளியே போக எத்தனித்தவளை நான் தடுத்து, அவள் இங்கே இருப்பதில் எனக்கு ஆட்சேபணை இல்லை. வேண்டுமானால் நாம் கீழே போய் பேசலாமே என்றேன். ஒத்துக் கொண்டான்.

அவன் அப்பா மலேசிய தூதரகத்தில் ஓய்வுபெற்ற உயரதிகாரியாம். சின்ன வயதிலிருந்து பல நாடுகளைச் சுற்றி இருக்கிறான். படித்த தெல்லாம் அயல்நாட்டவர்கள் படிக்கும் இன்டெர்நேஷனல் ஸ்கூல் என்றான். இன்னும் கல்யாணம் ஆகவில்லை. லிஃப்டில் வரும்போது இவ்வளவையும் படபடத்துவிட்டான்.

கீழ் தளத்திலிருந்த கேஃப்ட்டேரியாவில் அதிக கூட்டமில்லை. ஒன்றிரண்டு சிப்பந்திகளைத் தவிர யாருமில்லை. பெரும்பாலும் காலியாக இருந்தது. குறிப்பிட்ட சில சாப்பாட்டு அயிட்டங்கள் மட்டுமே வைத்திருந்தார்கள். விசாரித்தேன். சாரா ரம்ஜான் நோன்பு தொடங்கியதாகச் சொன்னாள். சூரியன் உதித்ததிலிருந்து மாலை வரை சாப்பிடாமல் இருக்கும் இஸ்லாமியர்கள் தொழுகைக்குப் பின்தான் சாப்பிடுவார்களாம்.

சுவரோரமாயிருந்த ஒரு டேபிளைத் தேடி உட்கார்ந்தோம். அவன் தன் பார்வையால் சாராவை விழுங்கிக் கொண்டிருப்பதாய் உணர்ந்தேன். நான் அவனுக்கு அதிக அவகாசம் கொடுக்காமல், நேரடியாக விஷயத்தைத் தொட்டேன். 'உங்களைப் பல முறை தொடர்புகொள்ள முயற்சித்தேனே?

ஒரு நிமிடம் என் கண்களைச் சந்தித்தவன் , யோசிக்காமல்

''எஸ். ஐ நோ தட். டி-டே அன்னைக்கு நடந்த குழப்பத்தில் உங்க வேலை போயிட்ஒண்ணு கேள்விப்பட்டேனே?'' என்றான் சந்தேகமாக.

''ஆமாம்''

''அப்படினா, என்னிடம் இருக்கும் சில ஆதாரங்கள் உங்களுக்கு உதவக்கூடும். ஆனால் அதற்கான விலையை நீங்கள் தரத் தயாராய் இருந்தால்'' என பூடகமாக பேசினான்.

''வாட் டூ யூ மீன்? ஸாரி, முதல்ல டி-டே அன்னைக்கு விடியக் காலையில் உண்மையில் என்னதான் நடந்தது சொல்லுங்க'' என்றேன்.

''ஷ்யூர்.அதுக்கு முன்னாடி என்னைப் பற்றி கொஞ்சம் தெரிஞ்சிகிட்டா நல்லது'' எனத் தொடங்கினான்.

''பேசிக்கலீ, தொழில் ரீதியாக ஐம் எ ஹேக்கர்'' என்றான்.

நான் நிமிர்ந்து உட்கார்ந்தேன்.

''சின்ன வயசிலிருந்து நான் படிப்புல சுட்டி. ஆனால் என் குடும்பம் நாடு நாடா சுத்தினதால், எனக்குன்னு பெருசா ஃபிரண்ட்ஸ் வட்டம் எதுவுமில்லை. பொழுதுபோகாத நேரத்தில் பெரும்பாலும் ஐப்பான் வீடியோ கேம்ஸ் தான் ஆடுவேன். அப்படிதான் எனக்கு கம்ப்யூட்டர்ஸ் மேல அதீத ஆர்வம் வந்தது. அது எந்த அளவு போச்சுனா ஆன்லைன்ல கேம்ஸ் விளையாடும்போது எதிராளியின் ஸ்கோர்ஸை ஒண்ணுமில்லாம செய்றது வரை போச்சு. ஐ மீன் ஹேக்கிங்'' என்றவன் ஒரு நிமிடம் நிறுத்தி, ''என்னோட திறமையை பாத்த எங்க அப்பாதான் என்னை 'இதையே நீ ஏன் ஒரு புரபசனால எடுத்துக்க கூடாது?'ன்னு உற்சாகப்படுத்தினார்.''

''ஸாரி, வாட் டூ யூ மீன்?'' வியந்தாள் சாரா.

''ஹேக்கர்னா, இணையம் மூலமாக கம்ப்யூட்டரிலுள்ள பலவீனங்களை தெரிஞ்சு அதனைத் தன்வசப்படுத்துபவர்களை கம்ப்யூட்டர் ஹேக்கர் அல்லது கணினிக் கொந்தர்கள்னு சொல்லுவாங்க.''

சாரா கொஞ்சம் புரிந்தும் புரியாததுபோல தலையாட்டினாள்.

அவளுக்கு உதவுபவன் போல், ''சாரா உங்களுக்கு ஒரு சின்ன உதாரணம் சொல்றேனே'' எனத் தொடங்கினான்.

''உங்க ஹேண்ட் பேக்கை எடுத்துகிட்டு ஷாப்பிங் போறீங்க. அதில் உங்களுக்கு தெரியாத ஒரு இடத்துல கிழிஞ்சு லேசா ஓட்டையா இருக்குனு வைங்க. போற வழியில ஒருத்தர் அதை கவனிச்சு உங்களை எச்சரிக்கலாம். இல்லை, இன்னோருத்தர் உங்களுக்கே தெரியாமல் தன்னோட கைவரிசையைக் காட்டி உள்ளே இருப்பதைக் களவாட லாம். இதையே கம்ப்யூட்டரில் செய்தால் அதுக்கு பேருதான் ஹேக்கிங்.''

நான் விடாமல், ''இதுல மூனாவதாக இன்னொரு வகை இருக்குல?'' என்றேன் .

''நல்ல வேளை இன்னைக்கு நான் ஹேண்ட் பேக் எடுத்துட்டு வரல'' எனச் சிரித்தவள் ''வாட் இஸ் த தேட் ஒன்?'' என்றாள்.

''அதாவது அதே உதாரணத்துல சொல்றதுனா. அந்த ஹேண்ட் பேக்ல இருந்து பணத்தை உங்களுக்கு தெரியாம எடுத்து பின்பு திரும்ப உங்களிடமே கொடுத்துவிட்டு அதற்கு சன்மானம் வாங்கிக்கலாம் இல்லையா?'' என்றேன்.

''கரெக்ட், அவங்களை 'கிரே ஹேட் ஹேக்கர்ஸ்'னு சொல்றாங்க. இன்பெக்ட், சமீபத்தில் கேபிபியில் ஜாயின் செய்றதுக்கு முன்னாடி நான் அப்படி ஒரு கம்பெனியில்தான் சிங்கப்பூரில் வேலை பார்த்துக் கிட்டிருந்தேன். அப்போ ஒரு கான்ஃபரன்ஸ்க்காக ஹாங்காங் போன போது தான் சம்பத்தோட அறிமுகம் கிடைச்சது.'' என்றான்.

'சம்பத்!???' என்பதை எத்தனைக் கேள்விக்குறிகள் போட்டு அவனிடம் கேட்பது எனப் புரியவில்லை.இது நாள் வரை நாங்கள் கேபிபி வங்கி இணைப்பிற்கான கன்ஸல்டண்ட் என்பதைத் தாண்டி வேறொன்றும் நேரடியான உறவில்லை. அதற்கும் லட்சுதான் கிளையண்ட் மேனேஜரே தவிர சம்பத் இல்லை. அப்படி இருக்கும் பட்சத்தில்...

''எஸ், எனக்கு சம்பத் ஒரு ஹாங்காங் கான்ஃபரன்ஸில் அறிமுகமானார். அப்போது கேபிபி பேங்கின் நெட்வொர்க் எனும் வலையமைப்பின் பாதுகாப்பை உறுதிப்படுத்தும் 'பெனட்ரேசன் டெஸ்ட்' எனும் 'ஊடுருவல் சோதனை' செய்ய என்னைப் போல நிபுணர் ஒருவர் தேவை எனச் சொன்னார். என்னை கேபிபியில் இருக்கும் தனது நண்பருக்கு அறிமுகம் செய்து வைத்தார். நான் கேட்ட பெரிய தொகையையும் சம்பளமாக அவர்கள் தரத் தயாராயிருந்ததால் ஒத்துக்கொண்டேன். நான் சிங்கப்பூரிலிருந்த வேலையை உதறிவிட்டு கேஎல் வந்து சேர்ந்தேன். இது நடந்து ஒரு வருடம் இருக்கும்.

இங்க வந்த பின்புதான் சில விஷயங்கள் எனக்குப் புரியத் தொடங்கியது. கேபிபி-உத்தமன் வங்கி இணைவு பிராஜெக்ட் ஆர்பென் ஐடிக்கு கிடைத்திருப்பது தெரியவந்தது. அதுமட்டு மில்லாமல், இரண்டு வங்கிகளும் இணைந்தபின், ஒன்றுபட்ட ஐடி துறைக்கு தான் தலைவனாகும் மறைமுக எண்ணம் சம்பத்துக்கு இருப்பது தெரியவந்தது.''

''வெரி இன்ட்ரஸ்டிங்'' என்றாள் சாரா.

அவளைக் கொஞ்சம் கடுப்படிப்பதுபோல பார்த்தவன், இண்டர்ஸ்டிங்கா? அதுதானே ப்ராப்ளமே!.'' எனத் தொடர்ந்தான்.

''அதுக்காக அவர் தன்னோட கேபிபி நண்பரோட சேர்ந்து ஒரு 'இன்சைடர்' கேம் விளையாட திட்டமிட்டார். அதற்கு என்னை பகடைக் காயாக உருட்ட நினைத்தார்.''

''இன்சைடர் கேமா?'' என் உதடு துடித்தது.

''அவரோட திட்டம் ரொம்ப சிம்பிள். 'கேபிபி வங்கியின் ஐடி சிஸ்டத்தில் இருக்கும் பாதுகாப்பு குறைபாடுகளை நீ கண்டுபிடிச்சு அதுக்கான தீர்வுகளையும் நீயே சொல்லு, அதை நான் சொல்ல வேண்டியவங்க கிட்ட சொல்லி எனக்கு வேண்டியதை சாதிச்சுக்கிறேன்' என்றார். அதுவரை கூட எனக்கு பெரிசா ப்ராப்ளம் இல்லை. மார்க்கெட்டில் இருக்கும் அதி நவீன சாஃப்ட்வெர்களை பயன்படுத்தி டெஸ்ட் செய்து விவரங்களை அனுப்பிச் சிட்டிருந்தேன்.''

காஃபி கேட்டு வந்த சிப்பந்தியை உதாசீனப்படுத்திவிட்டு தொடர்ந்தான்.

''ஆறு மாசத்துக்கு முன்னாடி என்ன நினைச்சாரோ தெரியலை, அந்த ப்ராஜெக்டை விட்டு தனக்கு வேண்டப்பட்ட இன்னொரு நண்பர் மூலமாக என்னை வங்கி இணைப்பு ப்ராஜெக்ட்ல ஏடிஎம் ஏரியாவில் சேர்த்துவிட்டார். ஆரம்பத்துல கொஞ்சம் யோசிச்சேன். ஆனால், அந்த மனுஷனுக்கு யாரிடம் எப்படி பேசி நாசுக்காக வேலையை சாதிக்கணும்னு நல்லா தெரிஞ்சிருக்கு. எஸ், சம்பத் கன்வின்ஸ்டு மீ.''

''அங்கே உள்ளே போன பின்னாடிதான் சம்பத் தன்னோட சுயரூபத்தை காட்டினார். என்னோட மனசாட்சிக்கு விரோதமாக, வோர்க் எத்திக்சுக்கு எதிர்மறையான வேலையை அப்போது அவர் செய்யச் சொன்னார்'' என்றபோது மிகுந்த ஆர்வத்துடனும் கூர்மையாகவும் அவனை கவனிக்கத் தொடங்கினேன்.

''வெளிச்சத்திலிருந்து என்னை அடர் இருளுக்குள் இழுத்துச் சென்றார்'' என்றவன் தொடர்ந்தான். ''திட்டமிட்டபடி இரண்டு

வங்கிகளின் ஏடிஎம்கள் மெர்ஜ் செய்யும்போது உத்தமன் வங்கி வாடிக்கையாளர்களுக்கு புது ஏடிஎம் கார்டுகளையும் சங்கேத எண்ணையும் (PIN Number) வீட்டுக்கு அனுப்பியிருந்தாங்க. அவர்கள் டி-டேவுக்கு பிறகு அந்தப் புது ஏடிஎம் கார்டை பயன்படுத்தலாம். இரண்டு வங்கிகளின் ஏடிஎம்மும் எந்தவொரு கட்டணமுமில்லாமல் புதுக்கார்டை அனுமதிக்கும். அதை முதல்முறை ஏ.டி.எம்மில் பயன் படுத்தும்போது மட்டும் வாடிக்கையாளர்கள் தங்களுடைய புது எண்ணை தாங்களே தேர்வு செய்வார்கள்.

இங்கதான் அவரு தன்னோட கிரிமினல் மூளையை பயன்படுத்த நினைச்சார். என்னோட திறமையை பயன்படுத்தி திருட்டு வேலை செய்யும் நிரல்களை அதில் நிறுவச் சொன்னார். அதை வச்சு அந்தப்புது சங்கேத எண்களையும் ஏடிஎம் கார்டு எண்களையும் தொகுத்து தரச் சொன்னார்.

நான் ஹேக்கராக இருந்தாலும், இட் இஸ் இல்லீகல், முடியாது. சட்ட விரோதம் என நான் மறுத்தேன். அவர் விடாமல், நீ மறுத்தால், உன்னோட டாக்குமெண்ஸை வச்சே உன்னை பாதுகாப்பு அச்சுறுத்தல் என பிரச்சனையில் இழுத்துவிடுவேன் மிரட்டினார். தேவைப்பட்டால் தனது கம்பெனி சேர்மனின் அரசியல் செல்வாக்கை பயன்படுத்துவேன் எனக் கடுமையாக எச்சரித்தார்.

ஒரு கட்டத்தில், எனக்கு வேண்டிய தகவல்களைக் குடுத்துட்டு நீ வேணா வெளிய போயிடு என்றார். இல்லை, அந்த ஏடிஎம் கார்டுகளின் நம்பர், வாடிக்கையாளரின் தகவலைக் குடு என மிரட்டியதால் வேறுவழியில்லாமல் ஒத்துக்கொண்டேன்.''

''போலீஸ்கிட்ட போக வேண்டியதுதானே?''

''சம்பத்போல பவர்ஃபுல்லான ஆளுங்ககிட்டயும் ஆர்பென் குழுமத் தோடவும் மோத பயந்தேன் என்பதுதான் உண்மை. அதுமட்டு மில்லாம, இங்க ப்ராப்ளம் என்னன்னா, மேற்கத்திய நாடுகளைப் போல ஏசியாவில் இதுபோன்ற திருட்டுகளுக்கு சரியான சட்டதிட்டங்கள் இன்னமும் இல்லை. அதனால இவனுங்க வேற கேஸை ஜோடனை செஞ்சு உள்ளே தள்ளிடுவானுங்கனு மிரண்டேன்.''

''அந்த கார்டு நம்பர்ஸை மட்டும் வச்சு...?'' என இழுத்தாள் சாரா.

''கரெக்ட், பேங்க்கோட மற்ற தகவல்கள் இதைவிட ரொம்ப பவர்ஃபுல்லானவை. அதே சமயத்தில் ரிஸ்க்கும் ஜாஸ்தி.

இது மாதிரி பெர்ஸ்னல் டேட்டா ஒண்ணும் மோசமில்லை.

வாடிக்கையாளர்களின் ஜாதகம் போன்ற அவர்களின் பெயர், முகவரி, இ-மெயில் , கார்டு எண், பாஸ்போர்ட் நம்பர், டிரைவிங் லைசன்ஸ் விவரம் இதுக்கெல்லாம் கூட சர்வதேச மார்க்கெட்டில் நல்ல விலை. இந்த விவரங்களை வாங்கி விக்கவே ஒரு பெரிய கும்பல் இருக்குது. தெட்ஸ் பில்லியன்ஸ் ஆஃப் டாலர் பிசினஸ்.அதை வைச்சு புது லோன் வாங்குவது, ஆன்லைன் சாப்பிங், மார்கெட்டிங், வரி திருட்டு, இல்லீகல் இமிகிரேசன் இன்னமும் எவ்வளவோ பண்ணலாம். எல்லாம் டாலர்ஸ்.''

''பெரிய பொசிசனில் இருக்கும் அவன் ஏன் இதைச் செய்யணும்? மாட்டினால் கேவலமில்லையா?'' எனும் நியாயமான கேள்வியைக் கேட்டாள் சாரா.

''இது, அபாயகரமான விளையாட்டாச்சே?'' என்றேன் நான்.

''ட்ரூ, உண்மையான காரணம் அவருக்குதான் தெரியும். ஆனால் அவரிடம் பழகுனவரை, நான் என்ன நினைக்கிறேன்னா, ஒருங்கிணைக்கப்பட்ட வங்கியின் ஐடி தலைவராக அவர் போட்ட திட்டம் ஏதோ காரணங்களுக்காக வொர்க்அவுட் ஆகலைனு நினைக்கிறேன்.அதை பழிதீர்ப்பதற்காகவும் இதை செய்திருக்கலாம். இல்லை அந்த பிரைவேட் டேட்டாவை பல மில்லியன் ரிங்கிட்டு களுக்கு வித்து காசாக்கிட்டு வெளியேறவும் நினைச்சிருக்கலாம். வாடிக்கையாளர்களின் தகவலுக்கு அவ்வளவு மதிப்பு இருக்கு.''

''அதுக்கு அவ்ளோ டிமாண்டா? விக்கிறது ஈசியா?'' என்றேன் நம்பமுடியாமல்.

''கிரே மார்க்கெட்டில் எஸ்! பிலீவ் மீ. உங்களைப் போல சராசரி மனிதர்கள் தினமும் பயன்படுத்தும் இணையத்தைப் போல பல மடங்கு பெரிய ஆழ் இணையம் ஒன்று இயங்கிக் கொண்டிருப்பது உங்களில் எத்தனை பேருக்குத் தெரியும்?''

''ஆழ் இணையமா?'' வாயைப் பிளந்தாள் சாரா.

ஆரம்பத்தில் கொஞ்சம் கெத்துக் காட்டியவன் பின் பகிர்ந்த பல விஷயங்கள் ஐடி துறையில் இருக்கும் எனக்கே புதிதாகவும் கொஞ்சம் திகிலாகவும் கூட இருந்தது.

யாரும் கவனிக்கவில்லை என்பதை சுற்றி ஒருமுறை பார்த்துவிட்டு, கொஞ்சம் தாழ்ந்த குரலில்,

''இணையம் எனும் கடலின் மேற்பரப்பில் மட்டும் உங்களைப் போன்ற சாதாரணமானவர்கள் சாதுவாக மீன் பிடித்து உலாவிக்கொண்டிருக்க

அதற்கு கீழ் இருண்ட அடி ஆழத்தில் புரிந்துகொள்ள முடியாத பெரிய எண்ணிக்கையுடைய பக்கங்களுடன் இருப்பதுதான் அந்த உலகம் . அது கிரே மார்க்கெட் எனும் கறுப்பு உலகம். கட்டுப்பாடற்ற ஒரு தனி உலகம்.

திமிங்கிலங்களும், சுராக்களுமான பல ராட்சத உயிர்கள் உலாவும் இடம். அங்கே பெரிசாக சந்தேகமும் வராது. அதுதான் இதற்கான சரியான மார்க்கெட்.

உண்மையை சொல்லணும்னா இணையத்தில் சட்டவிரோதம் எனச் சொல்லப்படும் எல்லா விஷயங்களும் அங்கே தாராளம். தடயங்கள் எதுவும் இல்லாமல் வேலை முடியும். அரசியல் கொலைகளில் தொடங்கி எல்லாவற்றிற்கும் ஒரு விலை உண்டு. இவ்வளவு ஏன்? மனித உடல் பாகங்களிலிருந்து உங்களோட ஃபோன் நம்பர் வரைக்கும் அங்கே ஒருவிலை இருக்கு. பெரும்பாலும் எல்லாமே சட்டவிரோதம். ஹேக்கர்ஸ்ன்னு சொல்லப்படும் என்னைப் போன்ற இணைய குறும்பர்களும், விஷமிகளும் உலா வருவதும் அதே ஆழ் இணையத்தில்தான்.''

மலைப்பாய் இருந்த அதே சமயத்தில் எனக்கு லேசாக வியர்த்தது என்பது உண்மை.

''லிசன் , டி-டே அன்னைக்கு நான் வேண்டா வெறுப்பாக கடைசி நேரத்தில் அந்த வேலையை ஒத்துக்கொண்டு விவரங்களை சேகரிக்க ட்ரை பண்ணினபோது நடந்ததுதான் உங்களுக்கு தெரியுமே?'' என்றபடி என்னைப் பார்த்தான்.

''எல்லா பாதுகாப்பையும் தாண்டி நிரலியை நிறுவுவதற்கு டேட்டா சென்டருக்கும் பக்கத்து அறைக்குமாக நான் ஓடிக்கொண்டிருந்தபோது நீங்க மாடிக்கு செக்யூரிட்டியை கூட்டிகிட்டு வந்துட்டீங்க. நான் பயந்து ஆபரேசனை கைவிடும்படியாக ஆயிடுச்சு. நீங்க பார்த்ததை வெளியே சொல்லிடப் போறீங்கன்னு பதற்றத்தில் உடனே சம்பத்துக்குப் ஃபோன் பண்ணி விஷயத்தைச் சொன்னேன்.

''ஆபரேசன் ஃபெயிலியர்னு கேள்விப்பட்டதும், சம்பத் பயங்கர டென்ஷனில் கத்தினார். இனிமேல் இங்க இருந்தா சரியா வராதுன்னு அடுத்த வோர்கிங் டேயே நான் வேலையை ரிசைன் செஞ்சுட்டு தாய்லாந்து பக்கம் போயிட்டேன். நேத்து இங்க வந்த பின்னாடிதான் சிங் மூலமாக உங்க வேலை போன விவகாரம் எனக்கு தெரிய வந்தது. ஐம் ஸாரி'' என்றான்.

''அப்புறம், சம்பத்திடம் பேசுனீங்களா?'' என்றாள்.

''நோ, நான் தாய்லாந்து போனதோ இல்ல திரும்ப வந்ததைப் பத்தி சம்பத்துக்கு தெரியாது. ஐ வாண்ட்டு கீப் இட் தட் வே.''

''இதையெல்லாம் கேக்குறத பாத்தா. சுதா நீ, பெரியா ஆளா இருப்பே போலிருக்கே?'' என என்னைப் பார்த்து சிரித்தாள்.

மெலிதான புன்னகையால் பதில் சொல்லிவிட்டு, அவனிடம்

''அப்போ அன்னைக்கு காலையில் என்னிடம் ஃபோனில் மலாயில் பேசியது?'' என்றேன் நம்பமுடியாமல்.

''நான் தான். உங்களைக் குழப்ப. வேற வழி? திட்டமிட்ட விஷயங்களை என்னால சரியான நேரத்தில் முடிக்க முடியல. நேரத்தை இழுக்கணுமே. ஆனால், ஆபரேசன் ஃபெயிலியர்னு தெரிஞ்சதும் லீயிடம் மரியாதையாக பேசி வேலையை ஒழுங்கா செஞ்சேனே?'' என்றான்.

அதற்கு மேல் அவனிடம் எனக்கு வேறெதுவும் கேட்கத் தோன்ற வில்லை. லேப்டாப்பை எடுத்து ஆழ் இணையத்தில் கிரெடிட் கார்ட் தகவல்களைக் கூவி விற்கும் சில கறுப்புத் தளங்களை எங்களுக்குக் காட்டினான். திகிலாயிருந்தது. பாதுகாப்புக் காரணங்களுக்காக அவன் பயன்படுத்திய செயலிகள் பற்றிய தகவல்கள் எனக்குள்ளே இருக்கட்டுமே.

கடைசியாக ''இதையும் கொஞ்சம் பாருங்க'' என்றபடி தானும் சம்பத்தும் கான்ஃஃபரன்ஸில் ஒன்றாக இருக்கும் ஃபோட்டோவையும் காட்டினான். சம்பத் அவன் தோளில் கைபோட்டபடி கறுப்பு சூட்டில் அட்டகாசமாக சிரித்துக்கொண்டிருந்தார்.

சாராவின் முகத்தைக் கவனித்தேன், ஆயிரம் வாட்ஸ் வெளிச்சம்.

எனக்கு எல்லாம் புரிந்தது. முதலில் அதிர்ச்சியாக இருந்தது. சம்பத் இந்த லெவலுக்கு இறங்குவார் என நான் நினைக்கவேயில்லை. இத்தனை நாட்கள் நான் தேடி அலைந்த கடைசி துருப்புச் சீட்டு இன்று என் முன்னால் திறந்து கிடப்பது போலிருந்தது. எனக்கும் சம்பத்துக்குமான சீட்டாட்டம் முடிவுக்கு வரும் தருணம் வந்து விட்டதாக நினைக்கிறேன். சம்பத் ஃபோனில் மிரட்டிப் பேசும்போ தெல்லாம் மற்ற விவகாரங்களைத் தொட்டுப் பேசியவர் இதைப் பற்றி வாயே திறக்கவில்லை என்பதை நினைத்துப் பார்த்தேன். எப்படியோ வெகு நாட்கள் தேடி அலைந்து களைத்த புதையலை கடைசியில் கண்டெடுத்தது போலிருந்தது.

''இதையெல்லாம் உங்க மேனேஜ்மெண்டில் காட்டி நீங்க உங்க வேலையை திரும்ப வாங்ரதுல பிரச்சனை இருக்காது. ஆனால்...''

அவன் பேசத் தொடங்கும் முன், ''எஸ்கியூஸ் அஸ்'' என சாராவை தனியாக அழைத்துச் சென்று இருவரும் இந்த விஷயத்தை Good Cop, Bad Cop ஆக அணுக முடிவுசெய்தோம். அது ஒன்றும் பெரிய பிரமாதமில்லை. இரண்டு போலீஸ்காரர்கள் கைதியிடம் இரு வேறான அணுகுமுறையைக் கையாளுவார்கள். ஒருவர் மிரட்டி, உருட்டு பவராக இன்னொருவர் கனிவானவராக, நெருக்கமாக, நம்பிக்கையாக கைதியிடம் பேசி வழிக்கு வரவைப்பார்கள்.

வீடுகளில் கூட நம் அம்மாக்கள் செய்வதுதான். 'நீ பரிச்சைக்கு படிக்கலனு அப்பா பயங்கர கோபத்துல இருக்காரு. மார்க்கு மட்டும் வாங்கலைனா, தோலை உரிச்சுடுவாரு.' அதனால, வா நான் சொல்லித் தரேன், நல்ல பிள்ளையா படிச்சுடு'னு பிள்ளைகளை சரி செய்வது தான்.

அவனிடம் ''டிரைவர் சிங் கொலை விவகாரத்தோட இதுவும் போலீஸுக்கு தெரிஞ்சா என்ன ஆகும்?'' என்றேன் மெள்ள.

அவன் முகம் இருண்டது. அதை பயன்படுத்திக்கொண்டு அடுத்ததாக

''நிருபரான சாராவுக்கு போலீஸ் வட்டாரத்தில் நெருங்கியத் தொடர்பு இருப்பதாவது தெரியுமா உங்களுக்கு?''

சாரா என்னைச் சமாதானம் செய்வது போல், ''சுதா, ப்ளீஸ் லெட் மீ டாக்'' என்றபோது அவள் ஃபோனில் 'ட-ன-ன-ன...' நோக்கியாவின் தேசியகீதம் பாலிபோனிக்கில் ஒலித்தது.

எடுத்தவள் என்னைப் பார்த்து ''உங்களை டென்டிஸ்ட் தேடுறாராம்'' என்றாள். எனது ஃபோனை அறையிலேயே மறந்துவிட்டிருந்தேன். இப்போதைக்கு அந்த டென்டிஸ்ட்தான் என் தெய்வம் . தெய்வம் அழைத்தால் மறுக்க முடியுமா என்ன? அவனுக்கு நன்றி சொல்லிவிட்டு, அவளிடம் மீதம் பேசி முடிக்க வேண்டிய பொறுப்பை ஒப்படைத்துவிட்டு டாக்டரைத் தேடி ஓடினேன் அவசரமாக.

★

டென்டிஸ்ட் எனக்காகக் காத்திருந்தார். அழகுபடுத்தப்பட்ட உயரமான ஈசி சேர் போலிருந்த டென்டிஸ்ட் சேரில் உட்கார வைத்து ஒரு மணி நேரத்திற்கு மேலாக ராட்டினம் போல சுற்றினார். வாயை அகல திறக்க வைத்து, சின்னதும் பெரியதுமான உபகரணங்களை உள்ளே விட்டு நோண்டியவர், முகத்தில் பிரகாசமாக ஒளி அடித்து வேறு இம்சித்தார். அவஸ்தையாய் இருந்தது. உதவிக்கு அந்த இளம்பெண்ணையும் பக்கத்திலேயே நிறுத்தி சித்ரவதை செய்தார். அவரின் ஊசிக் குத்துகள்

வலித்தன. வலி பல்லில் தொடங்கி, உடலில் ஊடுருவி, உயிரின் வேர் வரை தொட்டு அடங்கியது. சவாலாய் இருந்தது. அடிக்கடி நேற்றைய எக்ஸ்ரேயையும் பார்த்துக்கொண்டவர் கடைசிவரை மயக்க மருந்து எதுவும் தரவில்லை. வலியில் ஸ்டண்ட் ஆசாமி மேல் இன்னமும் கோபம் அதிகமாகியது. ஆக்ரோசமாய் மூக்கில் குத்தவேண்டும் போல இருந்தது. உடைத்த நிலக்கடலை அளவிலிருந்த டெம்ரரி பல்லை ஒருவழியாக பொருத்தியவர், என் அவஸ்தை புரியாமல் ''பல்லை ஃபிக்ஸ் பண்ணிட்டேன். கண்ணாடியில் பார்க்க ரெடியா? ரெடியா?'' என மேஜிக் காட்டியவர் ஒருவழியாக வட்ட கைக்கண்ணாடியைக் காட்டினார்.

மெதுவாக தலையைத் திருப்பிப் பார்த்தேன். பற்கள் சீராக இருந்தன. கொஞ்சம் உற்றுப் பார்த்தால் வேண்டுமானால் நிற வித்தியாசத்தை கண்டுபிடிக்கலாம் போலிருந்தது. பெரிய நிம்மதியாக இருந்தது. என் தன்னம்பிக்கையின் சூட்சுமம் அந்தச் சின்ன பிளாஸ்டிக் துண்டுகளில் ஒளிந்திருந்தது. தோள்கள் உயர்ந்து புது மனிதனாகிய புத்துணர்ச்சியை உணர்ந்தேன். அனிச்சையாக அவர் கைகளைக் குலுக்கி நன்றி என்றேன். அது மனத்தின் ஆழத்திலிருந்து வந்தது.

''யூ ஆர் வெல்கம், இன்னைலேருந்து பல்லை ஒழுங்கா விளக்குங்க'' என நகைச்சுவைத்தவர், ''சாப்பிடுறப்போ ஜாக்கிரதை. அப்புறம், இந்தியா போய் முத வேலையா டாக்டரைப் பார்த்திடுங்க'' என்றார் சீரியஸாக.

நான் புதிய தோரணையோடு நிமிர்ந்து நடந்து அறைக்கு வந்தபோது மதிய உணவு காத்திருந்தது. வெஜிடேரியனாக இருந்தாலும் தேர்ந் தெடுத்து சாப்பிட்டேன். அறைக்கு வந்த தமிழ் நேசன் தினசரியைப் பார்த்தேன். மூன்றாவது பக்கத்தில் அந்தச் செய்தி வந்திருந்தது.

> கோலாலம்பூர்: இந்திய வம்சாவளியைச் சேர்ந்த ஓட்டுநர் ஒருவர் புக்கிட் ஜலில் ரயில் நிலைய வாயிலில் நேற்று முன் தினம் சுட்டுக் கொலை செய்யப்பட்டார். அவரது, நெஞ்சில் 2 குண்டுகள் பாய்ந்த காயங்கள் காணப்பட்டன. கொல்லப்பட்டவர் தன்வீர் சிங் (52). கார் ஓட்டுநராக தொழில் செய்து வந்தார். அங்கிருந்து தப்பியோட முயன்ற ஆடவர் இருவர் சிறை செய்யப்பட்டனர். இந்தக் கொலைக்கான காரணங்களை போலீஸார் தீவிர விசாரணை செய்து வருகிறார்கள்.

மேலோட்டமான விவரங்களுடன் செய்தி வெளியாகியிருப்பதாக நினைத்தேன்.

மாலையில் தமிழ் டாக்டர் வந்திருந்தார். ''ஹொவ் ஆர்யூ மேன்'' என்றவரிடம்,

தூங்கும்போது நேர்ந்த யாரோ அழுத்தியது போன்றதோரு நிகழ்வைப் பற்றி கேட்டேன்.

சிரித்தபடியே ''டோண்ட் ஒரி, அது தூக்க பக்கவாதக் கோளாறு''

கலவரமடைந்த என் முகத்தைப் பார்த்தவர், ''பயப்படத் தேவை யில்லை. இரவில் அதிகப்படியான பயத்துடன் தூங்குறது இல்லை தூக்கமின்மை போன்ற விஷயங்களால் அதுபோல நடந்திருக்கலாம்.''

''யூ டேக் ரெஸ்ட், யூ வில் பீ ஆல் ரைட்.''

நிம்மதி பெருமூச்சுவிட்டேன். தோள்பட்டை வலிக்கு மாத்திரையைத் தந்துவிட்டு உதட்டுத் தையலைப் பிரித்துவிட்டார். மனம் லேசானது போலிருந்தது.

சாரா வீட்டுக்கு போயிருந்தாள். ஃபோன் செய்தேன். ''ஐ ஹேவ் குட் நியூஸ் ஃபார் யூ, ஃபோனில் வேணாம், நாளைக்கு நேரில் பேசலாமே'' என்றாள். காலையிலிருந்து நடந்தவை எனக்கு நம்பிக்கை தருவதாயிருந்தது. இதுவரையிருந்த எல்லா குழப்பங் களும், பிரச்சனைகளும் என்னிடமிருந்து விடைபெற்றது போலிருந்தது.

இதுவரை சேகரித்தத் தகவல்களை வைத்து ஊருக்கு போகும் முன் சம்பத்தை எப்படியாவது நேருக்கு நேர் எதிர்கொள்ள வேண்டும் என உறுதி எடுத்துக் கொண்டேன்.

வெகு நாட்களுக்குப் பிறகு அன்றிரவு உறக்கம் நிம்மதியாக இருந்தது.

26

காலைச் சூரியன் பிரமாண்டமாய் கடை விரித்து மற்றொரு நாளுக்கு தயாராகிக் கொண்டிருந்தான். எனக்கு உடம்பு தேறி முற்றிலும் குணமானதுபோல் இருந்தது. ஆனால், மலேசியாவில் எனக்கு இன்னும் சில உதயங்கள் மட்டும் எனும் உணர்வு என்னமோ செய்தது.

மருத்துவமனையிலிருந்து டிஸ்சார்ஜ் ஆகும்முன் சாரா என்னை வந்து பார்த்தாள். டி-டே ஆசாமியைப் பற்றி பேசினாள். ''ஹீ இஸ் எ இன்ட்ரஸ்டிங் ஃபெல்லோ'' என சிரித்துக்கொண்டே சொன்னவள் அவன் கொடுத்த தகவல்களை குறித்துக்கொண்ட தாக சொன்னாள்.

''அவன் பிரிலியண்ட் கூட இல்ல, சம்பத் தோட சேர்ந்து ஃபோட்டோ எடுத்துகிட்டான் பாத்தியா? வெரி குட் எவிடன்ஸ்'' என அவனை வாயாரப் புகழ்ந்தாள்.

''எவிடன்ஸ் அவனா தந்தானா இல்ல நீ வாங்குனியா? ''

''வாட்?'' என்றாள் சற்று அதட்டலாக.

''இல்லை டீல் அப்படினு ஏதோ சொன்னானே?''

''அதெல்லாம் பேச வேண்டியவங்க பேசுனா தேவையில்லை'' என கள்ளச்சிரிப்பு சிரித்து கண்ணடித்தாள்.

அவள் தன் கடைக்கண் பார்வையை அவனிடம் காட்டிவிட்டாள் என நினைக்குமளவுக்கு மலர்ந்தவள் இந்த விவகாரங்களைக் கூடிய விரைவில் கட்டுரையாக எழுதி பப்ளிஷ் செய்வதாக உறுதியளித்து விடைபெற்றாள். நம்பிக்கையாக இருந்தது. ஒரு போலீஸ்க்காரர் வந்து சில பேப்பரில் சுருக்கமாக கையெழுத்து வாங்கிக்கொண்டு போனார். பெரிதான சிரமமேதுமில்லை.

நானும் ரிசப்ஷனில் விசாரித்தேன் ''டாக்டர்ஸ் இன்னைக்கு நீங்க டிஸ்சார்ஜ் ஆகி போகலாம்னு சொன்னாங்க. பணம் கட்டிட்டு கிளம்பலாம்'' என்றார்கள். அறைக்குத் திரும்பியபோது எனது முன்னாள் பாஸ் லட்சு ரவியுடன் எனக்காகக் காத்திருந்தார். ஆச்சர்யமாயிருந்தது.

கீழே விழுந்து அடிபட்டது எனும் பொய்யைக் கூசாமல் சொன்னேன்.

நம்பினார்களா தெரியவில்லை. ''மச்சி, ஹெல்ப்புக்கு உடனே என்னை கூப்பிட்டிருக்கலாமே? நாங்களாம் உனக்கு மனுஷங்களா தெரியலையா?'' எனக் கோபித்துக் கொண்டான் ரவி.

''லட்சு, அன்று மலர்ந்த மலர்க் கொத்தை கொடுத்துவிட்டு கெட் வெல் சூன்'' என்றவர் பேசத் தொடங்கினார்.

''என்னப்பா எப்படி இருக்க, நல்லா ஆயிட்டியா?''

லேசாக புன்னைகைத்து, ''எல்லாம் முடிஞ்சுது கிளம்ப வேண்டியதுதான்.''

''ஐ ஹெவ் அ குட்நியூஸ் ஃபார் யூ!'' என்றபடியே கைகுலுக்கினார்.

''சொல்லுங்க.''

''எதுக்கு இங்க உள்ளுக்கு இருந்து பேசிகிட்டு. நீ வீட்டுக்கு போக வேண்டியதுதான? வா, நான் காடியில டிராப் பண்ணிடுறேன். முதல்ல இங்கிருந்து வெளியேறுவோம்.''

நேற்றைய விவகாரங்களை லட்சு எந்த அளவு தெரிந்து வைத்திருக்கிறார் எனத் தெரியவில்லை. அதனால் மௌனம்... மௌனம்... முடிந்தவரை இவரிடம் தேவையில்லாமல் எதையும் கொட்டக் கூடாது என நினைத்துக்கொண்டேன்.

அவர் ரிசப்ஷனில் தனது கார்டில் மெடிக்கல் பில்லைக் கட்ட முயன்றார். கண்டிப்பாக மறுத்துவிட்டேன். ''அப்புறம் உன் இஷ்டம்,

இருப்பா வரேன்'' என வெளியே போனார். நான் எவ்வளவோ வற்புறுத்தியும் கேட்காமல் ரவி ரிங்கிட்டுகளைப் பணமாகக் கொடுத்து பில்லைக் கட்டினான். ''நானே கட்டியிருப்பேனே, எதுக்கு உனக்கு வீண் சிரமம்'' என்றேன். ''மச்சி, ஒண்ணும் பிரச்சனையில்லை.நீ ஊருக்கு போற, உனக்கு எவ்வளவோ செலவு இருக்கும். இது கடனாவே இருக்கட்டும் ஊருக்கு போய் அனுப்பிவை'' என்றான் ஆதரவுடன். இப்போது எனக்கும் அந்த உதவி தேவையாயிருந்தது. ''ரொம்ப தேங்ஸ்'' என்றேன். புன்னகைத்தவன், கடமை அழைப்பதாகச் சொல்லி விடைபெற்றான்.

லட்சு தன்னுடைய காடி, மன்னிக்கவும் காரை லாபியில் கொண்டு வந்து நிறுத்தினார். சில்வர் நிற 'பளபள' மெர்சிடீஸ் பென்ஸ் கிளாஸ் படகு போல் இருந்தது. முன் சீட்டில் இடமளித்தார். தோல் சீட்டுகள், நல்ல விசாலமாயிருந்தது. ஏ.சி குளிர்ந்தது.

மலேசியச் சாலைகளில் காரை லாவகமாக ஓட்டியபடியே பேச்சு கொடுத்தார்.

''ஃபோன் நம்பர் மாத்திட்டியா என்ன? நேத்து உன்னை பேச அழைச்சேன்.''

''பழசு தொலைஞ்சு போயிட்டு.''

புதிய எண்ணைக் குறித்துக்கொண்டார்.

''அப்பறம், சின்னதா ஒரு தப்பு நடந்துபோச்சு சுதா, அதனால...'' என்றவர் திரும்பி என் முகத்தைப் பார்த்தார்.

''புரியல,'' என்றபடி அவர் முகத்தில் விடை தேட முயன்றேன்.

''திரும்ப உன்னை வேலையில சேத்துக்கிறதா முடிவு பண்ணிட்டோம்.''

நான் எதிர்பார்த்திருந்த ஒன்றுதான். ஆனாலும் தொடர்ந்தேன்.

''என்ன திடீர்னு சொல்றீங்க? நீங்கதானே ஒரு மாசத்துக்கு முன்னாடி கிளம்பச் சொன்னீங்க.''

''உண்மை. உனக்கு கம்பெனியில வேலையில்லன்னு சொன்னேன்.. அன்னைக்கு இருந்த சூழல் அப்படி.''

நான் சாலையைப் பார்த்தபடியே கேட்டுக்கொண்டிருந்தேன். கார் ட்வின் டவரைத் தாண்டியது. லட்சு பேசிக்கொண்டிருந்தார்.

''இங்க பாருப்பா, இந்தியாவிலேருந்து ஸ்டாஃபை வேலைக்கு எடுக்க எவ்வளவோ இமிகிரேசன் ஃபார்மாலிட்டி இருக்கு.அவ்வளவையும் செஞ்சு உங்களை வரவச்சு கெஸ்ட் அவுஸ், டிரைவர்னு நாங்க நிறைய

இன்வெஸ்ட் பண்றோம். அப்படி இருக்குறப்ப சட்டென ஒரு ஆளை வேலைய விட்டு எடுக்க நான் கண்டிப்பா அனுமதிக்க மாட்டேன். நாங்க டி-டே அன்னைக்கு நடந்த சம்பவங்களை பாத்துட்டுதான் அந்த முடிவெடுத்தோம்.''

''பொதுவா வேலைய விட்டு எடுக்கிறதுனா மேனேஜ்மெண்டில் மூணு பேரும் சேர்ந்துதான் முடிவெடுப்போம். ஐ மீன், உன்னை வேலையை விட்டு அனுப்புறதை அப்படிதான் முடிவு செஞ்சோம். எங்களுக்கு வேற வழியில்லை'' என்றவரின் கண்கள் என்னை சந்திக்க மறுத்தன.

''எனக்கு அடிப்பட்டதால, என் மேல உள்ள பரிதாபத்துல...''

''நோ நோ.லிசன் டு மீ.நேத்து எல்லாரையும் வைச்சு தீவிரமா விசாரிச்சப்ப டி-டே அன்னைக்கு நடந்த குழப்பங்களுக்கான விடை தெரியவந்தது.''

எனக்கு மின்சாரம் பாய்ந்தது போலிருந்தது. சம்பத்தின் விவகாரம் இவருக்கும் தெரிந்துவிட்டதோ என நினைத்தேன்.

''சம்திங் வென்ட் ராங். எஸ், அன்னைக்கு ஏதோ குழப்பம் நடந்திருக்கு. குறிப்பிட்ட கேபிபி எம்ப்லாயீ டி-டேவுக்கு அடுத்த நாளே வேலையை ரிசைன் செஞ்சுட்டு போயிருக்கான்.''

''அந்த விசாரணையைதான் நான் அன்னைக்கே கேட்டேனே?''

''அதான் சொன்னேனே தப்பு நடந்து போச்சுன்னு. பழச எதுக்கு கிளர்ற? இந்த விவகாரத்துல யாரையாவது தண்டிக்கனும்னா அது அவனைத் தானே தவிர உன்னை இல்லை.''

நான் அமைதியாக கேட்டுக் கொண்டிருந்தேன். கார் போக்குவரத்து நெரிசலில் நின்றது. வெளியே வெயில் பொங்கி வழிந்துக் கொண்டிருந்தது.

நான் பதிலேதும் சொல்லவில்லை. இவர் ஹேக்கர் விவகாரத்தை முழுதாகத் தெரியாமல் பேசுகிறாரா? இல்லை தெரிந்து காப்பாற்றுகிறாரா? இவர்கள் ஒரே நாணயத்தின் இருவேறு முகங்களா? அதில் இவருக்கும் தொடர்பிருக்க வாய்ப்பிருப்பதாக நினைத்தேன். சம்பத்தைப் போல் இவர் கரங்களும் கறை படிந்திருப்பதாகத் தோன்றியது. நான் எதுவும் தெரியாததைப் போல இவரிடம் காட்டிக்கொள்ள வேண்டும் எனத் தீர்மானித்தேன்.

ஆனால்,மனத்தை உறுத்திக்கொண்டிருந்த இன்னொரு விஷயத்தை பொதுப்படையாகக் கேட்டுவிடுவதென முடிவெடுத்துவிட்டேன். கார் நகரத் தொடங்கியது. சாலையோரப் பதாகைகளில் புதிதாக

பதவியேக்கப் போகும் பிரதமர் சிரிக்காமல் உற்றுப் பார்த்துக் கொண்டிருந்தார்.

''என்னை வேலையை விட்டு எடுக்க நீங்க டி-டே விவகாரத்தை ஒரு காரணமாக பயன்படுத்திகிட்க்கிங்கனு நான் நினைச்சேன்.'' என்றேன்.

கேள்வியாய் பார்த்தவர், ''எதை வச்சு அப்படி சொல்ற?'' என்றார்.

''இத்தனை நாள் சும்மாயிருந்துட்டு, இப்போது இமிகிரேசன் ஆபிஸர்ஸ், என்கொயரி என தேவையில்லாத பிரச்சனைகளில் மாட்டாமல் இருக்க என்னை திரும்ப...''

லேசாக முகம் இறுகியவர், ''நீ ஏன் தேவையில்லாததையெல்லாம் யோசிச்சு குழப்பிக்கிற. முதல்ல வா பசியாறலாம்'' என அருகிலிருந்த இந்தியன் ரெஸ்டாரண்டுக்கு அழைத்துச் சென்றார்.

உள்ளே முதலில் நுழைந்தவர் பின்னால் வந்த நான் நுழையும் வரை எனக்காக கண்ணாடிக் கதவைப் பிடித்துக்கொண்டார். ராஜ மரியாதை அனுபவித்தேன். அவர் இறுக்கம் தளர்ந்து வழக்கத்தைவிட சற்று கூடுதல் மரியாதையோடு நடந்துகொள்வது போலிருந்தது.

தேதாரேவும், போப்யா எனும் ஸ்பிரிங் ரோல் ஃபோன்றோரு ஸ்நாக்கும் கொண்டுவரச் சொல்லிவிட்டு தொடர்ந்தார்.

''இரண்டு நாள் ரெஸ்ட் எடுத்துட்டு வந்து ஜாயின் பண்ணிடு. உனக்கு வேற புது ப்ராஜெக்ட் பாத்திருக்கோம். மெர்ஜர் ப்ராஜெக்ட்ஸ் எல்லாம் லீ யே பாக்கட்டும். ஏன்னா லீ ஐ கஸ்டமர்ஸுக்கும் அறிமுகம் செஞ்சாச்சு. அது மட்டுமில்லாம லீ க்கு மேனேஜ்மெண்ட்ல இருக்குற அந்தச் சடையனின் சப்போர்ட்டும் இருக்கு. அவன்தான் இது மாதிரியான லீட் ரோலுக்கு உள்ளூரா இருந்தா நல்லதுன்னு ஒரு தியரி வேற சொன்னான். அந்தச் சடையன் சேர்மனுக்கு ரொம்ப வேண்டப் பட்டவன் வேற.''

சடையன் என்று அந்தச் சீனரான பாராசூட் ஆசாமியைச் சொல்கிறார் எனப் புரிந்தது. நான் இல்லாததால், அவனுடைய பூரண ஆசியுடனே லீ க்கு பட்டாபிஷேகம் செய்திருப்பார்கள். நான் வேலையை விட்டுப் போனதால் வந்த வெற்றிடத்தை தங்களுக்கு வசதியாக பயன்படுத்தி யிருக்கிறார்கள். இவர்கள் இப்போது என்ன காரணம் சொன்னாலும் அன்று பொய்யான பழிபோட்டு என்னை வேலையைவிட்டுத் தூக்கியவர்களிடம் மறுபடியும் கையைக் கட்டி சேவகம் செய்ய எனக்குத் துளியும் விருப்பமில்லை.

அவர் டீயை அழுத்தி உறிஞ்சிவிட்டு, ''யூ டோண்ட் ஒர்ரி. ரொம்ப யோசிச்சு குழப்பிக்காத. நீ புதுசா செய்யப் போறது கவர்ன்மெண்ட்

ப்ராஜெக்ட். சேர்மன் நேரடியா சம்பந்தப்பட்டது. செம ப்ராஜெக்ட். பிரகாசமான எதிர்காலம் இருக்கு. நடந்தது எல்லாம் நன்மைக்கே. கவலையே படாத. இனிமே நாங்க உன்னை நல்லா பாத்துகிறோம். ஜமாய்!'' என உற்சாகமாய் தோளைத் தட்டினார்.

நேரடியாக பதில் சொல்லாமல் சுற்றி வளைத்துப் பேசும் லட்சுவின் சாமர்த்தியத்தை அருவருப்புடனே எனக்குப் பார்க்கத் தோன்றியது. எதுவாக இருந்தாலும், அரசியல் பின்புலத்தால் ப்ராஜக்ட் பிடித்து, சட்டவிரோதமாக நிழல் காரியங்களைச் செய்யும் நிறுவனத்தில் வேலை செய்வதை எனது மனசாட்சி ஒத்துக்கொள்ளவில்லை.

''இல்ல நான் யோசிச்சு சொல்றேனே...''

என்றவுடன் அறையின் சூழல் மாறியது.

''அவர் பொறுமையிழந்து, இவ்வளவு சொன்னப்பறமும், இதுல யோசிக்க என்ன இருக்கு?'' என்றவரின் குரலில் சூடு இருந்தது.

எனக்கு கோபம் வந்தது. அடக்கிக்கொண்டு, ''இன்னைக்கு இருக்க சொல்றீங்க. மறுபடியும் நாளைக்கு திரும்ப போகச் சொன்னா? ஐ ஹெவ் அ பேமிலி'' என்றேன் தைரியமாக.

''எல்லாருக்கும் தான் ஃபேமிலி இருக்கு. அதுக்காக, உன்னோட வயசுல நான் எத்தனை வேலை பாத்தேன் தெரியுமா?'' எனக் குழப்பினார்.

ஸ்பிரிங் ரோலை வெட்ட கொஞ்சநேரம் கத்திச் சண்டை போட்டுத் தோற்றவர் ஒரு கட்டத்தில் பொறுமையிழந்து அதைக் கையால் எடுத்து வாயில் போட்டுக்கொண்டார்.

என்ன நினைத்தாரோ தெரியவில்லை சட்டென வேறு டாபிக்கிற்கு தாவினார்.

''நீ யாரோ ஒரு மலாய் ஜர்னலிஸ்ட் பொண்ணுகூட சுத்துறபோல. என்ன விவகாரம்?''

எனக்கு தூக்கிவாரிப் போட்டது. இவருக்கு எப்படி சாரா விஷயம் தெரிந்தது? ஒரு வேளை ஹெச்சார் வழியாக தெரிந்திருக்குமோ இல்லை அந்த ஸ்டண்ட் ஆசாமி...? தலை சுற்றியது.

''ஜெர்னலிஸ்டா?''

அவர் ''எனக்கு எல்லாம் தெரியும். உனக்கு எப்படி அடிபட்டது என்பதையும் சேர்த்து'' என்றபோது, அதில் ஆணவம் துருத்திக்கொண்டு நின்றது.

அதிர்ச்சியை மறைத்துக்கொண்டு, ''அப்படில்லாம் இல்ல, வி ஆர் ஜஸ்ட் ஃபிரண்ட்ஸ்.''

சொல்லி வைத்தாற்போல் அப்போது சாராவிடமிருந்து அழைப்பு வந்தது. அவளுடன் இப்போது பேசுவது சரியாக இருக்காது எனநினைத்து ''சாரி'' என சொல்லிவிட்டு இணைப்பை உடனே துண்டித்தேன்.

''ஆரம்பத்துல எல்லாம் அப்படிதான் இருக்கும். இது ஒங்க ஊரு இல்லப்பா. ஜாக்கிரதை.''

டேபிளில் இருந்த மால்பரோ சிகரெட்டை எடுத்து பற்றவைத்துக் கொண்டவர், இப்போது நாற்காலியில் நன்றாக சாய்ந்து உட்கார்ந்தார்.

சிகரெட் புகையை அண்ணாந்து 90 டிகிரியில் விட்டவரின் தோரணை இப்போது மாறியிருந்தது. சிறிது இடைவெளி விட்டு, ''உன் மூலமா எங்களுக்கு இன்னொரு காரியம் ஆகணுமே...''

''சொல்லுங்க'' என்றபடி அவர் முகத்தைப் பார்த்தேன்.

''அந்த ஜர்னலிஸ்ட் பேரென்ன? சாராவா? அவ உன்னோட ஃபிரண்டாவே இருக்கட்டும்.அவ கொஞ்ச நாளாவே நம்ம சேர்மன் பத்தியும், நம்ம ஆர்பென் குழுமம் பத்தியும் தப்பு தப்பா இஷ்டத்துக்கு நிறைய எழுதுறாள். அவளை சைலண்ட் பண்ணி எழுதாம செய்ய முடியுமா? என்ன சொல்ற?'' என்றவர் அந்தக் கேள்விக்கான விடையை என் முகத்தில் தேடினார்.

எனக்கு விஷயம் லேசாக புரியத்தொடங்கியது. இந்தச் சீட்டாட்டத்தில் திரும்ப வேலை தர்றேன் என முதல் கார்டைப் போட்டவர், இப்போது தனது இரண்டாவது கார்டை போட்டிருக்கிறார். இவருக்கு இதுவரை நடந்த எல்லா விவகாரங்களும் தெரிந்திருக்கிறது. சாரா விவகாரம் போலீஸ் கேஸானதால் என் மூலமாக சமாதானத் தூது விட முயற்சிக்கிறார் என்பது தெளிவானது.

அவர் விடாமல் ''பேசுறது, கஷ்டமாப்பா?'' என்றார்.

மௌனம்.

''ரொம்ப கஷ்டமோ? பூனைக்கு பல்லு விளக்குற அளவுக்கா?'' எனக் கேட்டு வாய்விட்டுச் சிரித்தார்.

நான் ரசிக்கவில்லை.

அவரே தொடர்ந்தார், ''இந்த பாருப்பா, என்னைக் கேட்டா, நியாயமான கார்பரெட்ன்னு எதுவும் கிடையாது. எல்லாத்துக்கும் கறுப்பு பக்கங்கள் இருக்கதான் செய்யுது. இதெல்லாம் ஒனக்கு புரிய இன்னும் கொஞ்சம் வயசாகணும், அவ சின்ன பொண்ணு. இளரத்தம். யாரோ சொல்றதை கேட்டு ஆடுறா. நீ தான் எடுத்துச் சொல்லணும்.

அதை விட்டுட்டு அவ பின்னாடியே நீயும் சுத்திகிட்டிருக்க. நீ என்ன அவளுக்கு மாரல் சப்போர்ட்டா?'' என்றார் அதிகாரமாய்.

''என்ன எதிர்பார்க்கிறீங்க சொல்லுங்க?'' என்றேன் அமைதியாக.

''உனக்கு அவகூட நல்ல டெர்ம்ஸ் இருக்குல்ல பேசிப் பாரு... இன்னொரு விஷயம், ஹெட் ஆபிஸ் நினைச்சா அவளை வேற விதமாவும் ஹேண்டில் செய்யலாம் தான். லெட்ஸ் டிரை திஸ் ரூட் நவ். மோரோவர் வி ஆர் டு கெதர் நவ்'' எனச் சொல்லிவிட்டு எழுந்தவர் வெளியே போய் யாரிடமோ ஃபோனில் பேசிவிட்டு வந்தார். யாரிடம் என்ன பேசினார் என என்னால் யூகிக்க முடியவில்லை.

காரில் வரும்போதும் வெளியே வெயில் உக்கிரமாயிருந்தது. உள்ளேயும் சூழ்நிலை இறுக்கமாகவே இருந்தது. ''ஏதோ நம்ம ஊரு பொண்ணுக பின்னாடிவேற சுத்துறபோல. என்ன லவ்வா?'' எனக் கேட்டு நிறுத்தினார்.

நான் பதிலேதும் சொல்லவில்லை.

''லவ் பண்றதுனா சொல்லு. நானே உனக்காக பேசுறேன்லா. இங்கேயே செட்டிலாகிடலாம்'' என்றபோது வீடு வந்திருந்தது.

அவருக்கு சம்பிரதாயமாக நன்றி சொல்லிவிட்டு பையுடன் மடியிலிருந்த மலர்க்கொத்தை எடுத்துக்கொண்டு இறங்கினேன். அதிலிருந்த ரோஜா மலர்கள் என்னைப் பார்த்து வாடிய புன்னகை பூத்தன.

★

அபார்ட்மென்ட் பில்டிங்கை கீழிருந்து நிமிர்ந்து பார்த்தேன்.

வெயில் கண்களைக் கூசச் செய்தது. படியில் நடக்கவும் அலுப்பா யிருந்தது. அபார்ட்மென்ட் லிஃப்டுக்காகக் காத்திருந்தேன். கடந்த இரண்டு நாட்களில் நிறைய விஷயங்கள் சடசடவென நடந்து முடிந்தது போலிருந்தது. மேலே எங்கள் வீட்டின் கதவை யாரோ சத்தமாக மூடுவதுபோல் இருந்தது. வேலை நாளில் வீட்டிலிருப்பது யாராக இருக்கும் என யோசிக்கும் வேளையில், லிஃப்டிலிருந்து மாடி வீட்டு வயதான சீனத் தம்பதிகள் வேறொரு இந்தோனேசியச் சிறுமியுடன் வெளியே வந்தனர். நான் வீட்டில் நுழைந்தபோது ஜேகே படிக்கட்டில் இறங்கி எங்கள் அபார்ட்மென்ட் கட்டடத்திலிருந்து வெளியே போய்க்கொண்டிருந்தான். நான் கண்டு கொள்ளவில்லை.

ஹால் சற்று மங்கலான இருட்டாயிருந்தது. சோபாவின் மேல் ஈரத்துண்டு. தரையில் சிதறிய சீட்டுக்கட்டு அட்டைகள். மேலே மின்விசிறி முழு மூச்சில் சுழன்று கொண்டிருந்தது.

பல் விளக்கி, ஷவரைத் திறந்து தலையைக் காட்டினேன். எல்ஆர்டி ஸ்டேஷன், மருத்துவமனை என எல்லா நினைவுகளும் கரைந்தோட தண்ணீர் பாய்ந்து விழுந்தது. நன்றாகப் பசித்தது. ரைஸ் குக்கரில் சாதம் வைத்து தயிர் போட்டு சாப்பிட்டேன். இரண்டு நாள் வீட்டுச் சாப்பாடு இல்லையென்பதால் வெறும் தயிர்சாதமே கூடுதல் சுவையாயிருப்பது போலிருந்தது.

எனக்கு எதிரேயிருந்த ஒரே இலக்கு ஊருக்கு புறப்படுவதாய் இருந்தது. துணிமணிகளை மடித்துவைத்து அடுக்கத் துவங்கினேன். இரண்டு நாட்களுக்குத் தேவையானதை மட்டும் வைத்துவிட்டு மற்றதை பெட்டியில் சிறை அடைத்தேன். இத்தனை நாள் வாழ்ந்த மலேசிய வாழ்க்கை என் கண் முன்னால் ஒரு பெட்டிக்குள் சுருங்கிக் கொண்டிருந்தது. அடிபட்டதை அம்மாவிடம் அப்படியே சொல்ல வேண்டாம் என நினைத்தேன். தேவைப்பட்டால் கீழே விழுந்து விட்டேன் என சமாளிக்கலாம் என்ற உத்தேசத்தோடு இருந்தேன். சாரா ஃபோன் செய்தது நினைவுக்கு வந்தது. திரும்ப அழைத்தேன். பதிலில்லை.

ஓவியாவிடமிருந்தும் பதில் வந்திருந்தது. நான் அவளுக்கு கடைசியாக லங்காவி போகும் முன் ஒரு மெயில் அனுப்பியது நினைவுக்கு வந்தது. தன்னுடைய பதிலிலும் லங்காவி பயணத்தைக் கேட்டு எழுதியிருந்தாள். ஆனால், கடைசி பாராவில் வழக்கத்திற்கு மாறாக கொஞ்சம் 'சென்டி'யாக இப்படி எழுதியிருந்தாள்.

....

'நம் வாழ்க்கைப் பாதையில் பலர் வந்து போவார்கள்.

ஆனால் சிலர் மட்டுமே புன்னகையால் மனத்தில் இடம் பிடித்து நம் நினைவில் தங்குவர். அப்படி நினைவில் தங்கியோரிலும் நிரந்தர இடம்பிடிப்பவர்கள் வெகு சொற்பம்... அந்தச் சொற்பத்தில் நான் கண்ட அன்புத்தோழமை நீ..நான் தோண்டிய வைரம் நீ. எப்போதும் ஜொலித்துக் கொண்டிரு.

- அன்புடன்

ஓவியா'

என்றிருந்தது. இத்தனை வருடப் பழக்கத்தில் எவ்ளோ விஷயங்களை நாங்கள் பரிமாறிக் கொண்டிருக்கிறோம். ஆனால் அன்பு கசிந்த அந்தக் கடிதத்தைப் படித்ததும் ஏனோ உடல் சிலிர்த்ததைப்போல உணர்ந்தேன். என்னை எத்தனை நம்புகிறாள் இவள். முகம் தெரியாத அவள் மீது இன்று கருணை ஊற்றெடுத்தது. ஒரு வித ஆவேசம் வந்தவன்போல் மடமடவென கடந்த இரண்டு நாட்களில்

நடந்தவற்றை எழுதினேன். எல்லாவற்றையும் எழுதினேன்.கடந்த ஒரு மாதமாக 'ரோலர் கோஸ்டரான' என் வாழ்க்கை பற்றி. தொலைந்த வேலையை, அவமானத்தை, விசாவால் வேறு வேலை தேடி தோற்றதை, சம்பத்தின் அலட்சியத்தை, மிரட்டலை, அடிபட்டதை, மருத்துவமனையில் சேர்க்கப்பட்டு தையல் போட்டது வரை எல்லாவற்றையும். மறக்காமல் ஆர்பென் ஐடியில் சம்பத் மற்றவர்களுடன் சேர்ந்து செய்யும் நாடகத்தை, கடைசியில் நான் ஊருக்குப் போக முடிவெடுத்ததைப் பற்றியும் சேர்த்து எழுதினேன். உயிரான நண்பனிடம் மனம் விட்டு சொல்லுவதுபோல, நெஞ்சுக்கு நெருக்கமான யாருடைய தோளில் சாய்ந்து அழுவதுபோல, இடித்து பெரும் சத்தத்தோடு 'ஹோ' வென பெய்யும் மழைபோல என்னுள் இருந்த அழுத்தத்தை எழுதித் தீர்த்தேன். ஆசுவாசமாயிருந்தது. ஊருக்குப் போனபின் அவளை ஒருமுறை பார்த்துவிட வேண்டும் என நினைத்துக் கொண்டேன்.

சாப்பிட்ட தயிர்சாதம் கண்களைக் கட்டியது.அலுப்பாயிருந்தது. நன்றாகத் தூங்கி எழுந்தேன்.

விமான டிக்கெட் ஞாபகம் வந்தது. மர அலமாரியைத் திறந்தேன். இதுவா என் அலமாரி எனத் தோன்றும்படி அப்படிக் கலைந்திருந்தது. அலமாரியிலிருந்த நியூஸ் பேப்பர்கள் கசங்கிக் கிடந்தன. பென்சில்களும், பேனாக்கள் அத்தனையும் கொட்டிக் கிடந்தன. பிசினஸ் கார்டுகள் கிழிக்கப்பட்டிருந்தன. பவுடர், பெர்ஃபியூம் என ஒன்றில்லாமல் கலைந்திருந்தன. யாரோ அவசரத்தில் எதையோ தேடிக் கவிழ்த்து அலட்சியத்தில் ரணகளம் பண்ணியிருக்கிறார்கள்.

அவசரமாக மூன்றாவது தட்டில் வைத்திருந்த பேக்கைத் தேடினேன். காணவில்லை. அலமாரியையே தலைகீழாகப் போட்டு உருட்டி நான்கு தட்டுகளிலும் தேடினேன். காணவில்லை. அதனுள் இருந்த என்னுடைய விமான டிக்கெட்டும், பாஸ்போர்டும்...

27

அடக் கடவுளே! எனக்கு திக்கென்றது. ஒரு நிமிடம் இதயம் நின்றுவிட்டதுபோல உணர்ந்தேன். அலமாரியில் வைத்து வீட்டை பூட்டிச் சென்றால் அது அங்கேயே இருக்கும் எனும் சோஷியல் நம்பிக்கையில்தான் வெளியே செல்கிறோம். அதே நம்பிக்கையில் தான் பச்சை விளக்கு ஒளிர்ந்தால் சாலையைக் கடக்கிறோம். அந்த நம்பிக்கை எனும் ஒற்றை வார்த்தையை நம்பிதானே உலகே சுழல்கிறது. ஆனால் இன்று? சுத்தமாக தகர்ந்தது போலிருந்தது. சொந்த மண்ணில் கால் வைக்கக் கூட முதல் தேவை பாஸ்போர்ட் தானே? வெளிநாட்டில் பாஸ்போர்ட் இல்லாமல்? எனக்கு பயம் வந்தது.

யாரிடம் இப்போது கேட்பது? ரவி? நான் பார்க்கவில்லை என்றால்? இல்லை, திரும்பவும் போலீஸா? புது பாஸ்போர்ட் வரும் வரை இங்கேயேவா? வாய் கசப்பது போல உணர்ந்தேன். ஜேகே? அப்போது தான் அவனைக் காலையில் பார்த்த ஞாபகம் வந்தது. அவசரத்திற்காக இந்த வீட்டு சாவி ஒன்றை ரவி ஒருமுறை அவனிடம் கொடுத்து வைத்திருந்ததும் நினைவுக்கு வந்தது. தங்கள் சுயநலத்துக்காக இறுதியாக எனது அடிமடியிலே கைவைத்துவிட்டதாக நினைத்தேன். எனது

அஸ்திவாரத்தை அசைத்துவிட்டார்கள். சுவரின்றி இவன் காற்றில் ஓவியம் வரையப்போவதில்லை எனும் நம்பிக்கை அவர்களுக்கு. எனது பாஸ்போர்ட்டில் கைவைக்கும் உரிமையை அவனுக்குத் தந்தது யார்? கோபம் கொப்பளித்தது.

அவன் முகத்திற்கு நேராக கேட்டுவிட முடிவெடுத்தேன்.அவன் அபார்ட்மெண்ட்டில் யாருமில்லை. கதவைத் தள்ளினேன். திறந்திருந்தது. ஜேகேவின் அறையில் எட்டிப் பார்த்தேன். குப்புறப் படுத்திருந்தான். திறந்திருந்த கதவைத் தட்டினேன்.

லுங்கியோடு எழுந்து வெளியே வந்தான்.

என்ன என்பதுபோல் பார்த்தவனிடம்

''என் பாஸ்போர்ட் எங்கே?'' என்றேன் கோபமாக.

''ங்கோத்தா, ஓ பாஸ்போர்டை எங்கிட்ட வந்து கேட்டா?'' என்றான் தெனாவெட்டாக

எனக்கு சுர்ரென்றது. அடக்கிக்கொண்டேன். ''மதியானம் நீ வீட்டுக்கு வந்தது எனக்குத் தெரியும். இப்ப குடுக்கிறியா இல்லையா?''

''ங்... நான் சொல்லினே இருக்கேன் நீ பாஸ்போர்டு அது இதுனா. குமட்டுல உடுவேன். நீ முதல்ல வெளிய போ இங்கிருந்து'' என்றான். வார்த்தைகள் தடித்தன.

'வெளியே போ' எனும் வாசகம் என் தன்மானத்தின் முகத்தில் அறைந்தது போலிருந்தது. வார்த்தைகள் வெடுக்கென வந்து விழுந்தன.

''இங்க பாரு என் பாஸ்போர்ட் இன்னும் ஒரு மணிநேரத்துக்குள்ள வரலைனா. நேரா போலீஸ்க்கு போறேன்'' என மிரட்டிவிட்டு வெளியே வந்தேன்.

அதை எதிர்பார்க்காதவன், முகம் வெளிரி, சற்று சுதாரித்து,

''ஏய், எதுக்கு பேஜார் பண்ற நீ? சம்பத்தான் பாஸ்போர்ட்டை எடுத்து தர முடியுமானு கேட்டாரு. எதா இருந்தாலும் அவரு கையில கேட்டுக்க. போலீஸுக்கெல்லாம் போகாத. கம்முனு இரு.'' நான் காதில் வாங்காமல் நடக்கத் தொடங்கினேன். ஃபோன் சிணுங்கியது.. எடுத்துப் பேசினேன். சம்பத்.

''என்னப்பா கீழே விழுந்து அடிபட்டுட்டியாமே, இப்ப எப்படி இருக்க?'' என்றார் சாதாரணமாக.

''இப்போ பரவாயில்லை'' என்றேன் ஆத்திரத்தை அடக்கியபடி. நான் நேரடியாக விஷயத்திற்கு வந்தேன்.

''சம்பத், என்னோட பாஸ்போர்ட்டையும் டிக்கெட்டையும் காணும். அதைதான் தேடிக்கிட்ருந்தேன்.''

''உன்னோட பாஸ்போர்ட் எங்ககிட்டதான் பத்திரமா இருக்கு. கவலைப் படாத. எக்ஸ்டன்சன் செய்யணும்ல? லட்சுகிட்ட பேசிட்ட இல்ல?.'' என்றார் கரிசனமாய்.

லட்சு வெளியே போய் யாரிடம் ஃபோனில் பேசிவிட்டு வந்தார் என்பது இப்போது புரிந்தது.

''எக்ஸ்டன்சன்லாம் தேவையில்லை, நான் ஊருக்கு போக முடிவு பண்ணிட்டேன் சம்பத்.''

''ஆரம்பத்துல உள்ளூர்ல ஜரூரா வேலை தேடுன. வீட்டுக்கு பணமெல்லாம் தேவைப்படுதுனு வேற சொன்னயேப்பா? இப்ப என்ன?'' அவர் குரலில் ஏளனம் தொனித்தது.

''அது அப்போ, சொன்னேன்.''

''கம்பெனியில உன்னைத் தவிர வேற எல்லாரும் நான் சொல்றதை கேப்பாங்கபா.''

நான் பதிலேதும் பேசவில்லை.

சிறிது இடைவெளி விட்டு, ''உடம்பெல்லாம் சரியாகட்டுமே, மூணு மாசம் கழிச்சு போகலாம். இப்போ அவசரப்படாத'' என்றார் சாந்தமாக.

அவரிடம் நான் எப்படிச் சொல்லி ஃபோனில் புரியவைப்பது என்று தெரியவில்லை. என் பாஸ்போர்ட் அவர்களிடம் இருக்கும் வரை எகிறாமல் இருப்பது நல்லது எனத் தோன்றியது.

''இல்ல சரியா வராது சம்பத்.''

''அதெல்லாம் சரியா வரும்பா. நாம நேர்ல பாத்து பேசுவோம். ஒண்ணு பண்ணலாம், நாளைக்கு மெர்ஜர் ப்ராஜக்ட்டுக்கு சேர்மன் டீமுக்கு ஒரு பெரிய பார்ட்டி தர்றார். ஒய் டோண்ட் யூ ஆல்சோ ஜாயின்? வீ வில் டாக். அப்படியே சேர்மனுக்கும் உன்னை அறிமுகம் செய்து வைக்கிறேனே'' என்றார்.

சில நொடிகள் யோசித்து சரி என்றேன்.

இந்தச் சந்தர்ப்பத்தில் பெரிதாக பிரச்சனை பண்ணாமல் நாளை சம்பத்தின் முகத்திற்கு நேராக எனக்குத் தெரிந்த உண்மைகளை உடைத்திட முடிவெடுத்தேன். அதை வைத்து அவரிடம் எப்படியாவது போராடி பாஸ்போர்ட்டை வாங்கிக்கொண்டு ஊருக்குப் போய்

விடலாம் என நம்பினேன். இந்த பாஸ்போர்ட் விஷயத்தில் அவரிடம் கண்டிப்பாக தோற்கக் கூடாது என முடிவெடுத்தேன். பல பில்லியன் களைச் சுருட்டும் சேர்மன் போன்ற ஓயிட் காலர் மனிதரைப் பார்த்து விட ஆர்வமும் எனக்குள் இருந்தது.

நான் அபார்ட்மெண்டுக்குப் போனபோது ரவி வந்திருந்தான்.

உடை மாற்றிக்கொண்டு இரண்டு பியர் பாட்டில்களோடு ஹாலுக்கு வந்தவன். ஏதோ நினைத்தவன்போல திரும்ப ஃபிரிஜிலிருந்து ஒரு கோக் புட்டியை என்னிடம் கொடுத்துவிட்டு சோபாவில் அமிழ்ந்தான்.

பாஸ்போர்ட் விவகாரத்தையும் அதன் தொடர்ச்சியாக சம்பத் கேட்ட மூன்று மாத அவகாசத்தையும் மேலோட்டமாக அவனிடம் சொன்னேன்.

பியரை உறிஞ்சியபடி, ''நீ சொல்றத பாத்தா உனக்கு இப்போ மூணு மாசம் தங்கறதுல இஷ்டமில்லை போலருக்கு'' என்றான் சந்தேகமாக.

''ம், மனசால நான் ஊருக்கு போறதா முடிவெடுத்து டிக்கெட் எல்லாம் கண்பார்ம் ஆன பின்னாடி, போகலைனா கஷ்டமா இருக்கு.'' என மனத்தில் பட்டதைச் சொன்னேன்.

''நீ தப்பா நினைக்காட்டி, நான் திரும்பவும் சொல்றேன். நீ சம்பத் சொல்றதுபடி கேட்டா நல்லது'' என்றான்.

அவன் சம்பத் பற்றி என்ன சொன்னாலும் நான் காதில் வாங்கும் மனநிலையில் இல்லை.பேசாமல் கோக் புட்டியைத் திறந்தபடி அவனை 'நீயே பேசு' என்பதுபோல் பார்த்தேன்.

போதையில் நிறைய சிரித்தான். எதிர்பார்த்தபடி கொஞ்ச நேரத்தில் 'பேச'வும் தொடங்கினான். அக்கௌடண்ட் லீசாவைப் பற்றி ரொம்ப சிலாகித்தான். 'மச்சி, அவ நேத்து விளையாட்டா ஒரு கேள்விக் கேட்டா, உனக்கு பதில் தெரிஞ்சா சொல்லு.''

''ஓய் சிக்கன்ஸ் கிராஸ் த ரோட்?'' என்றேன் லேசாக சிரித்தபடி.

''அது இல்ல, கோலாலம்பூர், இதை ஏன் இங்லீஸ்ல 'கோலா லம்பூர்' னு பிரிச்சு எழுதுறாங்க?''

''அது ஏதோ இரண்டு நதிகள் பேருனு நினைக்கிறேன். ஐ திங், கோம்பாக், கிள்ளாங்னு இரண்டு நதிகள் இணையும் இடம்தான் கோலாலம்பூர். இரண்டும் வேற வேற வார்த்தைகள். அதான் பிரிச்சு எழுதுறாங்க'' எனும் எனக்குத் தெரிந்த தகவலைச் சொன்னேன்.

''சூப்பர் மச்சி. நேத்து லீசா பாக்க செமயா இருந்தா, என்னமா லுக்கு வுடுறாங்கறா?.'' என்றபடி ரசனையாக இரண்டு கைகளால் காற்றில் பெண் உடலை வரைந்து 'ஐயோ...' என அழுத்திச் சொன்னான்.

''உயிரே படத்துல வருவாள்ல மனிஷா...'' என ஆரம்பத்தில் ஏதோ பேசியவன் கடைசியில் தானும் ஜேகேயும் சம்பத்திடம் மாட்டிக் கொண்டிருக்கும் விவகாரத்தைக் கடைவிரித்தான்.

நான் கேள்வியாய்ப் பார்த்தேன்.

''மூணு மாசத்துக்கு முன்னாடி அவரு எங்கிட்டயும், ஜேகே கிட்டயும் கடன் வாங்கியிருக்கார்.''

''கடனா?'' நம்பமுடியாமல் கேட்டேன்.

''அப்படிதான் சொன்னார். அவசரத் தேவையாம். நான் கையிலிருந்த 8,000 ரிங்கிட்டை கொடுத்தேன். ஜேகே தான் சேத்து வைச்ச 40,000 ரிங்கிட்டை கொடுத்திருக்கான். திரும்ப கேக்கும் போதெல்லாம் இந்தா, அந்தானு சொல்றாரு. ஆனால் பணம் வர்ற வழியைக் காணும்.'' என்றபோது அவன் குரலில் ஏமாற்றம் தெரிந்தது.

எனக்கு விஷயம் புரிந்தது. இவர்களுடைய உறவு விசுவாசத்தைத் தாண்டியது என.

நள்ளிரவு வரை நிறைய பேசிக்கொண்டிருந்தான். அவனைப் பேசவிட்டுவிட்டு, அமைதியாய் கவனித்துக் கொண்டிருந்தேன்.

''அவரு பணம் கேட்டு நாங்க இல்லைனு சொல்ல முடியுமா? சொல்லு?.''

என்னிடம் பதிலில்லை. அவன் தொடர்ந்தான்.

''பணமில்லை அப்படிங்றார், பாத்தா நேத்து பெரிய பர்த்டே பார்ட்டி குடுத்தார். அவரை புரிஞ்சுக்க முடியலை.''

''சம்பத் நாயகன் கமல் மாதிரி இல்ல... உண்மையில அவர் நல்லவரா கெட்டவரா? மச்சி'' என தனது ஸ்டைலில் ஃபைனல் டச்சாக கேட்ட போது அவன் கண்களில் போதை ஒளிர்ந்தது. அதற்கான பதில் என்னிடம் கண்டிப்பாக இருந்தது.

28

தங்கக் குதிரைகளின் அரண்மனை (Palace of Golden Horses) எனும் மலேசியாவின் மிகப்பெரிய புகழ்பெற்ற ஐந்து நட்சத்திர விடுதியில் விருந்து ஏற்பாடு செய்திருந் தார்கள். விடுதி ஏர்போர்ட் போகும் வழியில் இருந்தது. தூரத்தில் ஹைவேயில் வரும் போதே கோபுரங்கள் லேசாக எட்டிப் பார்த்தன.

விடுதி பரந்து விரிந்த பச்சைப் புல்வெளி களின் நடுவே தங்க நிற அரண்மனையை வேறு எங்கிருந்தோ பெயர்த்து கொண்டு வந்து வைத்ததுபோல திகைப்பூட்டும்படி இருந்தது. அரண்மனைபோல் மிக பிரமாண்டமாக வடிவமைக்கப்பட்டிருந்த விடுதி ஆறு, ஏழு மாடிகள் இருக்கும்.

இஸ்லாமியக் கட்டடக்கலையில் கட்டியிருப் பார்கள்போல. நடுவில் பச்சை நிறத்தில் தாஜ்மகால் போன்ற குவிந்தமாடம்.இரண்டு பக்கங்களிலும் கண்காணிப்பு கோபுரங்கள். வளைவு வடிவிலான நுழைவு வாயிலின் இருபுறமும் காவல் குதிரைகள். வெளியே ஹைலைட்டாக புல்தரையில் ஒரு ரதத்தை ஆறு முரட்டு அரேபியக் குதிரைகள் இழுத்த படி ஓடிக்கொண்டிருப்பது போன்றதொரு சிலையை தங்க நிறத்தில் வடிவமைத் திருந்தனர். மலேசிய சுல்தான்களின்

அரண்மனைகள் இப்படிதான் இருக்கும்போல என நினைத்துக் கொண்டேன். சிறுவயதில் வரலாற்றுப் புத்தகங்களில் படித்த வான் முட்டும் மாட மாளிகைகள், கூட கோபுரங்கள் நினைவுக்கு வந்துபோனது.

அந்த பிரமாண்டத்தை பார்த்து மலைத்த ரவி, ''ஐயோ, செம இல்ல மச்சி. எப்படி கட்டி இருக்கானுங்க பாத்தியா!?'' என மலைத்தான்.

அங்கே வரிசையாக நின்றுகொண்டிருந்த பல விலை உயர்ந்த கார்களில் 'ரோல்ஸ் ராய்ஸ்' ஜேகேவின் கண்களில் பட்டுவிட்டது. புலம்பினான். ''நாமெல்லாம் வாழ்க்கையில் ஒரு தடவை அதுல ஏறுவோமா? அவ்வளவு எதுக்கு, அந்தக் கார் கதவையாவது திறக்க முடியாமா?'' எனக் கவலைபட்டான்.

வாசலில் வரவேற்புக் குழுவில் இருந்த அகௌடண்ட் லீசா, வீணாவின் சிரிப்பு விமானப் பணிப்பெண்களை நினைவுபடுத்தியது. அவர்கள் அலுவலக உடையில் வந்திருந்தார்கள். நான் சூட் அணிந்து சிவப்பு நிற டை கட்டியிருந்தேன். நலம் விசாரித்த வீணா இன்று வழக்கத்துக்கு மாறாக என்னை ஆழ்ந்து கவனிப்பதைப்போல உணர்ந்தேன். லீசா தரைத் தளத்தில் 'காக்டெயில்' ஏற்பாடு செய்திருப்பதாகச் சொன்னாள்.

போனோம். இருநூறு பேர் உட்காரும் வசதி கொண்ட அறை அது. பார்ட்டி இரவு எட்டு மணி என்பதால் அறையில் கூட்டம் அதிகமில்லை. ரவியும் நானும் ஒன்றாக அமர்ந்தோம். நான் இங்கே சம்பத்தை பார்த்துப் பேசப் போகிறேன் என்பதை அவன் தெரிந்தே இருந்திருந்தான். வீட்டை விட்டு கிளம்பும் போதே ' நீ போய் இன்னைக்கு படம் காட்டு!!, ஆல் த பெஸ்ட் மச்சி!! ' என்றிருந்தான். அவனைப் பொறுத்தவரை நான் அவரிடம் பேசி பாஸ்போர்ட்டை வாங்கப்போகிறேன். அதைத் தாண்டிய வேறேதையும் அவனிடம் பகிர எனக்கு மனமில்லை. எனக்கு தெரிந்த ரகசியங்களை ரவி மூலமாக கசியவிடுவதை போலோரு முட்டாள் தனமில்லை எனத் தெரிந்திருந்தேன்.

அறையில் ஒன்றிரண்டு தெரிந்த உள்ளூர் முகங்களையும் பார்க்க முடிந்தது. மிருகக்காட்சி சாலையில் பார்த்த மேனேஜர் கூட தூரத்தில் பார்த்து சிரித்துவிட்டுப் போனார். நல்ல வேளை, அவர் கிட்டத்தில் வந்து டி-டே ஆசாமியைப் பற்றி விசாரிக்கவில்லை என நினைத்தேன். எனக்கு சாப்பிடுவதில் அவ்வளவாக கவனமில்லை. திட்டமிட்டபடி எல்லாம் நடந்திருந்தால் நான் நாளைக்கு ஊருக்கு விமானம் பிடிக்க வேண்டியிருந்திருக்கும் எனும் நினைப்பு மனத்தில் சுழன்று கொண்டிருந்தது.

லீ வந்திருந்தான். பிரகாசமாய் தெரிந்தவன் கை குலுக்கினான்.

''குட் டு சீ யூ மேன், இத்தனை நாள் எங்கிருந்தாய்?'' என ஆச்சர்யப் பட்டான்.

''யூ சுட் ரிசீவ் சேர்மன்ஸ் அவார்ட்!''

ஒரு முகஸ்துதிக்காக கேட்கிறான். மெர்ஜர் ப்ராஜெக்டுக்கு சேர்மன் தரும் பரிசை மேடையில் வாங்கிக்கொள்ள எனக்கு விருப்பமில்லை என சிரித்தபடியே மறுத்தேன். அவன் வற்புறுத்தவில்லை. பொதுவாக பேசியிருந்துவிட்டு போகும்போது,

''இன்னும் கொஞ்சநாள் இங்கே இருப்பாய் என நம்புகிறேன்'' எனச் சொல்லி விடைபெற்றான்.

ரவிக்கு ஃபோன் வந்தது.

சம்பத் என்னைப் பார்க்க வரச்சொன்னாராம். அவருடைய அறை ஐந்தாவது தளத்தில் இருந்தது. ஏறக்குறைய ஐநூறு அறைகள் இருக்கும் இந்த விடுதி ஒரு காலத்தில் ஈயச் சுரங்கமாக இருந்த இடத்தில் கட்டப்பட்டதாம். சீருடை லிஃப்ட் மேன் உபயம். இங்கே சேர்மனுக்கு நிரந்தரமாக ஆடம்பரமான ராயல் சூட் ஒன்றும், விருந்தினர்களுக்கு ஒரு அறையும் ஏற்பாடு செய்யப்பட்டுள்ளதாம். சம்பத் அதில் ஒன்றில் இருக்கக் கூடும் என நினைத்துக்கொண்டேன்.

மனத்தில் ஜேகேவை விட்டு வீணா விவகாரமாக என்னை மிரட்டியது, தேவையில்லாமல் வீண் பழி போட்டு வேலையை விட்டு தூக்கியது. அடுத்துவந்த நாட்களில் வெளியே கிடைத்த வேலையைப் பறித்து என் மலேசியக் கனவைக் கலைத்தது என நான் பட்ட அவமானங்கள் பொங்கி வழிந்தன. 'மூளை போ போ!' எனக் கால்களை விரட்டியது. நான் சம்பத்துடன் ஆடிய ஆட்டத்தின் கடைசி காய் நகர்த்தல் இதோ என்னுடையது, என் இஷ்டப்படி...

சந்தேகமில்லாமல் சம்பத் இங்கே அதிகாரமுள்ளவர்தான். ஆனாலும் அவரை எதிர்த்துக் கேள்வி கேட்க துணிந்துவிட்டேன். எப்படியாவது பேசி பாஸ்போர்ட்டை வாங்கிவிட வேண்டும் என மனம் துடித்தது.

அது இரண்டு படுக்கைகள் கொண்ட அறை. மங்கலான ஒளியில் எல்லா ஆடம்பரங்களுடன் படு சுத்தமாக இருந்தது. டிவியில் ஒலி விழுங்கப்பட்டு ஒளிர்ந்து கொண்டிருந்தது. சுழல் நாற்காலியில் உட்கார்ந்திருந்த சம்பத் டையை லூஸ் செய்து சட்டை மேல் பட்டனைக் கழற்றிவிட்டு, கையை தலைக்கு மேல் குறுக்காகக் கட்டியபடி ரிலாக்ஸாக இருந்தார்.

மேஜை மேலிருந்த டெஸ்க் லைட் அவர் முகத்தின் பக்கவாட்டில் விழுந்திருந்தது.

எனக்காக காத்திருந்தவர்போல் இருந்தவர், ''அப்புறம் சொல்லுப்பா என்ன விஷயம்'' என்றார் எதுவும் நடக்காதது போல. நான் நேரடியாக விஷயத்துக்கு வந்தேன்.

''என்னோட பாஸ்போர்ட்டை குடுங்க ஊருக்கு போகனும்.''

''பாஸ்போர்ட்டா? திரும்ப ஆரம்பிச்சிட்டியா?'', என அலுத்துக் கொண்டவர். ''அதான் சொன்னேனே கொஞ்ச நாள் ஆகட்டும்னு.''

''நோ சம்பத்'' என்றேன்.

''ஊர்ல உனக்கு வேலை கிடைச்சுட்டா என்ன?''

''ஐ வில் டேக் கேர் ஆஃப் இட்.''

''இத பாரு, ஊர்ல ஏதோ ஒரு வேலைக்கு போறதுக்கு, இங்கேயே இருந்தா என்ன? அதுவும் கொஞ்ச நாள்தானே?''

ஒரு நியாயஸ்தன்போல பேசும் இவருக்கு என்ன பதில் சொல்லுவேன்.? ''எனக்கு இங்க புடிக்கலை, நான் முடிவு பண்ணிட்டேன். போகணும்'' என்றேன் அழுத்தமாக.

அது அவருடைய கோபத்தின் உச்சியைத் தொட்டிருக்க வேண்டும்.

''நீ சொல்றதையே புரிஞ்சுக்க மாட்டியா?'', ''ஒனக்கு எத்தனை தடவ சொல்றது? ஏன் இப்படி சின்னப் பிள்ளைத் தனமா பண்ற?''

''ஏன்யா'' என ஏக வசனத்தில் தொடங்கியவர், ''உனக்கு ஏன் இந்த வேண்டாத வேலையெல்லாம்? எதுக்கு அந்த ஜர்னலிஸ்ட் பொண்ணு சகவாசமெல்லாம்? இப்ப... அடிபட்டு போலீஸ் கேஸ் ஆச்சா? எவனோ எங்கேயோ மரத்தை வெட்டுறான், எவளோ அதைப் பத்தி பொழப்பத்து போய் பேப்பர்ல எழுதுறாள். இதுல உனக்கு என்னயா மயிரா போச்சு? அவன் அவன் மனுஷனையே வெட்டுறான். நீ ஒழுங்கா கொடுத்த டிக்கெட்டை வைச்சு ஊருக்கு திரும்ப போனமான்னு இல்லாம, எதுக்கு இதெல்லாம்?'' என எரிந்து விழுந்தார்.

அவர் 'ஏன்யா' என்றபோதே எனக்கு கோபம் வந்துவிட்டது

''அதுக்கெல்லாம் காரணம் யாரு? ஒழுங்கா வேலை செஞ்சுகிட்டிருந்த என்னை வேலையை விட்டு தேவையில்லாம பொய்யைச் சொல்லி தூக்குனது யாரு? சரின்னு, ஒதுங்கி போய் வேற வேலை தேடுனா

அதையும் கலைச்சது எதுக்கு? இதுல அடியாள் மாதிரி ஜேகேவை வச்சு அடிக்கடி மிரட்டுறது. இப்போ பாஸ்போர்ட்டை எடுத்து வச்சுகிட்டீங்க. என்னோட நிம்மதியே போச்சு'' என்றேன் காட்டமாக.

பேசி முடித்த பின்பும் என் நெஞ்சில் கோபம் அடங்காமல் உலைக்கலன்போல் தகதகவென கொதித்துக் கொண்டிருந்தது.

அவர் விடுவதாய் தெரியவில்லை.

''அதுக்கு காரணம் நீ. நீ செஞ்ச வேலை.. வந்த இடத்துல வேலையை பாக்காம ராத்திரியில பொண்ணுகளை தேடிகிட்டு ரூம் ரூமா போறது. தேவையில்லாத கம்பெனி பண விவகாரங்களை நோண்டறது. ஒனக்கு எதுக்கு இதெல்லாம்? உன் ஒருத்தனுக்குகாக கம்பெனியில் உள்ள எல்லாரையும் பலி தர முடியாது.''

சிறிது இடைவெளி கொடுத்தவர், ''வெளியில நீ எப்படிவேணா இரு. ஆனால், என்னோட வட்டத்துக்கு தேவையில்லாமல் நுழைஞ்ச போதே உனக்கு பிரச்சனை தொடங்கியாச்சு.''

நான் திரையை விலக்க முடிவெடுத்துவிட்டேன். அவர் கண்களை நேராகப் பார்த்து, ''சம்பத், உங்களுக்கு மனசாட்சியே இல்லையா... அதுதான் உண்மையான காரணமா? எனக்கு எல்லா விஷயமும் தெரியும் என்றேன்'' கூடுதல் அழுத்தமாக.

அதை கவனிக்காதவர்போல் சிகரெட்டை எடுத்து பற்றவைத்துக் கொண்டு, புகையை இழுத்து ஊதிவிட்டு, என்ன என்பதுபோல் பார்த்தவர்,

''நீ சொல்றது எனக்குப் புரியவே இல்லை'' என்றார்.

''ஆனா எனக்கு புரியுது. நான் உங்களோட சேட் கேர்ள் ஃபிரண்ட் வீணா பின்னாடி சுத்தினது, பிராஜெக்ட் மதிப்பு பத்தி நோண்டினேன் அப்படின்னு இப்ப நீங்க சாமர்த்தியமா வெளியே சொல்ற காரணங் களைத் தாண்டி உண்மையான இன்னொரு காரணமும் இருக்கு'' என சொல்லி நிறுத்தினேன்.

''உண்மையான காரணம் நீங்க பேங்க் வாடிக்கையாளர்களின் பெர்ஸனல் டேட்டாவை திருட அந்த சிங்கப்பூர் ஹேக்கர் மூலமாக நீங்க டி-டே அன்னைக்கு திட்டம் போட்டிருக்கீங்க. அந்த ஆபரேசன் விவகாரம் எனக்கு தெரிஞ்சிருக்க வாய்ப்பிருக்கும்னு நினைச்சுட்டீங்க இல்லை, அந்த ஆபரேசனை நடக்கவிடாம கெடுத்துட்டேன்ற கோபத்தில் என்னை வேலையை விட்டு தூக்க நினைச்சீங்க.

அதற்கு வசதியாக அன்னைக்கு நடந்த குழப்பங்களை சரியாக சமாளிக்கலன்னு என்னுடைய திறமையை குறை சொல்லி அந்தப்

பழியை என்தலையில போட்டு, அழ என்னை வெளியே அனுப்பிட்டீங்க. ஆனால், நீங்க செஞ்ச பெரிய தப்பு எனக்கு ஒரு மாச லேட் டிக்கெட் எடுத்துக் குடுத்ததுதான்'' என்றேன்.

எல்லாம் தெரிந்தவர் போல கேட்டுக்கொண்டவர் எந்தவோரு அதிர்ச்சியும் காட்டாமல்.

''ஆமாம் அதுக்கு என்ன? உனக்கு தான் இப்ப திரும்ப வேலை கிடைச்சுடுச்சே அப்புறம் என்ன?''

''எனக்கு உங்க வேலை தேவையில்லை.''

''இதுக்கெல்லாம், உன்கிட்ட என்ன சாட்சி இருக்கு? இதை பத்தி நீ வாயைத் திறந்தால் விஷயத்தை உனக்கு எதிராகவே திருப்பி விடுவேன். ஜாக்கிரதை.''

நான் அவரையே பார்த்தேன்.

''இப்போ உன்னோட லகான் என் கையில. பாஸ்போர்ட் என்கிட்ட... மறந்துடாதே.''

சிகரெட் சாம்பலை மேஜையிலிருந்த கண்ணாடி ட்ரேயில் தட்டியவர் தொடர்ந்தார்.

''அதனால, நீ இந்த விஷயங்களை தேவையில்லாமல் வெளியே சொல்லி எதாவது சர்க்கஸ் வேலை பண்ணலாம்னு நினைக்காத.. அது எனக்கும் நல்லதில்லை உனக்கும் நல்லதில்லை. எனக்கும் வீணாவுக்கும் கூடிய சீக்கிரம் கல்யாணம் ஆகப் போகுது. அவளைப் பத்தி வெளிய பேசறதையும் நிறுத்து. நானும் இங்க கஷ்டப்பட்டு வந்துதான் எஸ்டாபிலிஸ் ஆனவன்தான். என்னை அவ்ளோ சீக்கிரமா யாராலும் அசைக்க முடியாது.''

''இங்க பாரு'' என நெற்றியைச் சுருக்கியவர், ''என்னை பொறுத்தவரை நீ ஒரு டிக்கிங் டைம் பாம், ஐ நோ தேட். பட், ஒழுங்கா கொஞ்ச நாள் ஆபிஸில் இருக்குற இடம் தெரியாம இருந்துட்டு போயிடு. அதை நான் மேனேஜ்மெண்ட் மீட்டிங்கில் கமிட் பண்ணிட்டேன்.புது அரசாங்கம் வர்ற இந்தச் சமயத்தில் ஆர்பெனின் இமிகிரேசன் விவகாரங்கள் விசாரிக்கப்படுவதை அவங்க விரும்பல.'' எனச் சொல்லி முடித்தவரின் முகம் வெறுப்பை உமிழ்ந்தது.

அங்கு எரிந்துகொண்டிருந்த டெஸ்க் லைட் அவர் முகத்தில் பட்டு கண்களை கூசச் செய்திருக்கக்கூடும். அதை அணைத்தார். நான் கடைசியாக அவரை செண்டிமென்டாக தாக்குவதுபோல் இப்படிச் சொன்னேன்.

''சம்பத், நான் உங்களை நம்பிதானே இந்தியாவிலிருந்து வேலையை விட்டுட்டு வந்தேன். கஷ்டப்பட்டு உழைச்சேன். மெர்ஜரையும் நல்லபடியா முடிச்சேன். இங்க இருக்குற வர என்னால கெட்டபேரு எதுவும் இல்லையே. நம்பி வந்த என்னை இப்படி பாடாய் படுத்துறீங்களே?'' என்றேன்.

அவர் அசராமல், ''பாத்த வேலைக்குதான் ரிங்கிட்டில் சம்பாதிச்சிட்டேல அப்புறம் என்ன?'' கட்டியிருந்த வாட்சை ஒருமுறை பார்த்தவர், ''சேர்மன் வர்ற நேரமாச்சு. நீ தேவையில்லாமல் பேசி நேரத்தை வேஸ்ட் செய்யாதப்பா'' என அலட்டிக்கொள்ளாமல் எழுந்து கொண்டார். காலடியில் கிடக்கும் நாய்க்குட்டியைத் தள்ளிவிட்டு எழுந்துகொள்ளும் அலட்சியத்தை உணர்ந்தேன்.

இதற்கு மேல் அவரிடம் பேச ஒன்றுமில்லை என நினைத்தபடி மனமில்லாமல் வெளியே வந்தேன். ஏமாற்றமாக இருந்தது. தலை வலித்தது. ஆத்திரமாகவும் இருந்தது. அடுத்து என்ன செய்வது என வேகவேகமாக திட்டமிடத் தொடங்கினேன்.

வெளியே லிஃப்ட்டின் அருகே வீணா என்னை எதிர்பார்த்து காத்துக் கொண்டிருப்பதுபோல் நின்றிருந்தாள். இந்தியில் ''காபி சாப்பிடலாமா? ''என்றாள் தயக்கத்துடன். எப்போதும் ஆங்கிலத்தில் பேசும் அவள் முதன் முறையாக இந்தியில் பேசியது ஆச்சர்யமாக இருந்தது. எனக்கும் டீ தேவைப்பட்டது. நான் மறுக்கவில்லை.

உள்ளேயிருந்த சீன உணவகத்துக்குக் கூட்டிச் சென்றவள். டீ ஆர்டர் செய்தாள்.

''ஹௌ ஆர் யூ?'' எனத் தொடங்கிவள் அதன் பின் ஏதோ தோ கேட்டாள். நான் உள்ளுக்குள் புகைந்து கொண்டிருந்தேன். அவள் பேசியது எதுவும் என் காதில் விழவில்லை.

என் கவனத்தைக் கலைக்கும் விதமாக ''சுதா!'' என அழுத்திச் சொன்னாள்.

சற்று அதிர்ந்து நிமிர்ந்தேன். சூடான டீ வந்திருந்தது.

''என்ன யோசனை? ஆர் யூ ஆல் ரைட்?'' எனது பதிலை எதிர்பார்த்தாள்.

''சாரி'' என்றேன்.

டீ இதமாய் இருந்தது. அவள் மேஜை மேலிருந்த என் கையை அழுத்தி ''டோண்ட் ஒர்ரி'' என்றவள் என் கண்களில் சந்தித்தாள். நான் சற்றும் எதிர்பார்க்காதபோது மென்மையாக, ''நான்தான் ஓவியா!'' எனச்

சொல்லி கை குலுக்கினாள். எனக்கு நாற்காலியிலிருந்து விழுந்து விட்டதொரு நிகழ்வாயிருந்தது. அதிர்ந்தேன்.

அவளை நம்ப முடியாமல் பார்த்தேன்.

இந்தியில் தொடர்ந்து பேசினாள். இத்தனை நாள் இணையத்தில் என்னுடன் இ-மெயில் தொடர்பில் இருந்தவள் அவள்தானாம். மலைப்பாயிருந்தது. இணையத்தில் மனம் விட்டுப் பேசியப் பழகிய பெண் உயிர் பெற்று இரத்தமும் சதையுமாய் எதிரே நின்று பேசுவது புது அனுபவமாய் இருந்தது. சினிமாவில் மட்டுமே சாத்தியமானது இன்று எனக்கு நிஜத்தில் நடந்தது. நம்பமுடியவில்லை.நாங்கள் இருவரும் இணையத்தில் புனை பெயரில் இருந்ததால் சட்டென அடையாளம் காணமுடியவில்லை.

சம்பத் பற்றி பேசினாள். சம்பத்தும் அவளுக்கு இணையத்தில் சேட்டில் அறிமுகமாகியிருக்கிறார்.நண்பர்களாக இரண்டு வருட பழக்கமாம். ஃபோனில் தேனொழுகப் பேசியவர் வீட்டுக்கு வந்து நேரிலும் பேசி இருக்கிறார். மலேசிய வேலை வாங்கித் தருவதாகச் சொல்லியிருக்கிறார். இவள் அப்பா ரிடையர்ட் ஆடிட்டராம். இவரைப் பற்றி விசாரித்துப் பார்த்து நம்பிக்கை ஏற்பட்டு சரியென அனுப்பிவிட்டாராம். தொடர்ந்து என்னுடன் இ-மெயில் தொடர்பில் இருந்தவள் லங்காவியின்போது என்னிடம் பேசியபோது ஓரளவு அடையாளம் கண்டுகொண்டாளாம். நிறைய பழைய விஷயங்களை பேசிக் கொண்டிருந்தோம்.ஆரம்பத்தில் கொஞ்சம் அன்னியமாக இருந்தாலும், பழைய விஷயங்களை அவள் நினைவுபடுத்தி பேசப் பேச தயக்கங்கள் கரைந்தன.

''நீ கடைசியா அனுப்பிச்ச பெரிய மெயில்லதான் உன்னோட எல்லா பிரச்சனைகளையும், சம்பத் பத்தியும் முழுசா தெரிஞ்சுக்க முடிஞ்சுது. என்னை நம்பி எல்லாத்தையும் என்கிட்ட சேர் செஞ்சதுக்கு, நன்றி'' என்றபோது அவள் கண்கள் கலங்கியிருந்தன.

சம்பத்தின் வீட்டில் இருப்பதால் அங்கே பார்த்த என்னோட பாஸ்போர்ட்டையும் டிக்கெட்டையும் எடுத்துவர முடிந்ததாகச் சொன்னவள், சுற்றி ஒருமுறை பார்த்துவிட்டு ஹேண்ட் பேகிலிருந்து இரண்டையும் எடுத்து என் கையில் கொடுத்தாள்.

''நீ கண்டிப்பா வருவேனு நினைச்சேன்'' என்றாள்.

''என்னால உனக்கு ஏதாவது வீண் பிரச்சனை...''

''அதெல்லாம் நான் பாத்துகிறேன். நீ போய் முதல்ல ஊருக்குப் போய், உங்க அம்மாவை பாரு'' என்றாள் உரிமையுடன்.

''தேங்க்யூ வெரி மச்.''

அதை நன்றியுடன் வாங்கி மேல் கோட்டின் உள்புறத்தில் கச்சிதமாக பத்திரப்படுத்தினேன். விடைபெறும் முன் நாங்கள் இந்திய முகவரிகளையும் தொலைபேசி எண்களையும் பரஸ்பரம் மாற்றிக் கொண்டோம். மீண்டும் அவளைச் சந்திப்பேன் என உறுதியாகச் சொல்லி, மென்மையாக கைகுலுக்கிவிட்டு விடைபெற்றேன்.

மீட்டிங் ஹாலை லேசாக எட்டிப் பார்த்தேன். சேர்மன் சூட் உடையில் மேடையில் மெலிதாக நன்றி சொல்லிக் கொண்டிருந்தார். அவர் எனக்கு அழகாய்த் தெரியவில்லை. என் கால்கள் பரபரத்தன, நான் யாரிடமும் எதுவும் சொல்லாமல் அங்கிருந்து விலகி நடந்தேன். தன்னம்பிக்கையோடு நிமிர்ந்து நடந்தேன். புத்துணர்ச்சியாக இருந்தது... போரில் வென்று கம்பீரமாக அரண்மனையிலிருந்து வெளியேறுவதைப் போன்றதொரு உணர்வு ஆட்கொண்டது. கையிலிருந்த பாஸ்போர்ட், டிக்கெட் எனும் ஆயுதங்களை ஒரு முறை தொட்டுப் பார்த்துக்கொண்டேன். அரண்மனையின் அலங்கார விளக்குகள் எனக்குப் பின்னால் வெளிச்சத்தை உமிழ்ந்து கொண்டிருந்தன. நான் ராஜ நடை நடந்து நின்று கொண்டிருந்த ஒரு கேபை அழைத்தேன்.

29

கேப் பிடித்து வீட்டுக்கு வரும்போதே மனத்தில் ஒரு திட்டம் போட்டிருந்தேன். அதன்படி அதே டிக்கெட்டில் நாளை மதியம் இரண்டு மணி விமானத்தில் இந்தியா கிளம்பத் தீர்மானித்துவிட்டேன். வரும் வழியிலேயே பிரிக்பில்டில் இருக்கும் கோபியின் வீட்டில் இரண்டுநாள் தங்கப் போவதாக ரவிக்கு குறுஞ்செய்தி செய்தேன். முன்பே தயாராக இருந்த பெட்டிகளை எடுத்துக்கொண்டு கேஎல்லில் ஒரு விடுதியில் அறை போட்டு தங்கினேன். அறைக்கே இரவு உணவை வரவைத்து சாப்பிட்டேன்.

எல்லா இடைஞ்சல்களும் நீங்கி நினைத்தது போல ஊருக்குப் போவதை யோசிக்கையில் புத்துணர்ச்சி பொங்கியது. புதிய எதிர்காலம் கண்முன் இருப்பதாய் தோன்றியது.

அம்மாவுக்கு ஃபோன் செய்து ஊருக்கு வருவதைச் சொன்னேன். சந்தோஷப்பட்டாள். பிள்ளையாருக்கு சிதறுகாய் உடைக்க வேண்டிக் கொண்டவள், ஜாக்கிரதையாக வந்து சேர் என்றாள்.

அறையில் அடர்ந்த மழைக்காடுகளின் ஓவியம் சுவரில் தொங்கியது. அந்தக் கணத்தில் எனக்கு டிரைவர் சிங் சொன்ன உர்ராங்குட்டான் கதை நினைவுக்கு வந்தது.

செந்நிற ரோம அங்கியொன்றைக் கொடுத்து பேரனை காட்டுக்கு வாழ அனுப்பிய முதியவளிடமே அந்தக் குரங்கு திரும்புவதுபோலத் தோன்றியது. இது எனக்கான வனம் அல்ல எனப் புரிந்துகொண்டேன். தாய்நாடு திரும்பினாலும், இந்த கேஎல் எனும் சிக்கல்களும் சவால்களும் நிறைந்த கான்கிரீட் வனம் எனக்கு நிறைந்த பல அனுபவங்களையும் பாடங்களையும் தந்திருப்பதாகத் தோன்றியது.

ஏறக்குறைய கடந்த ஒரு வருடத்தில் மலேசியாவில் எத்தனை விதமான மனிதர்களுடன் பழகிப் பயணித்திருக்கிறேன் என நினைத்துப் பார்க்கிறேன். மத, நிற, இனப் பாகுபாடின்றி அந்த மனிதர்களின் விருப்புகள், வெறுப்புகள், ஆசைகள் எனும் விசித்திர மனோசித்திரங் களை அறிந்துகொள்ள ஒரு வாய்ப்பாக இருந்தது. குறிப்பாக கடந்த ஒரு மாதத்தில் அனுபவித்த வலிகள் எனக்கு வாழ்நாள் பாடங்கள் என நினைத்துக்கொண்டேன்.

இந்தப் பயணத்தில் உடன் பயணித்த டிரைவர் சிங் மரணம் வலித்தது. அதுபோல முதல் காதல் அனுபவம் தந்த சுஜாவை நினைத்துக் கொண்டேன். அவள் வாழ்க்கையில் எனக்கென சிறப்பான இடம் இருந்தால் இத்தனை நாள் என்ன, ஏது என விசாரிக்காமல் இருப்பாளா என்ன? வெறுமையாக இருந்தது. பத்மாவிடமிருந்து ஃபோன் வந்தது.

''ஏய், என்ன நீ ஃபோனும் பண்ணல. எஸ்ஸெமெஸுக்கும் பதிலில்லை, நல்லா இருக்கியா?'' என கரிசனத்துடன் நலம் விசாரித்தாள். ஊருக்குப் போகும் தகவலைச் சொன்னேன். ''அப்போ, நான் முடிஞ்சால் காலை நேரத்தில் வந்து பாக்குறேன்.'' என ஹோட்டல் முகவரியையும் அறை எண்ணையும் வாங்கிக்கொண்டாள்.

அவள் வந்து காலையில் என்னை அறையில் பார்ப்பாள் என்றெல்லாம் எனக்கு சுத்தமாக நம்பிக்கையில்லை. அதைப் பொய்யாக்கும்படி அவள் காலை பத்து மணிக்கு திடுதிப்பென வந்து நின்றாள்.

நான் கதவு துவாரம் வழியாகப் பார்த்தபோது, அவள் முகத்தில் புன்னகையோடும் கையில் பூச்செண்டோடும் நிற்பது தெரிந்தது. கதவை முழுதாகத் திறந்தபோதுதான் ''அம்மாவும் மாமாவும் வந்திருக்காங்க'' என தன் பக்கவாட்டில் இருந்தவர்களை அறிமுகப் படுத்தினாள். பத்மா பச்சை நிற குர்தாவில் அட்டகாசமாய் இருந்தாள். நான் சுத்தமாக அவர்களை எதிர்பார்க்கவில்லை. உள்ளே வந்த அவர்களுக்கு ஐம்பது வயதுக்கு குறைவில்லாமல் இருக்கும். புடவை போலிருந்த சுடிதாரில் வந்த அவள் அம்மா மாநிறத்தில் இருந்தார். கை, கழுத்து, காதுகளில் ஆடம்பரமில்லாத தங்கமிருந்தது. பத்மா அவள் அம்மாவின் ஜாடை என நினைக்கத் தூண்டியது. மாமா வெளிறிய நிறத்தில் பேண்ட் ஷர்ட்டில் இருந்தார். உழைப்பின் களைப்பு

தெரிந்த அவர் முகம் கொஞ்சம் நீண்டு தெலுங்குசாயல் இருந்தது. கையிலிருந்த பூச்செண்டை கொடுத்துவிட்டு நாற்காலியில் உட்கார்ந்தார்கள்.

''இந்தப் பக்கம் ஒரு வேலையா வந்தோம், அப்படியே உன்னை பாத்துட்டு போகலாம்'' எனத் தொடங்கியவள். ''ஏன் என்ன ஆச்சு, முகம் கொஞ்சம் வாட்டமா இருக்குது?'' என கரிசனத்துடன் விசாரித்தாள். அடிக்கடி முகத்தில் விழுந்த ஒற்றை முடியை சரி செய்தபடியே பேசிக்கொண்டிருந்தாள்.

மழையில் வழுக்கி விழுந்து ஒரு சின்ன விபத்து என்றேன். நம்பினார்கள்.

''பசி ஆறியாச்சா?''

ஆமாம் என்ற நான், அவர்களுக்கு ஜூஸ் ஆர்டர் செய்து வரச் சொன்னேன்.

வந்தவர்கள் முதலில் எதுவும் பெரிதாக பேசிக்கொள்ளவில்லை.

''அந்த விசிறியைத் தட்டிவிடம்மா'' என்றார் மாமா. பத்மா ஃபேனைப் போட்டாள்.

மெதுவாக அவள் அம்மா ''பத்மா உங்கள பத்தி நிறைய சொல்லிருக்கா, தம்பிக்கு தமிழ்நாட்டுல எந்த ஊரு?'' என ஆரம்பித்தார். சொன்னேன்.

''திருநாகேஸ்வரம் அப்படினு சொல்றாங்களே அதுக்கு பக்கத்துலயா?''

மலேசியாவில் வாழும் ஒருவர் அந்தச் சின்ன ஊரைப்பற்றி விசாரிப்பது, எனக்கு ஆச்சர்யமாக இருந்தது.

பத்மாவுக்கு கல்யாணம் நடக்க ஜோசியர் நவகிரக கோயில்களுக்குப் போய் பரிகாரம் செய்யச் சொல்லி இருக்கிறாராம். அடுத்த வருடம் தமிழ்நாட்டுக்கு வரும் திட்டமிருக்கிறதாம். கும்பகோணத்தைச் சுற்றியுள்ள நவகிரக ஸ்தலங்களைப் பற்றி தெரிந்ததைச் சொன்னேன். கும்பகோணத்தில் தங்கினால் எல்லா இடங்களையும் ஓரிரு நாட்களில் பார்கலாம் என்றேன்.

''தனி பேக்கேஜ் டூரை விசாரிக்கிறோம்'' என்றார்.

''டூர் எல்லாம் எதுக்கு நீங்களே தனியே பாத்துடலாமே?''

''அது இல்ல,என்னதான் தமிழ்நாடாயிருந்தாலும்- நாங்க தமிழ் பேசினாலும்- அங்க நாங்க வெளிநாட்டுக்காரங்கதானே தம்பி?'' என்ற அவர் குரலில் மெலிதான கசப்பு ஓட்டியிருந்தது.

''திருமணஞ்சேரி?''

அதுகூட பக்கத்துலதான்

''திருமணஞ்சேரி போனா உடனே கல்யாணமாகுமாமே. ஒரு புக்குல வாசிச்சேன்.அது சிவபெருமானுக்கும் பார்வதிக்கும் திருக்கல்யாணம் நடந்த இடமாம். அதை நடத்தி வைச்சதே மகாவிஷ்ணுவாம்'' என்றார்.

நான் பதிலேதும் பேசவில்லை.

அவர் தொடர்ந்தார். ''இவளுக்குதான் நிறைய வரன் தள்ளிப்போகுது. இங்க படிச்ச தமிழ் பசங்களே கிடைக்கிறது ரொம்ப கஷ்டம், அப்படியே நெருங்கி வந்தாலும் ஜாதகம் பொருந்தலன்னு சொல்றாங்க. இதுல இவ வேற ஆயிரம் கண்டிஷன் போடுறா'' என்றபடி பத்மாவை பார்த்தாள்.

எல்லோர் பார்வையும் பத்மாவைத் துளைத்தன.

கொஞ்சம் தர்மசங்கடமாக உணர்ந்தவள் சமாளித்து சட்டென ''அம்மா, எனக்கு பிடிச்சாதான் ஓகே செய்வேம்மா'' என்றாள் கண்டிப்பாய்.

''உனக்கு பிடிச்சாதான் எல்லாமே மா'' என்றார் அதுவரை இறுக்கமாய் இருந்த அவள் மாமா.

அதை சிரிப்பால் கடந்தோம்.

ஜூஸ் வந்தது. குடித்தபடி நிறைய பேசினார்கள். அவர்களின் பார்வை ஏனோ குறுகுறுப்பாக இருந்தது. என்னைப் பற்றி என் குடும்பத்தைப் பற்றி நிறைய தெரிந்துகொள்ள வேண்டும் எனும் ஆர்வம் அவர்களுக்கு இருப்பதாகத் தோன்றியது. மாமா அதிகம் பேசவில்லை. என்னுடைய மலேசிய வேலைபற்றி மட்டும் விசாரித்தார். சுத்தி வளைக்காமல் சொல்கிறேனே... ஒரு கட்டத்தில் அவர்கள் என்னை மாப்பிள்ளை பார்க்கிறார்களோ என நினைக்கும்படி செய்து விட்டார்கள். அவர்கள் சத்திர வாடகை, என் ஜாதகத்தைத் தவிர மற்றவைகளை பக்குவமாக கேட்டுத் தெரிந்து கொண்டனர்.

''உடம்பை பாத்துக்கோங்க'' என அவர்கள் விடைபெற்றுக்கிளம்பும் போது, இந்தியா வந்தா வீட்டுக்கு வாங்க என அழைப்பு விடுத்தேன். இ-மெயில், முகவரியை எழுதி வாங்கிக் கொண்டார்கள். ''இங்க எதாவது ஹெல்ப்னா தயங்காம கேளுங்க.''

அவர்கள் கதவைச் சாத்திவிட்டு வெளியே சென்ற சில விநாடிகளில் மீண்டும் திறந்த கதவால் வெளிக்காற்று உள்ளே நுழைந்து முகத்தை பரவசப்படுத்தியது. யாரென்ற கேள்வியோடு வாசலைப் பார்த்தேன். கதவைத் திறந்தபடி பத்மா தனியாக உள்ளே வந்தாள்.

''பேகை மறந்துட்டேன்'' என சிரித்தபடி வந்தவள், நேரெதிரே இருந்த ஸ்டுலில் வைத்த கைப்பையை எடுத்துக்கொண்டு மெதுவாக உட்கார்ந்தவள் ஒன்றும் பேசவில்லை. மடியில் இருந்த கைப்பையை முதன்முறை பார்ப்பவள்போல் உற்றுப்பார்த்துக் கொண்டிருந்தாள். மின்விசிறி தான் இருப்பதை மெலிதான சத்தத்தால் காட்டிக் கொண்டிருந்தது.

''அவங்க?'' என்றேன்.

நிமிர்ந்து, ''லாபியில வெயிட் பண்றாங்க'' என்றவள்.

''என்ன உன்னை ரொம்ப கேள்வி கேட்டு துளைச்சுட்டாங்களா? அக்கா நிலைமை எனக்கும் வரக்கூடாதுனு ரொம்ப கவலைபடுறாங்க, நீ தப்பா நினைச்சுக்காத'' என்றவள் என் பதிலுக்கு எதிர்பாராமல் ''மெதுவாக நீ சுஜாவை லவ் பண்ற இல்ல?'' என்றாள்.

நானும் சுஜாவும் பழகுவதைத் தெரிந்தவள் சட்டென அவள் இந்தக் கேள்வியைக் கேட்பாள் என எதிர்பார்க்கவில்லை. ஒரு நொடி விக்கித்து பின் சுதாரித்து 'ஆமாம்' என்பது போல் தலையாட்டினேன்.

சில கணங்கள் இருவருமே பேசிக்கொள்ளாமல் ஒருவரை ஒருவர் பார்த்துக்கொண்டோம்.

அவள் பேசினாள். ''நான் சொல்றேனு தப்பா நினைக்காத... சுஜாவுக்கு லண்டன்ல ஒரு பாய் ஃபிரண்டு இருக்கான். பெரும்பாலும் அவனைக் கல்யாணம் பண்ணிகிட்டு அங்கேயே செட்டிலாயிடுவாள்.''

எனக்கு அதிர்ச்சியாய் இருந்தது. ''என்ன சொல்ற...''

''ஃபிரண்டா அவள் என்கிட்ட சொன்னதை சொல்றேன். நீ திரும்ப இந்தியா போறது அவளுக்கு சுத்தமா புடிக்கல. நீ இங்கேயே செட்டிலாயிடுவன்னு நினைச்சுகிட்டிருந்தா. நீ ஊருக்குப் போறது தெரிஞ்சதும் உன் மேல ரொம்ப கோபம் அவளுக்கு. வெளிநாட்டில் போய் மேல படிக்கணும்னு ஆசை வேற. அவங்க வீட்டுல வேற மலேசியா வேண்டாம் அண்ணனோட போய் லண்டன்லேயே செட்டிலாயிடுனு குழப்பிருக்காங்க. அதை எப்படி உன்கிட்ட சொல்றதுன்னு தெரியாம தவிச்சப்பதான் அப்போ வந்த சார்ட் டேம் லண்டன் அசைன்மெண்டை வாங்கிட்டு போயிட்டா.''

''யாரு அந்தப் பையன்?''

சற்று தயங்கியவள், ''அவனும் மலேசியாதான். அவளுக்கு உனக்கு முன்னாடியே அந்தப் பையனை தெரியும். அவங்க ஃபேமிலி ஃபிரண்டு மூன்மா இன்ட்ரோ ஆனவன். இப்போ லண்டன்ல டாக்டர் படிக்கிறான்'' என்றாள்.

''அதை என்கிட்ட நேராகவே சொல்லியிருக்கலாமே?''

''காலையில கூடபேசினாள்.நான் கூட விஷயத்தை உன்கிட்ட சொல்லச் சொன்னேன். பொறுமையா இரு, அப்புறம் சொல்லுவோம்னு சொல்லிட்டா.

அவ மனசுக்கு புடிச்சதை அவள் செய்றாள். அதை எது சரி, தப்புன்னு நான் விமர்சிக்க மாட்டேன். என்னைப் பொறுத்தவரை வேண்டாம்னு முடிவு பண்ணிட்டா உடனே சொல்லிட வேண்டியதுதானே'' என்ற போது அவள் கண்கள் என்னை சந்தித்துச் சென்றன.

அவள் தொடர்ந்தாள். ''அது அவளோட அப்ரோச். நாம ஒவ்வொருத்தரும் வளர்ந்த விதம் வேற வேற இல்ல.அவ வீட்ல ஒரே பொண்ணு, செல்லமா வளந்தவ, படிச்சதெல்லாம் கேஎல்ல கான்வென்ட்'' என்றவள் தன் உள்ளங்கையைப் பார்த்தபடி அஞ்சு விரலும் ஒண்ணாவா இருக்கு சொல்லு?'' என்றாள்.

பத்மா இவ்வளவு பேசுவாள் என நான் எதிர்பார்க்கவில்லை. நான் பதிலேதும் சொல்லத் தோன்றாமல் அவளையே பார்த்துக் கொண்டிருந்தேன்.

''நான்கூட உன்கிட்ட இப்போ இதை சொல்லவேணாம்னு யோசிச்சேன். ஆனா, எனக்குதான் மனசு கேக்கல. நீ வேற தேவை யில்லாம ஆசைகளை வளர்த்துப்பியோனு எனக்குத் தோணுச்சு...'' என்றவள் அந்த வரியை முடிக்கவில்லை.

என் கண் முன்னே ஏதோ ஒன்று கைநழுவிப் போவது போலிருந்தது.

டக்கென சகஜமானவள், கைப்பையிலிருந்து ஒரு பரிசை எடுத்து நீட்டினாள்.

''எதுக்கு இதெல்லாம்?''

''ஏன் நான் குடுத்தா வாங்கிக்க மாட்டியா?'' என்றாள் உரிமையாக

''அப்படி இல்ல...''

''இது வைரமுத்துவோட 'பெய்யெனப் பெய்யும் மழை' தொகுப்பு, எனக்கு ரொம்ப புடிச்சது. நான் அன்னைக்கு சொன்ன கவிதை கூட இதுலதான் இருக்கு. என்னோட ஞாபகமா இதை வச்சுக்கோ.''

வாங்கிக்கொண்டேன்.

''நீ முடிஞ்சா திரும்ப இங்க வா. இல்ல தமிழ்நாட்டுல நாம பாக்கலாம்... கொஞ்சம் இடைவெளி விட்டு தாழப் பார்த்தபடி ''என்னை மறந்துடமாட்டியே?'' என்றவளின் குரல் கம்மியது.

நெகிழ்ச்சியாய் இருந்தது. அந்த அறையில் அவள் மட்டுமே என் கண்களுக்குத் தெரிந்தாள் முன்பே விட நேர்த்தியாக,நிறைவாக, மிக அழகாக. எனக்கு பெரிதாக எதையும் யோசிக்கத் தோன்றவில்லை. பொங்கி நுரைக்கும் கடல் அலையாய் உணர்ச்சிகள் விம்மித் தணிந்தன. சுடிதார் சம்பந்தியை என் அம்மா ஏற்றுக்கொள்வாளா என்றெல்லாம் நான் குழம்பவில்லை. தயங்காமல் எழுந்து சுஜாவுக்காக வாங்கிய சேலையை எடுத்து அவளிடம் ''உனக்காக'' எனக் கொடுத்தேன். அவள் பதிலேதும் சொல்லாமல் வாங்கிக்கொண்டாள். பத்மாவை நேராகப் பார்த்தேன். அவள் கண்களில் மெல்லிய கண்ணீர் ரேகைகள் தெரிந்தன. அவள் உதடுகள் மெலிதாகத் துடிப்பது போலிருந்தது.

எங்களுக்கு நடுவே மின் விசிறியின் காற்று மேலிருந்து சுழன்று வீசிக் கொண்டிருந்தது. அவள் துப்பட்டாவின் நுனி காற்றில் மெலிதாகப் படபடத்தது. நான் அவள் கைகளை என் கைகளில் மெல்ல எடுத்துக் கொண்டேன். மென்மையான கைகளில் ஒரு ஆன்மா இருந்தது. அந்த ஸ்பரிசம் வெதுவெதுப்பாயிருந்தது.அவள் அதை எதிர்பார்த் திருந்ததைப்போல் வாஞ்சையாய் பற்றிக்கொண்டாள். துவண்டிருந்த என்னை தன் தோளில் தாங்கினாள்.

அந்த ஜீவன் மேல், நேசம் இதயத்திலிருந்து பொங்கி வழிந்து கைகளின் வழி ஓடி அறையை நிறைத்திருந்தது. நான் ஆத்மார்த்தமாக முதன் முறையாக ''ஐ லவ் யூ'' என்றேன். உடல் பரவசத்தில் சிலிர்த்தது.

30

கேஎல் விமான நிலையம் வரும் வழியில் போக்குவரத்து நெரிசலில் மாட்டிக் கொண்டேன். அந்த இடைவெளியில் மலேசியாவின் பிரபலமான கால்பந்தாட்டத்தை சாலையோரச் சிறுவர்கள் விளையாடுவதைப் பார்த்துக் கொண்டிருந்தேன். லேசாக பெய்த மழையில் நனைந்தபடி ஆடிக்கொண்டிருந்தனர். விறுவிறுப்பான ஆட்டம். இரு அணிகளும் விட்டுக் கொடுக்காமல் சரி சமமாக போட்டி போட்டு மாறிமாறி கோல் போட முயன்றுகொண்டிருந்தனர். ஒற்றைக் கோளவடிவப் பந்து உதைபட்டு, சுழன்று, ஓய்வின்றி ஓடிக்கொண்டேயிருந்தது. நான் பந்தை உற்றுப் பார்த்தபடியிருந்தேன்.

பதினைந்து நிமிடங்கள் காலதாமதத்தால் விமான நிலையம் வரும் வரை எனக்கு இருந்த ஒருவித பதற்றம் இமிகிரேசன் முடியும் வரை தொடர்ந்தது. அக்டோபரின் கடைசி நாளான அன்று மலேசியாவின் பழைய பிரதமர் மஹாதீர் ஓய்வுபெற்று புதிய பிரதமராக அப்துல் படாபி பதவி ஏற்பதால் விமான நிலையத்தில் கெடுபிடிகள் அதிகம் என்றார்கள். இமிகிரேசன் எல்லாம் முடிந்து விமானத்தில் ஏறியபின் பத்மாவிற்கு குறுஞ் செய்தி அனுப்பினேன். ரவிக்கு ஃபோன் செய்து விஷயத்தைச் சொன்னேன். அதிர்ச்சி யடையாமல் கேட்டவன், ‘‘மச்சி, நீ ஒரு

விஷயத்தை நினைச்சா முடிக்காமல் விடமாட்டியே. எல்லாம் நல்லதாகவே நடக்கும். ஆல் த பெஸ்ட்'' என வாழ்த்தினான்.

சாராவுக்குப் பேசினேன்.

''பிளையிங் டுடே? கிரெட். ஒன் குட் நியூஸ். டிரைவர் சிங் கொலை தொடர்பாக ஆர்பென்-ஐடில் எக்ஸிகியூட்டிவாக வேலை செய்யும் சீனரைக் காலையில அரஸ்டு செஞ்சுட்டாங்க'' என்றாள் மகிழ்ச்சியாக.

''ரியலி?''

''எஸ், ஹீ வாஸ் டேக்கிங் கேர் ஆஃப் 'இல்லீகல் லாகிங்' அஸ் வெல். பட்மோர் டு கம்'' என்றாள்.

திடுக்கிட்டேன். அவள் பாராசூட் ஆசாமியைச் சொல்கிறாள் எனப் புரிந்தது. சேர்மனுக்கு நெருக்கமான அவன் இந்த வேலையைச் செய்திருக்கிறான். அவனுடைய கைது என்னைக் கொஞ்சம் ஆசுவாசப்படுத்தியது. ஆரஞ்சு ஜூஸ் வாங்கி உதட்டை நனைத்துக் கொண்டேன். பன்னிரேண்டு மணிக்கு கிளம்ப வேண்டிய இந்தியன் ஏர்லைன்ஸ் விமானம் முப்பது நிமிட காலதாமதத்தில் சாவகாசமாகக் கிளம்பியது.

★

அலுமினியப் பறவை விமான நிலையத்தில் இறங்கி பறந்த களைப்பைப் போக்கிக்கொண்டது. பாஸ்போர்ட்டில் அரசாங்க முத்திரை குத்திக்கொண்டு பெட்டிகள் சகிதம் வெளியே வந்தபோது மஞ்சள் போர்டு டாக்ஸி எனக்காகக் காத்திருந்தது. அலுவலகத்திலிருந்து அனுப்பியிருந்தார்கள்.

காரில் ஏறியக் கையோடு மரியாதையாக ''ஏ.சி போடலாமா ஸார்?'' எனக் கேட்ட டிரைவர் அந்த ஐரோப்பிய நாட்டின் பெயரைச் சொல்லி ''அங்கெல்லாம் இப்ப ரொம்ப குளூரா ஸார்?'' என்றார்.

''அதை ஏன் கேக்குறீங்க, தினமும் ஸ்நோ தான்.''

''பனியா? சர்தான். இங்க மழையே இல்லப்பா'' என அலுத்துக்கொண்டார்.

''இப்பதான் சென்னையாண்ட வந்துட்டல கவலைய வுடு ஸாரே'' என்றார்.

சற்று இரைச்சலுடன் இயங்கிக் கொண்டிருந்த நகரம் தடையின்றி என்னையும் சட்டென உள்ளே இழுத்துக்கொண்டது.

முன்பு தங்கியிருந்த திருவல்லிக்கேணி மேன்சன் வாசலில் திடுதிப்பென போய் நின்றேன். ''வாங்க சார், என்ன ரொம்ப நாளா

ஆளை காங்கல?'' என்றபடி வெற்றுடம்புடன் காயல்பட்டிணத்து பாய் வரவேற்றார். நான் பழையபடி கூட்டம் அலைமோதும் காசிவிநாயகா மெஸ் சாப்பாட்டுக்குத் தயாராகிவிட்டேன்.

ஐரோப்பாவின் மிகப்பெரிய வங்கியில் ஆறு மாதங்கள் வேலை செய்துவிட்டு திரும்பியிருக்கும் நான், இதற்கு முன் நடந்தவற்றை நினைத்துப் பார்க்கிறேன்.

அன்று மலேசியாவிலிருந்து வந்து இறங்கியதும் நான் 'செக்கின்' செய்திருந்த பெரிய பெட்டி வரவில்லை என்றார்கள். தலைவிதியை நொந்தபடி வேறு வழியில்லாமல் கம்ப்ளைண்ட் எழுதிக் கொடுத்து விட்டு வந்தேன்.

வந்த ஒரே வாரத்தில் மிகுந்த வைராக்கியத்துடன் அலைந்து ஒரு நல்ல வேலையைத் தேடிக்கொண்டேன். பெட்டி தொலைந்து போனதால் துரதிர்ஷ்டம் துரத்துகிறது என நினைத்துக்கொண்டிருந்த சமயம் அதிர்ஷ்டக்காற்று லேசாக தொட்டது என்பேன். ஆமாம், ஒரு கதவு மூடியபோது, மற்றொரு கதவு திறந்தது. வேலைக்குச் சேர்ந்த மறுநாளே வெளிநாடு போக வாய்ப்பிருப்பதாக என் பாஸ்போர்ட்டை வாங்கினார்கள். நம்பிக்கையில்லாமலே கொடுத்தேன். விசாவிற்காக அதை வாங்கியவர்கள் அடுத்த வாரமே ஐரோப்பாவில் இருக்கும் அந்தக் குளிர் நாட்டுக்குக் கிளம்ப வேண்டுமென்றார்கள். பெட்டியோடு துரதிர்ஷ்டமும் தொலைந்தது என நினைத்துக்கொண்டேன். கூகுளில் அந்த நாட்டைத் தேடிக் கண்டுபிடித்து வியந்தேன். பெட்டி, துணிமணிகள், குளிர் உடைகள் வாங்க முன்பணம் என ராஜ மரியாதை வேறு. அப்போது சம்பத்தை நம்பி நான் கைக்காசைப் போட்டு டிக்கெட் எடுத்து மலேசியா போனது நினைவுக்கு வந்தது.

வாரவிடுமுறையில் ஊருக்குப் போனேன். பெட்டி காணாமல் போனதால் மலேசியாவிலிருந்து அவர்களுக்குக் கொடுக்க கையில் தங்கைக்காக வாங்கிய சுடிதாரைத் தவிர வேறொன்றுமில்லை. அம்மா பெட்டியைத் திருடியவர்களை ஒருநாள் முழுக்க சபித்துக் கொண்டிருந்தாள். அவளிடம் திரும்ப வெளிநாடு போவது பற்றி நான் வாயே திறக்கவில்லை. வேலைக்குச் சேர்ந்த ஒரே வாரத்தில் வெளிநாடு அனுப்புவார்கள் என்பதை என்னாலேயே முதலில் நம்புவதற்கு கஷ்டமாகத்தான் இருந்தது. டிக்கெட்டும் விசாவும் கைக்கு வந்தவுடன்தான் எனக்கு நம்பிக்கை வந்தது, ஃபோன் பண்ணி வீட்டுக்கு சொல்லிவிட்டு ஐரோப்பாவுக்கு விமானம் ஏறினேன்.

★

அப்புறம் என்ன?

எனக்கு இப்போது சென்னை வெயில் பழகிவிட்டது. சென்னை என்றா சொன்னேன்? ஆமாம், மெட்ராஸ்தான் சென்னையாகி பல வருடங்களாயிற்றே. நானும் மாறிவிட்டேன். முன்பைவிட மேலும் மன வலிமையானவனானேன் என்று கூட சொல்லலாம். 'ஹீப்போகிராட்' எனும் பாசாங்கு ஆசாமிகளை இனம்கண்டு அவர்களிடம் முன்னெச்சரிக்கையுடன் கொஞ்சம் ஒதுங்கியே இருக்கக் கற்றுக்கொண்டேன்.

நேற்று சாரா தனக்கு விருது கிடைத்ததைப் பூரிப்புடன் ஃபோனில் சொன்னாள்.

சாராவின் கட்டுரைகள் வெளியாகி, சம்பத் தனது சகாக்களுடன் பதவிநீக்கம் செய்யப்பட்டு நீதிமன்ற விசாரணைக்குக் காத்திருப்பது, டிரைவர் சிங் வழக்கில் பாராசூட் ஆசாமி சிறை தண்டனை பெற்றது, சேர்மன் வங்கியின் தலைமைப் பதவியிலிருந்து விலக்கப்பட்டது வரை தெரிந்திருந்த எனக்கு விருதுச் செய்தி ஆச்சர்யப்படுத்தவில்லை.

''ஏய் கங்கராட்ஸ, கிரேட் நியூஸ். என்ன விருது?'' என்றேன் உற்சாகமாய்.

''சமூகப் பொறுப்புணர்வு நிருபர் விருது. என்னுடைய சேவையைப் பாராட்டி அந்த விருதை அறிவிச்சிருக்காங்க. இங்க மலேசியாவுல அச்சு மற்றும் ஒளிபரப்பு ஊடகங்களுக்காக தர்றது. ரொம்ப மதிப்பானது'' என்றாள் பெருமை பொங்க.

அவளை மனதார வாழ்த்துகிறேன்.

என் தங்கை பன்னிரண்டாம் வகுப்பு முடித்து ஆசிரியர் பயிற்சிப் பள்ளியில் சேர்ந்துவிட்டாள். அவளின் கல்யாணத்திற்காக கடந்த ஆறுமாதத்தில் நான் சேமித்த ஒரு பெரிய தொகையை அம்மாவிடம் கொடுத்துவிட்டேன். தம்பி முட்டிமோதி ஒருவழியாக போட்டித் தேர்வில் தேர்வாகி அரசு வேலைக்காக காத்திருக்கிறான். அவனுக்கு வேலை கிடைத்துவிடும் என்ற நம்பிக்கை இருக்கிறது.

பத்மா இ-மெயில் செய்திருந்தாள். தமிழ்நாட்டுக் கோயில்களுக்கு வரவேண்டும் எனச் சொல்லிக் கொண்டிருந்தவள் இன்று மாலை அம்மாவுடன் சென்னை வருகிறாளாம்.

என்னைப் பொறுத்தவரை பத்மா இப்போது திருமணஞ்சேரி போகத் தேவையில்லை. அவள் ஜாம்ஜாமென தனது வலதுகாலை எடுத்து வைக்க வேண்டியது எனது வீட்டில்தான். அம்மா அதற்கு கண்டிப்பாக சம்மதிப்பாள் என்ற நம்பிக்கை இருக்கிறது.

இதோ , அவளைக் கூட்டிச் செல்ல விமானநிலையத்துக்கு புதிதாக வாங்கிய செந்நிற ராயல் என்பீல்டு பைக்கில் உற்சாகமாகக் கிளம்பி விட்டேன். எனக்கு ஏனோ இந்தச் செந்நிறத்தைப் பார்த்தால் வரும் உர்ராங்குட்டானையும் அதைத் தொடர்ந்த மலேசிய நினைவுகளையும் தவிர்க்க முடிவதில்லை.

பின் குறிப்பு;

சுஜாவிடமிருந்து எந்தத் தகவலுமில்லை.நானும் அவளை மறந்து விட்டேன். அவள் மலேசியாவிலிருந்து லண்டனுக்கு வேலையை டிரான்ஸ்ஃபர் வாங்கிக்கொண்டு நிரந்தரமாக போய்விட்டதாக பத்மா சொன்னாள். அதற்கு மேல் அதை நோண்டிக் கேட்க எனக்கு விருப்ப மில்லை. சம்பத்தை விட்டு விலகிய வீணா இப்போது இந்தியாவில் தனது புதுவாழ்வைத் தொடங்கியிருப்பதாக எழுதியிருந்தாள்.

கடந்த ஆறு மாதங்களில் பத்மாவும், சாராவும் இ-மெயில் தொடர்பி லிருந்தார்கள். பத்மாவிடம் ஓரிரு முறை ஃபோனிலும் பேசினேன். ரவியிடம் வாங்கிய கடனை ஓயர் டிரான்ஸ்ஃபர் செய்து அடைத்து விட்டேன்.

சாரா நான் கிளம்பிய சில வாரங்களிலேயே ''வங்கி இணைவு - தில்லு முல்லுகள்'' எனும் தலைப்பில் தகுந்த ஆதாரங்களுடன் கட்டுரை ஒன்றை மலேசியாவில் வெளியிட்டு தேசிய அளவில் பரபரப்பை ஏற்படுத்தியிருந்தாள். பேப்பர் கட்டிங்கை எனக்கு ஸ்கேன் செய்திருந் தாள். அந்தச் செய்தி சம்பத் டி-டே ஆசாமியுடன் ஹாங்காங்கில் எடுத்துக்கொண்ட நிழற்படத்துடன் வெளியாகி இருந்தது. சகாக்களுடன் பதவி நீக்கம் செய்யப்பட்டு நீதிமன்ற விசாரணையை எதிர்நோக்கிக் காத்திருப்பவருக்கு கண்டிப்பாக ஆறு ஆண்டுகள் வரை சிறை தண்டனை கிடைக்க வாய்ப்பிருக்கிறதாம். அது, வாடிக்கை யாளர்களின் முக்கிய தரவுகளை கம்பெனிகள் பாதுகாப்பாக சேமிப்பது எப்படி என்பது பற்றிய பரவலான ஒரு உரையாடலை மலேசியாவில் தொடங்கிவைத்திருந்தது.

ஒருங்கிணைக்கப்பட்ட வங்கியின் தலைவராகப் பதவியேற்ற ஆர்பென் குழும சேர்மனின் நடவடிக்கைகளில் திருப்தியில்லாததால் ஓரிரு மாதங்களில் வங்கியின் பங்குதாரர்கள் அவரைப் பதவியிலிருந்து நீக்கிவிட்டார்கள்.

ஊழல் எதிர்ப்பு, லஞ்ச ஒழிப்பு என்ற கோஷத்துடன் பதவியேற்ற புதிய பிரதமரால் மலேசியாவில் அரசியல் காட்சிகள் மாறத் தொடங்கின.

போர்க்கால நடவடிக்கையாக ஊழல் பிரபலங்கள் பலர் கைது செய்யப்பட்டனர். சேர்மனுக்கு எதிராக கிடப்பிலிருந்த பல வழக்குகளும் தூசி தட்டப்பட்டன. சிங் கொலை தொடர்பாக கைதான பாராசூட் ஆசாமி கிரிமினல் குற்றம் சாட்டப்பட்டு ஆறு ஆண்டுகள் சிறை தண்டனை பெற்றார்.

அதுபோல விவசாயத் துறையில் புத்துணர்ச்சியை வலியுறுத்திய அரசாங்கம், ஒதுக்கப்பட்ட அளவைக் காட்டிலும் சட்டவிரோதமாக காட்டு மரங்களை வெட்டியதாக ஆர்பென் குழுமத்தின் சில கம்பெனி களை முடக்கியது. மலேசிய வனவிலங்கு ஆணையம் அழிந்து வரும் காட்டு விலங்குகள் பற்றி ஆய்வு செய்து ஒரு வெள்ளை அறிக்கை சமர்ப்பித்தது. இதையெல்லாம் எதிர்பார்க்காத சேர்மன் இப்போது பொதுவாழ்விலிருந்து ஒதுங்கிவிட்டாராம்.

இந்தப் பிரச்சனைகளால் ஆர்பெனில் பெரிதாகச் சொல்லிக் கொள்ளும்படி ப்ராஜெக்ட்ஸ் எதுவும் இப்போது இல்லையாம். ரவி மின்னஞ்சலில் புலம்பியிருந்தான். பாவம். அவர்களுக்கு வருவதாக இருந்த அரசாங்க வேலைகள் அனைத்தும் ரத்தாகிவிட்டதாம். ஒரு மாதச் சம்பளம் வேறு பாக்கியாம். என்னிடம் வேலை கேட்டிருந்தவனுக்கு, என் கம்பெனியில் இன்டர்வியூ ஏற்பாடு செய்திருக்கிறேன். பார்க்கலாம்.

www.ingramcontent.com/pod-product-compliance
Lightning Source LLC
LaVergne TN
LVHW090305051026
849518LV00005B/1652
* 9 7 8 8 1 8 4 9 3 6 7 7 3 *